ब, बळीचा

राजन गवस यांची प्रकाशित पुस्तके

कादंबरी

चौंडकं (१९८५)

भंडारभोग (१९८९)

धिंगाणा (१९९१)

कळप (१९९७)

तणकट (१९८९)

कथा

रिवणावायली मुंगी (२००१)

आपण माणसात जमा नाही (२००८)

ढव आणि लख्ख ऊन (संपादक : रणधीर शिंदे) (२०१०)

ललित

काचाकवड्या (२००६)

कैफियत (२०१०)

समीक्षा/संशोधन

भाऊ पाध्ये यांची कथा (२०१०)

भाऊ पाध्ये यांची कादंबरी (२००६)

रोकडे पाझर (२०१०)

सीमाभागातील मराठी बोली (२००९)

तृतीयपंथियांची बोली (२०१०)

मराठीचे आशययुक्त अध्यापन (१९९५)

देवदासी चळवळीचा इतिहास (२०१२)

संपादन

'चांगदेव चतुष्टया'संबंधी (२०००)

अव्यक्त माणसांच्या कथा (२०११)

कविता

हुंदका (१९८२)

ब, बळीचा

राजन गवस

पॉप्युलर प्रकाशन, मुंबई

ब, बळीचा

(म−१२१५)

पॉप्युलर प्रकाशन

ISBN 978-81-7185-414-1

BA, BALICHA
(Marathi : Novel)
Rajan Gavas

पहिली आवृत्ती : २०१२/१९३४
दुसरे पुनर्मुद्रण : २०१४/१९३५
दुसरी आवृत्ती : २०१५/१९३७
पुनर्मुद्रण : २०२२/१९४४

मुखपृष्ठ : विष्णू थोरे

प्रकाशक
अस्मिता मोहिते
पॉप्युलर प्रकाशन प्रा. लि.
३०१, महालक्ष्मी चेंबर्स
२२, भुलाभाई देसाई रोड
मुंबई ४०० ०२६

अक्षरजुळणी
ऑलरीच एन्टरप्रायझेस
माहीम, मुंबई ४०० ०१६

मुद्रक
रेप्रो इंडिया लि.
लोअर परेल
मुंबई ४०००१३

कर्मवीर अण्णांची रयत
आणि प्रा. एन. डी. पाटील यांना

बळी सर्वस्वे उदार।
जेणें उभारिला कर।
करुनि काहार
तो पाताळी घातला ।।५।।

            - संत तुकाराम

कोडब्यॅड शब्द माझ्या तोंडातून बाहेर पडला. कल्लाप्पा कोणकेरी माझ्याजवळच होता. त्यानं तो शब्द पुन्हा उच्चारायला लावला. म्हणाला, या नावाची मला कादंबरी लिहायचीय. त्या वेळी आम्ही हॉटेल हुच्चहुग्गीमध्ये जेवत होतो. त्याच्यासमोर शाकाहारी राईसप्लेट. मला हॉटेलात शाकाहारी चालत नाही. त्याचं म्हणणं की शाकाहारी माणसं जास्त जगतात. पुढं तो बडबडायचा, जास्त जगलं की ज्ञानपीठ मिळतं. ज्ञानपीठ आणि चक्कीतलं पीठ यातला फरक मला कळत नव्हता. उप्पेनबेटगिरी गावातला मी साधा दुकानदार. हे दुकान घालण्यापूर्वी माझे व्यवसाय चिक्कार. रमणलाल शेठची जिल्ह्याची दारू एजन्सी होती. मारवाड्यांनी लिकर धंद्याची वाट लावली. बॅरेलात आम्ही बादलीनं पाणी ओतायचो. पुन्हा पॅकिंग होतं तसं. हा सगळा मामला माझ्याकडं. दाबजोर पैसा मिळायचा. पाण्याचा पैसा. फार काळ टिकला नाही. सडाफटिंग होतो. नुकतंच कॉलेज संपलेलं. पुढं शिकण्याचं मनात नव्हतं. वडील ग्रामसेवक. त्यांची रमणलाल शेटजीची मैत्री. लावलं कामाला ह्या मालामाल धंद्यात. शेठजीचे बारा वाजले. आपोआपच माझेही. गावी आलो. घरात जेवण बंद केलं. गावापासून चार मैलांवर उप्पेनबेटगिरी. तालुक्याचं गाव. कॉलेज तिथंच झालं. त्यामुळं गावचा कोपरा नि कोपरा ओळखीचा. सिद्धलिंग वाण्याच्या दुकानात कामाला लागलो. सहा महिन्यात वडिलांनी देशपांडे वकिलाचा गाळा भाड्यानं घेतला. माझं दुकान सुरू झालं. पहिला हंगाम शिकण्यात गेला. नंतरच्या हंगामात जम बसला.

या गावात कल्लाप्पा कोणकेरी आला. हाडकुळा. स्टाईलबाज.

त्याची-माझी ओळख झाली. घडलं असं, त्याला पान खायची जोरदार सवय. माझ्या दुकानासमोर पानाचा खोका. तिथं नेहमी यायचा. गावात त्याचं फारसं कोणी ओळखीचं नव्हतं. तिप्या पानवाला तेवढाच ओळखीचा. तिप्या त्याला माझ्याकडे घेऊन आला. म्हणाला, हे आपल्या मामलेदार ऑफिसात नव्यानं आल्यात. त्यास्नी उधारीवर भांडी दे.

नाही म्हणायचा प्रश्नच नव्हता. तिप्या जामीन होता. नग विचारले. दोन दुधाची, दोन आमटी-बिमटीसाठीची भांडी आणि कुकर, चमचे, पेले, ताट-वाट्या असा बारका संसारसट. बिल फार नव्हतं. पण त्या दिवसापासून तो तिप्याकडं पान खायचा आणि दुकानातल्या स्टुलावर बसून जाणारी-येणारी माणसं बघायचा. एकटा जीव सदाशिव. ऑफिस सुटलं की दुकानात. मग घरी दुसऱ्या दिवशी पुन्हा तेच. पहिल्यांदा आम्ही तुटक बोलायचो. नंतर अघळपघळ. कशावरही. स्वतःबद्दल, घराबद्दल फारसं बोलायचा नाही. दुनियेविषयी फार. आमची एकमेकाला सवय झाली. आम्ही अरे-तुरेत कधी आलो आठवत नाही.

एक दिवशी दुकानासमोर लांबलचक झब्बेवाला माणूस आला. केस पिंजारलेले. डोळे शोधक. इसम मोठा माणूस असावा. काऊंटरवर येऊन म्हणाला, कोणकेरी भेटतील? म्हटलं, येईल आता. तो आला. म्हणाला, हे मोठे लेखक आहेत. बाबा बनवाडे. त्यांच्याबरोबर मी चहा घ्यावा, हा कोणकेरीचा आग्रह. मग आम्ही हॉटेल चिम्माण्णात त्यांना घेऊन गेलो. हे या गावातलं सर्वांत चांगलं हॉटेल. तिथं त्यांच्या बोलण्यातून कळलं, कोणकेरी पण लेखक आहे. त्याचं बरंच काय-काय छापलं जातं. त्यांच्या गप्पा चालल्या. मी उठून आलो. कोणकेरी लेखक आहे, हे आधी कळलं. नंतर त्यानं उधारी भागवली.

आमच्या बोलण्यात आता एक नवीन विषय. लेखक आणि पुस्तकं. कोणकेरी दुकानात पुस्तकं घेऊन यायचा. मी आपला उगाच चाळायचो. कॉलेजात असताना गाईड वाचलेली. त्यानंतर संबंध खल्लास. पेपरसुद्धा पूर्ण वाचायचा योग नाही यायचा, मग पुस्तक कुठलं ? कोणकेरीच्या निमित्तानं, आमच्या भांड्यांच्या दुकानात पुस्तक वावराय लागलं. त्याला एखादं पुस्तक आवडलं की त्याची स्टोरी मला बसल्या-बसल्या सांगायचा. कळायचं काहीच

नाही. वेळ घालवायला. त्याची बडबड ऐकायचो. हळूहळू मला त्यानं पुस्तकातलं काही तरी सांगावं, असं आपोआपच वाटाय लागलं. नाही सांगितलं की त्याला मुद्दाम विचारायचो. तो आता स्टुलावर न बसता गल्ल्यावर खुर्चीत बसू लागला. गिऱ्हाइकांची गर्दी वाढली की गल्ला सांभाळायचा, भांड्यांवर नावं घालून द्यायचा. त्याचं अक्षर फार छान. मशीननं भांड्यांवर नावही तो कोरून काढायचा. त्यानं भांड्यावर नाव घातलेलं गिऱ्हाईक पुन्हा दुकानात आलं, तर त्याच्याकडूनच नाव कोरून घ्यायचं. लोक माझ्या नाव कोरण्याला नाक मुरडाय लागले. मी गिऱ्हाइकाला म्हणायचो, ते लेखक आहेत. त्यांचं अक्षर छान असणारच की. लोकांना काही कळायचं नाही. मला तरी कुठं कळत होतं, लेखक हे प्रकरण काय असतं ?

पावसाळा सुरू व्हायचा होता. सीझन आला की नवा माल भरावाच लागतो. भांड्यांच्या बरोबर छत्र्या विकणं ही माझी व्यावसायिक गरज. छत्र्यांची होलसेल खरेदी हुबळीत. हा आमचा जुना संकेत. वर्षातून एक ट्रिप हुबळीची ठरलेली. अंतर तसं कमीच. मला जायचं होतं आणि कोणकेरी या लेखकाला सुट्टी होती. म्हटलं, जाऊ आपण. तो तयार. त्याला नवं गाव बघण्यात भलताच उत्साह. मुळात तो शनिवार–रविवार गावाकडं जात नव्हता. एकटाच खोलीत पडून असायचा. किंवा जंगलात. हे मला त्यानंच सांगितलं होतं. आम्ही हुबळीत पोहोचलो. तिकडं फक्त पावसाची चाहूल. पाऊस आमच्या गावात चिक्कार. हुबळी फार देखणं गाव. दिवसभर तो माझ्या सोबत हिंडत होता. त्याला छत्री खरेदी करण्यात काहीच उत्साह नव्हता. तो फक्त माणसं बघत होता.

रात्री आम्ही एका लॉजवर उतरलो. त्याला विचारलं, तुला नव्या मालात इंटरेस्ट आहे का? त्याला काहीच समजलं नाही. तो एकदम कोरा. फक्त माझ्याकडं बघत राहिला. त्याला कळत होतं सगळं, पण दाखवत काहीच नव्हता. शेवटी त्याला म्हटलं, तू ह्या गावात तासभर फिरून ये. तो एकदम तयार. त्यानं झटकन कापडं चढवली. बाहेर पडला. जे व्हायचं ते झालं. त्याला ते माहीत नाही ही माझी कल्पना. पण त्याला ते सगळंच माहीत होतं. किती तरी वेळानं तो आला. त्या वेळी मी डाराडूर झोपलो होतो. सकाळी म्हणाला, तुला काही माझा त्रास नाही ना? मी एकदम शरमिंदा. त्याला म्हटलं, आपण नास्ता करू. त्यावरच तो विषय मिटला.

त्यानंतर एकदा तो म्हणाला, तुला एक गोष्ट सांगतो. गोष्ट आहे राजाची. एक होता राजा. त्याला समजून घ्यायची होती बाई. त्यानं केल्या शंभर राण्या. तरी बाई काय समजंना. तो गेला ऋषीकडं. म्हणाला, मला बाई समजून घ्यायचीय, मला उपाय सांगा. ऋषी म्हणाला, पहिली मेंदूतली वासना बाजूला काढ. तुला बाई समजंल. राजा म्हणाला, वासना बाजूला काढली की, बाईत राहिलं काय? ऋषी म्हणाला, माणूस. त्यानं इतक्या जोरानं माझ्या थोबाडात मारली होती की, फक्त थोबाड चोळतच राहिलो.

मध्यंतरी त्याची बदली झाली. त्याला ही जागा सोडायची नव्हती. त्यानं सरळ रजा टाकली. तो गावी गेला. पण त्यानं आपलं गाव कोणतं, हे मात्र सांगितलं नाही. सहा महिन्यांनंतर हजर झाला. म्हणाला, सुटलो बाबा. पुन्हा इथंच बदली झाली. या गावात त्याला असं काय जाणवलं होतं, की तो हे गाव सोडायला तयार नव्हता.

एकदा आम्ही हुच्चहुग्गी हॉटेलात जेवत होतो. अर्थात तो शाकाहारी. सहज विषय काढला. तर म्हणाला, ह्या गावात तू आहेस. म्हणून हे गाव मला सोडायचं नाही. ते सगळं हसण्यावारी नेलं. काहीच न बोलता भलत्या सलत्या गोष्टी बोलत राहिलो. तो एकदम ढिम्म. त्याचं आतलं दुखणं मला जाणवण्या इतपत मी वाढलो नव्हतो. पण त्याला काय म्हणायचंय हे मला कळत होतं. त्यानंतर असला विषय त्याच्या समोर कधीच काढला नाही.

तो जी नोकरी करत होता, त्यात तो समाधानी होता असं नाही. उलट भयंकर अस्वस्थ. एकदा भरदुपारीच एका फेटेवाल्या म्हाताऱ्याला घेऊन दुकानात आला. म्हणाला, आमचा नायब तहसीलदार याच्याकडून पन्नास रुपये मागतोय. म्हाताऱ्याला कोणी पन्नास रुपयाला विकतही घेणार नाही. साल्यांना काय करायचं?

म्हातारा ह्याचीच समजूत घालत, सायेब, माझंच चुकलं. चुकलं. असं बडबडत होता. झालं असेल काय? म्हणून चौकशी करायला गेलो. तर निघालं तिसरंच. इथल्या जवळच्या गावचा म्हातारा. आपल्या नोकरीवर असणाऱ्या मुलाचं आणि त्याच्या पत्नीचं नाव रेशनकार्डवरनं कमी करण्यासाठी आला होता. रीतसर अर्ज दिला. अडचण काहीच नव्हती. त्याचा

मुलगा मोठ्ठ्या हुद्यावर शहरात नोकरी करत होता. त्याचं नाव असल्यामुळं म्हाताऱ्याला दारिद्र्यरेषेखालचं कार्ड मिळत नव्हतं. म्हाताऱ्याचं म्हणणं होतं की मुलगा मला बघत नाही तर त्याचं नाव कार्डावर कशाला? मुलाच्या सहीचा अर्जही आणला होता. गोष्ट तटली होती फक्त पन्नास रुपयांत. कोणकेरीला हा सगळा विषय एकदम महत्त्वाचा वाटत होता. तसं त्यानं सांगून बघितलं. पण पन्नास रुपयांसाठी नायब तहसीलदार अडून बसलेला. शेवटी कोणकेरीनं स्वतःचे पन्नास रुपये लाच म्हणून दिले. म्हाताऱ्याच्या हातात कार्ड सोपवलं. गोष्ट साधीच. पण कोणकेरी मोठा होता. मला त्याच्याविषयी आणखी आदर वाटाय लागला. अशा चिक्कार गोष्टी. आम्ही एकमेकांसोबत जगत होतो. त्यानं कैक काय काय शिकवलं. मुख्य म्हणजे त्याच्यामुळं पुस्तकं पालथाय लागलो.

हे झालं त्याच्या माझ्या संबंधाचं पुराण. असं कोणीही काहीही रचून सांगू शकतो. त्यात मला काडीचा रस नाही. मला तुम्हांला वेगळीच गोष्ट सांगायची आहे. सांगायची आहे हे तितकंसं योग्य नाही. शोधायची आहे म्हणणं जास्त योग्य. एकदा कल्लाप्पा कोणकेऱ्याला विचारलं होतं, तुम्ही लिहिता म्हणजे काय करता? तर तो या प्रश्नावर पाच मिनिटं हसत होता. नंतर तो म्हणाला, तू भांडी विकतोस म्हणजे काय करतोस?

आली का पंचायत. मी काय करतोय, हे त्याला चांगलं माहीत होतं. एकदा आम्ही शेतकरी संघाच्या शिरोली कारखान्यात भांडी खरेदी करण्यास गेलो होतो. तेव्हा शेतकरी संघ स्टील उद्योगात एकदम तेजीत होता. सगळी होलसेल ऑर्डर बुक केली. तो सगळं बघतच होता. म्हणाला, अरे, इथं जो तांब्या वीस रुपयाला मिळतो, तो मला पन्नास रुपयास विकलास. आली का पंचायत? ह्याला आता कसं सांगणार. मी विषय बदलायच्या प्रयत्नात आणि तो पुन्हा ते उकरून काढत होता. असा खेळ माल पॅक होऊन आमच्या टेम्पोत भरेपर्यंत चालला. टेम्पो सुरू झाल्यावर त्याला म्हटलं, अरे बाबाऽ तुम्ही लोक सरकारी नोकर. महिन्याला तुम्हाला ठरावीक पगार मिळतो. पगार वाढत जातो पण कमी होत नाही. वय वाढलं की पगार वाढला. आमचं तसं नाही. उन्हाळा आला, लगीनसराई चालू झाली; आमचा धंदा वाढला. पावसाळा आला; बसा माशा मारत. आणि दुकान म्हटल्यावर बारा भानगडी.

नोकर, पगार, जागाभाडं, ह्याचा कर, त्याचा कर, असली लाख लचांडं निस्तरेपर्यंत पुरेवाट. यावर त्यानं काहीच म्हटलं नाही. बाजूची पळणारी झाडं बघत बसला. माझ्या डोक्यात पुढचा जकात नाका कसा चुकवायचा हे चाललेलं. ड्रायव्हर कायम येणारा-जाणारा. त्याला काहीच टेन्शन नव्हतं. मी आपला जीव मुठीत धरून. तेवढेच हजार वाचले तर वाचले. जकात नाका जवळ यायला कोणकेरीनं सुरू केलं, व्यापारी चोरच असतात. गिऱ्हाइकाला नुसतं लुबाडतात. नोकराचं काय? मिळणाऱ्या पगारात भागवा. त्याला हातपाय पसरायला जागाच नसते. त्याचं बडबडणं थांबत नव्हतं. ड्रायव्हर भयंकर वैतागला. त्यानं टेम्पो थांबवला. म्हणाला, तुमचं बोलून झाल्यावर आपण पुढं जाऊ. हे थोडं अनपेक्षितच. कोणकेरी टेम्पोतून उतरला. चालाय लागला. पुन्हा टेम्पोत बसलाच नाही. कुठला ट्रक गाठून आला. आता तो दुकानाकडं फिरकणारच नाही, असा समज. दुसऱ्या दिवशी ऑफिस सुटल्यासुटल्या हजर. काहीच घडलं नसल्यासारखं त्याचं बोलणं. अशी भांडणं आमची कैक झाली. त्याचं सगळंच लहान मुलासारखं. त्याला पटकन विसरता यायचं सगळं.

कोणकेरीची पुन्हा बदली झाली. या वेळी प्रयत्न करूनही त्याला बदली कॅन्सल करता आली नाही. जिल्ह्याला पुरवठा खात्यात टाकलं होतं. अधून-मधून यायचा. काय-काय केलं सांगायचा. अशात त्याचं लग्न झालं. म्हटलं, याचं आता येणं-जाणं कमी होईल. तर झालं उलटच. त्याच्या फेऱ्या वाढल्या. मध्येच त्याचा वर्तमानपत्रात मोठा फोटो. त्याला लेखक म्हणून कसला तरी पुरस्कार मिळाला होता. सकाळी पेपरात फोटो. हा संध्याकाळी हजर. त्याला मिठी मारून अभिनंदन केलं तर त्याचा चेहरा निर्विकारच. म्हणाला, आज आपण जेवायला जाऊ. म्हटलं, चल. आजचा खर्च माझा. आमचं हॉटेल हुच्चहुग्गी. त्याचं शाकाहारी ताट. त्यानं घास घेतानाच सुरू केलं, शहरात माझा जीव गुदमरतोय. श्वासच घेता येत नाही. बदली तर होत नव्हती. त्याला पुन्हा उप्पेनबेटगिरीतच यायचं होतं. असं त्याचं काय या गावात पुरलं होतं कुणास ठाऊक? रमणलाल शेठजीचे बारा वाजल्यावर शहर सोडताना काय त्रास झाला होता ते सांगितलं. तर तो मोठ्या-मोठ्यानं हसाय लागला. त्याला माझ्या तिथल्या उचापतींविषयी खूपदा सांगितलं होतं. हसता-हसता तो थांबला. म्हणाला, जीवच नसतो शहरात. त्याचं हे म्हणणं काही

मला समजलं नाही. रात्री खूप वेळ रस्त्यातून फक्त भटकत राहिलो. माझे पाय घाईला आले. पेठेतल्या अर्बन बँकेच्या पायरीवर टेकलो. तर म्हणाला, मला ह्या गावाविषयी इतकी का ओढ निर्माण झालीय? ती संपवायला पाहिजे. तुझ्याशी मैत्री तोडली की निम्मं गाव तुटेल. ते सोपं आहे. पण उरलेल्या गावाचं काय? त्यानं आपला चेहरा दोन्ही हाताच्या ओंजळीत धरला होता. एकदम निरागस. त्याच्याकडं बघतच राहिलो. तो चिक्कार बडबडत राहिला. पहाटेपर्यंत. तेथूनच तो एस. टी. स्टँडकडं सरकला. मी घराकडं. घरात पाय टाकल्या टाकल्या बायको म्हणाली, त्ये डोस्कंफिरू कुठं गेलं? कोणकेरीबाबत बायकोचं मत असं का व्हावं? हा आजवर न सुटलेला प्रश्न. त्याला तिनं फारसं बघितलेलंही नाही. क्वचित एकदोनदा दुकानात. एकदोनदा घरात. एवढ्यावर तिनं असं मत बनवलंय. कधी कधी वैतागली की ती त्याला **सवत** म्हणते. हे बरोबर. कारण कल्लाप्पा कोणकेरी बरोबर असला की मला बायका-पोरांची आठवण येत नाही. त्याच्याबरोबर वेळ कसा जातो, हेही कळत नाही. म्हणून काय मी धंद्याकडं दुर्लक्ष करत नाही. धंद्याबाबत तडजोड नाही.

एकदा कोणकेरी खनपटीला बसला. म्हणाला, मोठमोठ्या लेखकांचे संमेलन आहे. कुठं तर साताऱ्याला. आपण जाऊ. एवढे मोठे लोक जवळून बघता येतील. अशी संधी येणार नाही. म्हटलं, ते लोक बघून माझं पोट भरंल? का ते माझ्या दुकानातली भांडी खरेदी करतील? मग कशाला घालवायचा दिवस वाया? असले रिकामचोट उद्योग पाहिजेत कशाला? त्यानंतर मला न सांगताच झोळी अडकून गायब झाला. तीनचार दिवसांनी उगवला. हे नेहमीचंच. मग काय-काय सांगत बसायचा. वास्तविक, त्याला त्याच्यासारखाच मित्र गावात मिळणं काय अवघड नव्हतं. पेपरात नाव छापून येणारे कॉलेजातले दोनतीन मास्तर होते. त्यांच्याशी त्याची गट्टी जमणं शक्य होतं. पण स्वभाव आडमुठा. एक मास्तर चौकशी करत आला. त्या वेळी हा गल्ल्यावर बसलेला. माझं गिऱ्हाईक चाललेलं. गिऱ्हाइकाला कुकरची रिंग खराब लागली होती. हुज्जत घालत होतं. माझा आवाज वाढलेला. म्हणून त्या मास्तरानं ह्याला विचारलं, कल्लाप्पा कोणकेरी इथं कधी असतात? मला भेटायचंय. तर हा म्हणतो, ते कधीतरी येतात. भेटतीलच असं नाही. मास्तर

परत फिरला. त्याच्या चेहऱ्यावर रेघसुद्धा नाही. गिऱ्हाईक वाटेला लागल्यावर त्याला म्हटलं, असं का केलास? तर म्हणतो, मास्तर लोक बोअर करतात. त्यात कॉलेजातले मास्तर तर जास्तच. त्यांना लोकांचं काहीच माहीत नसतं. पार तुटलेली जमात. चोवीस तास आपल्यातच. एकदम बिनडोक. काय बोलायचं असल्यांशी. हे म्हणजे अजबच. लोकं ज्यांना शहाणं म्हणतात, त्यांना हा खुळं समजतो. म्हणजे नेमकं खुळं कोण?

त्याची बदली चार वर्षांनंतर पुन्हा उप्पेनबेटगिरीला झाली. त्याला भाड्यानं मोठं घर पाहिजे होतं. आमच्या गावात भाड्याचे दर भलतेच भडकले होते. पूर्वी झाडून-लोटून राहायला माणूस मिळायचं नाही. आता हजार-पाचशेला एक खोलीही मिळत नव्हती. ह्याचं बजेट पंधराशे. पंधराशेत दोन खोल्या मिळणं कठीण. तरीही शोधाशोध सुरूच. शेवटी आमच्या व्यापारी मित्रमंडळीतल्या कित्तूरकर अण्णांचं जुनं घर तसंच पडून होतं. त्यांनी नवा बंगला बांधला होता. भाड्याची गरजच नव्हती. कित्तूरकर अण्णांचं घर भाड्यानं मागायची हिम्मत कोण करणार? गावाला विकत घेईल अशी असामी. ही गोष्ट माझ्या पथ्यावर पडली. कोणकेरीला बरोबर घेतलं. अण्णांची अडत दुकानाची गादी गाठली. अण्णांना म्हटलं, हे लेखक आहेत. अण्णांच्या भुवया उंचावल्या. ते बऱ्याच कार्यक्रमांत ऊठबस करत. लोक त्यांच्याकडून हजार-पाचशे देणगी मिळवण्यासाठी त्यांना कार्यक्रमाला अध्यक्ष-फिदेक्ष करतात. त्यामुळं त्यांना लेखक-बिखक ह्यांची माहिती असावी. मला म्हणाले, बोला. लेखक काहीच बोलाय तयार नाही. धाडस करून म्हटलं, तुमचं जुनं घर ह्यांना रहायला पायजे होतं. अण्णांनी मला नखशिखान्त न्याहाळलं. भाव असा की, ह्याला ही हिम्मत कशी झाली? लगेचच म्हटलं, अण्णा, घर भाड्यानं मागाय नाही आलो, चांगल्या माणसाला चांगली रहायला जागा मिळावी म्हणून आलोय. बेरका हाईस, एवढंच अण्णा म्हणाले. लेखकाकडून सगळी माहिती विचारून घेतली. नोकराला सांगितलं आजच्या आज आपलं उरलं-सरलं सामान एका खोलीत गोळा करून टाकायचं. उद्या ह्याच्या दुकानात चावी द्यायची. आम्ही उठायच्या नादात होतो. अण्णांनी खुणेनंच बसवलं. चहा पाजला. वाटेत हा म्हणतो, भाड्याचं कसं करायचं? भाड्याचं विचारून पायताणं कुणी खायची? पुन्हा विषय काढला नाही. त्याचा

उप्पेनबेटगिरीत संसार सुरू झाला. मला तास-दोन तास गल्ल्यावर बसायला हक्काचा माणूस मिळाला.

त्याच्याकडं बाहेरगावच्या माणसांची ये-जा वाढली होती. कोणकोण लेखक-बिखक त्याची चौकशी करत यायचे. ऑफिसात घुसायचे. त्याचा आता नाइलाज झाला असावा. त्यामुळं तोंडदेखलं का असेना पण त्यांच्याशी बरं वागायचा. हा माझा एकमेव मित्र म्हणून माझी ओळख करून द्यायचा. एखाद्याला जेवायला घेऊन जायचं असलंच तर हॉटेल हुच्चहुग्गी होतंच. हुच्चहुग्गीचा मालक मलशेट्टी त्याला लेखक म्हणून ओळखायला लागला होता. आमच्या उप्पेनबेटगिरीत आता त्याचं लेखक असणं लपवणं कठीण झालं होतं. त्यात त्याला कचेरीत रेकॉर्ड रूममधे ढकलून टाकलं होतं. अमूक सालचं दप्तर, तमूक सालचं दप्तर असले शब्द त्याच्या बोलण्यात यायचे. ह्याचा उतारा, त्याचा उतारा काढता काढता त्याला नवीनच काय तरी सापडायचं.

दिवस रविवारचा होता. फारसं गिऱ्हाईक नव्हतं. तिप्प्या खोका बंद करून घराकडं गेला होता. एक लालभडक स्कोडा आमच्या दुकानासमोर थांबली. पैलवानछाप बुलगाणीवाला आणि गोऱ्या कातडीची बाई त्यातून उतरली. बुलगाणीवाला गुडघ्यापर्यंत चड्डीतला. तर बाई तंग जीन पॅण्टीत. असले लोक आमच्या गावात क्वचित. बाई तरातरा चालत काऊंटरवर आली. हात काऊंटरवर रेटतच म्हणाली, कल्लाप्पा कोणकेरी कुठं भेटतील? क्षणभर तिचा अवतार बघतच थांबलो. ही समजते काय समोरच्या माणसाला? पुन्हा तिचा तोच प्रश्न. म्हटलं, बाई, हे भांड्याचं दुकान आहे. कोणकेरी तहसील कार्यालयात नोकरीला असतात.

त्यांची ऊठबस इथं असते, म्हणून आलो शोधत. बाई न थांबता बोलत होती. गड्याला म्हटलं, जा रे, कोणकेऱ्याला बोलवून आण. बाईकडं स्टूल सरकवलं. म्हटलं, बसा. तर ती बुलगाणीवाल्याजवळ जाऊन उभी राहिली. नवरा-बायको असावेत. असा अंदाज. कोणकेरी धावतपळतच आला. नमस्कार चमत्कार. बाईच्या चेहऱ्यावर आनंदाच्या उकळ्या. कोणकेऱ्या त्यांच्याजवळून काऊंटरवर आला. त्यांची ओळख करून देत म्हणाला, हे झिंगारू दारूवाला. मोठे दिग्दर्शक आहेत.

दिग्दर्शक म्हणजे कोण?

सिनेमाचे डायरेक्टर. उगंच डोकं खाऊ नको. चल, त्यांना चहा पाजू. ठरलेलं हॉटेल चिमण्णा. चहा संपेपर्यंत त्यांचं बोलणं ऐकत राहिलो. ते कोणकेऱ्याच्या लेखनाचं भरपूर कौतुक करत होते. म्हणजे याला हे गंडवणार. काहीतरी काम असणार. त्या शिवाय ते एवढं कौतुक कशाला करणार. चहा संपल्यावर कोणकेरी म्हणाला, शेठजी आम्ही बसतो इथं गप्पा मारत.

बसा बसा, म्हणत दुकान गाठलं. गडी म्हणाला, मालक गाडी कशी चकाचक. भयंकर म्हाग असंल न्हाई.

अरे, असल्या गाड्या आपण फक्त बघायच्या, किंमत विचारायची नाही. गड्याला ती गाडी मनापासून आवडली होती.

मोडीचं गिऱ्हाईक आलं. म्हटलं, गेण्या पारखून घे. चोऱ्यामाऱ्या करून कोणपण कायपण विकायला घेऊन येतं. झालं तसंच. बाई पितळेचे देवाचे टाकच मोडीत घालायला घेऊन आलेली. गेण्या बाईला म्हणाला, असली मोड आम्ही घेत न्हाई. तर ती वाद घालाय लागली. तिला थांबवत म्हटलं, बाई, हे कुठनं चोरून आणलीस? त्या बाईचा चेहराच पालटला, तिनं गडबडीनं पिसवीत टाक भरलं. जवळजवळ पळतच सुटली. गेण्या तिचा पाठलाग करत रस्त्यावर. च्या आयला. एवढ्यात कोणकेऱ्या, बुलगाणीवाला आणि गोऱ्या कातडीची बाई. ते दोघे निरोप घेऊन गाडीत बसले. कोणकेऱ्या काऊंटरवर. म्हटलं, त्या बुलगाणीवाल्याचं नाव काय म्हंटलास?

झिंगारू दारूवाला.

आणि ती त्याची बायको?

नाही नाही, त्यांची असिस्टंट.

म्हणजे छुपी दारूवाला. तर कोणकेऱ्या जोरजोरात हसाय लागला. स्वत:शीच पुटपुटायला लागला. छुपी दारूवाला. त्याला ते नाव खूपच आवडलं असावं. म्हणाला, तुझी नजर पडली वाटतं छुपी दारूवालीवर.

असल्या लिबलिबीत बाईत आपल्याला इंटरेस्ट नाही.

नसू दे नसू दे, म्हणत त्यानं विषय बंद केला. म्हणाला, पिक्चरची पटकथा लिहा म्हणतात. पैसे मिळतील.

मग लेका लिहून टाक. चालून लक्ष्मी आलीय. लाथाडू नको.

तसंच वाटतंय. पुन्हा येतील पुढच्या आठवड्यात. या उप्पर त्याचं माझं काहीच बोलणं झालं नाही.

त्यानंतर तो अधेमधे दुकानात यायचा. माझ्याशी बोलायचा. त्या त्या वेळी त्याच्या डोक्यात चालू असेल त्याविषयी. पण ज्या सकाळी भगटायच्या अगोदर त्याची बायको माझ्या दारात आली, त्या वेळी हबकलो. त्यापेक्षा मला माझ्या घरात बघून ती अधिक हबकली. म्हणाली, गेले तीन दिवस आमचे हे तुमच्याबरोबरच होते का हो?
म्हटलं, नाही.
ती एकदम खालीच बसली. मलाही त्या बाईचा अवतार बघून घाम फुटला. म्हणजे गेला कुठं? अंधारीच आली. काही न बोलता बसून राहिलो. त्याची बायको एकदम दीनवाणी. विणवण्या करत. मला काय करावं कळत नव्हतं. म्हणाली, पाचसहा दिवस झाले, यांचा काही पत्ताच नाही. तेव्हा सहजगत्या म्हणून गेलो, असंल कुठं तरी. तेव्हा तिलाही बरं वाटलं. मग त्याच्या मित्रांचा शोध घेतला. झिंगारू दारूवालाला फोन केला. तोच हादरला. मलाच विचाराय लागला, काय झालं. कसं झालं. च्या आयला. म्हटलं, झालेलं काहीच नाही. फक्त तो कुठं गेलाय ते कळत नाही म्हणून विचारलं. तो थोडा शांत झाला. त्याला असा जवळचा मित्रच नव्हता कुणी. जो तो पुन्हा पुन्हा मलाच विचारायला लागला. कुठं गेला असेल हो तो? च्या आयला, हे जर मला माहीत असतं तर मग कशाला बसलो असतो शोधत? वणवाच झाला म्हणायचा सगळा.

त्याच्या गावी गेलो. त्याची आई हाणून-बडवून घ्यायला लागली. सुनंनंच माझ्या लेकाला खाल्लं, हा तिचा आरोप. कोणी सांगायचं त्या माऊलीला? माझी तर पाचावर धारण बसली. कोणकेऱ्याच्या भावांना तर शब्दच फुटत नव्हता. वडील मात्र सगळ्यांना धीर देत सगळं आतल्या आत दाबत होते. मला म्हणाले, जातोय कुठं? आसंल कुठं तरी. जरा धीरानं घेऊ या. वडील एवढे थकलेले की त्यांना उप्पेनबेटगिरीला चला म्हणणं जिवावर आलं. माघारी फिरलो. त्याचा सासरा माझी वाट बघतच बसलेला. त्याचीही शोधाशोध चाललेली. बिचारा गरीब, खंगलेला. कोणकेरीच्या घरी जाऊन आलो हे

सांगितलं, तेव्हा त्याचे कान टवकारले. बहुतेक तिथं काय झालं असणार याचा अंदाज त्यानं बांधला असणार. म्हणाला, माझ्या पोरीच्या नावानंच बोंब केली असणार. म्हणनांत बापडे. आधी ह्याचा तपास लावायचं बघूया. म्हटलं, तुम्ही त्याच्या ऑफिसातल्या सायबाला भेटून या. ते काय काय म्हणत्यात बघा.

तसा सासरा तडक तहसीलदार ऑफिसला गेला. त्यानं तहसीलदाराला भेटायसाठी विचारलं, तर पिटक्या त्याच्याकडंच पैसे मागाय लागला. सासरा तसाच माघारी फिरला. माझ्या समोर मान खाली घालून उभा.

सायबाला भेटायचं व्हईत न्हाई.

का?

शिपाई पन्नासाची मागणी कराय लागलाय. डोकं भिरबाटलं. हातातलं काम तिथंच टाकलं. सासऱ्याला बरोबर घेतलं. पिटक्या टकलावर हात फिरवत समोर. त्याच्या बकोटीला धरला. सरळ तहसीलदारासमोर उभा केला. कल्लाप्पा दानाप्पा कोणकेरी. रेकॉर्डरूमचा क्लार्क. तो आठ दिवस बेपत्ता हाय. होय हो. त्याचा कुठंच सुगावा लागेना झालाय. त्याच्या घरी बऱ्याच वेळा निरोप पाठवला. कोण काय सांगतच नाही. काय करायचं? हे सासरे त्याचे. तुम्हाला भेटायला आलेत. त्यांच्याकडं ह्यो पिटक्या पन्नास रुपयं मागतोय. ते कशासाठी? तहसीलदार एकदम गार. पिटक्या पळायच्या नादात होता. पण त्याचं बकोटच सोडलं नाही. तहसीलदार मान खाली घालून म्हणाला, द्या सोडून. समोरचं निस्तरुया. मी माझ्या वरिष्ठांना कळवलंय. तुम्ही काय करायचं ठरवलंय? माझं म्हणणं, तुम्ही पोलिसातही तक्रार देऊन ठेवा. उद्याचं काय सांगता येतंय?

कोणकेरीच्या सासऱ्याच्या डोळ्याला पाण्याची धार. त्याला समजावीत बाहेर आणला. साहेब म्हणत्यात ते खरं हाय. आपण एक तक्रार देऊन ठेवूया. पोलीसपण मदत करतील शोधायला. गळ्यात गुडघं घेऊन किती दिवस बसायचं? सासऱ्यानं मान हालवली. बाहेर पडलो. शेजारीच पोलीसठाण्यात. तिथं एक शिपडं जाग्यावर नाही. ठाणे अंमलदार मुसमुसत बसलेला. काळाकुट्ट. म्हसोबाचा दगड. त्याची मान वर उचलायलाच तयार नव्हती. शेवटी हाक मारली. तांबारलेले डोळे माझ्यावर रोखले. एवढ्यात फोनची रिंग वाजली.

नमस्कार, ठाणे अंमलदार गोडदाणे बोलतोय.

जीऽ साहेब. आलेत साहेब. जी साहेब.

फोन ठेवल्यावर म्हणाले, कोणकेरीचा सासरा कोण?

ते पुढे झाले. मी, तीच तक्रार नोंदवायची व्हती.

सांगितलंय सायबानी. इसमाचं नाव काय?

कल्लाप्पा दानाप्पा कोणकेरी.

मौजे-मुक्काम?

उप्पेनबेटगिरी.

वय?

मग एक एक करत सगळं वर्णन. म्हसोबाचा दगड लिहून घेत होता. मी सांगत होतो. तक्रार नोंद करून बाहेर पडलो. सासरे म्हणाले, ह्या आपीसात कोणच नव्हतं जवळचं दोस्त मैतर? नकारार्थी मान हालवली. सासरा चुकचुकला. दुसऱ्या दिवशी पेपरात भल्यामोठ्या बातम्या. काय वाट्टेल ते छापलेलं. **तहसील कार्यालयात भ्रष्टाचाराचा कळस. कर्मचाऱ्यासच केले गायब. कल्लाप्पा कोणकेरी यांचे अपहरण. रेकॉर्डरूमचा क्लार्क बेपत्ता. घातपाताचा संशय.** एक ना हजार छापलेलं. या छापणाऱ्या लोकांना हे सगळं सांगतं कोण कुणास ठाऊक. एक लंगोटी वर्तमानपत्राचा बातमीदार दुकानात आला. मी अमुक-तमुक वर्तमानपत्राचा प्रतिनिधी आहे.

मी काय करू?

तुमचे आणि कोणकेरीचे संबंध कसे होते? तुम्ही त्याचे एजंट होता म्हणे. देण्याघेण्यात फिस्कटलं म्हणतात. खरं काय? काऊंटरवरून उडी टाकून सरळ त्याची गचोटी धरली. लागला गयावया करायला. गेला पळून. दुसऱ्या दिवशी पेपरात माझं नाव. **चौकशीसाठी गेलेल्या पत्रकाराला धमकी. कोणकेरी प्रकरणाचं गूढ वाढलं.** डोकं सणकलं. अंगाची ल्हायी. त्या पत्रकाराचं घर गाठलं. तो पोलिसठाण्यात गेलेला. पोलिसठाण्यात तो फौजदारला चिकटून बसलेला. थांबलो दारात. बाहेरच यायला तयार नाही. शिपडं मलाच आलं बोलवायला. फौजदार शालबिद्री तंबीच्या भाषेत म्हणाला, कोणकेरी केसमध्ये तुमचा काय संबंध?

तो माझा मित्र होता.

तो गायब झाला याला जबाबदार कोण?

माहीत नाही. आम्हीच शोधतोय त्याला.

इथं का थांबलात?

ह्या इसमाला भेटायला.

इथंच बोला त्यांच्याशी.

नाही बोलता येत. बाहेरच बोलायचंय.

तुमच्यापासून जिवाला धोका असल्याची फिर्याद दिलीय त्यांनी.

अटक करा.

उगाच डोक्यात राख घालून घेऊ नका. कायद्यात सापडाल.

ते माझं मी बघतो.

फौजदारला बोलता येईना. इसम गांगरून बसलेला. डोकं उतराय तयार नव्हतं. फौजदार म्हणाला, घटकाभर बसा. अर्ध्या तासात आमच्या तालुक्याचे नेते हजर. तो आता नेता झालेला. पूर्वी माझ्या वर्गात होता. फौजदार माझं नाव सांगाय लागला. तर गुंड्या म्हणाला, हा माझा बालमित्र. याची कळ कुणी काढली? नुस्तं दाखवा. फौजदार पुन्हा गार. पत्रकार चुळबुळत. गुंड्यानं त्याची गळपट धरली. म्हणाला, तू कितीही नाटकं करून सुटलास तरी, आठवड्यात तुझा सुपडाशाप होणार. खात्री देतो. ह्या दिपूशेठचा इतिहास तुला माहीत नाही. चुकीच्या माणसाची कळ काढलास. माफी माग. पत्रकार पाया पडाय लागला. बाहेर आलो. मागोमाग गुंड्या. पत्रकार. फौजदार आतच बसलेला. पत्रकाराला उचलला अल्लादी. टाकला गटारीत. चांगला सांडपाणी नाकातोंडात जाईपर्यंत कुंबलला. गुंड्यानंच सोडवलं. मला म्हणाला, जा आता. निघालो. दुकानात आलो. तिप्या म्हणाला, कशाला लाऊन घेतलं झंगाट.

लेको, तूच लावला माझ्या मागं. ओळख करून दिला नसतास तर ही आफत टळली असती.

काऊंटरवर फडकं मारून देवाला उद्काडी लावली. कोणकेरीचा सासरा समोर हजर. पोरीला पोलीस तासा-घटकाला बोलवाय लागलेत.

पोरीला घिऊन गावाकडं सुटा. घराची किल्ली इथं ठेवा.

त्याला माझं म्हणणं पटलं. कल्लाप्पा कोणकेरीची बायको जाताना दुकानात आली. बाईचं पार चिपाड झालेलं. म्हणाली, भाऊजीऽऽ तुमीच परमेश्वर. बाईच्या डोळ्याला डोळा भिडवायची हिंमत झाली नाही. कोणकेऱ्याचा मला राग यायला लागला. त्याचं अचानक गायब होणं, मात्र काळजालाच डसलं

होतं. त्याची आई जे आरोप करत होती, ते खरे असतील? पण कोणकेरीची बायको एकदम साधीसरळ बाई. तिचा तर काहीच काच नव्हता त्याला. असता तर कधी तरी जाणवलाच असता. काय झालं कोणकेरीला? ह्या प्रश्नानं भयंकर छळायला सुरुवात केली.

एक अनोळखी इसम दुकानात माझ्यासमोर आला. असेल गिऱ्हाईक म्हणून काय हवं? असं हळू आवाजात विचारलं.
तुमच्याशी जरा बोलायचंय.
बोला की.
लेखक कल्लाप्पा कोणकेरीविषयी बोलायचंय.
माझे कान टवकारले. त्याला सगळ्या बाजूनं न्याहाळून घेतला. थोडा गबाळाच, पण शहरातला वाटत होता. थोडं सावधतेनंच घ्यायला हवं, मनाला बजावलं. गृहस्थ कोणतीच घाईगडबड नसलेला. फक्त दुकान न्याहळत राहिला. याला नेमकं काय विचारायचं असावं? त्याला गल्ल्याजवळ स्टूल ओढाय लावलं.
काय बोलायचं होतं कोणकेरीविषयी?
तो माझा मित्र होता.
माझाही मित्र होता. तुम्ही काय करता?
कष्टकरी शेतकरी संघटनेचा कार्यकर्ता आहे. फुलटायमर. त्यांचं हे उत्तर काही डोक्यात घुसणारं नव्हतं. फुलटायमर म्हणजे काय असेल. असू द्या कायतरी.
त्याची तुमची ओळख कधीची?
अगदी अलीकडची. त्यांना मी भेटलो नव्हतो. फक्त आमचा पत्रव्यवहार होता. बऱ्याच वेळा भेटायचं ठरलं, पण प्रत्येक वेळी त्यांनी टाळलं. त्यामुळे भेटच झाली नाही.
असं कसं झालं? तो तर सगळ्यांना भेटायचा.
तेच तर. परवा पेपरात वाचलं आणि एकदम हादरलो. नेमकं काय झालंय बघावं म्हणून आलो. उतरल्या उतरल्या मामलेदार कचेरीत गेलो. तर तिथं कोणी फारसं त्याच्या सलगीचं नव्हतं, असं दिसलं. तिथल्या शिपायानं तुमचं नाव सांगितलं. म्हणून आलो तुमच्याकडं.

बरं केलात.

त्यानंतर चहा सांगितला. खूप वेळ ते काय काय विचारत राहिले. त्यांचे प्रश्न असे होते की, त्याला कल्लाप्पा कोणकेरीविषयी फारशी माहिती दिसत नव्हती. अगदीच अडाणी. म्हणजे खरोखरच दोघांच्यात फक्त पत्रव्यवहार असावा. त्यांना त्याच्या गायब होण्याचं झालेलं दुःख त्याच्या चेहऱ्यावरून स्पष्ट दिसत होतं. त्याचं सांत्वन करण्याचा शक्य तितका प्रयत्न मी करत होतो. शेवटी त्यांनी आपल्या कळकट पिसवीतून कागदाचा गठ्ठा काढला. कल्लाप्पा कोणकेरीनं त्यांना लिहिलेली पत्रं.

बाबाऽबाऽऽ एवढी पत्रं त्यानं कधी लिहिली असतील? फक्त चवड बघूनच माझे डोळे फिरले.

ही पत्रं तुमच्याजवळ ठेवून जातो. त्यांच्या घरचे आले की त्यांच्याजवळ देऊन टाका. त्यांना उपयोगी येतील.

त्यानं ही पत्रं तुम्हाला लिहिलीत. त्याचा घरच्यांना काय उपयोग? ऱ्हाऊ द्या तुमच्याकडंच.

या पत्रांचा आता मला त्रास व्हायला लागलाय. ही पत्रं त्यांच्या घरीच असणं ठीक. तो जायला निघाला. त्याला थांबवत त्याचा पत्ता आणि फोन नंबर विचारला. त्यानं एक कार्ड माझ्या हातावर ठेवलं. लाल अक्षरात नाव – **कांताराम वडेवट्टीवार**. श्रमिक शेतकरी संघटना, महाराष्ट्र. त्याखाली पत्ता – बळीवंत, चट्टा कॉलनी, अंजना सुर्जी, जि. अमरावती.

बापरे, हा गृहस्थ अमरावतीहून आला. मला एकदम भरून आलं. म्हटलं, आहो, एवढ्या लांबून आलात. जेवला नसाल. आजच्या दिवस थांबा. तुम्हाला तसं जाऊ देणार नाही.

नाही, मला जायला हवं. तेरवाला कष्टकरी सभेचा मोर्चा आहे. मला तिथं असलं पाहिजे. पुन्हा भेटू. मग त्याला मी स्टँडपर्यंत पोहचवायला गेलो. जिल्ह्याच्या गाडीत बसवलं. गाडी सुटल्यावर हात केला. त्याच्या डोळ्यांत पाणी तरळत होतं. दुकानात आलो तर तो पत्रांचा ढीग. तसाच उचलला. गल्ल्याच्या खाली सरकवला. कधी आलीच त्याची बायको तर करू तिच्या हवाली. नंतर तो विषय कोणकेरीसारखाच डोक्यातून गायब झाला. कल्लाप्पा कोणकेरी माझा मित्र होता. तो बेपत्ता झालाय. ह्या साऱ्याचाच विसर पडायला सुरुवात झाली. मुळात कामाचा रगाडा वाढत चालला. लग्नांचा सीझन,

गिऱ्हाइकांचा राबता, मालासाठी धावाधाव, पैशाची जुळवाजुळव ह्या सगळ्यात खांजळायलाही सवड नव्हती. त्यात कोणकेरी कसा आठवणार? कधी फारच गर्दी वाढली, गेण्या कामात असेल तेव्हा भांड्यावर नाव घालाय मशीन हातात घेतलं, की कोणकेरी आठवायचा. त्याचं भांड्यावरचं अक्षर डोळ्यांसमोर यायचं. एकदम दचकायला व्हायचं. तेवढीच त्याची आठवण. एरव्ही त्याला आठवायला फुरसदच नव्हती.

कित्तूरकर अण्णांचा गडी दुकानाच्या पायरीवर. एकदम हाडबडलो. त्यांचं घर द्यायला मी लावलं होतं. हेच विसरून गेलो होतो. सहा महिन्यांत कधी-तरी एकदा अण्णांच्या कानावर ही गोष्ट घालायला हवी होती. एकदम अपराधी वाटाय लागलं. च्या आयला, चुकलं आपलं. डोकं बडवून घ्यायला सुरुवात केली. तसा गडी म्हणाला, अण्णांनी बलीवलंय. म्हणजे हजामत ठरलेली. इलाज नाही. चप्पल घातलं. अण्णा गल्ल्यावर सुपारी कातरत बसलेले. मला बघितल्या बघितल्या म्हणाले, अरे, तुजा लेखक का फिखक फरार झाला म्हणं. असले लोक चक्रमच असत्यात. भरवसा नसतो त्यांचा.

व्हय अण्णा.

व्हय काय लेका, सा महिने झाले. तुज्या तोंडातनं शब्द न्हाई. तिकडं उंदरांनी आणि घुशींनी पोकरलं आसंल घर. तुला काय त्याचं? घर माजं. पडलं तरी माजं नुकसान. तुजं काय ?

असं कसं अण्णा. पण घडलंच इपरीत. त्याला इलाज हाय. आज ईल, उद्या ईल, म्हणतच दिवस गेले. अजूनबी वाटतं, येणारच.

इवूनदे ऽ इवूनदे ऽ माजं घर तेवढं आजच्या आज मोकळं करून दे. गडीमान्सं तरी लोटझाड करतील.

लगेचच घर रिकामं करणं कठीण होतं. कोणकेरीचं साहित्य करायचं काय ? त्याच्या बिऱ्हाडाला बोलावून घेतल्याशिवाय सामानाला हात तर कसा लावणार? उगंच बदलाम यायची अंगावर. अण्णांना तसं सांगितलं. म्हातारा आठवड्यासाठी तयार झाला. देव पावला. दुकानात आल्या आल्या पहिला कोणकेरीच्या बिऱ्हाडाला निरोप धाडला. कोणकेरीच्या मालकिणीनं येतो चार दिवसांत असं सांगितलं. चार दिवस उलटले. कोणाचाच पत्ता नाही. सासरेबुवाचा सांगावा, पोरगीनं अंथरूण धरलंय. यायचं तर कोणी? त्यापेक्षा

आसंल ते साहित्य गुंडाळून तुमच्या घरात नेऊन ठेवा. आली का पंचायत. म्हणजे सगळं माझ्याच गळ्यात. आता मात्र वैताग आला. कुठला कोण कोणकेरी. त्याचं माझ्या मागं रोंबाट. मनाची समजूत घातली. असेल कुठल्यातरी जन्मीचं देणं. फेडून टाकू. नाही तरी बऱ्याच गोष्टी शिकवल्या की त्यानंही आपल्याला. पुन्हा पुस्तकाकडं नेलं, हे काय कमी झालं. गेण्याला म्हटलं, तुझ्या गल्लीतली दोन पोरं घेऊन ये. संध्याकाळी चकमा करून टाकू. ठरल्याप्रमाणे दुकान थोडं लवकरच बंद केलं. पोरांना घेऊन कित्तूरकर अण्णांचं घर गाठलं. सगळं घर फिरून बघितलं. सामान फार नव्हतंच. फक्त भरमसाठ पुस्तकं. पोराला घरातली पोती आणायला तिरपटलं. एकाला भांडीकुंडी एकत्र करायला लावली. एकाला अंथरूण-पांघरूण कपडेलत्ते गोळा घाल म्हटलं. मी पुस्तकं गोळा घालाय सुरुवात केली. पाच-सहा पोती माल होणार. म्हणजे हौदा सांगावा लागणार. अशात पोरगा पोती घेऊन आला. मालकीण त्याच्यावर वैतागली असणारच. हौदा दारात गेल्यावर एकदम चवताळणार. त्या भिकनिश्याचं साहित्य माझ्या घरात नको, म्हणून आरडाओरडा करणार. पोरगा निमूटपणे जमवलेली भांडी पोत्यात भरायला लागला. याचा अर्थ चकमक उडणारच. गेण्याला म्हटलं, हौदा रिक्षा सांगून ये.

आधी साहित्य तर भरू या.

त्याचं म्हणणं मान्य केलं. पुस्तकांचा ढीग पोत्यात भराय सुरुवात केली. कसली-कसली पुस्तकं. उगाच चाळायचा मोह व्हायला लागला. आपल्याच घरात असणार आहेत, नंतर चाळू. सगळं कपाट रिकामं केलं. दोन पोती भरली. शेवटी बांधलेल्या वह्यांचा गठ्ठा हातात आला. एकदम पॅकबंद. वर काळ्या स्केच पेनानं माझं नाव लिहिलेलं. च्या आयला. हा काय वैताग. ह्यावर माझं नाव? पॅकबंद? घाईनं फोडलं. तर त्यात दोन-तीन डायऱ्या, आणि एक नवीकोरी फाईल. डायऱ्या उघडल्या. नको आत्ताच उचकायला. ते तसंच बाजूला ठेवलं. भराभर साहित्य आवरलं. शेवटी उरल्या चार खुर्च्या आणि एक लोखंडी कॉट, तोही मिटवून भिंतीला टेकवला. हौदा आल्या-आल्या त्यात सगळं भरलं. दोन ट्रिपा करायला लागणार. गेण्याला म्हंटलं, जाऽ उतरून ये जा. त्याचा पाय जड झालेला. ध्यानात आलंच. जा रे ऽऽ ओरडू दे ती. परत तर पाठवणार नाही.
नेम नाही. परत यायला लागंल.

जाऽऽ. कंबारडं मोडीन म्हणावं.
गेण्यानं माझा चढलेला पारा हेरला. पसार झालं. दुसरी दोन्ही पोरं उरलं-सरलं खिडूक-मिडूक गोळा घालाय लागली. संसार म्हटल्यावर काय-काय. भलतंच. हे सगळं सोडून हा गडी कसा काय जाऊ शकला. आपल्याला तर फाटलेलं चप्पलही टाकणं जड जातं. हा अख्खा जिवंत संसार टाकून जातो म्हणजे काय?

हौदा पुन्हा आला. सगळं भरलं. रिकाम्या घरातनं चक्कर टाकली. एकदम भकास. उदास वाटाय लागलं. त्यानं माझं नाव लिहून ठेवलेलं बाड काखेला मारून कुलूप हातात घेतलं. एकदम पाय जड. आता आपण रडणारच असं वाटाय लागलं. गडबडीनं कुलूप लावलं. रस्त्याला लागलो. रस्त्याचे दिवे धुरकट. उदास, एकाकी.

घरात पाय टाकल्या टाकल्या बायकोची थय्याक ऽऽ फुगडी ऽऽ मंगळवार. तिच्या म्हणण्यानुसार त्या भिकनिश्याचं साहित्य माझ्या घरात कशासाठी? माझ्याजवळ काहीच उत्तर नव्हतं. गप्पगुमान मान खाली घालून बसलो. तिची वटवट चालूच होती. सगळं आणलेलं साहित्य पोर्चमध्येच उतरलं होतं. तिनं त्यातलं काहीही आतही येऊ दिलं नव्हतं. ह्या सगळ्या साहित्याला जागा कोणती? माझ्यासमोरचा यक्षप्रश्न. सगळं घर बायकोच्या ताब्यात. मला माझी अशी जागाच नव्हती. कोपरा-कोपरा शोधून जागा करण्याच्या प्रयत्नात. बायकोची चौकस नजर. तिच्याशी मला वाद घालायचा नव्हता. दोघं एकमेकांवर वॉच ठेवून. त्यामुळं कोणतीच कृती पुढं गेली नाही. मी फक्त बसून. बायकोनं जेवायला हाक मारली. नेहमीच्या पद्धतीनं शेपूट न हालवता पाटावर जाऊन बसलो. पुढ्यात वाढलेलं संपवलं. उठलो. हवं-नकोचा प्रश्नच नव्हता. तिच्या बाजूनं तयारी एकदम फुल्ल. माघार फक्त माझीच. मला वाद नको होता. सामान योग्य ठिकाणी बसावं एवढीच इच्छा. पण ती सफल झाली नाही. त्यानंतर झोपायचा विचार सुरू केला. त्याला यश येऊ नये असे तिच्या बाजूने प्रयत्न. एवढी खुन्नस कल्लाप्पा कोणकेरीबाबत का? कुणास ठाऊक. मला खोलात शिरायचं नव्हतं. आता येतच नाही झोप. काही तरी चाळू म्हणून कोणकेरीनं पॅक केलेल्या बंडलात असणाऱ्या डायऱ्या व फाईल. बरोबर याच वेळी बायकोनं लाईट बंद केली.

म्हणाली, झोपा आता. पर्याय नव्हता. कूस बदलणं कार्यक्रम सुरू झाला. झोप येईपर्यंत.

सकाळी जाग आली. पुन्हा तोच प्रश्न. कोणकेरीच्या साहित्याचं करायचं काय? जिन्याच्या टोपीखालची जागा किमान पुस्तकांना योग्य होती. पावसाळा सुरू होईपर्यंत पुस्तकांना अडचण नव्हती. उठलो. लगेच पुस्तकाच्या पोत्यांना हात घातला. भांड्यांची पोती तिथंच बसली. राहता राहिला कॉट-गाद्या आणि चिल्लर. असू द्या पोर्चमध्ये. दुकान उघडायच्या आत तिप्या म्हणाला, कोणीतरी अनोळखी माणूस सकाळपासून वाट बघतोय. म्हटलं, आता सकाळच आहे की.

मालक, दिवस उगवल्यापासून तो इथंच होता. आत्ताच गेला इथून. ईल परत.

कोण असेल? गिऱ्हाईक भगटायला कसं येणार? हे काय दारू दुकान? असेल कोणी तरी. दुकानाची झाडलोट सुरू केली. पाणी भरून घेतलं. काऊंटर स्वच्छ केलं. गेण्या आला. त्यानं भांड्यांवरचा धुरळा झाडून दुकान लावायला सुरुवात केली. बरोबर पाठमोरा होऊन लक्ष्मीची पूजा करतोय तोवर पाठीमागून तिप्याचा आवाज. मालक, हे आलं बघा तुमचं पावणं. माणूस साठीच्या जवळपास पोहचलेला. रिटायर नोकरदार असावा. डोक्यावर केसांचा पत्ता नव्हता. पाठीत वाकलेला. त्यांनी आल्या-आल्या नमस्कार केला. आपोआप माझेही हात जोडले.

मी रिटायर नायब तहसीलदार आत्माराम कानुगडे, तुम्हाला भेटण्यासाठी उमरग्याहून आलोय. त्यांना बसायला स्टूल दिलं. चहा सांगितला. साखर चालत नाही. ऑर्डर बदलली. एक बिगरसाखर. चहा येईपर्यंत पूजा आटोपली. उद्काडी गल्ल्यावर फिरवून सूर्यदेवाला, ग्राहकदेवाला नमस्कार केला. गल्ल्यावर बैठक मारतच म्हटलं. साहेब, हे उमरगा आलं कुठं? ही भानगडही कोणकेऱ्याशीच संबंधित असणार. झालं तसंच. चहा संपल्या संपल्या साहेब म्हणाले, कोणकेरीविषयी काही कळलं का बघावं म्हणून आलो होतो.

काहीच नाही पत्ता. त्यांच्या घरचे शोधत आहेत. अजून यश नाही. त्यांच्या घरी जाऊन आलो. त्यांच्या पत्नीचीही भेट घेतली. त्याच्यानंतर

तुमचं नाव निघालं. म्हटलं, तुम्हांला भेटून जाऊ. असं का केलं त्यानं, हेच कळायला मार्ग नाही. आता आठ महिने झाले. तेच ना. त्यांच्या घरच्यांना बोललो नाही. तेच तुमच्याशी बोलावं म्हणून आलोय. माझे कान टवकारले. काय ऐकावं लागणार आहे कुणास ठाऊक. किंचित त्यांच्याकडं आपोआपच झुकलो. आठ महिन्यांपूर्वी संध्याकाळच्या वेळेला के. के. आमच्या दारात आला. आता हा के. के. कोण? मनात नवाच प्रश्न. विचारलं, तर ते म्हणाले, ऑफिसात सगळे के. के. च म्हणायचे त्याला. तो लागला ते पहिल्यांदा माझ्या हाताखाली. खूप गुणी मुलगा.

मुद्याचं सांगायचं सोडून ते कोणकेऱ्याचं गुणगान कराय लागले. ते मला नको होतं. त्यांना थांबवत म्हटलं, तो कधी आला तुमच्याकडं?

असं होतं बघा वयानुसार. बोलता-बोलता विसरणं सुरू होतं. म्हणजे बघा, तो येथून निघाला असणार ते थेट उमरग्यालाच आला असावा. पण मला म्हणाला, तीनचार दिवस ह्याच भागात फिरतोय. कष्टकरी-शेतकरी चळवळीतल्या लोकांना भेटतोय. वेळ होता आज. तुमची आठवण झाली. भेटाय आलो. हे सगळं तो खोटं खोटं बोलत होता. कारण चारपाच महिन्यांपूर्वी तो ह्या लोकांना भेटाय आला होता. पुन्हा त्यांना भेटायला कशाला येईल. पण त्या वेळी पटलं मला. कारण आधी त्याच कामाला आला होता. म्हटलं असेल आला. पण तो पूर्वीसारखा नव्हता. त्याच्या डोळ्यांत एक खोल जखम दिसत होती मला. त्याला आत काय तरी झालं होतं. तो आमच्या घरात जेवला. नेहमीसारखं बोलला. सकाळी-सकाळीच निघाला. म्हणाला, रजा फार झाल्या. परवा तरी ऑफिसात जावं लागणार. निघतो. मला काहीच संशय आला नाही. तर पेपरात ही बातमी. म्हटलं, जातोय कुठं? येईल महिन्या-दोन महिन्यांनी. तर अजून नाही. म्हटल्यावर माझ्या जिवाला घोर लागला. तो शेवटी मलाच का भेटाय आला, हे कोडं सुटायला तयार नाही. माझी झोपच पळाली तेव्हापासून. घरातले म्हणाले, त्याच्या गावाकडं जाऊन या. जरा बरं वाटेल. म्हणून निघालो. ते बोलता बोलताच गप्प झाले. एवढ्यात दुकानात गिऱ्हाईक आलं. त्याला स्टीलचा पीप पाहिजे होता. सगळे पीप त्याच्यासमोर मांडले. किमती सांगितल्या. त्याचं उलटणं-पालटणं. बहुतेक गिऱ्हाईक होण्याची शक्यता नव्हती. गेण्याला म्हटलं, बघ रे गिऱ्हाईक. पुन्हा त्यांच्याजवळ टेकलो. म्हणाला, उगचच भरल्यासारखं झालं. के. के. ची

आठवण झाली की होतं असं. भलता गुणी पोरगा. आमच्या डिपार्टमेंटमध्ये असला माणूस चालतच नाही. रेव्हेन्यू म्हणजे बापाचाही खिसा कापणारी माणसं. अशा लोकांत तो राहिला. पण हरामाच्या पैशाला शिवलं नाही. किमान माझ्या हाताखाली असेपर्यंत. त्यांनी त्याचं गुणगान करता करताच मध्येच मला विचारलं, त्यानं कधी माझ्याविषयी तुमच्याजवळ बोलणं काढलं होतं?

काय सांगणार? हा म्हातारा तर इतक्या आत्मीयतेनं बोलत होता. कोणकेऱ्यानं ह्या नव्हे कोणत्याच ऑफिसच्या माणसाचा माझ्याजवळ विषय काढला नव्हता. कधी-मधी मीच त्याच्या ऑफिसचा विषय काढला, तर तो चलाखीनं टाळायचा. त्यानं आमच्या गावची दोन कामं माझ्या सांगण्याखातर करून दिली होती. पण पैशाचं नाव नाही. कानुगडेंना खोटंच म्हटलं, तुमचं फार कौतुक सांगायचा. एवढं म्हटल्या म्हटल्या ते एकदम भारावलेच. म्हणाले, मी काय त्याच्यासारखा चांगला माणूस नाहीच. आम्ही सगळं केलं. बाई केली. बाटली केली. पैसे मिळवले. मिळवले तसे गेले. त्यानं मात्र यातलं काहीच केलं नाही. पण त्यानं मला मरता-मरता वाचवलं. त्याचे भरपूर उपकार आहेत माझ्यावर. देव भेटला होता देव. त्यानंतर त्यानं त्यांना कोणत्या संकटातून कसं वाचवलं, कोणत्या वेळी कोणती मदत केली याचा पाढा वाचला. बोलताना त्यांच्या पापणीच्या कडा पाणावत होत्या. ते जायला निघाले. त्यांना दुकानातून निरोप देताना उगाचच मलाही भरून आल्यासारखं झालं. कल्लप्पा कोणकेरीनं हा नसता उद्योगच मला लावून ठेवला. आता त्याचा मला राग येऊ लागला. पण तो फार काळ टिकला नाही. तो आपल्याला फारच कमी सांगत होता. बरंच लपवत होता, की माझ्याशी बिनगरजेचे विषय तो बोलत नव्हता? कळायला तयार नव्हतं.

कोणकेरी मरणार नाही. मारून टाकलं असलं तर? पण त्याला मारून तर कोण टाकणार? कोणी त्याच्या जिवावर उठावं, असं तो काय करणार? त्याचा लेखक मित्र माझ्याजवळ येऊन स्वतःशीच बोलत होता. हा त्याचा मित्र कधी मी पाहिला नव्हता. तो म्हणत होता, म्हणून मी मान्य करायचं, तो त्याचा मित्र होता. बुचडे त्याचं नाव. त्यानंच सांगितलं. त्याच्या बोलण्यात मी फारसा सहभाग घेतला नाही. याचं कारण, त्याला बघितल्या बघितल्याच

दोन मुस्काटात हाणाव्यात अशी भावना झाली होती. हे माझं बऱ्याच वेळा होतं, एखाद्याची ओळखपाळख नसताना बोलावंसं वाटतं. ह्याच्या उलटं कधी कधी समोरचा माझ्या गळ्यात पडायच्या नादात असतो, मी मात्र त्याचं तोंड चुकवायच्या विचारात असतो. हे लेखक महाशय स्टूलवर आपलं बारकुंडं शरीर बोचकं ठेवल्यागत गुंडाळून घेऊन बसलेले. आमचा गेण्या काऊंटरवर फडकं मारताना त्यालाही हळूच झाडून काढत होता. तरी तो उठायला तयार नव्हता. त्याची अखंड बडबड. शेवटी त्याला म्हटलं, कोणकेरी गेला. त्याला आता कोण काय करणार? बोलून का तो परत येणार? कशाला उगाळत बसायच्या त्याच्या आठवणी. द्या सोडून.

तर त्यानं सुरू केलं, असं सोडून देता आलं असतं तर किती बरं झालं असतं? पण नाही सोडता येत. म्हणून तर आपण इतरांपेक्षा वेगळे आहोत. प्राण्यांना सगळं सोडता येतं. असंही नाही. तेही काही मनाच्या तळाशी साठवून ठेवत असणारच. हत्तींवर एक मी फिल्म पाहिली होती. हत्ती आपल्या कुटुंबातल्या पूर्वजांच्या मृत्यूच्या जागा लक्षात ठेवतात. त्याच दिवशी त्याच ठिकाणी ते जमतात. करत असावेत प्रार्थना.

च्या मायचा, हा येडझवा येथून कधी बूड हालवतो. गेण्याला उगाचंच फरशी झाडून घेण्याचा हुकूम सोडला. स्टुलावरचं त्याचं बोचकं हालंल, अशी अपेक्षा. तर झालं उलटंच. तो स्टुलासहित दुकानाच्या दारात. फरशी झाडून झाल्यावर पुन्हा ठाणकाला. गिऱ्हाईकही नव्हतं. याला घालवावं कसं हाच भुंगा. तर तो मध्येच उबळ आल्यागत म्हणाला, कोणकेरीला मुलंबाळं काय होती?

त्याला अजून मुलंबाळ झालं नव्हतं.

त्याची टकळी सुरू. त्यातूनच नैराश्य आलं असावं. शेवटी आपला वंश चालावा, असं प्रत्येकाला वाटतंच. लग्नाला झाली असतील पंधरा वर्षं. अजून काहीच नाही. यातूनही त्याच्या मनात ताणतणाव निर्माण होणं शक्य आहे. त्याच्या पत्नीशी बोललं पाहिजे याबाबत.

बोलून घ्या तुम्ही.

माझ्याशी तुटक का बोलताय? खरंच तो माझा मित्र होता हो. पण त्याचा असा पुरावा नाही देता येत मला. पण प्रत्येक गोष्टीला पुरावा कसा देता येईल? हा माझा बाप. याला पुरावा काय? आता डीएनए चाचणी निघाली

आहे सोडा. पण ती फार महागडी गोष्ट झाली. दुसरा पुरावा काय? दुर्लक्ष केलं. तर त्याचं सुरू, तुम्ही हेतुपुरस्स्कर टाळताय मला. एक वाक्य नीट नाही बोलत. मी काय तुम्हांला डिटेक्टिव्ह वाटतोय? त्याचा मित्र आहे मी. मला कुतूहल आहे. डोकं थंड यावं म्हणून रायगडसारख्या कोकणातून आलोय. तुम्ही साधं पाणीही विचारत नाही. समजायचं काय? मला थोडा तुमचा संशय यायला लागलाय. कोणकेरीचं काय झालंय ते तुम्हाला निश्चित माहिती आहे. त्याचा चेहरा बोलता बोलता गंभीर होत चालला होता. आता याला दुकानातून हाकलणं गरजेचं. म्हटलं, लेखकराव, आता निघा तुम्ही. तर तो एकदम उसळला. आवाज चढवून म्हणाला, तुम्ही मला असं हाकलवून नाही लावू शकत. कोकणी माणूस आहे मी. बधणार नाही. हा काय बडबडतोय म्हणून जाणारे येणारे लोक दुकानाकडं बघू लागले. च्या आयला. नस्ती आफत. शांत व्हा लेखकराव. मला त्याची जुजबी ओळख. त्याच्याविषयी मी काय सांगणार.

असं कसं? प्रत्येक जण तुमचंच नाव घेतो. त्याचा मित्र म्हणून माझं का कोणी घेत नाही. म्हणजे तुम्ही असणारच त्याचे मित्र. सगळ्यांपेक्षा तो तुमच्याजवळच बोलत असणार अधिक. आम्ही लिहिण्यावाचण्यातले मित्र. जगण्यातले मित्र नव्हतो त्याच्या. च्या आयला ही आणि काय भानगड असते. याला कसा हाकलायचा. असा विचार करत त्याचं ऐकत बसलो. नंतर मनात आलं, याची नीट चौकशी करून ठेवू. हे प्रकरण जरा वेगळं दिसतंय. म्हटलं, रायगडात तुमचा धंदा काय?

पोटापाण्यासाठी बरेच धंदे करतो. पण लेखन हाच माझा मुख्य धंदा. बावीस पुस्तकं प्रकाशित आहेत. कोणकेरीला सगळी पुस्तकं भेट दिलेत. पण तो काहीच बोलत नसे माझ्या लेखनाविषयी. त्यानं पुस्तकांविषयी काहीतरी बोलावं असं वाटायचं. शेवटपर्यंत बोलला नाही. तरीही तो माझा मित्र होता. माझ्याविषयी त्याला खूप प्रेम होतं. भेटला की एकदम भरभरून बोलायचा. पुस्तक सोडून सगळ्यावर. तुमच्याजवळ काही बोलला होता का हो, माझ्या पुस्तकाबाबत?

कसा बोलेल.

तुमचा पुस्तकाचा काय संबध? तरी तो तुमचा मित्र कसा? तुमचा पार्टनरशीपमध्ये धंदा होता का हो कसला? असा प्रश्न विचारून तो माझ्याकडं पाहात बसला.

लेखकराव, मला थोडं बाहेर जाऊन यायचंय, तुम्हाला बसायचं असेल बसा. म्हणत मी दुकानाच्या बाहेर पडलो. च्या आयला, आपल्याच घरातून आपण बाहेर. बराच वेळ मेडिकलमध्ये घालवला. म्हटलं, हा गेला असेल. तर ह्याचं गठुळं स्टुलावरच. आल्या-आल्या म्हणाला, कोणकेरी कुठं राहात होता? माझं डोकं एकदम सरकलं. म्हटलं, उठा आता. तुम्ही रस्त्याला लागा. माझ्या गिऱ्हाइकावर परिणाम होतोय.
तुम्हांला असं हाकलून काढता येणार नाही. तुम्ही काही तरी लपवताय, कोणकेरीविषयी.
होय लपवतोय. तुम्ही येथून जाणार, का रस्त्यावर उचलून टाकू. ही भाषा त्याला लगेच समजली. तणतणतच बाहेर पडला.
गेण्या म्हणाला, तुम्ही भाईर गेल्यावर त्यो लेखक इच्यारालता, तुझ्या मालकाचं आणि कोणकेरीचं काय दिवू-घीऊ व्हतं?
म्हटलं, मला काय म्हाईत. तर मला हळूच म्हणतो, तुजा मालक जरा आतल्या गाठीचा दिसतो.
च्या आयला, बेणं कडूच दिसतं की रे म्हणत विषय थांबवला. पण डोक्यातून लेखक जात नव्हता. एवढी फांगसून माहिती हा कशाला घेत असेल. याचा कोणकेऱ्याचा खरंच संबंध असेल? च्या मारीऽ तपासायला पायजे होतं. चुकलंच आपलं.

म्युनसिपालटीचा विज्या बाडकर आला. म्हणजे याच्या हातावर पन्नास तरी टेकवाय पायजे. लेकाचा आमचा क्लासमेट. तरी माझ्याकडून पैसे खातोच. जकात चुकवायला मदत करतो एवढंच. गल्ल्यातली पन्नासची नोट शोधत होतो. अशात विज्या म्हणाला, दिप्या, ह्यो कोणकेरी कारकून कोण गा? च्या आयला. म्हणजे नको तोच प्रश्न. त्याला काही न सांगताच बसलो. तर त्याची टकळी चालू, त्याचा म्हेवणा डेथ सर्टिफिकेट मागाय आलता. आता माणूस मेल्याची नोंद आमच्याकडं नाही आणि ह्याला पायजे डेथ सर्टिफिकेट. त्यात तुझीबी वळख सांगल्ता.

क्षणभर चकितच झालो. कोणकेरीचा म्हेवणा डेथ सर्टिफिकेट मागायला? नवंच झोंबड. विज्याला स्टुलावर बसवून चहा सांगितला. पुन्हा पुन्हा खात्री करून घेतली. विज्या फेकत असणार म्हंटलं. तर विज्या ठाम. त्याचा म्हेवणा

मला का भेटला नाही? विज्या भरपूर काय काय बडबडत राहिला. चहा पिऊन निघून गेला. कोणकेरीच्या डेथ सर्टिफिकेटची त्याच्या म्हेवण्याला गडबड का? अजून तर काही कळलंच नाही. तरी ही उठाठेव. म्हणजे काय तरी डाव असणारच. इतक्यात मोड घेऊन गिऱ्हाईक आलं. तांबं एकशे ऐंशी, अल्युमिनियम साठ रुपये. त्याला दर सांगून टाकला. त्यानं काऊंटरवर तांब्याचे तपेले, दोन-तीन ताटं, तांबे असं बरंच काय काय मांडलं. कुठंच चेप नाही, गळकं नाही. गड्याला निरखून बघितलं. तर पिंडकराम दिसत होता.

चोरीची न्हाईत न्हवं? माझ्या प्रश्नानं तो गदबाळला. तांब्या हातात घेऊन सहज नजर फिरवली, तर तांब्यावर कोणकेरीचं अक्षर. म्हणजे आमच्याच दुकानात खरेदी. जरा दरडावून दम दिला. तर तो निघाला कचेरीतला शिपाई. घरातलीच भांडी बायकोची नजर चुकवून विकाय घेऊन आलेला. अचानक त्याला म्हंटलं, कोणकेरीला ओळखतो का? तर म्हणाला, त्यानंच तर वाट लावली माझी. साला, गेला गांडीत माती घालून. आम्हांला सोडलं वाऱ्यावर. चार पैसे कमावले अस्ते, तर सांगायचा तत्त्वज्ञान. आईच्या गांडीत गेलं तत्त्वज्ञान. हा लापता. उरलं तत्त्वज्ञान. तो बडबडत होता. माझे कान टवकारले. त्याला बसवून घेतलं. म्हटलं, चहा सांगू? तर म्हणाला, शंभर खर्चून दारू प्यालोय. उतरू द्यायची नाही. आली का पंचायत. म्हटलं, बस बाबा. तर तो अघळपघळ बसला. त्याची नजर त्यानं आणलेल्या मोडीवर. म्हटलं, यातला एकही जिन्नस गायब होणार नाही. मग तो ऐसपैस.

म्हटलं, तू कोणकेरीला कधीपासून ओळखत होतास?

हजर झाला तेव्हापासून.

तो माझ्या दुकानात बसत होता.

म्हाईत हाय. म्हणून तर मोड तुमच्याच दुकानात घालाय आलोय. न्हाय तर काय वश्याड पडल्यात दुकानं? तुमचा माल तुमच्याकडं.

यापूर्वी न्हाई वळख झाली?

कशी व्हणार? आमी पडलो शिपाई. भाऊसाहेब म्हणतील, रावसाहेब म्हणतील ते ऐकायचं. ते म्हणाले, या दुकानात नको येऊ. न्हाई यायचं. म्हणून न्हाय आलो. आता कुणाच्या बापाची भीती. आलो मोड घालायला. तुमच्या दुकानातनं घेतला माल. तुमच्या दुकानात घालू. आमच्या घरात नको. बिऱ्हाड म्हणालं, मोडीत घाला. आलो घीऊन.

म्हणजे घरातल्या मलाकिणीनंच पाठवलंय?
डोकं फिरायची पाळी. ह्याच्या बायकोनंच ह्याला तिरपटलंय. ही भांडी मोडीत घाल. हा आलाय. चांगली चुंगली तांब्याची भांडी ह्या बाईला घरात नको का झाली? कोणकेऱ्या सोडव लेका ह्या चक्रातून. माझ्याशीच मी पुटपुटलो. तो फक्त झिंग आल्यामुळं तरंगत. माणूस दारू प्याला की खरं बोलतो. म्हणून त्याला म्हटलं, कोणकेरीचं नेमकं झालंय काय?
त्येच्या आयची गांड.
आता बोलणार काय? गप्प थांबलो. त्यानं मोडीला आणलेलं सगळं सामान पुन्हा बघितलं. उठला. चालाय लागला. त्याला थांबवलं. म्हणाला, तुमचं तुमाला लखलाभ. तो परत फिरलाच नाही. त्याच्या या सामानाचं करायचं काय. सगळं भरलं पोत्यात. गेणुबाला म्हटलं, कोपऱ्याला ठेवून टाक. परत आल्यावर विचारू त्याला. त्यानं सगळं पोत्यात भरलं. टाकलं कोपऱ्यात. पण हा शिपाई कोण? गावातला तर दिसत नाही. असं डोक्यात चाललेलं. तोवर खोक्यातून तिप्या आला. म्हणाला, लुलेकर कशाला आल्ता?
म्हंटलं, हा कोण लुलेकर? मग ध्यानात आलं, तो त्या इसमाबद्दलच बोलतोय. तिप्यानं त्याचं नाव सांगितलं. जवळच्याच तालुक्यातला. पुरवठा विभागातला शिपाई. कायम ल्हास असतो गडी. कामावरही तसाच. पण तिप्यानं सांगितलं, त्याचं भांडवल भलतं देखणं हाय. आता ह्या तिप्याला काय म्हणायचं? असली बातमी आपल्या कानावर एवढ्या उशिरा? तर तिप्या भलतंच काय काय सांगत बसला.

मला त्यात काडीचा रस नव्हता. कोणकेऱ्यानं लुलेकरला दुकानात यायची बंदी केली. त्याची ओळखही करून दिली नाही. हे म्हणजे भयंकर. स्वतःला समजत काय होता कोणकेरी? पुन्हा मनात रागच राग साठायला लागला. घडून गेलेल्या गोष्टीचा आता ताप करून काय उपयोग? म्हणून तो विषय सोडून दिला. धंदेवाल्या माणसाला एकच एक गोष्ट धरून चालत नाही. थोडा फायदा, थोडा तोटा. ज्याचं त्याला होत असलं तरी चिक्कार. विसरून पुढच्या गोष्टी. कोणकेऱ्या आता मध्ये नको येऊ बाबा. असशील तिथं सुखात राहा. माझ्या डोस्क्याला ताप नको देऊ. असं म्हणत दिवस गेला. तर दुसऱ्या दिवशी त्याचा भाऊ हजर. म्हणाला, कचेरीत जायला हवं. का? तर म्हणे त्याच्या बायकोनं कोणकेऱ्याच्या फंडाची मागणी करणारा अर्ज केलाय. च्या आयला, कोणेकेरी

मेला का जिवंत हाय याचा पत्ता नाही, तोवर यांच्यात फंडासाठी मारामाऱ्या. त्याला सगळं बयवार समजून सांगितलं. त्याचं काय झालंय हे पुराव्यानिशी कळालं तर पेन्शन नि फिन्शन. नाहीतर कुठलं काय? तर त्याची समजूत पटायला तयार नाही. गड्यावर दुकान सोपवलं. कचेरीची वाट धरली. कचेरीच्या दारातच पिटक्या शिपाई. म्हटलं, कोणकेरीचे भाऊ आलेत. तर तो एकदम चवताळलाच, कसला भाऊ नि कसलं काय? त्याच्या फंडासाठी आता भांडणं सुरू झाल्यात. सासरा आल्ता मागच्या चार दिवसांत. त्याचं म्हणणं सगळं बायकोच्या नावावर करा. आता काय करायचं त्याच्या बायकोच्या नावावर, डोंबाल? आरं, त्यो मेला, जिता हाय हे बघशीला, का पैशेच. भाऊ हे ऐकून जरा ताळ्यावर आला. पिटक्याला म्हटलं, तहसीलदार साहेबांना भेटायचंय. तर म्हणाला, त्ये आज येणार नाहीत. कोणकेऱ्याच्या भावाकडं बघितलं. त्याचा चेहरा उतरलेला. एवढ्यात निळू दिवाणजी समोर. म्हणाला, शेठजी, त्या कोणकेऱ्याच्या भानगडीनं डोकं फिरवलं राव. मेला नाही. मारून पुरावा आणा. म्हणजे फंड मिळेल. माझ्या तर गांडीला घाम आणलाय त्याच्या बायकोनं. सारखी येऊन बसते दारात.

म्हटलं, दिवाणजी, तुम्ही तर गाववाले. तुमचं ठीक. माझं काय हो. त्याला दुकानात बसायला जागा दिली. एवढीच चूक. दिवाणजी म्हणाला, चालायचं. चहा घेऊ चला. चहा घेतला. दिवाणजी बिल न देताच बाहेर. फुक्कट दहा रुपयाला गंडा. निळू दिवाणजीनं भावाला ओळखच दिली नाही. त्याच्या भावाची पुन्हा समजूत घातली. स्टॅण्डकडं तिरपटलं. दुकानात आलो. तर गिऱ्हाइकाचा पत्ता नाही. गेण्या एकटाच माशा मारत बसलेला. म्हणाला, पोस्टमन पत्रं दिऊन गेलाय. म्हणजे काय असणार टपाल. उधारी वसुलीला येणाऱ्या व्यापाऱ्यांची फक्त तारीख, रक्कम लिहिलेली कार्डं. दुसरं काय. टपाल हातात घेतलं तर त्यात एक लखोटा. लखोट्यावर मुंबईचा पत्ता. आबालाल धरणगुत्ती, सिल्व्हर व्हिला, दादर, मुंबई. पत्र फोडलं तर आत फक्त तीन-चार फोटो. कोणकेरीसारखा दिसणारा चेहरा. पण कोणकेरीनं कधीच दाढी वाढवली नव्हती. फोटोत तर भली मोठी दाढी. पुन्हा पुन्हा निरखून फोटो बघितले. चेहरा कोणकेऱ्याचाच. म्हणजे हा लेकाचा जिवंत आहे. एकदम जिवात जीव आला. पळत जाऊन एस. टी. डी. बूथ गाठला. कोणकेऱ्याच्या बायकोच्या घरी फोन नव्हता. शेजारच्या सोसायटी ऑफिसात तिला बोलावून

घेतलं. बातमी सांगितली. ती फोनवरच रडाय लागली. तिचा भाऊ फोनवर बोलाय लागला. त्याला लखोट्यावरचा पत्ता सांगितला. म्हटलं, तिथं जाऊन या. कायतरी दुम लागंल. नंतर तहसील ऑफिसात. रावसाहेबासमोर फोटो टाकले. सगळे फोटोवर उपडी पडले. लुलेकर तांबारलेल्या डोळ्यांनं माझ्याकडं बघत होता. तो म्हणाला, हे फोटो त्याचेच कशावरून. भाऊसाहेब म्हणाला, हा फोटो त्याचाच आहे. ग्यॅरंटी. म्हणजे कोणकेऱ्या जिवंत आहे. आता भांडा म्हणावं घरच्यांना फंडासाठी. भाऊसाहेब, त्याच्या घरच्यांना बोलावून घ्या. सांगा त्यांना, शोधा म्हणावं. नुसतं पैशासाठी पीडत बसता. आता हे काम करा. पिटक्याची टकळी चालू. भाऊसाहेब, हा तिकडं कुठं गेला असंल मुंबईत. भाऊसाहेब म्हणाले, न्हेल्ला असंल उचलून. त्याच्या भानगडी काय कमी होत्या. काय हो शेठजी? म्हणत भाऊसाहेब माझ्यावरच उलटले. या सगळ्या लोकांत काय बोलणं शहाणपणाचं नव्हतं. फक्त थांबलो. तर त्यांच्या जोरजोरात चर्चा सुरू. लुलेकरची नजर फोटोवर. हळूच लुलेकरला बाजूला घेत म्हटलं, ती भांडी तेवढी घेऊन जा. तो न ऐकल्यासारखं करून सटकला. रावसाहेब म्हणाले, फोटो आमच्याकडं असू द्यात. म्हटलं, असू द्यात.

बाहेर कचेरीतल्या माणसांची चिक्कार गर्दी. कोण पोलिसठाण्यात. कोण सुविधा केंद्रात. कोण पुरवठा खात्यात. कोणकेरी कधी कधी सांगायचा माणसांच्या तऱ्हा. फसवाय आलेले, फसवले गेलेले, अडकून बसलेले, अडकवाय आलेले. च्या आयला, काय आयडिया काढलीय सरकारनं. लोकांना गंडवायची. कोणकेऱ्याचं म्हणणं, सरकारनं लोकांनी सुखासमाधानात राहू नये म्हणून तयार केलेली यंत्रणा. कचेरीच्या दारात मोटारसायकलींचा खच. कसबसा वाट काढत रस्त्याला लागलो. तर बकस बागवाननं आडवलं. त्याचा फळांचा गाडा. अर्धा गाडा त्याला बसायला, अर्धा फळांसाठी. बकस आमचा लंगोटी यार. म्हणाला, का बे, कचेरीत काय काढलास? त्याला नीट बोलताच येत नाही. त्याला सगळं सांगितलं. तर म्हणाला, चल बे च्युते. तो जिवंत असणारच नाही. म्हटलं, कसं काय. तर त्यानं तिसरीच कथा सुरू केली. तुझे मालूम नहीं. त्याच्यावर ऑफिसात भयंकर खुन्नस. साल्यांनी खतम करून टाकलंय त्याला. सब लोक हेच म्हणत्यात. मला विचार, लोक काय काय बोलतात ते. उसको पैसा खाना आता नहीं था. ये साले उससे नफरत करते थे. तो च्युत्या कागलकर माझ्याजवळ येऊन गाल्या देत होता.

ॲन्टीकरपशनचा एजंट होता म्हणे कोणकेरी. यातलं तुझे कुछ मालूम हाय? नकाराची मान हालवली. बकस सांगत होता ते नवीन होतं. कचेरीसमोरच गाडा. म्हटल्यावर लोक म्हणतात ते त्याच्या कानावर येतच असणार. मग हे फोटो कुणाचे? डोक्यात गिरमिट. बकसला कटवून दुकानात आलो. जेवणाचा डबा घेऊन बिऱ्हाड आलेलं. मला बघितल्या बघितल्या तिची टकळी सुरू, त्यो भाड्या मातीत गेला तरी तुमची पाठ सोडत न्हाई. हितं गिराकं सोडून त्येचा निवद ठेवाय गेल्त्यासा. मग दुकान तरी बंद करा. गेण्या मनातल्या मनात हसत होता. म्हटलं, हास लेका. तर तो जोरानं कुऽऽखूऽऽ कराय लागला. मलाही एकदम हसायला आलं. तर बायको चवताळली. मग हसू दाबलं. कोणकेऱ्या डोक्यातून थोडासा बाजूला झाला.

मंगळवार. पेठ बंद. उधारीची लिस्ट. एकदा नजर फिरवा. मग रस्ता ठरवा. सुटी कसली. जास्तीचा वणवा. गाडी पुसून ठेवली. पोटात कायतरी ढकलायचं. म्हणजे बाहेर पडाय रिकामी. ताटावर बसणार एवढ्यात कोणकेऱ्याचा म्हेवणा दारात दत्त. बायकोची शीर ठणकलीच. तिनं धाकट्या पोरावर राग काढाय सुरुवात केली. पण पोरं आता मोठी झालेत. त्यानं उलटा तिचाच गिन्ज काढाय सुरुवात केली. अशात पावण्याला आत बसवलं. पाणी दिलं. बायको चहा करण्याची शक्यता नव्हती. तर कोणकेरीचा म्हेवणा सांगाय लागला, मुंबईची ट्रिप वाया गेली. त्या सोसायटीत धरणगुत्ती कोण नाहीच. असा खोटा पत्ता का दिला तुम्ही? त्याचा उलटा सवाल. झालं का किंग्याण. म्हटलं, बाबा, दुकानात पोस्टाच्या शिक्क्याचा लखोटा आहे. देतो चल. तर तो बाहेरच पडला. दुकानाच्या चाव्या घ्याव्यात म्हणून आत गेलो. वाढल्यालं ताट सोडून चाल्ला कुठं? त्यास्नी न्हाई येळ काळ. म्हणतच ती बाहेर आली. दारात कोणकेऱ्याचा म्हेवणा. त्याला म्हणाली, सारखं सारखं येऊन तुमी आमचं डोस्कं फिरवू नगोसा. तुमचं सामान काय हाय ते आजच्या आज घेऊन जायचं. तिला तशीच आत ढकलली. गाडीला किक मारली. तिचा आवाज गाडीच्या आवाजात मिसळून गेला. दुकान उघडून लखोटा त्याच्या हातात ठेवला. पारखून पारखून पत्ता बघून तो म्हणाला, हे पत्र तुमच्या पत्त्यावर आलंच कसं? काय सांगणार. म्हणजे त्याच्या डोक्यात काय तरी चाललंय. त्याची समजूत काढायचा प्रयत्न केला. तर तो लखोटा घेऊन तरातरा चालाय लागला.

त्याच्या पाठीमागून पळालो. तो काहीच ऐकायला तयार नव्हता. फक्त म्हणाला, लोक म्हणत्यात तेच आता खरं वाटाय लागलंय. लोक काय म्हणत्यात हे मात्र त्यानं सांगितलं नाही. तो स्टॅण्डवर लागलेल्या गाडीत बसला. मी त्याच्याकडं पाहातच राहिलो. च्या आयला. म्हणजे हे वेगळंच चाललंय काय तरी. पुन्हा डोक्यात गिरमिट. बायकोच बरोबर. आपण च्युते. कोण कोणकेरी? नस्ती आफत. आलेले फोटो फाडून टाकले असते. कुणी विचारलं असतं? आपलीच मस्ती. दुसरं काय. जेवणावरची वासनाच उडाली. दुकान उघडं टाकून तसंच बसून राहिलो. किती तरी वेळ.

मरणाची पळापळ. माल भरायचा. उधारी गोळा करायची. बँकेत चक्कर. असं सगळं. तरी कोणकेऱ्या अधनं-मदनं घुसायचाच डोक्यात. त्याच्या म्हेवण्यानं चांगलंच सुन्न केलं होतं डोकं. पण बोलायचं कुणाजवळ, आणि बोलायचं काय? होईल ते बघू. आपण तर काय करणार? असा एक एक दिवस ढकलताना एके दिवशी पिटक्या धावतच आला. दिपूशेठ, तुमचा घात झाला. तो इतका धास्तावलेला की माझ्या पापण्या फिरल्या. त्याला शांत केला. म्हणाला, तुमच्यावर ३०२, ३०३ टाकली कोणकेरीच्या बायकोनं. च्या आयला. माझ्यावरच खुनाचा गुन्हा. तळपायाची आग मस्तकाला. गेण्याला म्हटलं, सांभाळ दुकान. गाठलं काश्या नडदगल्लीचं घर. तर तो देशपांडे गल्लीला ऑफिसात. पटकन धाकट्याला फोन केला. तोही देशपांडेच्या ऑफिसात हजर. सगळी कथा देशपांडे वकिलाच्या कानावर घातली. तर अर्धी गोष्ट वकिलाला तोंडपाठ. म्हणाला, ते म्हणतात म्हणून कोण खुनी ठरतो का? आनी याला पुरावा काय? पहिलं पोलिसातून काय कळतंय बघू. नंतर ठरवू. तोवर नाही सापडायचं पोलिसाच्या हाताला. जिल्हा कोर्ट. इलाज नाही. पण तो मेलाय हे तरी नक्की का? वकिलाचा प्रश्न.
पण तो जिवंत आहे, यालाही पुरावा नाही.
म्हणजे मेला असं होत नाही. लापता. धाकट्यानं पोलिसठाणं गाठलं. त्यानं माहिती आणली. त्याला लापता करण्यात हात असल्याचा संशय. खून झाला असावा असा संशय. च्या आयला सगळा संशयच संशय. पोलीस काढणार पैसे, वकील काढणार पैसे. कोणकेऱ्याच्या आईची गांड. तो माझी गांड मारून गेला त्याचं काय? वकील म्हणाला, घाबरू नको. तोवर वडील, भावकी गावाहून

हजर. सगळी सूत्रं निवृत्त ग्रामसेवक पिताजींच्या हातात. टाळकं बेदम सरकलेलं. कोणकेरीच्या बायकोच्या नरडीचा घोट घ्यावा. उपयोग काय? तिच्या डोक्यात हे भरवलं असंल कोणी? हजार मुंग्या. वकिलानं सांगितलं, फरार व्हायचं. निवृत्त ग्रामसेवक पिताजी म्हणाले, ती व्यवस्था झाली. पुढं सांगा. जामिनासाठी अर्ज. याला पहिलं हालवा.

निवृत्त ग्रामसेवक पिताजींनी धाकट्याच्या गाडीवर बसवलं. त्याच्या कानात आधीच काय काय सांगितलेलं. धाकट्यानं किक मारली. गाडी सुसाट. डोक्यातल्या मुंग्या भरधाव. बोलणं नाहीच. फक्त वेग. हे काय नवीनच आलं वाट्याला. त्यापेक्षा कोणकेरीला मारलाच असता तर बरं झालं असतं. पण मारायचं का त्याला? त्याच्या बायकोचं कान कुणीतरी भरलं. कोण असावा? ती असं करणारी बाई नाही. तरी तिनं केलं. गाडीच्या वेगात, डोक्यातली चक्रं. वीस-पंचवीस किलोमीटर गेल्यावर किर्र झाडी सुरू झाली. म्हणजे पाटगावच्या जंगलात. धाकला म्हणाला, गावव्हळंला सोडाय सांगितलंय. अरे, पण तिथं कुठं रहाणार? तो काहीच बोलला नाही. बहुतेक प्रचंड राग आलेला असावा. राग येणं स्वाभाविकच. तसा प्रत्येक वेळी ताप त्यालाच. बरं, ही का पहिलीच भानगड? अशा सतराशे साठ भानगडी. पण खुनाच्या गुन्ह्याची पहिलीच. तो धास्तावला असावा. गाडी पाळ्याच्या हुड्यातून मठगावकडं वळली. किर्र झाडी. सभोवताली उंच डोंगर. माणसांची किंचित वर्दळ. गाव लांब कुठतरी. कौलारू घरांच्या पुसट रांगा. मठगाव ओलांडून पेनाडीकरच्या घराची खापरी दिसली. तेव्हा मला अंदाज आला. ग्रामसेवक पिताजी पेनाडीकर सरकारांचे खास मर्जीतले. पेनाडीकर म्हणजे या भागातल्या दोनतीन हजार एकऱ्यांचे मालक. सीलिंगमधून जमीन वाचवायची तर ट्रस्ट करा. हा आमच्या ग्रामसेवक पिताजींचा सल्ला. त्यामुळं सागाचं आणि भाताचं उत्पन्न प्रचंड. सरकार कोल्हापुरात, रयत शेतावर. गाडी कड्याच्या टोकावर आली. तिथं पेनाडीकरांचा मोरसे नावाचा मॅनेजर हजर. त्याच्या हवाली. ही मोबाईलची किमया. मोरसे म्हणाला, ह्या दरीतून उतरलं की गावव्हळ येते. चला. शेंबाटीच्या जाळ्या आणि आग्याची वाढलेली झुडपं. अंगाची ल्हायी. नंतर नंतर अंग सुंद पडत गेलं. पाय थरणार नाहीत असा उतार. समोर मनोहर मनसंतोष गड. मोरसे त्याचं वर्णन करत होता. ट्रेकिंगला आल्याचा भास त्याला होत असावा. त्याच्या तोंडाची टकळी कायम सुरू.

इतकी सुंदर जागा जगात नाही, हे त्याचं पुन्हा पुन्हा. दरी उतरून सपाटीला.
तर ओढेच ओढे. हा संपला की तो. शेवाळलेले गोटे. गावव्हळ आली. *तर
तिथं कौलारू एका खोलीचं घर.* पुन्हा खाली दरी. शेजारून वाहणाऱ्या
पाण्याचा आवाज. **आम्ही पोहचण्याआधीच कोणीतरी घराची सफाई करत
होता.** *त्याला निरोप पोहचला कसा?* मोरसे म्हणाला, मालकानं वस्तीवरच्या
धनगराला दिलाय मोबाईल. आपल्यालाही घ्यायला हवा मोबाईल. धनगर
झाडलोट करून पाण्याची बिंदगी भरून आणून समोर थांबला. म्हणाला, म्या
हायच सोबतीस. मोरसे म्हणाला, हा वाडीवर गेला तरी शिट्टी मारायची. येतोच
पाच मिनिटांत. मोरसे निघायच्या तयारीत. धनगर पुन्हा जवळच्या ओढ्याकडं
वळला. त्या घरात मी एकटाच. भोवती फक्त पक्ष्यांचे आवाज आणि किर्र
जंगल. यापेक्षा पोलीस कस्टडी परवडली. मोरसे निरोप घेऊन निघाला. एकदम
जंगल अंगावर यायला लागलं. निवृत्त ग्रामसेवक पिताजींचं कौतुकच. तिथल्या
कस्टडीत नको. इथं राहा. कोणकेरी महाराज तुमची दोस्ती भोवलीच आम्हाला.
दुसरं काय? जंगलात पाचपासूनच अंधारायला सुरुवात. भोवती हळूहळू
किड्यांचे आवाज. सायीसारखे दाट. डोक्यातली गरगर वाढली. *जोरानं शिट्टी*
घालून पाहिली. बराच वेळ कोण आलंच नाही. इथल्या गडद अंधारात
करायचं काय? एवढ्यात कोल्ह्यांचे एकमेकांत मिसळलेले आवाज. कोण *तरी*
येत असल्याचा सासूल. धनगर घराजवळ आला. म्हणाला, मालकानू कंदील
पेटवा. मग तोच पुढं झाला. त्याच्या हातात शेतकरी बॅटरी. *त्यानं कंदील*
लावला. बॅटरी बंद केली. *माणसाच्या श्वासानं मला हायसं वाटलं. घाबरायचं*
न्हाय. हाव की आमी. *चिताऱ्या भाकरी घीऊन ईल. तुझं नाव काय?*
म्हणाला, भिका. नंतर काहीच बोलणं नाही. फक्त पाण्याचा आवाज. बराच
वेळानं त्यानं कुकारी घातली. तिकडून पुन्हा तोच आवाज. *चिताऱ्या भाकरी*
घेऊन आला. नाचण्याची भाकरी. कोरड्यास. भूक नव्हतीच. त्या दोघांनी
घोंगडी अंथरली. लवंडली. *म्हणजे हे सोबतीला असणार. का करावं*
कोणकेऱ्याच्या बायकोनं असं? हळूहळू डोकं गच्च. ग्लानी यायला लागली.
पापण्या जड. तसंच भिंतीला टेकलो.

जाग आली तेव्हा पक्ष्यांचे आवाज. भिका, चिताऱ्या केव्हाच उठून गेलेले.
भाकरीचं गठलं तसंच. अशा किती रात्री काढाव्या लागणार? हळूच दारातून
बाहेर आलो. भगटाय लागलेलं. झाडांचे वेगवेगळे आकार. त्यातून झुंजूतंजू

प्रकाश. एरव्ही इथं आलो असतो तर आनंदानं नाचलो असतो. वाऽऽहवाऽऽ पण मन कातर झालेलं. काय चुकलं आपलं? ह्या कोणकेरीला शोधलंच पाहिजे. शोधूच. पण कसं? आत येऊन पुन्हा घोंगड्यावर अंग टाकलं. जग केवढं. फारफार तर जंगलाच्या कड्यापर्यंत. बाकी काही नाहीच. अद्भुत. पुन्हा ग्लानी. पापण्या जड. पुन्हा झोप. जाग येते तेव्हा ध्यानात येते, आपण रात्री अंगावरचे कपडेही उतरले नाहीत. कोणकेरी तुला शोधून काढणार म्हणजे काढणार. कुठंही लपून बैस, तुला शोधणार.

बऱ्याच वर्षांत पहिल्यांदाच जंगलात आल्यामुळं झाडं हवी हवी, पक्ष्यांचे आवाज, किड्यांची गुणगुण. सगळंच हवं हवं. खळाळणाऱ्या पाण्यात हात बुडवून फक्त झाडातून खाली येणारे उन्हाचे कवडसे गोळा करत बसलो. अशात कुकारीचा आवाज. पुन्हा कुकारी. मोरसे आमच्या गेण्याला घेऊन येत होता. त्याच्या हातात दोन पिसव्या. मोरसेकडं एक. भिका धनगर पाठीमागं. गेण्याचा चेहरा रडवेला. समोर पिसव्या ठेवून फक्त ढिम्म. म्हटलं, अरं बाबा, एवढ्या दिवसांत लागली नव्हती अशी झोप लागली. बघ, झाडंच झाडं. एकदम निवांत. असं ठरवून झालं नसतं. कोणकेरीच्या बायकोनं केलं. बराच वेळ तो काहीच बोलला नाही. मोरसे म्हणाला, दुकानावर, घरावर पाळत हाय. आता तो येणार नाही. बायकोनं कपडे, टॉवेल असं सगळं साबणासहित भरलं होतं पिसवीत. दुसऱ्या पिसवीत अंथरूण-पांघरूण. मोरसेकडच्या बॅगेत खायचं कायबाय. ती बॅग भिकाकडं दिली. घीऊन जा पोरांना, मला भाकरी तेवढी दे. गेण्याला म्हटलं, घरात काय थय्याक फुगडी मंगळवार? तर त्यानं सांगितलं, बिऱ्हाड रडून रडून सरकदान. निवृत्त ग्रामसेवक पिताजी, तिचे वडील अशी घरात माणसंच माणसं. म्हटलं, तू दुकान तेवढं उघडत जा. तो म्हणला, आजोबा बसलेत दुकानात. म्हणजे त्यांनी जोडणी लावली तर. आमचे निवृत्त ग्रामसेवक पिताजी ह्या कोर्टकचेरीत तरबेज. त्यांना हवं ते काम करण्याची चालून आलेली संधी. फक्त पैसे जाणार म्हणून हळहळणार. मोरसे जंगलात घुसला. त्याच्याबरोबर भिका. गेण्या माझ्यासमोर बसलेला. अचानक माझ्या डोक्यात गिरमिट फिरलं. म्हटलं, गेण्या, कोणकेरीचं साहित्य भरताना माझ्या नावाचं बंडल सापडल्तं आठवतंय?

आठवतंय की.

तेवढं उद्याच्याला कसंबी करून घेऊन ये. बिऱ्हाडाला पत्ता न लागता.

झोपायच्या खोलीत लाप्टवर ठेवलंय. कसंबी कर. धाकला मदत करंल. तेवढं बंडल आणच. गेण्यानं मान हालवली. भिका आणि मोरसे कसले कंद काढून घेऊन आले. मोरसेनं आधीच खायला सुरुवात केलेली. गेण्याच्या हातात देत तो म्हणाला, चव बघ. कळांदा कसा चवदार हाय. भिकानं माझ्या समोर कळांदा ठेवला, गेण्या एकदम खुश. त्याला विचारावं जामिनाचं काय चाललंय. पण निवृत्त ग्रामसेवक पिताजी त्याला काहीच सांगणार नाहीत. मोरसेला म्हटलं, याच्यावर एक काम सोपवलंय तेवढं करा. भिका म्हणाला, म्या चाल्लोय तालुक्याला. म्हटलं, बेस्ट. हा देईल तेवढं बंडल घीऊन ये.

कसलं, बिडीचं?

न्हवंगा. त्यो देतोय तेवढं आण. मोरसेनं त्याला उठवलं. तिघांनी वाट धरली. पुन्हा एकटा. आणि झाडंच झाडं.

चिताऱ्याची कुकारी आली. डोळे किलकिले करून घड्याळ बघितलं. रात्रीचे अकरा. बाहेर तर मध्यरात्र. कंदिलाचा मंद उजेड. चिताऱ्या उठून दारात. भिका काखेत बंडल आणि हातात पिसवी घेऊन आत आला. बंडल माझ्या हातात देत म्हणाला, मालकीन जाळाय उठली मालकानु. आसं हाय काय ह्यात. काही न बोलता बंडल खोपड्याला सरकवलं. बिऱ्हाडानं बाम, डोक्याला लावायला तेल असलं काय काय दिलेलं. तेही तसंच सरकलं. भिका दमलेला. बहुतेक भरपूर चालून आलेला. कंदील पुन्हा मंद झाला. दोघं घोराय लागले. किलकिल्या उजेडात डोळे सताड उघडं टाकून मी. बाहेर घुबडाचा आवाज. पुन्हा पुन्हा तोच तो. किड्यांच्या किरकिरीची साथ. पाण्याचा आवाज त्यात मिसळलेला. कळपाच्या आवाजानं भिका गप्पकन उठून बसला. मालकानु, गव्यांचा कळप. त्यानं फक्त पायाच्या आवाजावरनं सांगितलं. कळपाचे पाय पुढे चालले. भिकू लवंडला. म्हणाला, रानात जनावरं संगतीला असत्यात. ह्यो कळप वळला की दुसरा सरकंल. फक्त गव्यांच्या पायाचे आवाज. एवढ्यात झाडावरनं काय तरी धडपडून उठून गेलं. पंख फडफडत. दोघे डाराडूर. माझा डोळा मिटत नव्हता. जाग आली तेव्हा एकटाच. फक्त दार ओढून घेतलेलं. ह्या जंगलात कोण येणार कशाला? ह्या ठिकाणी तर अवघडच. निवृत्त ग्रामसेवक पिताजीचं डोकं औरच. त्यामुळं त्याच्या डोक्यावर एकही केस शिल्लक नाही. अघळपघळ आळोखे पिळोखे. मग वाहत्या ओढ्यात आंघोळपाणी. नंतर एकदम कडकडून भूक. नाचण्याच्या रात्रीच्या

भाकरी, कोरड्यास. पुन्हा ग्लानी. पापण्या जड. जाग आली तेव्हा भिकाचा पोरगा भाकरी घेऊन आलेला. म्हटलं, शाळंला जातूस? त्यानं हसतच नकाराची मान हालवली. बसला उंबऱ्यावर. म्हणाला, मालकानु किस्तं दीस ऱ्हाऊचं हितं? म्हटलं, बघू या. दोघांचा एवढाच संवाद. सकाळी सकाळी मोरसे हजर. चला, जामीन मिळाला. एकदम किंचाळलोच. शाब्बास, पिताजी सोडवलं शेवटी. तर मोरसे हसाय लागला. बरोबर बारा वाजता पोलीसठाण्यात-बरोबर ग्रामसेवक पिताजी, काश्या नडदगल्ली, देशपांडे वकील, धाकला असे बरेच जण. देशपांडे वकिलानं जामिनाची कागदं हजर केली. पी आय शालबिद्र्या मारक्या म्हशीगत बघत होता.

घरात आल्यावर पिताजीनं सुरू केलं. कोण ह्यो कोणकेऱ्या? तुझा त्याचा संबंध काय? असल्या भिकारचोटाच्या नादी लागलासच कसा? नस्तं झंजट. आता पुन्हा असलं काय कानावर नको. गुमान धंदा करायचा. उपदेश करून पिताजी थांबले. मग त्यांच्या सुनेनं तोंडाचा पट्टा सुरू केला. कानाचं भंपाळ वाजलं. पोरं माझ्याभोवती घुटमळत होती. बापाविषयी त्यांना भलतंच काय तरी वाटत असावं. एकदम वरमल्यागत माझा चेहरा. पुढं आठवडा एकदम शांत शांत गेला.

पोलीस शिपाई काऊंटरसमोर येऊन उभा. माझं लक्ष नव्हतं पण गड्यानं त्याला विचारलं, काय पायजे. तर तो माझ्याकडं बघत म्हणाला, काय नको. तसे पोलीस सतत येतच असतात दुकानात. भांडीकुंडी घ्यायला. काहींची उधारी अनेक दिवस वसूलच होत नव्हती. त्यातलाच हा कोणी असेल म्हणून फारसं लक्ष दिलं नाही. तर तो तसाच उभा. शेवटी म्हणाला, तुम्हांला पोलीस ठाण्यात यावं लागेल.

मला?

हो. लगेच यायला लागेल, सायबानं बलीवलंय. च्या आयला, हे काय नवं रोंबाट. आलोच. गेण्याला गिऱ्हाईक बघायला सांगितलं. गल्ल्याच्या चाव्या हातात घेतल्या.

ठाण्यात गेलो. तर शालबिद्र्या पीआय म्हणाला, याला बसवून ठेवा. जामीन मिळालाय मला.

केस एकच नव्हती. दुसरी केस घातलीय. त्याचा जामीन कुठाय?

कसली केस? डायरी दाखवा. शालबिद्रेनं बकोटीला धरून उठवत माझ्या ढुंगणावर लाथ घातली. आयुष्यात पहिल्यांदा कुणी तरी अशी लाथ घातली होती. मेंदूच्या चिणचिण्या. त्यातूनही ओरडलो, साहेब मारायचं काम नाही. त्याची पुन्हा लाथ पेकाटात. पायरीवरून सरळ मोकळ्या जागेत कोसळलो. त्यानं कुत्र्याला ओढत न्यावं तसं मला त्याच्या खोलीत आणून टाकला. बहुतेक फुल्ल दारू प्यालेला होता. म्हणाला, शेटजी काय तू? साल्या, कोणकेरीला खपवलं. सांग, कसं खपवलं?

मी त्याला काहीही केलेलं नाही. तुमचा काय तरी गैरसमज झालाय. तर तो नंतर लाथाच लाथा हाणत राहिला. पुढं काय झालं कळलंच नाही. जाग आली तेव्हा सरकारी दवाखान्याच्या कॉटवर माझं अंग ठणकत होतं. शरीर काळं निळं. समोर दोन पोलीस. बोलायलाही जीभ उचलत नव्हती. वडील, धाकला भाऊ, कित्तुरकर अण्णा सगळे जमलेले. काश्या नडदगल्ली, देशपांडे वकील आपसांत काय तरी बोलत होते. पापणीत त्राण नव्हतं. पुन्हा मिटली. उघडली तर पिताजी म्हणत होते, घाबरू नको. काश्या नडदगल्ली म्हणाला, जनावरासारखं मारलंय. रिमांड घेतात साले, विनाकारण. ते सगळे बाहेर पडले. हातावर नजर रुतवून कळा सोसत लवंडलो होतो. कोणकेऱ्या लेका, तू सापडलाच पाहिजेस. शालबिद्र्याची गय नाही. पोलीस बोलत बसलेले. व्यापाऱ्यांनी पेठ बंद केलीय. जिल्ह्याचा बंदोबस्त मागवलाय. एवढ्यात आमदार काकासाहेब लव्याजम्यासह माझ्यासमोर. उठून बसावं तर हाडं ठणकत होती. तसाच पडलो. काकासाहेबांनी हात हातात घेतला. दिपूशेठ, घाबरायचं नाही. येईल त्याला तोंड द्यायचं. निघून गेले. पोलिसाला म्हटलं, पीआयनं मला का मारलं?

ठाऊक न्हाई. सायबाची मूठ कुणीतरी दाबली असणार. देशपांडे वकिलानं कशा-कशावर सह्या घेतल्या. कोणकेरीचा थोरला भाऊ, वडील आले. वडिलांच्या डोळ्यांत पाणी. त्यांनी हात हातात घेऊन सांगितलं, सुनंवर आम्ही तक्रार गुदरलीया. तिनंच कल्लाप्पाचा घात केलाय. तुमच्यावर उगाच आदावत घेतीय. पेन्शन पायजे रांडेला, पेन्शन.

पुढं आठ दिवसांनी जामीन मिळाला. तेव्हा कळालं. सगळ्या पेठकऱ्यांनी पेठ बंद करून कचेरीवरच मोर्चा काढला. जिल्हा पोलीस प्रमुखाला जिल्ह्यातून यावं लागलं. शालबिद्र्याला सक्तीच्या रजेवर पाठवलं.

कोणकेऱ्याच्या भावानं भावजयीवरच तक्रार दिल्यामुळं शालबिद्रे अडचणीत आला. त्याला पैसे चारल्यामुळंच त्यानं माझ्यावर हात चालवला होता. सगळ्या प्रकरणात काश्या नडदगल्लीनं भरपूर धावाधाव करून डोकं चालवून मला बाहेर काढलं होतं. सगळ्या पेपरात उलट-सुलट बातम्या. त्यामुळं घराकडं माणसांची रीघ. बायको एकदम बार भरून. ती बोलत काहीच नव्हती. पण कधी स्फोट होईल सांगता येत नव्हतं. दुकान आठ-दहा दिवस बंदच. गडी फक्त येऊन बसायचा. बायको त्याच्या हातात चाव्या देत नव्हती. तिनं हाणून बडवून सगळं घर डोक्यावर घेतलं होतं. शेजारी-पाजारी तिचं सांत्वन करायचे. निघून जायचे. पुन्हा तिचं धायमोकळून रडणं. ग्रामसेवक पिताजी मधल्या काळात मुक्काम ठोकून होते. धाकला आणि काश्या नडदगल्ली पायाला भिंगरी बांधून पळत होते. त्यांनीच कोणकेरीचा भाऊ, वडील सगळे गोळा घातले. पण दवाखान्यातनं बाहेर आल्यापासून माझं डोकं एकदम चिन्भिन झालेलं. जाग्यावरच यायला तयार नव्हतं. समोर फक्त दारू पिऊन ल्हास झालेला शालब्रिद्री पीआय आणि त्याचा थयथयाट आणि कुत्र्यासारखे लाचार झालेले आपण. आयुष्यात पहिल्यांदाच खाल्लेला हाग्या मार-लोळागोळा झालेलं शरीर. कोणकेऱ्याच्या बायकोनं असं का करावं? हा छळणारा प्रश्न. झालेला भयंकर अपमान.

दुकान उघडायचं धाडसच होत नव्हतं. शेवटी काश्या सकाळी सकाळी मोटरसायकल घेऊन आला. चल, असं अवसान गाळून चालत न्हाई. ऊठ. दुकान उघडून बस. आपोआप डोक्यातलं जाईल.

शालबिद्र्या डोक्यातून जाईल असं वाटत नाही.

अरे, त्यानं त्याची ड्यूटी केली. तो का शत्रू तुझा. सगळ्या केसमध्ये त्याला असंच वागाय लागतं. न्हायतर वरच्यांचे जोडे त्याला खायला लागतात. त्याचं काय चुकलं? कुणी तरी पैसे चारले. त्यानं काम केलं.

त्याला सगळं माहीत होतं.

माहीत असलं तरी त्याची ड्यूटी त्यानं केली. मला तो चुकला असं वाटत न्हाई. चुकली ती रांड. तिनं कुणाकुणाचा सल्ला घेतला. तो मेला हे सिद्ध झालं की पेन्शन आणि अनुकंपाखाली तिला नोकरी मिळणार, हे तिला तिच्या तालुक्यातल्या तहसील कार्यालयात सांगितलं. म्हणून तिनं तुझ्यावर घातली केस. काय चुकलं?

तिला आणि तिच्या बापाला गावाकडं जायचं भाडंसुद्धा मी दिलं.

त्येच चुकलं रे. तू कशाला दाखवाय गेलास माणुसकी. मरंना व्हती टाचा घासून. उलट कोणकेऱ्याचे भाऊ-वडील-आई चांगले. त्यांना घडलेलं सगळं सांगितल्या सांगितल्या, मी म्हणेन तसं करायला तयार झाले. झालं ते झालं. ऊठ. दुकान उघडू.

त्यानं भिंतीला अडकलेला किल्ल्यांचा जुडगा घेतला. गाडीला किक मारली. गुमान पाठीमागं बसलो. पेठंत येऊन दुकान उघडलं. गेण्यानं झाडलोट सुरू केली. तिप्या खोक्यातून उडी मारून माझ्याजवळ. च्या मारी भलतंच गारबांड लागलं मागं. त्येची बायको एवढ्या तयारीची आसंल असं वाटलं नव्हतं. दांडगी तयारीची. तिनंच खपीवला असणार त्याला. चांगली पातळयंत्री बाई. तिला म्हाईती असणार सगळं.

दिपूशेठ, तिनंच खपावलाय त्येला. काश्या त्याच्याशी बोलू लागला. माझी जीभ उचलतच नव्हती. मधून आपणच गुन्हेगार, असा एक किडा उगाचच मेंदू पोखरत होता. आठ दिवसांत सगळंच बदललंय. मी नव्या जगात आलोय. काहीसं विचित्र. चिनभिन. दुकान उघडल्या उघडल्या दुकानात ही गर्दी. प्रत्येकाचा नवा प्रश्न. त्याचं त्यानंच दिलेलं उत्तर. सगळा गलबलाट. काश्या सगळ्यांना माहिती पुरवत. कसं झालं. काय झालं. का केलं याची उत्तरं. प्रत्येक जन सहानुभूतीनं, तर काही जण कशी जिरली अशा नजरेनं माझ्याकडं पाहात होते. नंतर नंतर मला समोरचं दिसणंच बंद झालं. शून्य नजरेनं गल्ल्यावर प्रेतासारखा बसून राहिलो. डोकं ठिकाणावर यायला चांगले दोन महिने गेले. या दोन महिन्यांत त्याच त्याच गोष्टी बऱ्याच घडल्या.

कोणकेरीच्या बायकोनं असं का केलं? या भानगडीचा छडा मला लावायचा होता. काश्या म्हणाला, त्या फंदात तू पडू नको. बाई पुन्हा तुझ्याविरुद्ध धमकीची, विनयभंगाची कसलीही तक्रार करू शकते. सबब, तिच्या जवळपासही फिरकणं नाही. काश्या नडदगल्ली याबाबत पोहचलेला गृहस्थ. त्याचा सल्ला मानला. डोक्यातला विषय काढून टाकायचं ठरवलं. ठरवून कुठं सगळ्या गोष्टी होतात? सतत ते डोक्यात वळवळतंच. ही वळवळ थांबवली भिंगारकर या माणसानं. म्हणजे तोही कोणकेरीचा मित्र होता. उप्पेनबेटगिरीत येण्यापूर्वी कोणकेरी त्याच्या खोलीत राहायला होता. त्याची

खोली म्हणजे त्या भागातल्या अनेक लोकांच्या तोंडात शिवी होऊन बसलेल्या पतसंस्थेचं कार्यालय. भिंगारकर त्या पतसंस्थेतला कारकून. तिथंच मुक्कामाला असायचा. मामलेदार कचेरीत कोणकेरी पाहिल्यांदा चिकटला. त्याचा गाववाला त्या पतसंस्थेत कॅशिअर. त्यानं ह्याची मुक्कामाची सोय भिंगारकरजवळ केली. भिंगारकर त्याच्या बायकोकडं गेला. सांत्वनाला. तेव्हा ती म्हणाली, जगायचं कसं? आमच्यात तर आता दुसरं लग्नही होत नाही. हे मेल्याचं डिक्लेर झाल्याशिवाय पेन्शन मिळत नाही. लोक म्हणत्यात केस टाक. कुणावर टाकू? दिपूशेठ एकटाच ओळखीचा. त्याच्यावर कशी केस करायची? त्यांनी तर आधार दिला. त्या गावात तेवढंच मायबाप. ते तुटलं तर जायचं कुणीकडं?

भिंगारकरचं म्हणणं, ती बाई केस टाकणं शक्य नव्हतं. मग घडलं काय? भिंगारकरला म्हटलं, आता याचा थांगपत्ता कसा लावायचा? कसा म्हणजे? त्या बाईलाच इच्यारून टाकू. त्याला पुढच्या गोष्टी सांगितल्या तर म्हणाला, तुम्ही फिरकू नका. माझं मी काढून आणतो. आठदहा दिवसांत आला. तर भिंगारकर एकदम गच्च माहिती घेऊन. बाईला एका लेखकानं फुगवलं. तू केस टाकली, निकाल झाला की दहाबारा लाखाला मरण नाही. बाकी कुणाचं काय होतं तुला कशाला काळजी? कोण हा लेखक? त्याला नाव आठवंना. मग म्हणाला, त्याच्या म्हणण्यानुसार केस टाकलीय. आता म्हणते, सासरच्या लोकांनी तिच्यावर केस टाकलीय. करायचं काय? बिचारी झुरणीला लागलीय. भिंगारकरनं तिला बिचारी म्हणण्याचा भयंकर संताप आला. ती उताणखाटबाई. बिचारी कसली. तिच्यामुळं तर मार बसला. भिंगारकरला म्हटलं, फोन लावून त्या लेखकाचं नाव काढ. तर तिच्या घराच्या जवळपास फोन नाही. सोसायटीत आहे. त्याचा त्यानंच मार्ग काढला. दुसऱ्या दिवशी लेखकाचं नाव मिळालं. बाबा बनवाडे. च्या आयला, झवणं खाऊन-पिऊन माझ्याच ताटात मुतून गेलं. भिंगारकर म्हणाला, कोणकेऱ्याजवळ असलीच भिकारचोट यायची सगळी. म्हणजे तुझ्याजवळ असतानाही तो लेखकच होता? म्हणजे काय? संध्याकाळी ऑफिसातून आलं की लिहीत बसणार. पहिल्या-पहिल्यानं वाटायचं, हा ऑफिसातलं काम लिहायला आणत असावा. नंतर त्यानंच सांगितलं, ऑफिसातलं काम ऑफिसात. माझ्याशी मोकळंचाकळं वागायला-बोलायला त्याला महिना

लागला. तो कसली-बसली भरपूर पुस्तकं घेऊन यायचा. रात्रभर वाचत बसायचा. बुद्ध, महावीर, शंकर-पार्वती, बसवेश्वर, विठोबा असलं देवाधर्माचंही वाचायचा. त्याचं एखादं पुस्तक चाळत अंथरुणावर लवंडलो की मला चटकन झोप लागायची. जाग आल्यावर बघितलं, तर पुस्तक त्यानं आपल्याजवळ घेतलेलं असायचं. पुस्तकांवर भयंकर जीव. सकाळी त्याच्या कुलपाच्या बॅगेत पुस्तकं ठेवूनच बाहेर पडायचा. बहुतेक पुढच्या परीक्षा तो देत असावा. तो बोलताना त्याच्याविषयी, त्याच्या घराविषयी काहीच बोलायचा नाही. एकदा त्याला विचारलं, तुझं शिक्षण काय झालंय? तर त्यानं विषयाला बगल मारली. तो पुस्तकांच्या स्टोऱ्या मात्र एकदम भन्नाट सांगायचा. त्याच्या स्टोऱ्या ऐकून ऐकून मला पुस्तक वाचावं असं वाटाय लागलं. मग तो माझ्यासाठीही पुस्तकं घेऊन यायला लागला. त्याच्या नादानं मी पहिल्यांदा सार्वजनिक वाचनालयाची पायरी चढलो. तर त्यानं माझं तिथं नावच घालून टाकलं. हा विषय आमच्या पतसंस्थेत एकदम चर्चेचाच झाला.

म्हणजे माझीच स्टोरी रिपीट.

कोणकेरीला दुसरा एक नाद होता. भटकणं. त्याला सरकारी सुट्ट्या भरपूर. आमच्या पतसंस्थेत सुटीची बोंब. सुटी असली तरी मॅनेजर येऊन बसायचा. त्यामुळं हालताच यायचं नाही. कोणकेरी सकाळी सकाळी बाहेर पडला की एकदम रात्रीच उगवायचा. एकदम शिणपाटून. त्याला जेवायचीच इच्छा असायची नाही. जास्तच पाठलाग केला तर माझ्याबरोबर यायचा. कुठं फिरून आलास? म्हटलं, की याचं उत्तर ठरलेलं-जंगलात. आजऱ्याचं भोतेभोर जंगल. चारी बाजूला फक्त दूरवर पसरलेले डोंगर. जंगलात सगळ्या प्रकारची जनावरं. ह्या डोंगरातल्या डंगे धनगरांचा आमच्या पतसंस्थेत राबता. पाच-पन्नास जमले की लगेच ठेवायला यायचे पतसंस्थेत. आमच्या मॅनेजरनं अशा डोंगरातल्या लोकांच्या स्लिपा भरणं, ठेव-पावत्या करणं, कर्ज देणं, वसूल करणं यासाठी एक स्वतंत्र कारकूनच ठेवून टाकला होता. कुंभार आडनावाचा. हा कुंभार सांगायचा त्यांच्या गोष्टी.

एकदा कुंभार आणि कोणकेरीची गाठ घालून दिली. कोणकेरीला खूप आनंद. त्याला कोणीतरी तसा एक माणूस हवाच असावा. त्यानं कुंभाराशी चांगलंच सूत जमवलं. रविवारी गावाकडं जाणं बंद. कुंभाराबरोबरच भटकायचा. ह्या डोंगरातल्या जंगलात पंधरा-वीस धनगरवाडे. सगळे पायीच

पालथी घातले त्याने. एकदा खनपटीलाच बसला. मीही गेलो त्याच्याबरोबर. वीस मैल सायकल तुंबडताना माझी आतडी गळ्याला. तो मात्र एकदम बिनधास्त. न थकता, न दमता सायकल मारत होता.

आम्ही बेडीवच्या धनगरवाड्यावर पोहचलो. म्हातारा गृहस्थ त्याची वाटच बघत बसलेला. त्यानं गडबडीनं आपल्या खांद्यावरचं घोंगडं झाडाखाली अंथरलं. मोगा भरून पाणी आणून ठेवलं. म्हातारा कसल्या तरी झाडाच्या मुळ्या त्याला दाखवत होता. मी एकदम आडवा झालो. पंधरा मिनिटांत घोराय लागलो. त्यानं हालवून उठवलं तेव्हा चार वाजलेले. बक्कळ दोन तास झोपलो होतो. त्यानं कसल्या कसल्या मुळ्या पिसवी भरून घेतलेल्या. एकदम उत्साहात. म्हाताऱ्याशी भरभरून बोलत होता. कोणकेरी एवढं बोलू शकतो, हे मी पहिल्यांदा अनुभवत होतो. आम्ही निघालो. त्यानं म्हाताऱ्याच्या हातावर पन्नासची नोट ठेवली. म्हातारा नको नको म्हणत एकदम खूश. वाटेत तोच सांगाय लागला. हा म्हातारा म्हणजे जंगलाचा महाग्रंथ आहे. फक्त ऐकत होतो. तो झाडांची नावं, मुळ्या, त्याचा उपयोग, असलं भलतं काय काय बरळत होता. मला खच्चून भूक लागली होती. त्यानंतर त्याच्याबरोबर कधीही जंगलात गेलो नाही. त्यानं जंगलात जाणं थांबवलं नाही.

आमचं पतसंस्थेच्या ऑफिसात तसं बरं चाललं होतं. पण मध्येच मी भयंकर आजारी पडलो. म्हणजे चालणं-उठणं-बसणंच बंद झालं. सगळे खांदे आकसून आले. एकदम लोदा. घरच्या लोकांचा धीर तुटलेला. जिल्ह्याचं दवाखानं पालथी घातलं. डॉक्टर बुट्टीभर औषधं द्यायचे. गुण काहीच नाही. कोणकेरी मध्येमध्ये भेटून जायचा. त्यानं बाहेर खोली बघायला सुरुवात केली होती. पतसंस्थेच्या ऑफिसाला तो कंटाळला होता. आमच्या घरच्या लोकांनी आता आशा सोडली होती. दवाखाना सोडून अंगारे-धुपारे सुरू केले होते. आईच्या डोळ्याचं पाणी हाटत नव्हतं. वडील पायाला भिंगरी बांधल्यागत देव-देवस्की करत होते. हाताखाली आलेलं पोरगं जमिनीला डसलं म्हटल्यावर सगळ्यांच्याच तोंडचं पाणी पळालेलं होतं.

रविवार गाठून कोणकेरी घरात आला. त्यानं स्वतंत्र खोली मिळवली होती. आई त्याला बरंच काय-काय सांगून धाय मोकलून रडत होती. तोंडावर वाकळ पांघरून मीही आतल्या आत हुंदका दाबण्याचा प्रयत्न करत होतो. माझी जगण्यातली इच्छाच हळूहळू संपत चालली होती. तो बराच वेळ बसून

राहिला उशाला. वडील आले तेव्हा म्हणाला, आठ दिवसांसाठी घेऊन जातो याला आजऱ्याला. तेवढाच हावापालट होईल. वडील काहीच बोलले नाहीत. त्यांच्याही गळ्याशी आवंढा आला असावा. आई म्हणाली, हा असा मासाचा लोदा. कसा घिऊन जाणार, बाळा. आमालाबी वाटतंय, जागा बदलून बघावं, पर गरिबाला कोण अस्तंय? त्यानं खस्सकन माझ्या तोंडावरची वाकळ बाजूला केली. म्हणाला, ऊठ. घाल कपडे. जिवाच्या करारानं उठलो. अंथरूण सोडण्याचा हा पहिलाच प्रयत्न. आकसून गेलेले सांधे, हाडाचा सापळा झालेलं शरीर. जोरात हालवलं. भिंतीच्या आधारानं न्हाणीत तोंड धुतलं. कपडे चढवले. वडील बघतच राहिले. त्यानं आईकडून कपडे पिसवीत भरून घेतले. बळ एकवटून त्याच्याबरोबर चालत राहिलो. आई तिट्ट्यापर्यंत बरोबर आली. एस.टी.त बसवून माघारी वळली. तिनं डोळ्याचा पदर काढलेला नव्हता.

आजऱ्याच्या स्टॅण्डवर कोणकेरीनं अलगद उचलून खाली घेतलं. भाड्यानं सायकल आणून मला पुढच्या नळीवर बसवलं. त्यानं घेतलेली खोली नदीवेसीला एकदम नदीकाठी होती. ह्या भागात कधीतरी फिरत आलो असेन. आठवत नव्हतं. दोन रूम-बाथरूम, संडास. सगळीभर पुस्तकं. एक कॉट पुढच्या खोलीत. मधल्या खोलीत जेवणाचं साहित्य. त्यानं स्टोव्ह पेटवला. कडकडीत चहा करून दिला. आरामात झोप. तो सायकल परत करायला बाहेर पडला.

दुसऱ्या दिवशी भगटायला खोलीच्या दाराची कडी वाजली. त्यानं दार उघडलं. तर बेडीवच्या धनगरवाड्यावरचा तो म्हातारा. बहुतेक त्यानं आधीच सांगून ठेवलं असावं. म्हातारा रात्रीच कुठल्या गावाहून येऊन एस.टी. स्टॅण्डवर झोपला होता. म्हाताऱ्यानं आल्या आल्या चूळ भरली. मला उठाय भाग पाडलं. नंतर सगळं अंग, सांधे चाचपून बघितले. म्हातारा स्टोव्हकडं वळला. कोणकेरीनं त्याला स्टोव्ह लावून दिला. पाण्याचं भांडं स्टोव्हवर चढवलं. त्यात पसाभर कसल्या मुळ्या टाकल्या. पाणी उकळलं. दोन बादलीत ओतून इस्वान घातलं. म्हाताऱ्यानं बाथरूममध्ये त्या पाण्यानं मला नखशिखान्त शेकून काढलं. कॉटवर आडवा झालो. शरीरातून काहीतरी पळू लागलंय असं वाटू लागलं. म्हाताऱ्यानं तीनचार मुळ्या उगाळल्या. सगळ्या सांध्यांवर लेप दिला. म्हणाला, आज दिवसभर तोंडात पाणीसुद्धा घ्यायचं नाही. म्हणजे कोणकेरी मला इकडं आणायचं म्हणूनच गावी आला होता. बेडीवचा म्हातारा तीन दिवस खोलीत

थांबला. तिसऱ्या दिवशी माझं मी उठून चालू लागलो. सांध्यातली कळ गायब झालेली. कोणकेरीला कडकडून मिठी मारली. माझ्या डोळ्याचं पाणी हाटत नव्हतं. त्याचे अतोनात उपकार माझ्यावर.

आमच्या मॅनेजरलासुद्धा मी परत पतसंस्थेत हजर झाल्याचं आश्चर्य वाटलं होतं. पण त्यांचा आता बराच व्याप वाढाय लागल्यामुळं त्यांना माझ्याजवळ ते व्यक्त करता आलं नव्हतं. एक तर आमच्या पतसंस्थेचा व्यवहार वाढला होता. दुसरं म्हणजे दुसऱ्या दोन नव्या शाखा मॅनेजरनं सुरू केल्या होत्या. त्यामुळं त्यांचं दर्शन सणासुदीलाच व्हायचं. बाकी आमच्या पतसंस्थेचा कारभार त्यांचा भाचा पवळीकरच बघायचा. पवळीकरचं माझं फार काही जमत नव्हतं. त्याचा स्वभाव अगदी मॅनेजरच्या विरुद्ध होता. हे कोणकेरीला सांगितलं, तेव्हा त्यानं नवीनच सांगितलं, पवळीकर काय तुझा भाऊबंद नाही. तो पगारी नोकर. पगारासाठी आपल्याला जे काम सांगितलं जातं ते निष्ठापूर्वक करायचं. काम केल्याचा पगार मिळाला की पतसंस्थेचा संबंध खल्लास. त्यानंतर माझे आणि पवळीकरचे संबंधच सुधारले.

कोणकेरी आणि मी जवळजवळ सात वर्षं एकत्र राहिलो. त्यानं जेवण केलं. मी भांडी घासली. त्यानं लोटून काढलं. मी पाणी भरलं. त्याचं ऑफिसचं काम निघालं की खोलीतली सगळी कामं माझ्याकडं. त्यानं पुस्तक वाचाय दिलं की त्यानं दिलेल्या वेळात ते मी वाचून पूर्ण करायचो. त्यानं हळूहळू माझ्या जगण्याचा मार्गच बदलला. पुस्तक कसं समजून घ्यायचं, हे तो मला रात्रभर जागून सांगायचा. एकदा तो महाभारताचे सगळे खंड घेऊन आला. म्हटलं, महाभारत लहानपणापासून ऐकत आलोय. पुन्हा वाचायचं काय? तर त्यानं एक खंड वाचून घेतला. म्हणाला, ऐकलेलं आणि वाचलेलं यातला फरक सांग. माझी बोबडीच वळली. सांगणार काय? काय तरी बडबडायच्या नादात होतो, तोवर त्यानं तो भाग समोर घेतला. आपणच सांगाय लागला. आपण चुकीचंच वाचलंय, असं अचानक मला वाटाय लागलं. तो काय तरी भलतंच सांगत होता. म्हटलं गड्या, पुन्हा वाचून बघतो. आणि मग मला वाचताना नवीनच काय काय दिसाय लागलं. त्यानं वाचायचं एक भिंगच माझ्या हातात दिलं.

घरातल्या लोकांनी माझ्या लग्नाची घाई सुरू केली. कोणकेरी म्हणाला, करून टाक. कधी तरी करायचंच आहे. तर वेळेत झालेलं बरं. तो मात्र आपल्या

लग्नाविषयी काहीच बोलायचा नाही. एक-दोनदा विचारून बघितलं. तर त्यानं एकदम उडवूनच लावलं. नंतर तो विषय त्याच्याजवळ काढला नाही. माझ्या लग्नात तो म्हणजे कारभारीच. लग्नानंतर वर्षभरात मी आजऱ्यात घर करायचं ठरवलं. तर त्यानं चांगलं तीन सोप्याचं मोठं घर बघून एकदम भांड्या-कुंड्यांसह सगळं शिस्तवार लावून दिलं. पण झालं असं, मी संसार थाटला आणि त्याचं माझं भेटणं एकदम कमी झालं. कधीतरीच असायचा खोलीत. तोही वाचत पडलेला. तेवढंच तुटक बोलणं झालं की त्याचे डोळे पुन्हा पुस्तकात. त्याच्या जवळची पुस्तकं मी मुद्दाम उचलून आणायचो. वाचून झाली तरी परत करायचो नाही. का? तर हा पुस्तकांसाठी तरी घरी येईल. तो फिरकायचाच नाही. पुन्हा मी न राहवून पुस्तकं घेऊन त्याच्या खोलीचा रस्ता धरायचो. मध्येच तो पुस्तक वाचण्याचं भिंग माझ्याकडून तपासून घ्यायचा. एकदा मी, वाचून काय फायदा? पैसे कमवायचं काय तरी सांग म्हटलं. तर जोरदार भडकला. पुढं महिनाभर बोललाच नाही. मी गेलो की हा पाठ फिरवून बसायचा. मग मी बसून बसून उठून यायचो. शेवटी कंटाळून लागला बोलायला. असं कैकदा झालं होतं.

बऱ्याचदा तो कुठं जातो, काय करतो हे सांगत नसला तरी इकडून तिकडून माहिती असायचीच. कोणकेऱ्याची बदली झाली. तुमच्या गावात आला. पण त्याची चक्कर व्हायचीच आजऱ्याला. कुंभारला भेटून माझ्या घरात चहा पिऊन जायचा. बेडीवचा धनगर मात्र त्याचा आमच्यापेक्षा जवळचा मित्र.

भिंगारकर बोलायचा थांबला. माझी दातखिळी बसली. भिंगारकरची एकदाच ओळख करून दिली होती. पण यातलं काहीसुद्धा बोलला नव्हता. म्हणजे याचा अशा बऱ्याच माणसांचा गोतावळा असणार. म्हटलं, भिंगारकर, त्यानं माझ्या नावानं तीन-चार डायऱ्या ठेवल्यात. काय करू? भिंगारकर काहीच बोलला नाही. चहा पिऊन रस्त्याला लागला. मनातच म्हटलं, हा उपयोगाचा माणूस.

शालबिद्र्या बुटाच्या लाथा घालतोय. मी जोरानं किंचाळतोय. शेजारीच उभा असलेला कोणकेऱ्या जोरजोरानं हसतोय. क्षणभर जरी डोळं मिटलं तरी पडणारं स्वप्न. गल्ल्यावर बसून डोळं मिटलं, घरात आडवं झालो. तरी स्वप्न तेच. शालबिद्री. काश्या नडदगल्लीचं म्हणणं, त्याची त्यानं ड्यूटी केली. काश्याचं म्हणणं बरोबर. तरीही शालबिद्र्याची कुंडली पाहिजेच म्हटल्यावर

काश्या दचकला. तेव्हाच माझ्या लक्षात आलं, काश्या नडदगल्ली आपलं काम करणार नाही. गुजर पोलिसाला गाठावं लागणार. गुजराची तेराशे उधारी होती. सहा महिने फिरकलाच नव्हता. गेण्याला त्याच्या घराकडं पाठवलं. गुजर ड्रेसवर हजर. ड्यूटीवरच होता. म्हणाला, पगार झाला की भागवतो. गुजरसाहेब, उधारीचं नंतर बघू. संध्याकाळी दुकान बंद करायला या. जेवाय जायचं. गुजर एकदम खुश. एकतर तो बऱ्यापैकी प्यालेला होता. दुसरं म्हणजे त्याला आज गिऱ्हाईक मिळालेलं नसावं. आठ वाजायला हजर. ड्यूटी संपली. घरात जाऊन कपडं बदलून आलो. म्हटलं शेठजीनं कधी नाही ते बोलवलंय, चुकाय नको. त्याचं तोच बडबडत होता. माझा गल्ला मोजून हिसाबकिताब चाललेला. गेण्या बाहेर लावलेला सगळा माल आत आणत होता. गुजरच्या हातात पन्नास कोंबले. या जाऊन गुत्त्यावर. तोवर आटपून घेतो. लगेच जाऊ जेवायला. गुजरचा चेहरा एकदम लाचार. कसबसं हसून लगेच दुकानाच्या पायऱ्या उतरला. दुकान बंद करायला म्हणजे पुन्हा दत्त. पगारही पुरायचा नाही त्याच्या दारूला. त्यामुळं दवाखान्यात त्यानं दोन वेळा ड्यूटी लावून घेऊन इमानेइतबारे सेवा केली होती. घरातली मंडळी आली की त्यांच्याकडून पाचपन्नास. माझ्याकडून पाच पन्नास.

शेटजी, त्या कोणकेच्यामुळं तुमाला भोगाय लागलं. आमी खात्यात आसून कायसुदा करता आलं न्हाई. साहेब भिकारचोट.

चला गुजरसायेब, असू द्या. चांगला रस्स्यावर ताव मारू. हॉटेल हुच्चहुग्गीत कोणकेरी आणि मी जिथं बसायचो, तो टेबल रिकामाच होता. टेकलो. मालक लगबगीनं सेवेला. म्हणाला, लेखकानं जेलच दाकीवला की. काय करता. नशीब आपलं.

नशीब कसलं दिपूशेट, आमचा सायेब हारामखोर. त्यानं डाव सादला. त्येला म्हाईती व्हतं ह्यात काय दम न्हाई. पर तुमी त्या पत्रकाराला चिंदलल्ला का न्हाई, त्येचा वजावाटा काढला त्यानं. आमच्यातल्या लई जनानी सांगून बघीतलं.

एवढ्यात ताटं आली. मालक गल्ल्यावर गेला. हळूच विषय काढला गुजरसायेब थोडी मदत पाहिजे.

थोडी कसली, काय वाट्टेल ते सांगा. चुटकीत करून टाकतो. त्याला बऱ्यापैकी चढली होती. तो ताटावर तुटून पडला होता.

शालबिद्र्याची कुंडली पाहिजे.

त्या झवण्याची कुंडली घीऊन काय करता?

ती कुंडली नव्हे गुजरसाहेब, तो मूळ कुठला. त्याचे पै-पावणे. बिऱ्हाडाचं गाव. मुलं-बाळं. बाहेरचं नाद. पैसा आडका. कोण पुढारी खासगल. कोण नातेवाईक कुठं. सगळं. तो संशयानं माझ्याकडं बघाय लागला.

गुजरसाहेब, असावी माहिती. आपला तो काय शत्रू नाही. त्याच्या ठिकाणी तुम्ही जरी ड्यूटीवर असता तरी त्येच केलं असतं. त्यानं त्याची ड्यूटी केली. आपला राग नाही. दिपूशेट, खात्याची दुष्मनी वाईट. तुमच्या डोक्यात त्याची गेम करायची आसंल तर काढून टाका. त्येला काय चुटकीत सपवाय ईल. पर ती वर्दीची भानगड वाईट. वर्दीच वाईट म्हणा की.

गुजरसाहेब, तसले भलते विचार माझ्या डोक्यात येत नाहीत. तसं करून मी का आयुष्यातून उठू? पण असावी कुंडली. उपयोगी पडते. जमलं तर बघा. नाही तर काय जबरदस्ती नाही.

दिपूशेठ, तुमचं काम करायचं नाही तर कुणाचं? झटक्यात सगळं काढतो. उद्या संध्याकाळी हातात. मग तुमची उधारी फिटली.

दिपूशेठ तसला हिशोब नको. उदारी भागीवणार. आनी हे कामबी करणार. मादरच्योत सायेब. लई पैसे खातंय रावऽऽ. दिवसाला पाचाची मिळकत हाय साल्याची. आमी शंभर मिळवलं तर नव्वद काढून घेतोऽऽ गुजर बरळाय लागला. जेवण आटोपून त्याचं फक्त कान देऊन ऐकत बसलो. शालबिद्र्या, सापडशील. शालबिद्र्याला ह्या केसमध्ये एवढा रस का? हे शोधताना बनवाडे भानगडी करतोय हे समजलं. बनवाडेला पहिल्यांदा यादीत घ्यावं लागणार. काश्या नडदगल्ली म्हणाला, सध्या आपल्या यादीत कोणीही नाही.

अरे पण तो बनवाड्या का फिनवाड्या मला आठवतच नाही. फक्त नाव आठवतं.

अरे, कोणकेरीच्या बायकोवर त्याचा डोळा आहे. ही गुप्त माहिती. च्या आयला, खाल्ल्या ताटात हागणारा.

बनवाड्या- शालबिद्र्या-कोणकेऱ्याची बायको. यांचं काही तरी करायलाच हवं. म्हणजे काय करायला हवं?

दुकानात बोंबाबोंब. ॲल्युमिनियम संपलेलं, स्टीलची ऑर्डर देऊनही

माल आला नव्हता. तांब्याचा भाव वाढला. मोडीची भांडी तशीच दुकानात पडून. असं कसं चालेल? मग गेण्याला सांगितलं, शेतकरी संघात जाऊन सगळी ऑर्डर देऊन ये. तर तो काचबारला. आपली आपणच दिली पाहिजे. शेतकरी संघात आता बोंबंच्या बाराखड्या. माल नाहीच. फक्त ऑर्डर, महिनाभर वाट बघा. बैलछाप भांडी बंद. च्या आयला, म्हणजे शेतकरी संघातला बैल गेला कुठं? नंतर कळलं, सगळी खाऊबाज कंपनी संघात घुसलीय. आता संघ शिल्लक राहात नाही. म्हणजे आता व्यापाऱ्यांची पाठ धरावी लागणार. नुसता चोरांचा बाजार. असलं काय काय चाललं असतानाच दुकानात कोणकेऱ्याचा मधला भाऊ आला. एकदम रापलेला. त्याला शालबिद्र्यानं बोलवून घेतलेला. भावजयीवरची तक्रार मागं घे असा तगादा. देशपांडे वकिलाला हे सांगितलं, तर तो म्हणाला तक्रार पाठीमागं घ्यायची नाही. शालबिद्र्याला यादीत घ्यायचा झाला तर कोणकेऱ्याचा पत्ता लावावाच लागणार. हे देशपांडेचं म्हणणं बरोबर, पण जिथं पोलिसांना पत्ता लागत नाही, तिथं आपण काय करणार? आणि पोटापाण्याचा धंदा सोडून हा उद्योग कोण करणार? डोकं चालत नव्हतं. शालबिद्र्या पाठ सोडत नव्हता.

कोणकेरी गल्ल्यावर बसलेला. गिऱ्हाइकांची झुंबड. तरी त्याचं माझं बोलणं सुरू. सगळा गोंगाट. बेट्या, मला कामाला लावून कुठं लपून बसला होतास?
लपतोय कुठं. गावातच होतो.
खोटं नको बोलू.
खोटं कशाला बोलू? त्या सिनेमावाल्यांनी पाठ घेतली. कुठं श्वासच घेऊ देईनात. वैतागून बसलो दडून. दुसरा इलाजच नव्हता.
लेको, तुझ्या बायकोनं पोलिसात माझ्या विरुद्धच तक्रार केलीय. पीआय शालबिद्र्यानं हाडं खिळखिळी केली.
पण तुला कळावं म्हणून डायऱ्या, फायली तुझ्या नावं ठेवून गेलो होतो. मला वाटलं तुला कळणार मी कुठं आहे ते. तर तू उघडून बघितलाच नाहीस त्याला मी काय करू. गिऱ्हाइकाच्या हातातून स्टीलचा पीप निसटला. मोठा आवाज. गप्पकन जाग आली. तर बायको स्वयंपाकघरात सोटा घेऊन मांजराच्या पाठी लागलेली. घीरणं दूध पिऊन गेलं, भांडी पालथी घातली सगळी. म्हणजे आपण स्वप्नात. बायकोला म्हटलं, कोणकेऱ्या स्वप्नात आला होता.

मडं बशीवलं त्येचं. मेलेलं माणूस सपनात येऊ ने. वाईट अस्तं.
अगं, तो जिवंताय.
म्हणं जिवंत हाय. हाडं मोडून घेतली तरी जिवंत हाय. इस्तू पडू दे त्या भिकनिश्यावर. झोपा. बायकोनं लाईट बंद केली कोणकेऱ्या असणार. त्याचं बाड वाचून पत्ता लागणार. उठायच्या नादात होतो. बायको खेकसली, झोपा गप्प. गडद अंधाराची वर्तुळं.

उठल्या उठल्या कोणकेरीचं बांधून ठेवलेलं बाड उचकटलं. बायको स्वयंपाकघरातनंच ओरडली, दुकानात गेल्यावर गेणूला पाठवा. त्या भिकनिश्याचं सगळं साहित्य पेटवून टाकणार. त्यो सपनात आला म्हणजे वाईटच. तिचा डोळा चुकवून बाड दुकानाच्या पिसवीत कोंबलं. दारापाठीमागं लपवलं. यात असणारच त्याचा पत्ता. सकाळी सकाळी दुकानात गिऱ्हाईक नव्हतं. हळूच बाड बाहेर काढलं. तीन डायऱ्या, दोन फायली. बाकी काहीच नाही. फायलीचं पान उघडलं.

उफराळ
पटकथा-संवाद-गीते-कल्लाप्पा कोणकेरी.
सामाजिक चित्रपट.
संस्करण-पुनर्लेखन- सातवे.

च्या आयला. कोणकेऱ्याला उफराळला घीऊन गेलो होतो. तेव्हा म्हणाला होता, हे भन्नाट प्रकरण आहे. उफराळात भन्नाट काय? तुला नाही कळायचं. उफराळ आमच्या गावातल्या शेवटच्या देवस्कीचं नाव. गावातल्या सगळ्या देवांच्या जत्रा-खेत्रा संपल्या की शेवटी उफराळ. भुतं-खेतं-अतृप्त देव-डाकिनी-मुंजा शांत करायचा कार्यक्रम. गावच्या वेशीवर बोकड कापायचा. तिथंच खाऊन टाकायचा. तिथलं पाणीसुद्धा गावात आणायचं नाही. उफराळ झाला की गाव निवांत. त्याच वेळी म्हणाला होता, ही कल्पना अफलातून. त्यातूनच त्यानं हे नाव सिनेमाला दिलं असावं. **उफराळ.**

डायरीतील पान

गाव, माझ्या लहानपणी मनात बसलेला. गाव माझ्या वाढण्याबरोबर वाढत नाही बदलत गेलेला. गाव वाढला नाही फक्त सुजला. सूज तर रोगाचं लक्षण.

गावातली अर्धी घरं सिमेंटकाँक्रीटची झाली. जवाहर योजनेतून गटारं झाली. गटारात गावचं सांडपाणी तुंबलं. नव्या-नव्या जातीचे डास आले. जवाहरलाल नेहरू. तुमच्या नावानं गावाचं गटार झालं. कुणी केलं गावाचं गटार? डासांनी? डास तर भलतेच माजोर. कोणत्याच फवाऱ्याला न बधणारे. डास निबर झालेत. रात्री-अपरात्री, संध्याकाळी-सकाळी हल्ला करतात माणसांवर. हैराण झालेत गावच्या पेशी. उरल्याच नाहीत गावात आता वेशी. वेशीवर नाहीत चिंचेची झाडं. हाडळ झुटिंग नाहीत बसत अंधारात चिंचेवर. भूतमाकडांच्या झुंडी पोखरताहेत गाव. उरली नाही आता घरावर खापरी. माणसं काय इथं पैशाला पासरी.

भिंगारकरच्या मदतीशिवाय हे जमेल असं वाटत नाही. एका डायरीत एक तर दुसऱ्या डायरीत दुसरंच. पत्रांचं बंडल. तर फायलीत सिनेमा. कोणकेऱ्या हे वाचू कसं? तुझ्या आयला. पण सोडणार नाही. शालबिद्र्या, तुझ्यासमोर कोणकेऱ्या आला, की तुझी कुंडली मांडलीच. भिंगारकरला शंभर निरोप दिले. एकच उत्तर, सवड मिळाली की आलोच. सवड मिळणार कधी? हा येणार कधी? त्यापेक्षा आपली वाट आपणच शोधायला हवी. जसं घडंल तसं घडंल. काही तरी दिसंलच की.

डायरीतील पान

गुढीपाडवा हा शब्द जरी कॅलेंडरमध्ये वाचला, तरी आत आत एकदम कालवाकालव होते. भीतीच्या भोवऱ्यात अडकतो जीव. वास्तविक, आज ह्या दिवसाला घाबरावं असं काहीच नाही. गावापासून मी खूप दूर आहे. वयाची पन्नाशी ओलांडलीय. तरीही हा दिवस आला की माझी घालमेल वाढते. कुठंच वाटत नाही सुरक्षित. आज तर चक्क मी डॉक्टरकडे जाऊन बी. पी. तपासून घेतली. डॉक्टर म्हणाले, घाबरण्याचं कारण नाही. पण आज जरा बीट्स वाढलेल्या आहेत.

गुढीपाडव्याला बहिणीने चिपटभर तांदूळ, चिपटभर डाळ, गुळाचा खडा, उदबत्त्या, एक नारळ वेगवेगळं फडक्यात बांधून सकाळी सकाळी घरातून बाहेर काढलं. बहुतेक आधीच्या रात्री, आईनं तिला सांगून ठेवलं असावं. त्यामुळं तिनं माझी पाटी कोळशानं घासून एकदम स्वच्छ करून

ठेवली होती. आम्ही शाळेत पोहोचलो तेव्हा मुलं पाटीपूजन करत होती. बहिणीनं शिधा आणि मला गुरुजींच्या हवाली केलं. ती माघारी फिरली. आम्ही शेतात राहात असल्यामुळे गावाचा फारसा संबंध यायचाच नाही. त्या सगळ्या मुलांच्या घोळक्यात मी एकटाच. कधीतरीच शाळेत यायचो. कोणाची ओळखही वाढलेली नव्हती. माझ्या पाटीवर गुरुजींनीच सरस्वती काढली. हळदी-कुंकू-फुलं शेजारच्या मुलांकडून घेतली. पाटीपूजनानंतर गुरुजींनी चिरमुरे, खोबरं भरपूर खायला दिलं. पाटीपूजन संपलं. माझी शाळा सुरू झाली.

आमच्या शेतातल्या घरांची वाडी. या वाडीतली माझ्यापेक्षा मोठी असणारी मुलं शाळेत होती. त्यांच्याबरोबर गुरुजींनी मला घराकडं पाठवलं. आमच्या घरापासून गावापर्यंत प्रचंड मोठा डोंगर. डोंगराच्या कडेकडेने पायवाट. तोच घरात यायचा रस्ता. अर्ध्या रस्त्यातच शिवराम माळ्यानं मला बातमी दिली. तो म्हणाला, कल्याऽऽ तुझ्या बापाला चुलत्यानं आणि आजोबानं मारलं. तेवढं ऐकल्या ऐकल्या मी पळत सुटलो. दप्तराची शुद्ध नव्हती. दारात आलो. तर सगळी माणसांची गर्दी. आई हळद-मीठ रबटा करून वडिलांच्या बरगडीला, पायाला लावत होती. बाकीचे लोक आपसांत काही बोलत होते. बहीण आणि मधला भाऊ रडत बसलेले. थोरल्याचा पत्ता नव्हता. तो नंतर मामाबरोबर आला. वडील मामाबरोबर तालुक्याला गेले. पोलिसात फिर्याद देण्यासाठी. ते तालुक्याला पोहोचले असतील किंवा नसतील, तोवर आमच्या दारात पोलीस. म्हाताऱ्यानं आधीच फिर्याद नोंद केली होती. पोलिसाला पैसे चारले होते. पोलीस दारात आला. आईला शिव्या घालाय लागला. मी घाबरून दाराच्या आडाला होतो. तो आईला पोलिसस्टेशनला चल, असं एकेरीवर काय काय म्हणत होता. आई महावस्ताद. त्याला बिलकूल दाद देत नव्हती. शेवटी कंटाळून पोलीस माघारी वळला. भाऊबंद आपापल्या दारातून आमची गंमत बघत होते. त्या दिवशी घरात केलेल्या पोळ्या कुणीच खाल्ल्या नाहीत. दारात उभी केलेली गुढी मला उतरावी लागली.

आमची शेती फार मोठी अशातला भाग नव्हता. जी होती त्यातला हिस्सा आजोबाला आम्हांला द्यायचा नव्हता. त्यामुळं पाडवा आला की वडील एक-दोन टपण्यात मुहूर्त करायला जायचे. म्हातारा आडवा यायचा.

मारामारी ठरलेली. त्यानंतरचा महिना पोलिसस्टेशन. पुन्हा मारामारी. पुन्हा पोलीस स्टेशन. हे सगळं पाडव्यापासून सुरू. पेरणीला बंद. भाऊ मोठे झाले. मी कॉलेजात चाललो, तेव्हा चित्र उलटं फिरलं. म्हातारा थकलेला. त्याचा धाकटा पोरगा यांगलेला. भाऊ वडिलांना मध्ये न घेता म्हाताऱ्याची हाडं सैल करायचे. पोलिसस्टेशन गाठायचे. पण घरातली भीती संपायची नाही. ती पहिल्या पेऱ्यापर्यंत वाढतच जायची. गावातील पंचमंडळी मध्यस्तीचे प्रयत्न करत असत. पण दत्तू देशपांडे सतत म्हाताऱ्याच्या बाजूने बोलत राहायचा. जमत आलेली बैठक आई विस्कटून टाकायची. दत्तू देशपांडेला ती कळलाव्या बामन म्हणायची. अगदी त्याच्यासमोर. त्यामुळं पाडवा आणि मारामारी यांची एक सांगड काळजात रुतून बसली. ती अद्याप खरडून काढणं मला जमलेलं नाही.

माझ्या रेकॉर्डरूमच्या शेजारची खोली पीआयची. त्याच्या शेजारची खोली ठाणे अंमलदार आणि वायरलेस. लागूनच कस्टडी. पोलिसांची रेकॉर्ड रूम. ठाणे अंमलदारच्या समोरची खुर्ची ओढून घेऊन बैठक मारली. त्याच्या समोरची डायरी समोर ओढली. आजच्या तारखेला तेरा नव्यानोंदी. त्याला सहज विचारलं. तर त्याच्या मतानुसार या सगळ्या शेतीच्या वादाच्या. त्याला यात काहीच नवीन नव्हतं. उलट आज कमाई चांगली सुरू झाली. साडेतीन मुहुर्तांपैकी एक मुहूर्त. वर्षभर ददात नाही.

डायरीतील पान

संध्याकाळी रेकॉर्डरूमच्या बाहेर पडत होतो. एवढ्यात मोबाईल वाजला. घराकडून फोन. उचलला नाही. घराकडील नंबर. काळजात धस्स. हे थांबेल? किती तरी दिवसांपासून प्रयत्न करत आहे. नाही जमत. घराकडून फोन किंवा निरोप आला, की काही तरी गंभीर प्रकरण असणार. असा मनावर खोल झालेला परिणाम. यातून सुटका होत नाही. धास्ती पोखरते. काय झालं असंल? त्यापेक्षा फोन उचलला असता तर फटकन निकाल लागला असता. आम्ही चार भावंडं. सर्वांत मोठी बहीण. माझा नंबर शेवटचा. थोरला, मधला शिकले नाहीत. माझं नशीब बलवत्तर. शाळेत पाय टाकला. पास होत गेलो. आम्हा भावंडांच्या चेहऱ्यावर भीतीची भुयारं. सतत भीती. एकमेकांबरोबर बोलायची भीती. एकमेकांविषयी सतत काळजी.

काळजी आणि भीतीचं विचित्र रसायन. वय वाढल्यावर एक कठोर कोरडेपण वाढेल अशी अपेक्षा होती. नाही घडलं ते. उलट सशासारखं फडफडणं. ही फडफड जीवघेणी.

चहाच्या गाड्याजवळ गेलो. चहा पिण्याची इच्छा नव्हती. गर्दीत गेल्यानंतर थोडी धडधड थांबते. वाघरे दिवाणजी गडबडीनं जवळ आला. त्याच्यासाठी चहा सांगितला. त्याला गडबड होती. दोन घोटांत चहा संपवून त्यानं पैसे दिले. सहसा असं घडत नाही. त्याच्या आदेशानुसार रेकॉर्डमध्ये आलो. त्याला छपन्न सालचे वहिवाट दावे आणि निकाल हवे होते. सगळ्या गाठोड्यांतून एक गाठोडं सोडायचं. खूप आठवणींतून एक आठवण उचकटायची. तसा एकेका गाठोड्यावरून हात फिरत शेवटी एका गाठोड्यावर स्थिरावला. वाघरे दिवाणजीला वहिवाट निकालाचा गठ्ठा समोर ठेवला. सगळे टेनन्सीसमोर चाललेले दावे. एक-फूट, दोन-फूट, एक कासरा-दोन कासरे. चतुःसीमा, साक्षीदार, वहिवाटदार, फिर्यादी. वाघरे अधाशासारखा कागद पालथी घालत होता. त्याला खूपच घाई झालेली. म्हणजे याला बोकड सापडलेला असावा. बोकड सापडला की पाच हजार रुपये. बकरं सापडलं की हजार, दोन हजार. करडू सापडलं की पाचशे, हजार. कोंबडं सापडलं की शंभर. चिलाट सापडलं की पन्नास. आपल्याला ठेवून बाकीचं वाटायचं. करडू ते बोकड वाटं घालायचं. ज्याच्या-त्याच्या वजनानुसार, ज्याच्या त्याचा वाटा. तक्रारीला जागा नाही. अत्यंत पारदर्शी व्यवहार.

वाघरे दिवाणजीला बोकडाची माहिती विचारली. कडगावचा पाटील. छपन्न साली वहिवाटीचा दावा निकालात लागला. पण कब्जा घ्यायचा राहिला. त्यामुळं वहिवाट कायम राहिली. आता मोजणी झाली. तर अतिक्रमण. पुन्हा नव्यानं वहिवाट दावा. त्याला आधार जुन्या वहिवाट दाव्याचा. म्हणजे केस भक्कम. एक-दोन तारखांतच निकाल. सगळा व्यवहार दहा हजारांत ठरलेला. वाघरेला प्रचंड उत्साह. तो दावा नक्कल करून निघाला.

आम्ही एकदम कच्ची-बच्ची. म्हणजे थोरल्याचं वय तेव्हा बारातेरा वर्षं. मला किंचित कळत होतं. मामलेदार ऑफिसचा बेलिफ नोटीस घेऊन आला. दस्तुरखुद्द आजोबा दत्तबा कोणकेरीनं दावा दाखल केलेला. सरकारी ऑफिसातल्या माणसाची एकदम भीती. बेलिफाकडची नोटीस आईनं घेतली.

ती कागद हातात घेतल्यावर डोंगर कोसळल्यासारखी गांगरली. वाचणारं कोणी नाही घरात. वडील रात्री घरात आले. त्यांना आधीच कोणीतरी सांगितलेलं. त्यांनी नोटिशीचा अर्थ सांगितला. सगळे चेहरे आपोआप ताणले. वकील द्यायचा. वडिलांनी घरातलं आठ पायली हरभरं विकलं. नंतर दर तारखेला घरातलं काही-काही विकलं जात होतं. दावा उलटा गेला. सरळ तीन हिस्से करण्याचा कोर्टानं निर्णय दिला. घरात स्मशानशांतता. कोणी कुणाशी बोललं नाही. वाघरे दिवाणजी माझा वाटा घेऊन आला. शंभरच्या पाच नोटा. त्या हातात घेतल्या. मनात आठ पायली हरभऱ्याची किंमत. नोटा परत द्याव्यात की खिशात घालाव्यात याचा निर्णयच मनात होत नव्हता. पूर्ण दिवस वाघरेने खड्ड्यात घालवला. त्याच्या नोटा त्याच्या तोंडावर फेकल्या. एकदम मोकळं.

नोंद

आज सकाळी बाजारात नवा साक्षात्कार झाला. म्हणजे पूर्वी फक्त मनात यायचं. आज नीट कळलं. सकाळी सकाळी शेतकऱ्यांची भाजी येते. ती स्वस्त असते. ही आमच्या सौभाग्यवतींची शेजाऱ्या-पाजाऱ्यांकडून जमवलेली माहिती. त्यामुळे तिचं सतत चाललेलं असायचं-लवकर उठा, भाजी आणा. ते शक्य होत नव्हतं. पण सकाळी उठलोच आहे तर जाऊ बाजारात, असं ठरवून पिसवी हातात घेतली.

बाजारात पोहचलो तर बऱ्यापैकी गर्दी. शेजार-पाजारच्या गावांतून शेतकरी आलेले. सगळ्या बाजारातून फेरफटका मारला. खरोखरच ताजी भाजी. मेथीच्या लसलुशीत पेंढ्या बघून वाकलो. म्हातारी शेतकऱ्याची बाई. समोरच्या गिऱ्हाइकाला सांगत होती, खाणाऱ्यानं दोन पैसे कमी दिलं तर काय बिघडत न्हाई. घेऊन जावा, पाचला पाच पेंढ्या. गिऱ्हाईक सहा पेंढ्यांसाठी हुज्जत घालत होतं. मीही त्याच्या सुरात सूर मिसळला. तर म्हातारी एकदम अंगावर आली. बागवानानं पाचाला तीन दिल्या की गुमान घीऊन जाशीला. शेतकऱ्यानं पाच दिल्यावर वर एक मागणार. ह्यो न्याय बरा हायकी. ऱ्हावू दे बाबा, माजी भाजी इकायची न्हाई. माझ्या कानशिलात खाड्कन कोणीतरी लगावल्याचा भास झाला. झर्रकन पाठीमागं वळलो. मेंदूला एकदम झिणझिण्या.

आजी शुक्रवार आणि रविवार बाजाराला जायची. आम्ही वेगळे झालो. शेतात माळवं आलं की बाजारला जायची जबाबदारी माझ्यावर आणि बहिणीवर. बुट्ट्या बाजारात उतरल्या की बहीण बाजारात फिरून दर बघून यायची. तोवर बुट्ट्यांची रखवाली माझ्याकडं. ती आली की बुट्टीवरचं किलतान बाजूला व्हायचं. गिऱ्हाईक उगाचच हुज्जत घालायचं. माझं डोकं सणकून जायचं. पांढऱ्या पोशाखातल्या हुज्जत घालणाऱ्याच्या नरड्याचा घोट घ्यावा, असा राग यायचा. आमच्या मालाला काही किंमत नाही. यांच्या पैशाला तेवढी किंमत. रक्त गरम व्हायचं. बहीण समजवायची. भजी खायला देण्याचा वायदा करायची. त्या वेळी पांढऱ्या कपड्यांतल्या माणसांचा भयंकर राग यायचा.

आता पांढरे कपडे माझ्या अंगावर आले. महिन्याला पगार. पाचाची नोट किस झाड की पत्ती. हॉटेलात चहाला गेलो की पन्नासचा चुराडा. तरीही पाचाची भाजी घेताना मी एक पेंढी जास्त का मागण्याचा प्रयत्न केला? जी जागा माझी होती ती बदलली. जागा बदलली की मानसिकता बदलते, ही कोणाची देणगी? हे आपोआप झालं की कोठून पाझरत आलं? नेमकं काय झालं?

मला भाजी घेण्याची हिम्मतच झाली नाही. रिकाम्या हातानं घरात आलो. बायकोला सांगितलं, भाजीच आली नव्हती. तिच्याशी खोटं बोलताना चेहरा धास्तावला होता. पण डोक्यातला प्रश्न कायम. आपल्यात नेमकं असं काय घडलं? संवेदनस्थित्यंतरातून आपण जात आहोत? होय म्हणायला मन धजत नाही, आणि नाही म्हणायला सबळ पुरावा नाही. हा तिढा सोडवायचा कसा?

डायरीतील पान

सकाळी सकाळी सरवड्यातून मामाचा फोन आला. मामाचा फोन आला की माझं धाबं दणाणतं. तहसील कार्यालयात काय कमाई असते हे मामांना चांगलं माहीत आहे. ते पी.डब्ल्यू.डी.त कारकून होते. त्यांना तर जास्त खाचाखोचा माहीत. त्यांचा समज मी दाबजोर पैसा गोळा करून गठलं करतोय. ही त्यांची धारणा. अशी अपेक्षा बाळगण्यात त्यांची चूक काहीच नाही. त्यांच्या म्हणण्यानुसार, मिळवण्याचं वय वाया घालवू नये. ते

मला जमलेलं नाही. आज त्यांनी नवीन लचांड माझ्या पाठीमागं लावलं. बसर्गीच्या मावशीचा मुलगा बारावी पास. त्याला दूध संघात नोकरी लावायचीय. पन्नास हजार भरायचे ठरलेत. त्यातले पंचवीस हजार मी भरावेत. फोन आल्या आल्या मला दरदरून घाम फुटला. पंचवीस हजार. तेही आठ दिवसांत. कोठून आणायचे पैसे? हे मामांना विचारायची सोय नव्हती.

मामांना काहीच विचारण्याचं धैर्य माझ्यात नाही. त्यांच्या वळचणीला माझं बालपण गेलं. झालं असं की, म्हातारा आणि वडील यांच्यात सतत मारामाऱ्या. त्यामुळे वडिलांनी थोरल्याची आणि मधल्याची शाळा बंद करून टाकली. म्हाताऱ्याला नमवायचं असंल तर एवढाच पर्याय त्यांच्या समोर होता. दत्तू देशपांड्या म्हाताऱ्याच्या बाजूला. दत्त्याचे तालुक्यात वजन. त्यामुळं किरकोळ भांडण झालं तरी, पोलिसठाण्यात येरझाऱ्या घालायला लागायच्या. या सगळ्याला वडील भयंकर वैतागले होते. पोरं लवकर हाताखाली यावीत असं वाटणं स्वाभाविक. घडलंही तसंच. थोरला थोडं समजाय लागल्यानंतर कुऱ्हाड घेऊन फिरायला लागला. म्हाताऱ्यानं धाकट्या लेकाला एकदा त्याच्या अंगावर सोडून अंदाज घेतला. थोरला झाडं बेनत होता. चुलता झाडाखाली आला. झाडं कुणाची बेनतोस रंऽऽ?, असं मस्तीत म्हणाला. थोरल्यानं चक्क झाडावरून कुऱ्हाडीसह त्याच्या अंगावर उडी टाकली. चुलत्याचा खांदाच निकामी झाला. याचा दत्तू देशपांडेला भयंकर राग आला. त्यानं हजार उचापती करून थोरल्याला आठ दिवस आत टाकलं. पोलिसांनी त्याला काळंनिळं करून सोडलं. तो बाहेर आला. आजोळच्या आजोबांनी त्याला खूप समजावून सांगितलं. त्याच्यावर काहीच परिणाम झाला नाही. पोलिसठाण्यातून आल्यापासून त्याची वाचा बंद. तो कोणाशीच बोलायचा नाही. एकदम घुम्म. प्रचंड राबायचा. दणकून खायचा. आईला त्याची भीती वाटाय लागली. तिनं आजोळी निरोप धाडला. सगळ्यांनी त्याला पुन्हा उपदेशाचे डोस पाजले. बदल काहीच नाही. त्याचं फिरणं, वागणं न् बोलणं सर्वांनाच त्रासदायक झालेलं. म्हाताऱ्यानं त्याचा धसका घेतलेला. चुलता तो दिसला की पळत सुटत असे. हा मात्र एकदम तुंबून.

तो दिवस रविवारचा. भर दुपारी भावकीतले तिघे-चौघे पळत आले. घाबरे-घुबरे. एकदम गांगारलेले. त्यांतल्या कुणालाच धड बोलता येत नव्हतं.

आई त्यांचा अवतार बघूनच गर्भगळीत. मधल्यानं काय ओळखायचं ते ओळखलं. त्यानं आईला सांगितलं, घाबरू नको. तर ते भावकीवाले त्याच्याकडंच विचित्र नजरेनं बघू लागले. त्यातला एकटा धीर करून म्हणाला, तुमच्या थोरल्यानं दत्तू देशपांडेचं नाक कापलं. आईला कळलं नाही. ती म्हणाली, म्हणजे काय केलं? तर भावकीतला म्हणाला, वयनी, खरोखर नाक कापलं आणि हातात घेऊन पळाला. देशपांड्याला सरकारी दवाखान्यात ॲडमिट केलाय. मग मात्र आई घाबरली. तिची बोबडी वळली. तरीही धीरानं सगळं विचारून घेऊ लागली. दत्तू देशपांडे बाजारला जाण्यासाठी तिट्ट्यावर आला. एस.टी.ला थांबला. थोरल्याला त्यानं बघितलं नव्हतं. थोरल्यानं बेसावध क्षणी त्याचं मुंडकं काखेत आवळलं आणि कळायच्या आत विळ्यानं त्याचं नाक कापून हातात घेतलं. देशपांड्या चिरल्या कोंबड्यासारखा तडफडाय लागला. हा काही न बोलता नाक हातात घेऊन पळत सुटला. हे ऐकताना मला एकदम गम्मत वाटली. मात्र आईचा बदललेला चेहरा पाहून एकदम गंभीर झालो. मग मला भीती वाटाय लागली. तास-दोन तासांत आजोळचे आजोबा आले. त्यानंतर तासाभराने पोलीस आले. त्यांनी घराची झडती घेतली. आजोबांना जोरदार दम भरून गेले. आजोबा घाबरण्यातले नव्हते. त्यांनी धीरगंभीरपणे परिस्थिती हाताळली. थोरल्याला वकिलाच्या सल्ल्यानं पंधरा दिवसांनंतर पोलिसांत हजर केलं. दत्तू देशपांडे तालुक्यात ऊठ-बस असणारा माणूस. पण धास्तावलाच गडी. त्या प्रकरणात थोरल्याला तीन महिने जेल झाली. आई भयंकर रडली. परिणाम असा झाला की, तिनं मला आजोळी नेऊन टाकलं. माझी शाळा आजोळात सुरू झाली. त्या वेळी आजोळची परिस्थिती बरी होती. मामा पी.डब्लू.डीत असल्यामुळं घरात पैशाला वानवा नव्हती. घरात माझ्याशिवाय दुसरं कोणीच लहान नसल्यामुळं प्रत्येकाची माझ्यावर चांगलीच नजर होती.

मामाच्या घरातच वाढल्यामुळे मामा म्हणतील त्या कोणत्याच गोष्टीला नकार द्यायचा नाही, असं ठरवून वागायचा प्रयत्न करू लागलो. तर आता त्याचाच त्रास सोसण्यापलीकडे चाललाय. मामाचं गृहीत धरणं चूक नाही. पण मला तसं वागता येत नाही. असल्या भलत्याच त्रांगड्यात मी अडकून पडलोय. सांगवतही नाही आणि सोसवतही नाही.

डायरीतील पान

आईसमोर गेल्या गेल्या डोळे भरले. बहुतेक हे तिला जाणवलं असावं. ती काहीच बोलली नाही. कसा हाईस?, एवढंच म्हणाली. पांढरी फटफटीत पडलेली. डॉक्टरनी तिला फळं खायला पाहिजेत म्हणून सांगितलंय. फळं तालुक्यातून आणाय लागणार. त्याशिवाय कुठं मिळणार? तीही सफरचंद आणि मोसंबी. म्हणजे मुलकाची महाग. मधल्याला म्हटलं, रोज कोण तरी जातंय तालुक्याला. थोडी थोडी आणून घ्यायची. तो म्हणाला, त्याला पैसं लागत्यात. तोंडानं इत न्हाईत फळं. जीव चराकला. फार वेळ घरात बसवेना. शेतात तरी चक्कर टाकावी म्हणून बाहेर पडलो. सगळ्या शिवारात बोडकं ऊन. बांबरातून चालत जळकीच्या वड्याला. जळकीच्या वड्याकाठची झाडंच गायब झालेली. किती झाडं होती वड्याच्या काठानं. ह्या वड्याच्या काठाला पाऊस पडला की खेकडी धरायला पोतं घेऊनच यायचो. हाळाच्या डोहात पाण्याचा थेंब नाही. एकदम कसंसंच झालं. कधीच पाणी न आटणारा डोह एकदम कोरडा. ह्या डोहानं खूप काळ सांभाळलं मला. रानातून घराकडं परतताना एकदम भकास वाटाय लागलं. वाटेत डवंग दिन्या भेटला. माझ्या वर्गातला. पार म्हातारा झालेला. म्हणाला, कसं काय शिवार दिसलं गाऽऽ? त्याचा प्रश्न बरोबरच होता. नोकरी लागली नि शिवार सुटलं. पण दिन्याला असा खंगलेला बघताना मला गलबलून आलं. तो सांगत होता, पोरांचा काय तांगा काय लागला नाही. एक बारावी शिकून घरात. एक दहावी शिकून घरात. पुढं शिकायलाच तयार नाहीत. खूपच मोठी झाली दिन्याची पोरं. पण आता पोरंच ओझं झालेत त्याला. एकटा राबणार. पाच जण खाणार. कसं भागवायचं? घरात आलो. वयनीनं ताट वाढलेलं. आईसमोरच जेवायला बसलो. ती टुकुटुकु माझ्याकडं बघत होती. थोरला परड्यांगाच्या सोप्याला. मधला आडवा झालेला. आई म्हणाली, संगीताचं लगीन औंदा आटपाय पायजे. म्हटलं, शिकू दे की. कॉलेज एवढं होऊ दे, मग बघूया. एवढंच ऐकून थोरला पाठीमागून पुढं आला. म्हणाला, तुजं सगळं ऐकून जमत न्हाई गा. औंदा करायचंच. वयनीनं माझी बाजू घेतली. थोरला थोडा नरमला. मधल्यानं भाषाच केली नाही. मधली वयनी घरात दिसतच नव्हती. विचारलं, तर मधला उठून बसला. म्हणाला, तिला येगळं पायजे. देतोस? एकदम काळजात धस्स झालं. घराच्या वाटण्या? कधी विचारच आला नव्हता मनात. आईचं सुरू,

कशाचं काय नि म्हशीचं पाय. येगळं घीऊन सगळं खाती. थोरल्यानं आईला थांबवलं. थोरला अजून माझी काळजीच करतो. याला काही समजू नये. याला त्रास होऊ नये, म्हणूनच आईला थांबवलं त्यानं. मधल्यानं मात्र साफ सांगून टाकलं, येगळ्या फिगळ्यात ती रुतली तर तिला उंबऱ्याच्या आत घ्यायची न्हाई. थोरली काहीच बोलत नव्हती. राबून राबून करपलेली. थोरली एकदम धीरगंभीर झाली होती.

घरातून बाहेर पडलो. डोकं ठिकाणावर यायला तयार नव्हतं. सगळ्या भावकीची नजर आमच्या घरावर. ते कधी फुटतंय याचीच वाट सगळे जण बघत बसलेले. थोरल्यानं कशाचीच तमा न बाळगता घरासाठी आयुष्य पणाला लावलेलं. सगळ्यात जास्त त्यानं सोसलं. सगळ्या संकटांतही तो धीरानं खंबीर राहिला. अजूनही त्यांच्या वाट्याला तेच. राबायचं. घर चालवायचं. मला नोकरी लागली तेव्हा सगळ्यांनाच वाटलं, आता सगळं बदलणार, घरात चार पैसे येणार. पण तसं झालंच नाही. म्हणजे सगळं विचित्रच झालं. ठरवलं होतं सगळंच. थोरल्याला काहीच कमी पडू द्यायचं नाही. शेतात विहीर मारायची. पाईपलाईन करायची. मोठ्ठं घर बांधायचं. पण झालं काहीच नाही. थोरल्यानं तळहातावरच्या फोडासारखं जपलं. ऐपत नसताना काय-काय केलं. आपणच निघालो उफराटे. कशाचीच ठेवली नाही जाण. कशासाठी आपण शिकलो हेच नाही राहिलं ध्यानात. सगळा गाढवीचा कारभार.

डोकं पुरतं भणाणून गेलेलं. उप्पेनबेटगिरीत कधी पोहचलो कळलंच नाही. घरात पाय ठेवला. भयंकर वैताग. मनच नव्हतं लागत कशात.

नोंद

चित्रपटाची आपली समज किती? चित्रपट आपण किती पाहिले? किती आवडले? कसा बनवतात चित्रपट? कॅमेरा आणि दिग्दर्शक वजा केले तर चित्रपटात काही उरतं का? बाबुराव पेंटर आपल्या गावाजवळचे. आपण त्यांचे कोणते संदर्भ मिळवले? दादासाहेब फाळके कोण होते? स्मिता पाटील आपल्याला आवडते, म्हणजे नक्की काय? संत तुकाराम आपण अनेक वेळा पाहिला. का? मराठी सिनेमा आपल्याला किती कळला? एखादं तरी चित्रीकरण बघण्याचा प्रयत्न

केला का? सिनेमा हा काय व्यवहार असतो? अमिताभ आपल्याला आवडतो, लोकांना आवडतो. यात फरक काय?

असे किती तरी प्रश्न. उत्तराचा प्रयत्न करायला हवा, असा विचार करून सार्वजनिक वाचनालय गाठलं. नेहमीच्या पुस्तकांची मागणी न करता नवंच काही मागितल्यामुळे ग्रंथपाल चक्रावला. सिनेमावरचं पुस्तक? त्यांनी एकदम भुवया उंचावल्या. थोड्या वेळानं मलाच शोधाय सांगितलं. सगळी कपाटं पालथी घातली. एकही पुस्तक हातात पडलं नाही. वाचनालयातून बाहेर पडलो. अशा आडगावात सिनेमाविषयीचं पुस्तक कोण कशाला खरेदी करेल? अशी मनाची समजूत घातली. दिवस फक्त सिनेमाच्या प्रश्नात.

डायरीतील पान

खर्च हातापलीकडं गेला. घरात नको त्या वस्तू येत चाललेत. गरज नसताना असं म्हणायचं नाही. शेजारच्या घरात आलं, ते आमच्याही घराचं दार ठोठावतं. गेल्या महिन्यापासून तगादा सुरू आहे, डायनिंग टेबल हवा. शेजाऱ्यांनी किती स्वस्तात करून घेतला. आपण करून घ्यायचा राहू द्या, तयार विकत आणू. घरात एक नवी अडगळ. खुर्चीत बसून जेवणार कोण? आले पाहुणे-पै तर जेवतील की. पाहुणे येतातच कुठं आपल्या घरात. या गावात आल्यापासून कोण पाहुणा आला हे आठवतही नाही. गोतावळ्यातल्या कुणाशीच आपण जोडून राहिलो नाही. का झालं असंल असं? या घरात यावं, असं कुणालाच का वाटत नसंल? आपणच आपल्या भोवती कडेकोट भिंत केली. ही भिंत आपण बांधली की आपोआपच उभी राहिली? बांधली म्हणावं, तर मला तर सगळेच हवे होते. मामा-माम्या, काका-मावशा. आजी-आत्या, दूरची मावस, चुलत आत्या, बहीण, मावशी साऱ्यांशीच बांधून गेलो होतो. आजोळात वाढताना इतर काका लोक फारच ढाफरून असायचे. मावशा मात्र चिक्कार माया करायच्या. थोरली मावशी अजून भेटली की नखशिखान्त न्याहाळते. कडकडून माया करत बोटं मोडते. आता पुरती भुईला डसलीय. नीट चालता पण येत नाही. तिला यायचं होतं माझं घर बघायला. आईला तसं म्हणाली पण होती. राहिलं. आता ते घडंल असं नाही वाटतं. थोरल्या मावशीला भेटायला हवं. पाच वर्षांत आपण भेटलोच नाही.

काका वारला, ही बातमी आठवड्यानं कळली. गोतावळ्यातलं कोण वारलं तरी लोक मला कळवायची तसदी घेत नाहीत. किती किती लांबच्या नातेवाइकांना कळवतात. निदान राखेला, नाहीतर बाराव्याला येऊन जावं माणसानं, म्हणून इकडून तिकडून निरोप. असा निरोपच माझ्यापर्यंत पोहचत नाही. ह्याला काय म्हणायचं? मावशीला पंधरा दिवसानं भेटाय गेलो. ती खोपटात एकटीच पांढऱ्या फटफटीत कपाळानं बसलेली. फारसं बोलली नाही. आक्रसली. मी लवकर निघून जावं, असं तिचे डोळे सांगत होते. डोळ्यात घृणा किंवा तिरस्कार होता, असं नाही. पण माझं असणं तिला जड झालेलं. ती फक्त वळवळत राहिली. खोपटातला तिचा संसार. सगळ्या मावशींच्यामध्ये थोरल्या मावशीचं घर खातंपितं. उसाचं रान असणारी ती एकटीच. काका हौसेनं बैलजोडी पाळायचा. सगळ्या पै-पाहुण्यांचं औतकाम करायचा. आमच्या शेतात आला की, भावकीला सांगायचा, ह्येंचा कसला संसार गाऽऽ नाचारी. आई एकदम भडकायची. पुढच्या वर्षी शेतात पाय टाकू नको म्हणायची. पुन्हा पुढच्या वर्षी असंच. मधल्या मावशीचं फारसं येणंजाणं असायचं नाही. क्वचित दिसायची. धाकल्या दोघींचा भयंकर जीव. डोळ्याआड झालो तरी घर डोक्यावर घ्यायच्या. यातल्या एकाही मावशीला इकडं यावं असं वाटत नाही. कामाच्या रगाड्यात म्हणावं, तर गावाकडं येतात. आईला भेटतात. पूर्वीसारखंच. फक्त बदललंय वागणं माझ्याशी. त्यांनी बदललं की मीच तुटत गेलो त्यांच्यापासून. तुटलेपणाची चिरेबंद भिंत. ओलांडता येत नाही. सहन होत नाही. भिंतीच्या आत तडफड जीवघेणी. या कोरड्या तडफडीला तरी कसला अर्थ. ओलच हरवली जगण्यातील. सगळी सुनसान कोरडेपणाची सन्नाट वाट. चालता चालता थकणार हे निश्चित. हे सगळं कोरडेपण आतून उखडून टाकतंय. म्हणून तर निर्जीव चकचकीत वस्तू येत नसतील घरात?

दृश्य

कॅमेरा दोन-तीनशे उंबऱ्यांच्या गावावरून फिरतो आहे. गावाच्या काही अंतरावरून राज्यमार्ग. डांबरी रस्ता. गाव हळूहळू रस्त्याकडे सरकले आहे. रस्त्याच्या दोन्ही बाजूला नवीन घरे झालेली आहेत. राज्यमार्गाला मोठा फाटा फुटून रस्ता गावात घुसतो. या रस्त्याच्या सुरुवातीला मोठे डिजिटल बोर्ड. त्यावर राजकीय नेत्यांचे फोटो. सोबत गावातल्या चिल्लर पुढाऱ्यांचे चेहरे.

या बोर्डाच्या आसपास दोन पानाचे खोके, एक चहाची टपरी, एक केशकर्तनालय, एक भांड्यांचे दुकान. पुढे रस्त्याच्या दोन्ही बाजूला घरे. थोडे चालल्यावर लक्ष्मी सेवा सोसायटीचा बोर्ड. आर.सी.सी. इमारत. या इमारतीला लागून आमदार फंडातील सांस्कृतिक हॉल. त्याच्यावरचे पत्रे उडालेले. या हॉलच्या पाठीमागं बारीक टेकडीवर मराठी शाळेची लांबलचक इमारत. या इमारतीचे कंपाऊंड ओलांडले की मोठं तळे. सांस्कृतिक हॉलशेजारी एक रस्ता. पुन्हा पानाचा खोका. खोक्याला लागून वडारवाडी. वडारवाडीच्या बरोबर समोर हरिजन वाडा. हा आता गावाच्या मध्यभागी आलेला आहे. हरिजनवाड्याच्या भोवती गायरानात ब्लॉक पडलेले. भरपूर घरे झालेली. वडरवाडी संपली की मोकळी जागा. समोर ग्रामपंचायत इमारत. हनुमान डेरीची इमारत. लागून लक्ष्मीचे देवालय, तेथून पुढं मुख्य रस्त्याला उपरस्ते फुटायला लागतात. या गावच्या गल्ल्या. मध्यभागी तात्या पाटलाचा वाडा. तेथून घसारत सुरू होते. विठ्ठलाचे देऊळ. निळपणकर गल्लीत हरी निळपणकरचे मोठे घर. दानवाडे गल्लीला जिवबा दानवाडेचा बंगला. नरसाळे गल्लीला आबा नरसाळेचा वाडा. लाकडी गल्लीला दगडू पाटलाचे घर. त्याच गल्लीला आडव्याप्पा शिणगारे नायकाचे छोटे घर. गल्ल्या बकाल. कोरडवाहू शेतकऱ्यांचे गाव. गाव संपले की गावंदर. नंतर सगळी शेती. गावाच्या चारी बाजूला कोरडवाहू शेती. काही ऐपतदार लोकांनी विहिरीवर उसाचे मळे केलेले. पण ते क्वचित. बाकी सगळी बोडकी शेते. मध्येमध्ये आंबा, कडुलिंब, बाभळ, चिंच असली झाडे. सगळ्या शिवारातून कॅमेरा फिरत फिरत पुन्हा चावडीजवळ येऊन स्थिरावतो.

चावडीजवळ एक स्कॉरपिओ येऊन थांबलेली. पाच-पन्नास माणसांचा घोळका. तालुक्याचे आमदार घोळक्याच्या मध्यभागी. डेरीच्या इमारतीसमोर रस्त्याच्या दुसऱ्या बाजूला मोठ्या आर.सी.सी. इमारतीवर स्पीकर सुरू आहे. या इमारतीत नव्याने **ब्युटी पार्लर** सुरू होते आहे. त्याच्या उद्घाटनासाठी आमदार आलेले आहेत. स्पीकरमुळे कोणाचा आवाज कोणास ऐकू येत नाही. चावडीसमोरून आडव्याप्पा शिणगारे हा शेतकरी पाणंदीने शेताकडे निघालेला आहे. पाणंदीच्या कडेला काही घरे. एका घराच्या कट्ट्यावर बसलेला एक म्हातारा. अंदाजे वय सत्तर-ऐंशी. आडव्याप्पाला थांबवतो. विचारतो,

चाललास कुठं म्हणायचं गाऽऽ?

आडव्याप्पा, तात्याऽऽ कुठं काय? मुहूर्त कराय नको, पाडवा आज. गुढी पुजली. निघालो शेताकडं.

म्हातारा, म्हण्जे एक तरी कुळवाडी हाय म्हणायचा गावात.

आडव्याप्पा, असं कसं तात्या? सगळं गावच कुळवाड्याचं हाय.

म्हातारा, व्हतं बाबा. आता न्हाई. ह्ये बघ समोर *त्या स्पीकरकडं बोट करत* बायकांची केसं कापायचं दुकान निघालंय गावात. आज पाडवा. कुदळ मारावी, औत जुपावं, तरवा जाळावा. काय, बायकांची केसं कापायचं दुकान काढावं? कली बदालली.

आडव्याप्पा, चालायचं तात्या. त्यास्नी कुठला मुहूर्त. त्यास्नी दुकान चाललं की प्वाट भरलं. पिकलं न्हाई पिकलं, त्यास्नी काय फरक? तुमचं-आमचं तसं न्हाई.

म्हातारा, त्येच म्हण्तोय गड्या, शेताभाताचं न्हायलं न्हाय माणसाला.

म्हातारा काळजीने लांबच्या चावडीजवळच्या गर्दीला न्याहळतोय. आडव्याप्पा चालाय लागतो. गावंदर सुरू होते. लागून सगळे भेगाळलेले रान. तो झपाझप पावलं उचलतो. रान मागे पडाय लागले. शेतात पोहचतो. जमिनीच्या पाया पडतो. मनोभावे पहिली कुदळ मारतो. चित्रपटाचे टायटल. त्याचे खणणे, घामाळणं. त्यातच बांधावरच्या बाभळीवर त्याला कुकुडकोंबा येऊन बसलेला दिसतो. तो खणणे थांबवून मनोभावे हात जोडतो. कुकुडकोंबा दिसला की वर्ष चांगले जाणार. त्याचा चेहरा उजळतो. पुन्हा खणणे सुरू होते. कॅमेरा सर्वदूर क्षितिजापर्यंत... ***उफराळ.***

दृश्य

एका शाहिराचा अस्पष्ट चेहरा. फक्त डफ कडाडतोय. डफाच्या तालावर शाहिराचा आवाज.

कलीयुगात बदललं गाव.
टाकलं नाव
जुण्यापाण्याचंऽऽऽ
भिरभिरे चाक
घामाची राख
राज्य आलं इथं चोरांचंऽऽ

कोरस - कुणा म्हणावं चोर? कोण उरला सावऽऽ
गरिबावर घावऽऽ घालती सारेऽऽ होऽऽ जीऽऽऽ
उरली न्हाई चिमणी
लागली हुमणी
गेलं आढ्याला
पावळणीचं पाणीऽऽ
रीतभात सरली
बोकडांची ही गर्दी उरलीऽऽ
कोरस - कुणा म्हणावं चोर? कोण उरला सावऽऽ
गरिबावर घावऽऽ घालती ऽऽ सारे ऽऽ हो ऽऽ जी ऽऽ जी ऽऽ

वरील शाहिराच्या गाण्याच्या आधारे खालील दृश्ये घडताना दिसतील.

दृश्य

कॅमेरा मटक्याच्या खोक्यावर. समोर गुढी उभी केलेली. शाळेत पाटीपूजनाचे क्षणभर दृश्य. गुरुजी पाटीपूजनानंतर जाता-जाता खोक्यासमोर येतो. खोक्यातल्या पोराकडे शंभरची नोट देतो. तीन बोटे दाखवतो. पोराला म्हणतो,
पक्या, रनिंग पान लाव.
गुर्जीऽ चिठ्ठी घेऊन जा.
गुर्जी हातात चिठ्ठी घेतो. गुपचूप रस्त्याला लागतो.

दृश्य

मुख्य रस्त्यावर मोटारसायकलवरून भरधाव. मुलगा इतक्या वेगात की काठी टेकत रस्त्यातून चालणारी म्हातारी पडता पडता सावरते. कॅमेरा स्थिरावतो.
म्हातारी, मडं बशीवलं भाड्यांचंऽऽ धडकून जाईतं घीरणंऽऽ ह्येचं कोण उलाथलं म्हणून पळालं का कुणास धक्कल. भाड्याला म्हातारंकोतारं दिसत नसंल?

दृश्य *भर दुपार*

कॅमेरा सोसायटीसमोरच्या धान्य दुकानासमोर थांबलेल्या ट्रकवर. गडबडीने गव्हाची पोती उतरली जात आहेत आणि समोर टेम्पोत चढवली जात आहेत.

ड्रायव्हर दाराचे फाळके उघडे टाकून रस्त्यावर नजर रोखून पान चघळतोय. सरकारी धान्य दुकानाचा मालक चाललेल्या कामावर लक्ष ठेवत गावाच्या दिशेला नजर ठेवून आहे. कॅमेरा वळतवळत कुंभाराच्या म्हातारीवर स्थिरावतो.

कुंभाराची म्हातारी जवळ येताच मालक दुकानाकडे जाण्यासाठी पाय उचलतो. तर म्हातारी त्याच्या आडवी होतच–

गहू आलं व्हयगाऽ? कधी वाटणार? मागच्या टायमाला संपलं म्हणून परत पीटाळलास. आता न्हाई न्हवं तसं व्हणार?

काकूऽ हे गहू पाटगावचं. आमच्या गावचं न्हवंत. एवढा मोठा ट्रक, तिकडं कशाला, म्हणून टेम्पोत भरल्यात. आमच्या गावचं आलं की बघूयाऽ

म्हातारी चालाय लागते. थोड्या अंतरावर गेल्यावर स्वतःशीच पुटपुटाय लागते.

काय सांगतोय भाड्याऽ म्हणं गहू पाटगावचं. आमाला काय कळत न्हाई. न्हीवून इकत आसंल चोरबाजारात. गरिबाच्या तोंडचा घास इकतोय. मरतानं बायकोला आई म्हणायची पाळी ईलऽऽ

दृश्य

आडव्याप्पाच्या घराशेजारचे खोपाट. खोपटासमोरच्या मशीनमध्ये आडव्याप्पा कडबा बारीक करतो आहे. खोपटात एक म्हैस दोन रेडे रवंथ करत आहेत. आडव्याप्पाची बायको, ताय्यव्वा उंबऱ्याला बसून तांदूळ नीट करते आहे. कॅमेरा तिथे स्थिरावतो. तायव्वाला उद्देशून

केसू कसा आला न्हाई आजून?

ईल की आता. पोराची जात शाळा सुटल्या सुटल्या घराकडं येती व्हय. खेळून झाल्यावर पोटात कावळं कलकललं की ईल घराकडं.

त्येचा मास्तर कसली टुशन घेतोय न्हवं.

टुशन का फिशन. पैसं उकळायचं धंदं. भाड्या वर्गात न्हाई शिकवत आणि घरात पैसे घीऊन शिकीवतोय.

आडव्याप्पाचा चेहरा एकदम चिंताक्रांत होत जातो. समोरच्या कडब्याच्या कोंड्याकडे फक्त पाहात बसतो. मशीन चालू आहे, याचाही त्याला विसर पडतो. कॅमेरा बाजूला फिरत जातो.

डायरीतील पान

झिंगारू उगाचंच डोक्यावर बसलेला आहे. तिकडे पुण्या-मुंबईत अर्ध्या चड्ड्या घालून बसलेले चिक्कार लोक उपलब्ध आहेत. त्याचं काम झटक्यात करू शकतात. आठ दिवस विदर्भाचा दौरा, आठ दिवस मराठवाडा, आठ दिवस पश्चिम महाराष्ट्र. जास्ती-जास्त महिन्याभराचं काम. त्याच्या हातात कथा येऊ शकते. त्याचं चित्रपटाचं काम सुरू होऊ शकतं. त्या लोकांनी पोटासाठी हा व्यवसाय निवडलेला. कोणत्याही गोष्टीचं झटक्यात आकलन करता येऊ शकण्याची फॅक्टरी त्यांच्यात उपजतच अस्तित्वात असल्या कारणाने सहजसाध्य आहे. आमच्यासारख्या खेड्यात राहणाऱ्या माणसांचा मुळात हा पोटापाण्याचा व्यवसाय होऊ शकत नाही. तरीही त्यांचं आपलं टुमणं सुरूच.

गेले आठ दिवस रावसाहेबांनी नवीन झंगट लावलेलं आहे. खनिज रॉयल्टी गोळा करा. हे काम सर्कल, तलाठी करू शकतात. त्यांच्यावर त्यांचा विश्वास नाही. म्हणून हे माझ्या गळ्यात. सगळ्या डोंगरात फिरा. वडर दगड कुठं कुठं फोडताहेत पाहा. त्यांना नोटीस काढा. कुंभारांच्या वीटभट्ट्या कुठं आहेत, त्यांच्या मातीचे पंचनामे करा. घर कोण कोण बांधत आहे, वाळू, विटा, दगड कुठं. याची रेव्हुनी ड्युटी वसूल करा. पहिले दोन दिवस कळलंच नाही, की रावसाहेबांनी हे माझ्या गळ्यात का घातलं आहे? निळू दिवाणजीनं ह्याचं कारण लक्षात आणून दिलं. ऑफिसातला शिपाईसुद्धा रावसाहेबांना चिरीमिरी गोळा करून देतो. याबाबत माझा उपयोग काहीच नाही. रेकॉर्डरूमकडून मिळकत शून्य. हे कसं चालेल? प्रत्येक टेबलाला पान्हा फुटलाच पाहिजे. धार दिलीच पाहिजे. तांब्या नसेना वाटीभर दूध आलंच पाहिजे. हे त्यांनी आडमार्गांनी सुचवून पाहिलं होतं. पण माझा प्रतिसाद थंड. यावर रावसाहेब ईर्षेला पेटले. त्यांनी ही जबाबदारी माझ्यावर टाकली. याचा मला काहीच त्रास नव्हता. उलट तालुक्यातले बरेच डोंगर हिंडून घेतले. अनेक वीटभट्ट्या पालथ्या घातल्या. घर बांधणाऱ्यांना नोटिसा काढल्या. रॉयल्टी भरा. यात रावसाहेबच गोत्यात आले. वडार समाजाचा नेता माझ्याकडे आला. म्हणाला, भर उन्हात आमचे लोक एवढं कष्टाचं काम करतात, पोट भरतात, याचं तुम्हांला काहीच नाही? उलट तुम्ही त्यांना नोटिसा काढून त्रास देता? मी रावसाहेबांकडे बोट दाखवलं. मी हुकमाचा

ताबेदार, हे लक्षात आणून दिलं. त्यानं सरळ वडार लोक एकत्र केले आणि तहसील कचेरीवर मोर्चा. डेप्युटी कलेक्टरनी त्यांची हजामत केली. त्यांचा डाव फसला. त्यांनी ठरवलेला हिशेब विस्कटला. यात निळू दिवाणजीनं कमाई करून घेतली. हे मला नंतर समजलं.

असल्या रगाड्यात निवांत काही करणं शक्यच नाही. पण झिंगारूला कोण समजून सांगणार? त्याचा दर दिवशी एक तरी फोन असतोच. कुठंवर आलं काम? या झिंगारूला आठवडाभर आमच्या ऑफिसात आणून पिटके शिपायासमोर बसवायला हवं. म्हणजे त्याला निर्मितीतले अडसर स्पष्ट ध्यानात येतील. दारूवाला झिंदाबाद, अर्थात नव्या सिनेमाचा वग.

दृश्य

सरपंच तात्या पाटील, जिवबा दानवाडे, सेक्रेटरी-गुंड्या, चेअरमन पांडबा, व्हडींगा बाबश्या असे सगळे पुढारी गावातल्या सोसायटीसमोर थांबलेले आहेत. आबा नरसाळे, दगडू पाटील, तातोबा शिंद्या, चंडील बाळ्या, आरमुठ भीम्या असे दुसऱ्या गटाचे पुढारी लक्ष्मीच्या देवळासमोर थांबलेले आहेत. वातावरणात तणाव. जाणारा-येणारा ह्या पुढारी लोकांना पाहून पुढे सरकत आहे. अशात पोलिसांची व्हॅन येऊन चावडीसमोर थांबते. गाडीतून पीआय आणि तीनचार शिपाई उतरतात. पोलिसपाटील साहेब कांबळे त्यांच्यासमोर जाऊन नमस्कार करतो. सगळे चावडीत जाऊन बसतात. पुढारी बोलावण्याची वाट पाहात. कॅमेरा स्थिरावतो.

पीआय, *पोलिसपाटलाला उद्देशून,* पाटील, घडलंय काय नेमकं?

पाटील ऊर्फ साहेब कांबळे, गटारीतनं वाद पेटलाय. दोन्ही गट आपलंच खरं म्हणाय लागल्यात. रात्री चिघळलं.

पीआय, गटार कोणी बांधालंय?

साहेब, पंचायत.

पीआय, आडवलं कुणी त्याला बोलवा. *साहेब कांबळे लक्ष्मीच्या देवळाजवळ थांबलेल्या लोकांना खुणेने बोलावतो. दोन्ही गट पीआय समोर.*

पीआय, शिंदे गटार बांधताना तुम्हांला विरोध करता येणार नाही.

चंडील बाळ्या, साहेब, गटारं गावचं पाणी भाईर घालवाय असत्यात काय कुणाच्या तरी दारात तुंबवाय असत्यात?

सरपंच, खोटं-नाटं सांगायचं न्हाई. कुणाच्या दारात तुंबलं पाणी?
फेंगडा बाबू, आमी सायबाबरोबर बोलतोय. मदी तोंड घालायची गरज न्हाई.
सरपंच, ये चुतमारीच्या, मी सरपंच हाय.
बाबू, कुणाला म्हणतो रे चुतमारीच्या, सदस्य हाय मी. सरळ बोलायचं.
पीआय, सरपंच, तोंड बंद. चला गटार जिथं बांधलं जातंय तिथं जाऊ.
जिवबा दानवाडे, साहेब, तिकडं कशाला? हितंच निरगत करू या.
तातोबा शिंद्या, का गाऽ जायाला का नको? बघू देत की सायेब. त्ये म्हणतील तसं वागू या.
सरपंच, साहेब, ही बाब ग्रामपंचायतीच्या अधिकारातली हाय. तुमी यायलाच नको होतं.
पीआय, म्हणजे?
जिवबा, किरकोळ बाब हाय. हे असं गावात चालायचंच.
पीआय, तक्रार दिल्यावर चौकशी कराय नको?
जिवबा, करा की, चौकशी करा. गटर बघायचं न्हाई.
दगडू पाटील, साहेब, हे असं आहे. तातोबा शिंदे आमच्या पार्टीचा म्हणून त्याला मुद्दाम त्रास द्यायला सुरू आहे. त्यातून काय घडलं तर आम्ही जबाबदार न्हाई.
तात्या, काय घडतंय बघूया. आमी काय नाबर न्हाई.
पीआय, सरपंच, तुमचं बरोबर नाही. मला कायद्यानं वागावं लागंल.
तात्या, ही मग्रुरी म्हाग पडंल.
पीआय, तुम्ही द्या रीतसर तक्रार. बाकीचं मी बघतो.
तात्या, बघा, बघा. आम्हीही तालुक्यातच आहोत. बघा. चाला गाऽ फौजदारबी सरकारी कामात आडचण आणत्यात म्हणून ठाण्यात तक्रार देऊ.
पीआय, ये मादरच्योत, घालाऽऽ रंऽऽ ह्याला गाडीत. याची जीभ फारच सुटलीय. *पोलीस लगबगीने पुढे होतात. थांबतात.*
जिवबा दानवाडे, साहेब, माझा पोरगा पीएसआयच हाय.
पीआय, ह्यालापण टाका गाडीत. ह्याचा मुलगा पण पीएसआय हाय. म्हणून टाका. कायदा काय असतो दाखवू यांना. चला. घाला गाडीत.
इतका वेळ मग्रुरीत असणारा तात्या, जिवबा एकदम नरमले. पण पीआयने.

त्यांना गाडीत ढकलले. त्यांच्या बाजूचे बाकीचे पाठीमागे सरले. गाडी सुरू होते. आबा नरसाळेचा गट थांबून राहतो.

दृश्य

गल्लीत मारुती ओमनी थांबलेली आहे. त्यात बऱ्याच प्लॅस्टिक वस्तू भरलेल्या आहेत. त्यातील घागरी-तांबे-बादल्या-बुट्ट्या-टब असे गृहोपयोगी साहित्य एका फोल्डिंग बाकड्यावर मांडलेले आहे. सेल्समन त्या वस्तू नीट मांडतो आहे. त्याने गाडीच्या बॅटरीवरच दिव्याचीही सोय केलेली आहे. गावातले रिकामटेकडे-जाणारे-येणारे वस्तू बघत आहेत. त्यावर किमती लिहून ठेवलेल्या आहेत. कॅमेरा स्थिरावतो.

वस्तू पाहणारा एक, तालुक्यापेक्षा जरा महागच वाटतंय सगळं.

दुसरा, जरा म्हाग असणारच की. तालुक्याचा एस.टी. खर्च वाचत न्हाई?

तिसरा, फिक्स भाव काय मागायचं?

सेल्समन फक्त तिघांच्याकडे बघून हसतो. त्याला अशा ग्राहकांची सवय आहे. बघे बाजूला होतात. गल्लीतली एक बाई मोटारीजवळ यायला लागते. कॅमेरा तिच्यावर.

एकटी, काय सांगितलं बाबा ह्या बादलीचं?

सेल्समन, एकशेसाठची हाय ती मावशी.

एकटी, आनी ह्या टबाचं.

सेल्समन, नव्वद. मोठा पायजे असला तर दीडशे.

दुसरी, म्हागाई वाडली बाई. मागच्या वर्षी मोड घालून दोन टब घेतलंतं.

सेल्समन, मावशी, ते प्लॅस्टिक वेगळं हे वेगळं. ते टब फुटलंबी अस्तील. ह्या टबाची दोन वर्षे ग्यॅरंटी.

पहिली, दोन वर्षांत तुला शोधायचं कुठं?

सेल्समन, मावशी, मी दानवाडच्या जानुगड्याचा. गाव सोडून न्हाई जाणार.

दुसरी, बघऽ ह्ये दानवाडचं पोरगं पोट भराय शिकलं आनी ही आमची भिकनिशी नुस्ती उंडगी फिरत्यात.

तिसरी, *घागर बघत* त्यास्नी पुढारी फिरीवत्यात.

पहिली, *बादली बघत* मग ह्येच्या गावाला काय पुढारी नाहीत?

सेल्समन, मावशी, पुढारी सगळीकडंच अस्त्यात. आपलं आपल्याला कळाय पायजे.

हळूहळू मोटारीजवळची गर्दी वाढते. एक दुसरी एक दुसरी म्हणत म्हणत त्याच्या बऱ्याच वस्तू खपू लागतात. कॅमेरा त्यांच्यावर.

दृश्य

दहा-अकरा वर्षांच्या मुलांचा घोळका. आंब्याच्या झाडाचे आंबे पाडण्यात गर्क. झाडाच्या शेजारून कॅमेरा फिरत **कुमार विद्या मंदिर** *असा फलक असलेल्या शाळेच्या जुन्या इमारतीवरून फिरू लागतो. इमारतीसमोर झेंड्याचा कठडा. त्याच्यावर उभी उंच पाईप. एक मुलगा त्या पाईपवर चढतो आहे. त्याला झेंड्याच्या टोकाला पोहचायचंय. झेंड्याच्या कठड्याजवळच खो-खोचे आखलेले ग्राऊंड. मुली खो-खो खेळताहेत. तीनचार मास्तर व्हरांड्यात खुर्च्या टाकून निवांत गप्पा छाटत बसलेले आहेत. त्यांच्या अवती-भवती पोरे हुंदडत आहेत. कॅमेरा स्थिर.*

एक मास्तर, येऽऽ शेक्याऽऽ इकडं ये.

दुसरा मास्तर, त्याला कशाला बोलावताय. आपणच चक्कर टाकू तिट्ट्याकडं.

हा प्रस्ताव सर्वांनाच आवडतो. जागेवरचे सगळे मास्तर उठतात. शाळेच्या पायऱ्या उतरून रस्त्याला लागतात. रस्त्यावरून जाणारी-येणारी माणसं. त्यातला एकटा मास्तरांच्याजवळ थांबतो.

रस्त्यावरचा शेतकरी, गुर्जीऽ शाळा सुटली वाटतं?

एक गुरुजी, *त्रासिक सुरात* नाही अजून. सुटेल आता.

शेतकरी, म्हणजे वाजलं किती म्हणायचं?

दुसरा गुरुजी, चार वाजले.

शेतकरी रस्त्याला लागतो.

एक मास्तर, लोकांना वाटतं मास्तरांनी शाळेतच गाडून घ्यावं.

दुसरा, त्यांच्या बाचं काय जातं? इथं आमच्या कचकची आम्हालाच माहीत.

तिसरा, आता गड्या, ह्या मास्तरकीचा वैताग आला. हॉलन्टरी घेतलेली बरी.

चहाच्या खोक्यात ते ऐसपैस बसतात. आधीचे एक-दोघे बसलेले मास्तरांकडे आशाळभूतपणे पाहातात. कॅमेरा तिथेच रेंगाळतो.

अशात तात्या पाटलाची बुलेट हॉटेलसमोर. मास्तर चहा गडबडीने संपवायच्या नादात. तात्या पाटलावर कॅमेरा.

तात्या पाटील, आमच्या गावात आर्दाळकर गुर्जी होते. दिवस मावळला तरी आमची सुटका नसायची. सकाळी आठलाच शाळेत यायचे. तुम्हाला सांगून काय उपयोग? तुम्ही मास्तर कमी पुढारी जास्त. चालायचं. काळ बदलला.

मास्तर पटापट चहा घेऊन टपरीतून बाहेर पडतात.

तात्या पाटील, रोज ह्या वेळी चहाला असतात वाटतं मास्तर?

टपरीवाला शिरपा, न्हाईऽ न्हाईऽऽ कदीमदी.

शिरपा बश्या धूत गडबडीने तात्या पाटलासमोर चहाचा कप ठेवतो.

एकटा, तात्या, ह्या मास्तरास्नी हाकललं पायजे गावातून.

तात्या पाटील, उपटसुंबा, तूऽऽ त्या मास्तरांचा चहा घोटला फुकट आणि त्यांच्याच कागाळ्या. चहा तरी पचू दे.

शिरपा खोऽ खोऽऽ हसाय लागतो. कॅमेरा चहाच्या टपरीवरून सरळ गावाकडें जाणाऱ्या रस्त्यावर फिरतो. रस्त्यावर फक्त दोन-तीन कुत्री. बाकी लांबलचक रस्ता रिकामा... भयाण.

दृश्य *झुंजूमंजू पहाट*

आडव्याप्पा कुदळ खांद्यावर टाकून घरातून बाहेर पडतो. गल्लीतील दारासमोर सडा टाकणाऱ्या, लोटणाऱ्या बायका. आडव्याप्पा गल्ली ओलांडून पाणंदीतून झपाझप पावलं टाकत शेतात पोहचतो. हारीटीने व्यापलेले बांधाकडेचे कुंदाड खणायला सुरुवात करतो. मुळासह हारीटी निघावी म्हणून कुदळ जितकी खोल जाईल तितक्या जोराने खणत असतो. हळूहळू सूर्य वर यायला लागतो तसे, पक्ष्यांचे आवाज कमी होत जातात. आडव्याप्पा घामाळून गेलेला. तरी त्याचे खणणे सुरूच. फक्त त्याचा कुदळ मारतानाच ***अऽऽईऽऽ*** *असा रानात भरलेला आवाज. आजूबाजूला सुनसान. कुठेतरीच एखादे झाड. बाकी बोडके रान. नऊ वाजायलाच उन्हाचा चटका वाढाय लागला. चैत्रातले ऊन. उन्हाचा रण वाढेल तसा आडव्याप्पाचा कुदळीचा आवाज अधिक घुमाय लागला. शेजारी सिद्धय्या त्याच्या जवळ येतो. कॅमेरा स्थिरावतो.*

सिद्धय्या, आडव्याप्पा रात्री वस्तीलाच व्हतास काय गाऽ शेतात?

आडव्याप्पाची कुदळ थांबते. घामाने भिजलेले अंग पुसण्यासाठी बांधावर ठेवलेला टॉवेल हातात घेऊन अंग पुसत तो सिद्धय्याजवळ येतो.

आडव्याप्पा, काय करतोस गड्याऽऽ हे कुंदाड काय हाटायला तयार न्हाई.
सिद्धय्या, हाटलं तर ते कुंदाड कसलं? त्येला टॅक्टरनंच दातलाय पायजे.
सिद्धय्या तंबाखूची पिसवी काढतो.
आडव्याप्पा, आमची टपणी तीन. कोण घालंल टॅक्टर. आनी परवडंल कसं गरिबाला?
सिद्धय्या, तेबी खरंच. आता औतवाल्यांनी पाडव्याला दर काढला चारशे रुपय. म्हणजे टॅक्टरवाला तासाला काय घेतोय कुणास धक्कल.
आडव्याप्पा, *तंबाखू मळत. शेताकडे बघत* चारशे काढला दर? *त्याच्या डोळ्यात चिंता तरळते.* म्हणजे माजी मशागत व्हती का न्हाय गाऽऽ? कुठलं आणायचं पैसे?
सिद्धय्या, करायची काय तरी उसाबर. न्हाय तर काय रान पाडतोस? व्हईल एकांदा वळीव. एका दिवसात घ्याचं परतून. मी टॅक्टर घालावा म्हणतोय उद्याच्याला. एकदा टाकतो पेचकटून, म्हणजे चांगलं हासडून ईल रान. खतबी सोडायचंय. म्हटलं बघून यावं जरा.
माझं खत आता डोस्कीनंच आणाय लागणार.
किती व्हईल?
व्हईल की ट्रॉलीभर.
मग आमच्या फेरीतनंच करूया की एक फेरी.
फेरीला किती घील?
काय घील ते घील गाऽऽ द्यायचं पुढं-मागं.
तुझं चलन खेळतंय. घरात नोकरदार हाय. आमचं चलन फिरतच न्हाई गाऽऽ म्हणून इच्चार कराय लागतोय. *त्याचे डोळे किलकिले. एकदम कोरडे. भकास. सिद्धय्या उठून शेताकडे वळतो. आडव्याप्पा तसाच उठून कुदळीला हात घालतो. कुदळ मारता मारता ठरवून टाकतो. स्वगत* तिन्ही टपणी आता कुदळीनंच पेचकटायची.

नोंद

चिगऱ्या धनगराची कुंभारानं ओळख करून दिली. चिगऱ्या बेडीवच्च्या वाड्यावरचा धनगर. वाड्यावर पंधरा झोपड्या. सगळी मिळून चाळीसभर माणसं. पावसाळ्यात सगळ्या जगाशी संबंध तोडून हा धनगरवाडा

पावसात बुडालेला असतो. झोपड्यांभोवतीच जमेल तेवढी शेती. नाचण्याचं तरू लावायचं. पिकंल तेवढा नाचणा. कुठं तरी भाताचं कुणगं. बाकी सगळ्या जंगलातल्या भाज्या. चिगऱ्याला त्याच्या धनगरवाड्यावर घेऊन चल म्हटलं. तर म्हणतो, तितं इवून काय करूस. त्याला समजावलं. बहुतेक त्याला काही तरी पटलं असावं. तो वाड्यावर घेऊन गेला. वाड्यावरची पाचदहा लहान पोरं जंगली जनावर बघितल्यासारखं माझ्याकडे बघत होती. झोपड्या केंबळीच्या. गाई-म्हैशींचे वेगवेगळे गोठे. गोठे कसले कुडाणं घालून वरती केंबळीचा पाला. जंगलातनं चरून जनावर आपोआप कुडाण्यात बसतात. चिंगऱ्या सगळं फिरून दाखवता दाखवता म्हणाला, म्हातारबा इवूस. नवाश्याच्या घरात ऱ्हाउस. हा म्हातारबा कोण? तर त्यानं बयजवार सांगितलं. तो जंगलातच भटकत असतो रात्रं-दिवस. त्याच्या परवानगीशिवाय वाड्यात काहीच घडत नाही. त्याला सगळी जंगलझाडी पाठ आहे. जंगलातल्या जनावरांशी, झाडांशी तो बोलतो. कंदमुळांशिवाय काहीच खात नाही. त्याच्याकडं औषधंच औषधं. तालुक्याला कधीतरीच उगवतो. मुळ्या विकतो. पैसे वाड्यावर देऊन जातो. त्याला जगायला पैसा लागतच नाही. चिगऱ्यानं जे सांगितलं ते ऐकून म्हाताऱ्याला भेटायला हवं असं सारखं वाटाय लागलं. पण चिगऱ्या काय दाद देत नाही. चिगऱ्या सोडून कुणालाच त्याचा ठावठिकाणा माहीत नाही. चिगऱ्याशी दोस्ती वाढवायला हवी.

दृश्य *रात्री – आठ*

आडव्याप्पा एकटाच घरात. सुमी, केसू, तायव्वा दगडू पाटलाच्या घरात टी. व्ही. बघण्यासाठी गेलेले आहेत. तो एकटाच बसून कंटाळतो. गल्लीत येतो. त्याच्यासारखाच कंटाळलेला बाबू कोण्या स्वतःशीच काय तरी पुटपुटत बसलेला. कॅमेरा बाबू कोण्यावर.

बाबू कोण्या, च्या आयला, डोस्कं फिरायची पाळी आली. आगा ऽऽ काम धाम करून आल्यालं माणूस म्हटल्यावर भूकबिक लागणार. जेवाण कराय सोडून घालकाडी टीवीला जाऊन बसलीया. बडबडू न्हाय तर काय करू? आडव्याप्पा, टीवीला जाऊन बस.

बाबू, आरं ऽऽ त्येच्या आयला ऽऽ गाढव लावला ऽ त्या टीवीच्याऽऽ कंच्या रांडच्यानं ह्ये विष आणलं गावात. त्या पालीगत बाया बघत बसत्यात घालकाड्या. पोरं तर घरात थांबायचं नाव न्हाई.
आडव्याप्पा,फोडाय पायजेत टीवी. त्याशिवाय सरळ लागत न्हाई. तुज्या घरात काय आनी माज्या घरात काय. सगळीकडं एकच.
म्हणत तो दगडू पाटलाच्या घराकडे निघतो. दगडू पाटलाच्या उजदारला टीवीसमोर पाच-पन्नास बायका बसलेल्या. पोरंटोरे वेगळी. तो दाराच्या चौकटीला थांबतो. टीव्हीवरच्या कार्यक्रमात आपोआपच गुंततो. मालिका संपते तेव्हा बायका उठतात. तो एकदम भानावर येतो. **आरं त्येच्या मारीऽऽ** ***म्हणत माघारी वळतो. कॅमेरा त्याच्यावरून गल्लीत.***

डायरीतील पान

झिंगारूनं लिहिलेलं वाचलं. म्हणाला, आता मला कथा दिसाय लागली. आडव्याप्पा आपला नायक. पण त्याचं जगणं भलतंच मुळमुळीत. एकसुरी. तसं व्हायला नको. आणखी काय तरी त्याच्या जगण्यात घालाय पाहिजे. म्हणजे आपण असं केलं तर, आडव्याप्पाचे दुसऱ्या एका छिनाल बाईशी संबंध डेव्हलप केले तर? म्हणजे बघ. घरातले ताप विसरण्यासाठी तो या बाईकडं जातो. म्हणजे आपल्याला असं करता येईल, त्या बाईच्या तोंडी एखादी लावणी घालता येईल. माझ्या अंगावर सर्रकन काटा आला. म्हटलं, साहेब, शेतकऱ्याला असल्या बाईकडं जायला सवडच नसते. ती सवड तुमच्या-आमच्यासारख्याला. तर म्हणाला, म्हणजे खेड्यात विवाहबाह्य संबंध नसतातच असं तुला म्हणायचंय? असं कुठं म्हटलं मी. खेड्यातही विवाहबाह्य संबंध असतात. पण त्याच्या परी वेगळ्या असतात. म्हणजे, म्हणायचंय काय तुला? कुठलीही परी असली तरी ते विवाहबाह्य संबंधच की. आपल्याला लावणी टाकायला जागा हवी. अजूनही मराठी प्रेक्षक लावणीला भुलतोच. म्हणजे, असं करता येईल का बघ. आडव्याप्पा असू दे बाजूला. दुसऱ्या कुणाचे तरी पाटलाचे, दानवाड्याचे, नरसाळेचे असे संबंध तयार कर. म्हणजे आपलं काम होऊन जाईल. काहीच बोललो नाही. पाटील-लावणी-तमाशा-नाची. खेड्याची ह्या लोकांनी केलेली चेष्टा. आता यांना तमाशा आणि खेडं यांचा संबंध कसा समजून सांगायचा. तमाशा समजून घ्यायला यांच्याजवळ

संवेदनशीलताच नाही. कसा समजणार तमाशा? यांच्या दृष्टीनं बाई नाचते. पटके उडतात. बाईला पळवून नेता येतं, रखेली म्हणून ठेवता येतं किंवा सोडून देता येतं. झाला तमाशा. यांच्या अकलेचा तमाशा. ती खेड्याच्या शरीरात पसरलेली रक्तवाहिनी आहे, हे समजून द्यायचं कसं? छुपी दारूवाला अर्थात भानगडीचा वग.

दृश्य *सकाळी नऊ*

गावातल्या मुख्य रस्त्यावर माणसांची गर्दी. दोन खांब रोवून कागदात गुंडाळलेला एक मोठा बोर्ड त्यावर टांगलेला. त्याच्या खाली रांगोळी घातलेली. त्या बोर्डच्या जवळपास गर्दी खिळलेली आहे. लोक कोणाची तरी वाट पाहात आहेत. गाव सोडून कैक वर्षे झालेला धना तांबटचा पोरगा सुटाबुटात ऐटीत थांबलेला. प्रत्येक जण त्याच्याकडे कौतुकाने पाहात आहेत. बऱ्याच लोकांची त्यांची ओळखच नाही. गावातले तात्या पाटील, जिवबा दानवाडे, असे सगळे जमलेले. त्यांच्यावरून कॅमेरा फिरत रस्त्यावर.

गाडीच्या हॉर्नचा आवाज. सगळ्यांच्या नजरा रस्त्यावर. काळ्या रंगाची स्कॉरपिओ येऊन थांबते. गॉगल घातलेला, काळाबंब असा पांढऱ्या कपड्यातला एक अधिकारी उतरतो. त्याच्या मागोमाग कारकून आणि जिवबा दानवाडेचा पीएसआय पोरगा चंदर. लोक त्यांच्या जवळच घोळका करतात. हळूहळू गर्दी कागदात गुंडाळलेल्या बोर्डाजवळ. फोटोग्राफरची धावपळ. धना तांबटचा पोरगा गॉगलवाल्या काळ्याबंब गृहस्थाजवळ येतो. त्याला जवळजवळ मिठी मारतो. त्याच्या खांद्यावर हात ठेवून बोलू लागतो.

पीएसआय चंदर, *जिवबा दानवाडेकडे बोट करत* साहेब, हे आमचे वडील.

काळाबंब्या, नमस्कार, नमस्कार. *त्यानंतर सर्वांची ओळख परेड.*

जगू तांबट, हे माझं गाव बरं का. इथं फक्त घर आहे. तेही आता पडू लागलंय.

काळाबंब्या, आता एक घर इथं बांधून टाका. *बोलण्यातून ते जवळचे मित्र हे स्पष्ट व्हावे.*

जगू, तुझ्यासारखा काबार्डचा अधिकारी असतो तर तेही केलं अस्तं.

काळाबंब्या, थांबऽ थांबऽऽ नंतर बोलू.

एवढ्यात फलक उद्घाटनाची तयारी होते. काळाबंब्या फीत कापून बोर्डवरचे

कागद अलगद बाजूस करतो. **लक्ष्मी–आनंद शेतकरी मंडळ** *असा बोर्ड दिसतो. पीएसआय दानवाडे सर्वांना बाजूस सारून*
ग्रामस्थ बंधू–भगिनींनो, आज काबार्डचे अधिकारी बी. आर. घाटगे आपल्याला पाहुणे म्हणून लाभले. त्यांना मी विनंती करतो त्यांनी शेतकऱ्यांना मार्गदर्शन करावं.
काळाबंब्या ऊर्फ घाटगे *एकदम सावध होऊन. पुढारी पोझ घेऊन* ग्रामस्थ हो, काबार्डचा मी या जिल्ह्याचा चार्ज घेतल्यापासून सर्वत्र चैतन्य आलं आहे. *टाळ्या.* काबार्डच्या अनेक योजना आहेत, त्यांचा लाभ शेतकरी घेत नाहीत. हे वाईट आहे. या गावात लक्ष्मी–आनंद शेतकरी मंडळ या कामासाठी पुढे आलेले आहे. त्यांना सर्व सहकार्य केले जाईल. *टाळ्या.*
या सभेशेजारून जाणारा आडव्याप्पा कुतूहलाने थांबतो. भाषण ऐकू लागतो.
शेतकरी सुखी तर देश सुखी. यासाठी आपण सर्वांनी झटायला हवे.
चिलटंबुव्या थोडी झोकून आलेला. तो मध्येच आवाज काढतो, ***ह्यो कुठं अस्तो व्होऽऽ शेतकरी?*** *सगळे एकदम चलबिचल. घाटगेचे पुढे सुरू.* आज शेतकरी व्यसनाधीन झाला आहे. त्यास व्यसनापासून दूर ठेवायला हवं. चिलटंबुव्या, मग संध्याकाळी पिता ते थोडं लवकर म्हणजे आत्ताच सुरू करा. *सगळीकडे हशा. घाटगे संतापतात. जगू तांबट, पीएसआय चंदर बघाय लागतो. कोणीच चिलटंबुव्याला थांबवत नाही. चिलटंबुब्या तेथून चालाय लागतो. कॅमेरा त्याच्यावरून रिकाम्या गल्लीवर फिराय लागतो.*

दृश्य *आबा नरसाळेचे घर*
आबा नरसाळे लग्गीवर बसलेला आहे. आडव्याप्पा त्याच्या शेजारी जात म्हणतो,
तात्या, आला न्हाई बोर्डाच्या उद्‌घाटनाला?
आश्चर्याने तू गेल्तास?
चाललोतो रस्त्यानं, थांबलो घटकाभर. पण तात्या, हे मंडळ कशासाठी?
पैसे लाटायसाठी. त्यो दानवाड्या आता काबार्डचा पैसा ह्या मंडळाच्या नावावर लाटाय रिकामा.
तात्या, त्या बोर्डाला काय पैसा मिळणार?
चिडून, आडव्या ह्येच चुकतंय. आरंऽ ह्या मंडळाला शेतकी सहलीसाठी पैसा,

सभा घ्यायला पैसा, एकत्र जमायला पैसा असे कैक पैसे येत्यात. बोगस कागदं करून उचलायचे.

तरी म्हटलं, ह्यात दानवाडे फुडं कसा? बरोबर. गाळपाट हायच.

दोघे फक्त बसून. शांतता.

डायरीतील पान

सकाळी सकाळी पाऊस सुरू झाला. एकदम झडीचा पाऊस. गडगडाट. विजांचं चमकणं. याला काय म्हणायचं? असा नव्हता कधी विजांचा कडकडाट. तोही म्हाताऱ्या पावसात. हा म्हातारा वाटतच नाही. तरणा एकदम खडखडीत वाया गेला. ढगाचं ठिपूसही दिसलं नाही.

आपल्या मनात पाऊस? ऑफिसला जायला अडचण करणार म्हणून की आपल्याला गावाकडच्या शेताची काळजी वाटतेय? नाही सांगता येत उत्तर. ऑफिसला न भिजता जाता येणं महत्त्वाचं. शेताचं उरलंच नाही काही. पिकलं, नाही पिकलं आपला पगार चालू. पाऊस पडला. आता किचकिच होणार. चप्पल नाही चालणार. बूट शोधा. जीव मुठीत धरून ऑफिसपर्यंत खड्डे चुकवत पळा. त्यात कोणी गाडीवाला अंगावर पाणी उडवेल ही भीती. भीतीची नवी भुयारं.

छत्रीची काडी मोडलीय. दुरुस्त करणाऱ्याकडं जायला हवं. तो किमान अर्धा तास उभं करणार. प्रश्नच प्रश्न. सकाळी सकाळी सुरू झालेल्या पावसानं हे भलतंच सुरू केलं डोक्यात. ऑफिसात पोहचल्यावर सुरू झाला असता तर.

अशात बायको समोर आली. म्हणाली, आज गुरुवार. दत्ताला जायचंय संध्याकाळी. हा असाच पडत ऱ्हायला तर कसं होणार? तिचा मूलभूत प्रश्न. दत्त महत्त्वाचा की पाऊस महत्त्वाचा? तिच्या दृष्टीनं दत्त महत्त्वाचा. ठेवणीतली साडी काढणार. कॉलनीतल्या बायका गोळा घालणार. रस्त्यातून ठुमकत ठुमकत दत्ताला जाणार. तिची अडचणच केली की पावसानं. पाऊस आता तिलाही महत्त्वाचा नाही आणि मलाही. आपण तुटत गेलो पावसापासून. पाऊस निघून गेला आपल्यातून. किती हवाहवासा होता पाऊस. पहिली सर अंगावर घेताना, चिंब नखशिखान्त भिजताना, केसावरून ओघळत पाऊस तोंडात घेताना, धुवाधार पडू लागला की टाळा पगळून थेट तोंडात

साठवताना, भन्नाट पाऊस. पाऊस कोसळाय लागला की पोत्याची खोल डोक्यावर घेऊन रानात गेलं की चौमाळ पाणी, पाण्याचा पदर सगळ्या शेतावर. ओढ्याला अवखळ लोंढा. कंबरभर पाण्यात ओढ्यातल्या बिळाबिळांतून खेकडी शोधताना किती हवाहवासा होता पाऊस. पावसानं चिंब भिजलेला कावळा एक डोळा फिरवून कसा पाहायचा आपल्याकडे. पंख झाडले चिमणीने की पाऊस एकदम झंकारायचा. मनात. शरीरात.

नकोसा पाऊस. की नकोसं शेत, गाव, घर, माणसं, ढग. काय घडतंय आत आत? जोराचा कडकडाट.

नोंद

कचेरीत एकदम झुंबड. कुणाचा आवाज कुणाला ऐकू येत नाही. पोलीस बघत उभे. ते तरी काय करणार? हजारभर माणसं एकदम घुसलेली. गर्दीला नेता नव्हता. गर्दीच नेता. त्यांचं म्हणणं काय? रेशनचं धान्य-रॉकेल गेलं कुठं? सगळी बेघरातली. कुठल्या कुठल्या गावाहून उप्पेनबेटगिरीत येऊन राहिलेली. गेल्या महिन्यापासून वाट बघताहेत. रॉकेल आज मिळेल, उद्या मिळेल. रॉकेलच नाही तालुक्याला. दुंडाप्पा वाणी मात्र तीस रुपये लिटर विकतो. त्याच्याकडं येतं कुठून? लोकांचा साधा प्रश्न. ह्या गर्दीच्या तोंडाला लागायचं कुणी? पुरवठा अधिकारी घोरपडे गायब. तहसीलदार रजेवर. शिरस्तेदार आलेले नाहीत. नायब तहसीलदार घरात. कारकून दानीला. एवढ्यात तालुक्याचे ज्येष्ठ कॉम्रेड बाबुराव भांबुरे हजर. त्यांनी गर्दीचा ताबा घेतला. त्यांना प्रश्न सांगायची गरज नाही. गर्दीला नेता मिळाला. तहसीलदारऽऽ मुर्दाबाद. पीआय शालबिद्री पुढं सरसावतात. भांबुरे त्यांच्या समोर हातवारे करतात. पीआय समजावण्याच्या प्रयत्नात. भांबुरेचं तरी ऐकतो कोण. आमचं रॉकेल खाल्लं कुणी? लोकांचा साधा प्रश्न. पीआय हतबल. पोलीस गर्दीभोवती. यांना पोलिसठाण्यातून हाकलायचं कसं? कॉ. बाबुराव भांबुरेच्या अंगात गर्दी संचारते. ते सरळ भाषणालाच सुरुवात करतात,

हा देश भ्रष्टाचारानं पोखरलाय. मंत्र्यांचा भ्रष्टाचार. नोकरांचा भ्रष्टाचार. गरिबांच्या टाळूवरचं लोणी खाणारं सरकार. हे सरकार बदललं पाहिजे.

गर्दीतून एकटा, **सरकार बदलायचं नंतर बघू. आधी रॉकेलचं सांगा.** तेच म्हणतुया मी. भांबुरेंचा आवाज टिपेला. गरिबांच्या चुली बंद झाल्या. रॉकेल काळ्या बाजारात विकतात हे साले. आमचं रॉकेल रातोरात विकलं जातं. यात घोरपडे सामील असतो. तहसीलदार सामील असतो. कारकुनाला मलिदा मिळतो. यांचा माज उतरवला पाहिजे. गरिबाला न्याय मिळाला पाहिजे. तहसीलदारऽऽ मुर्दाबाद. पीआय भांबुरेंच्या हाताला धरतात. केबिनच्या दिशेनं दोघे. तहसीलदारला बोलवा. तहसीलदार आहे कुठं? गर्दी आक्रमक. तहसीलदारऽऽ मुर्दाबाद. बाबुराव भांबुरे गर्दी समोर. गर्दी चिडीचिप. भांबुरे सांगाय लागतात, जिल्हा पुरवठा अधिकाऱ्याचं आमचं बोलणं झालं. उद्या सकाळपर्यंत रॉकेल दुकानात मिळणार. उद्या नको. आजच हवं. रॉकेल आमच्या हक्काचंऽऽ न्हाई कुणाच्या बापाचंऽऽ. भांबुरे विनवणीच्या सुरात, उद्या देतो म्हणतात तर वाट बघूया. जागेवर कोणच अधिकारी नाही. पीआयनी जबाबदारी घेतलीय. त्यांचं ऐकूया. उद्यापर्यंत थांबूया. गर्दी हळूहळू पांगू लागते. उद्या रॉकेल मिळणार. माझ्याजवळ मिटक्या आला. म्हणाला, उद्या घ्या खुट्टा.

डायरीतील पान

संगूला बघायला पाहुणे येणार. गावात सकाळीच पोहचलो. घरात कशाचीच तयारी नाही. सगळे आपापल्या व्यापात. आई तेवढीच भिंतीला टेकून काळजी करत बसलेली. मला बघितल्या बघितल्या म्हणाली, बरं केलास. लवकर आलास. हितं सगळी खुळांबून बसलीत. आता आलास तसा माघारी फीर. फव्हं तेवढं घीऊन ये. पावणं आता यतील. वास्तविक, आपण येतानाच पोहे आणायला हवे होते. पुन्हा माघारी. तालुक्यात सगळाच बाजार केला. दोन किलो सफरचंद. आईला डॉक्टरनं खायला सांगितलेत. बाजार करून पुन्हा घरात. थोरलीनं सगळं लोटून-झाडून चकाचक केलेलं. दारात पाण्याची बादली. त्यात तांब्या टाकलेला. टॉवेल. थोरला फक्त येरझाऱ्या मारत. म्हणाला, कुळ चांगलं हाय. जमलं तर उडवून टाकू बार. पोरगं चांगल्या कामावर हाय. काय करतो म्हणायचं? कुठं कंपनीत असतो पुण्याला. जमीन बक्कळ हाय. थोरली म्हणाली, नात्या-गोत्यातबी बरी हाईत. आई सगळं

ऐकत बसलेली. म्हणाली, घरदार बघून घेवा आधी. आंधळ्याचा कारभार नको. ती आता पोराबरोबर पुण्यात न्हाणार. इथलं घर काय कामाचं? नोकरदार पोरं आता बायका घराकडं ठेवत न्हाईत. संगट न्हेत्यात.

व्हय लेका, तुजंबी खरंच. आता आई-बाबाजवळ आडग्यानी ऱ्हायाचं, शिकल्याल्यानी शेरात. हे सगळं बहुतेक माझ्यासाठी. पण त्यात खोटं काय होतं. शिकल्या-सवरल्या नोकरदाराची बायकापोरं त्याच्या बरोबरच. त्याच्या नोकरीच्या ठिकाणी. गावात फक्त शेती करणाऱ्याची पोरंबाळं. त्यांना जमलं तर त्यांनी शिकावं. नोकरदाराच्या घरात शेतकऱ्याची पोरं नाहीत शिकत. एखाद्यानं हट्टानं आणलीच तर नोकरदाराची बायको त्यांना घरगडी करून टाकते.

पाहुणे आले. चांगले ट्रॅक्स भरून. मुलगी दाखवली. पोहे झाले. सगळ्यांच्या गप्पाटप्पा. उठताना त्यातला एकटा म्हणाला, मुलीची कुंडली. थोरला माझ्याकडं बघाय लागला. म्हटलं, उद्या पाठवून देतो. पाव्हणा म्हणाला, द्या की आत्ताच. उद्या आनी कशाला? म्हटलं, ती माझ्याकडं तिकडं आहे. तिकडून पाठवतो. त्याचा नाईलाज झाला. पाहुण्यांची ट्रॅक्स रस्त्याला लागली. आई म्हणाली, कुंडली कसली मागल्ता गाऽ त्यो. आईला काय समजावून देणार, तरी तिला समजेल असं सांगितलं. म्हणाली, हे आनी नवीन खूळ कुठनं आलं म्हणायचं? थोरला म्हणाला, लोकं शिकल्यावर जरा भकल्यातंच. आता ह्यो कुंडली बघतोय. ह्येच्या बाच्या लग्नात त्याची जन्मतारीख तरी म्हायती व्हती? खुळ्याचा कारभार. परतताना डोक्यात कुंडलीसत्र घुमाय लागलं.

दृश्य

कॅमेरा चावडीवर स्थिरावतो. चावडीजवळ गाव जमा झालेले आहे. बायका-पुरुष-मुले-म्हातारे-कोतारे. सगळेच. गावात जोतिबाची मानाची सासनकाठी आहे. उंच सजवलेली मेसकाठी. तिला रंगीबेरंगी कपड्याने नखाशिखान्त बांधलेले आहे. त्यावर झावळ्या. काठी खांद्यावर घेण्यासाठी घोडा. काठीला बांधलेल्या दोऱ्या. काठी नाचवत नेणारे गुलालाने नखशिखान्त लालेलाल झालेले. सगळीकडे गजर* **जोतिबाच्या नावानंऽऽ चांगभलंऽऽ** *हा आवाज गर्दीला व्यापून राहिलेला. तालासुरात वाजत असलेली हालगी. पिपाणी.

पी-डबाकऽऽ गर्दीचा एकच आवाज जोतिबाच्या नावानंऽ चांगभलंऽऽ आडव्याप्पा ह्या गर्दीत. क्षणी दरक्षणी सासण काठीला हात जोडत, चांगऽऽभलंऽऽ स्वतःशीच पुटपुटत. गर्दी सरकत जाते. तसा कॅमेराही. गावाच्या वेशीत सासनकाठी पोहचते. गर्दी जाणाऱ्या सासनकाठीकडे डोळे रुतवून. सासनकाठीबरोबर आठ-दहा लोक. आडव्याप्पा घराकडे पोहचतो. घरात बायको चुलीसमोर.

तायव्वा, गेली वाटतं सासनकाठी?

हुंऽऽ

मायंदाळी माणसं गेल्यास्तील?

ते कुठलं. आठ-दहाजणच गेली. जायला हवं होतं चैताला. लई वर्षं झाली. न्हाई जमलं जायला.

जायाचं, त्यो बलवल तवा जायाचं.

त्येबी खरंच हाय. त्येनं बळ दिलं तर जाणार. न्हाईतर हाय हितंच मरायचं. आता ह्ये मरायचं कुठनं आलं? देवाच्या कामात बोलूने आसं. एवढी सुगी झाली की या जाऊन जोतिबाला. गुरवबी सारखं-सारखं सांगावं धाडतोय. गुरव गुरवाचं काम करतोय. आपण आपलं. त्येला काय? न्हेली पसामूठ तर रांधून देणार. त्येवढ्यात त्येचा जीव.

मग जायाचं की. त्येच्यासाठी आणि देवासाठी.

बघूया ऽ घडंल तसं ऽऽ

तो भिंतीला टेकतो. त्याच्या मिटल्या डोळ्यांसमोर जोतिबाची मूर्ती. रांगडा पटक्यातला मिशीवाला देव. तो मनोभावे हात जोडतो. जोतिबा त्याच्याकडें रोखल्या डोळ्यांनी बघतो आहे. त्यातच त्याची समाधी लागते. एकदम झोपेत.

कांतारामजी,

आपले पत्र पोहोचले. पत्रास विलंब झाला कारण एक नवीन काम अंगावर घेतलेले आहे. आपणास वाचून आश्चर्य वाटेल, पण मी एका चित्रपटासाठी पटकथा लिहिण्याचे काम स्वीकारले आहे. विषय जिव्हाळ्याचा आहे. आपण झिंगारू दारूवाला ह्या दिग्दर्शकाचे नाव ऐकले असेल. ते स्वतः हा प्रस्ताव घेऊन आले. त्यांच्याबरोबर त्यांच्या असिस्टंट होत्या. आमच्या दिपूशेटनी तिचे नाव छुपी

दारूवाला असे ठेवले. आणि ते मला भयंकर आवडले. हे दिपूशेठ कोण? तर त्यांची एकदा भेटच घालून देईन. चित्रपटाच्या पटकथेच्या जमवाजमवीत असल्यामुळे थोडा उशीर झाला. असो.

आपण पत्रात सविस्तर लिहिलेला पेच आता प्रत्येक कोरडवाहू शेतकऱ्याच्या मनात निर्माण झाला आहे. शेती करायची कशासाठी? आणि हा प्रश्न खरोखरच मध्यवर्ती आलेला आहे. आपल्या शेतकऱ्याला आपण करत असलेले श्रम, शेतीचा घसारा ह्यासारख्या गोष्टी कधी उत्पादनखर्चात धरायची सवयच नाही. कारण शेतकरी श्रमाची किंमत पैशात करत नाही. त्याच्यासाठी श्रम ही आनंदाची गोष्ट. श्रम हे कृषिजन मूल्य आहे. म्हणून घरात निवांत लोड्याला टेकून बसलेला शेतकरी असूच शकत नाही. त्याला सतत काय ना काय करत रहावे म्हणजे समाधान वाटत असते. अन्न गोड लागत असते. माझे वडील वय वर्षे सत्तर. उप्पेनबेटगिरीत आले की फक्त एक रात्र कसेबसे राहातात. दुसऱ्या दिवशी सकाळी मला जाग येण्यापूर्वी त्यांनी पिसवी खांद्याला लावलेली असते. बरोबरच ना. ह्या घरात बसून ते करणार काय? बसून राहिले की त्यांचे पोट बिघडते. जेवण जात नाही. कारण श्रम हाच त्यांचा श्वास. आता ह्या श्रमाची किंमत कशी काय करणार? पण उत्पादनखर्च काढून मालाची किंमत ठरवायची म्हटली, की श्रमाची किमंत करावीच लागणार. जमिनीचा घसारा धरावाच लागणार. आवजाराची झिज धरावी लागणार. आणि मालाचा बाजारभाव काढला तर शेती शंभर टक्के तोट्यात. मग करायची कशाला? तर याचं उत्तर अर्थशास्त्रीय परिभाषेत देता येणे कठीण. म्हणून पहिल्यांदा हे ध्यानात घेतले पाहिजे, शेती ही संस्कृती आहे. उद्योग नाही. तो उद्योग करा ही जी तुमची मागणी आहे, त्यात अनेक प्रश्न गंभीर बनतात. शेती उद्योग झाला की रानात चिमण्यांनी जगायचे नाही. घरात कुत्र्याने यायचे नाही. फॅक्टरीत जसे कामगाराची झडती घेऊन बाहेर सोडतात तसे शेतातून मजुराला झडती घेऊन सोडता येईल का? मजूर तुमच्या शेतात येतो तेव्हा त्याचं एक करडू असते. त्याला पेंडीभर चारा लागतो. तो तुमच्या शेतातून त्याला हक्काने हवा असतो. त्याची किंमत करून त्याच्या पगारातून वजावट करा असे म्हणून कसं चालेल. हे फक्त वानगीदाखल. असा जर सर्वंकष विचार केला तर तुम्हास पटेल. शेती ही संस्कृती आहे. आता तुमच्या माझ्यासारखे लोक सर्व अर्थशास्त्र कळूनही गावातले वराभर शेत उत्पन्नापेक्षा दुप्पट पैसे घालून का करतात? तर आमक्याचं रान पड पडलं असा शब्द येऊ नये. आपल्या शेतकरी असण्याला बट्टा लागू नये म्हणून. हेही ध्यानात घ्यायला हवे. यानंतर हा पेच अधिक गंभीर होतो. त्याला तुमची

अर्थशास्त्रीय परिभाषा पुरी पडत नाही. ती नव्याने निर्माण करण्याची गरज तीव्र होते. शेतीचे अर्थशास्त्र पुस्तकी पद्धतीने शिकलो की शेतकऱ्याच्या वाटोळ्यास हातभारच लागला असे समजावे. पाहा विचार करून. संवादातून अधिक नीट विचार होतो. सध्या कौटिल्याचे अर्थशास्त्र वाचतोय. बाकी ठीक.

दृश्य *ग्रामपंचायत*

ग्रामपंचायतीसमोर गावसभेची तयारी. खुर्च्या-टेबल मांडलेले. लाईट लावलेले. सगळे सदस्य-ग्रामसेवक-सरपंच हजर. गावातले आठ-दहा रिकामटेकडे. बाकी चिल्लीपिल्ली. त्यांच्यावर कॅमेरा.

सरपंच, *शिपायाला उद्देशून* तुक्या ऽऽ आनी एक चक्कर हाण गड्या गावातनं.

तुका, मालक, दमलो. किती बलवायचं? आपलं टायमिंगच चुकलं. ह्यो ऐन हंगाम. कोण येणार तुमच्या गावासभंला?

ग्रामसेवक, तू अक्कल नको शिकवू. तुझं तू काम कर. जा. *तुका न बोलताच चालाय लागतो. ग्रामसभा चालू व्हणार तरी सगळ्यांनी चावडीला जमावंऽऽ ही त्याची आरोळी. पाटलाच्या गल्लीला बसलेल्या म्हाताऱ्या तुकाला थांबवतात.*

म्हातारी १, तुकाऽ कसली गावसभा?

तुका, हागंदारीमुक्त गावासाठी. संडास बांधायचं पांदीत, गावंदरीला न्हाई जायचं. सरकार अनुदान देणार. त्यासाठी गावसभा हाय.

म्हातारी २, भाडे कायबी काढत्यात पैसे खायाला. सगळं सपलं म्हणून आता हागंदारीत चालल्यात गू खायाला.

म्हातारी ३, खाऊ द्यात की गंऽऽ आता तेबी खाऊ द्यात. तू का जिवाला लावून घ्यालीस.

ही चर्चा ऐकत तुका पुढे सरकत जातो. पुन्हा ग्रामपंचायतीजवळ येतो तर आठ-दहाच लोक. तो सरपंचाला म्हणतो.

मालक, आता मात्र घाईला आलो. सुरू करा सभा.

ग्रामसेवक, दहा माणसांवर व्हईत न्हाई सभा.

तात्या पाटील, व्हईत कशी न्हाई? उद्या घ्यायच्या सह्या. लिव प्रोसीडिंग.

ग्रामसेवक प्रोसिडिंग लिहायला घेतो. जमलेले आठदहा जण चर्चेत गुंतत जातात.

दृश्य *सकाळ*

अक्षयतृतीयेचा सण. साडेतीन मुहूर्तापैकी अर्धा मुहूर्त. कोणत्याही शुभ कामाचा प्रारंभ. शेतातली कामं मध्यावर यायचा दिवस. पण वळीवच पडला नाही. जमिनीला नांगर डसणे अशक्य. त्यामुळं जमेल तशी जमेल त्याने मशागतीला सुरुवात केलेली. आडव्याप्पानं मुहुर्तावर लवकर उठून रानात चक्कर मारली. कॅमेरा त्याच्याबरोबर. त्यानंतर तो घरात आला. पोरे नुक्ती जागी झालेली.

तायव्वा, सणावाराचा दिवस. पोरांच्या तोंडावर कसे मारायचे. कुणाच्यात पाव किलो डाळ उधारीवर मिळती का बघा की.

आत्ता कुणाच्यात? दुडापवाण्याची उदारी तटलीय. दारातबी उभा करत न्हाई. पाटण्याच्यात बघा जावा. करू या म्हणावं माघं फुडं.

त्येची भवानी तर व्हवू दे. जातो माघनं.

आडव्याप्पा गोठ्यात घुसतो. म्हशीचं शेण-मुत मागं ढकलतो. बुट्टीत भरतो. उकिरड्याजवळच्या ढिगात ओततो. कॅमेरा म्हशीच्या गरीब डोळ्यावर.

अगंऽऽ केसू उठला काय बघ. त्येला काढ म्हणावं म्हस भाईर. गोठा धुऊन काढाय पायजे.

पोराची परक्षा हाय. त्येला नका लावू काम. त्येचा त्यो अब्यास करू दे.

आता शिकून व्हयाय लागलाय मामलेदार *असे स्वतःशीच म्हणत म्हशीला गोठ्यातून बाहेर काढतो. म्हशीचे गोठ्यातून बाहेर आल्यावर कान टवकारलेले. ती उधळायच्या नादात. पण रेडकं बरोबर असल्यामुळे सावध.*

च्या आयलाऽऽ जनावराला कळतं त्ये मला का कळत न्हाई. *त्याचे स्वगत. तो गोठा स्वच्छ करू लागतो. खराट्याचा खर्ऽ खर्ऽ आवाज.*

दृश्य *सकाळी दहाची वेळ*

आडव्याप्पा गल्ली पार करत पाटण्याच्या दुकानाजवळ. पाटण्याचे दुकान मालाने खचाखच भरलेले. समोर गुटक्याच्या, तंबाखूच्या माळा. मध्ये वजन काटा. सगळ्या फळीभर बरण्या. आत तुका पाटण्या नुसत्या बंडीवर. काळाढुस्स. अगडबंब. कपाळावर ठळक इबूत ओढलेली. आडव्याप्पाला समोर बघून.

बोल गाऽ काय दीऊ?

अर्धा किलो हरबरा डाळ.

तुका पाटण्या गडबडीने अर्धा किलोचे वजन काट्यावर ठेवून स्टीलच्या बारीक घमेल्याने पोत्यातली डाळ घेऊन येतो. आडव्याप्पा विचारमग्न. डाळ प्लॅस्टिक पिसवीत ओतून गाठ मारत त्याच्या समोर ठेवतो.

पैसे शनवारी दुधाच्या बिलाला द्यावं म्हणतो.

तुका पाटण्या त्याच्यासमोर सारलेली डाळीची पिसवी सर्रकन मागे वडतो.

रोकीला दुंड्यावाण्याकडं आनी उधारीला माझ्याकडं. न्हाई चालायचं की गाऽऽ उदारीबी त्येच्याकडनंच घ्यायची.

एकदम अजीजीने शनवारपतोर. सणावाराचं न्हाई म्हणू नको. एवढी गरज मार तुका पाटण्या, जमत न्हाई गाऽ उदारी लई झालीया. माजं मला फुरं झालंय. गळ नको घालू.

आडव्याप्पा तरीही उभाच. नंतर माघारी वळतो. त्याच्या पायातली शक्ती संपलेली.

बरं असू दे. जाऽ घेऊन, एवढा वेळ. खरं शनवार वलंडायचा न्हाई.

आडव्याप्पा एकदम थंडगार. कसा तरी माघारी वळतो. पाटण्याच्या डोळ्याला डोळा न भिडवता डाळ उचलतो. मडं चालावे तसे चालाय लागतो.

कोणकेऱ्या, तू निश्चित मला सापडणार. तुझ्या डोक्यात काय चाललं होतं कळाय लागलंय. शालबिद्र्या, आता तुझ्यासमोर कोणकेऱ्या आला असं समज. त्यानंतर तू आणि मी. बघू तुझी वर्दी.

डायरीतील पान

दिपूशेठच्या भांड्यांच्या दुकानात बसून दिवस घालवला. कशातच लक्ष लागलं नाही. ऑफिसातून पिटके शिपाई, वाघरे दिवाणजी येऊन गेले. त्यांना फारशी दाद दिली नाही. घरात थांबावं तर बायकोची कटकट. ही जागा एक आपली. दिपूशेठला भांड्यांवर नाव घालायला मदत होते. तो काहीच तक्रार करत नाही. त्याचा धंदा सोडून त्याला काहीच सुचत नाही. त्याला माझ्या घालमेलीशी काहीच कर्तव्य नसतं. म्हणण्यापेक्षा त्याला ती कळतच नाही. त्याने ती कधी अनुभवलेली नाही. मग कळण्याचा प्रश्नच कुठे येतो? मध्ये-मध्ये तो आपलं आत्मचरित्र सांगतो. आज त्याला आत्मचरित्रातही रस नव्हता. बहुतेक त्याच्या डोक्यात तिसरंच काहीतरी चाललं असावं. तो फारसं

बोलत नव्हता. माझ्या दृष्टीनं ती गोष्ट चांगलीच होती. त्याच्या आत्मचरित्रापेक्षा माझं आत्मचरित्र मला अधिक जड झालं होतं.

थोरला दादा घरात आल्यानंतर बायकोनं नीट वागायला हवं होतं. मुळात तो आला त्या वेळी मी पेपर आणण्यासाठी बाहेर पडलो होतो. आलेल्या माणसाला तांब्याभर पाणी आणि कपभर चहा देण्याचा कितीसा ताप? पण माझ्या घरचे लोक तिला नको असतात. तिच्या घरचे शंभर आले तरी ती उत्साहानं सगळे उपचार पार पाडणार. माझ्या घरातलं कोणीही आलं की आजारपण येणार. या सगळ्याचा कंटाळा आलाय. दादानं आपल्या आयुष्यात राबण्याशिवाय काहीच केलं नाही. फक्त राबायचं. कॉलेजात असताना तो मुद्दाम कॉलेजच्या दारात कधी कधी येऊन थांबायचा. कारण काय? तर मला कॉलेजात कोणी त्रास देतं का याचा अंदाज घ्यायला. त्याला मी कैकदा समजावून सांगितलं, उगाच कामधंदा सोडून इकडे यायच्या फंदात पडू नको. मला कोणी त्रास देणार नाही. तर त्याला पटायचं नाही. दत्तू देशपांडेचा लहान भाऊ आमच्या कॉलेजात प्राध्यापक होता. कॉमर्सला. ह्याला वाटत असायचं, तो आपल्या भावाचा सूड घेईल. आपली नजर असली पाहिजे. माझं कॉलेज संपलं. तहसील कार्यालयात रोजंदारीला जाऊ लागलो, याचा त्याला कोण आनंद. तो छाती फुगवून सांगायचा, कल्लापा आज ना उद्या मामलेदार होणारच. एकदा कुणी त्याला माझं पेपरात छापलेलं नाव दाखवलं तर हा पेपर घेऊन सरळ गावात. प्रत्येकाला छापून आलेलं नाव दाखवत हिंडत होता. अशा कैक गोष्टी.

दादा आल्यानंतर ही स्वयंपाकघरातच बसून राहिली. दादा एकटाच बाहेरच्या सोप्याला वाट बघत. हे मला भयंकर खटकलं.

नोंद

रावसाहेब सकाळीच येऊन बसलेले टेबलला. आज त्यांची मिळकत बरी झाली असावी. मी समोर दिसताच चहाची ऑर्डर दिली. हा माणूस एकदम भयंकर आहे. तो पापाचा पैसा मिळवतो. त्यात मला भागीदार करून घेण्यासाठी चहा पाजतो. माझा चहा पिऊन संपला की म्हणतो, आजची मिळकत पचली. त्याचा राग येतो. पण राग या ऑफिसमध्ये उपयोगाचा नाही. माझ्या टेबलकडे जाण्यासाठी निघालो.

रावसाहेब एकदम काकुळतीला. बसण्याचा आग्रह करू लागले. पिटके चहा घेऊन हजर. बसलो तर त्यांनी माझ्यासमोर कागद सरकवला. केस जुनीच. हरिबा देसाई. हातोहात लोकांना गंडवणारा माणूस. जमीन बळकावून बोका झालेला. तो कागद मी पुन्हा त्यांच्याकडे सरकावला. त्यांना ते अपेक्षित होतं. म्हणजे या केसमध्ये किमान पाच हजार सुटले असणार. पिटकेला पाचशे. म्हणजे बाबू बिरनाळे भिकेला लागला. त्याचा जमिनीचा तुकडा गायब झाला. चहा पिता-पिता मला अस्वस्थ वाटू लागलं. रेकॉर्डरूममध्ये जाऊन भरपूर पाणी पिऊन टाकलं. पाणी कुणाच्याही पैशाचं नव्हतं.

दुपारी बाबू बिरनाळे माझ्याकडे हजर. त्याने मला विचारलं, माझ्या डायरीवर नायब तहसीलदारची सही झाली? हे म्हणत असताना त्याला होणाऱ्या यातना मला जाणवत होत्या. त्यामुळेच मी सांगितलं, तू दिवाणी कोर्टात जायला पाहिजे. म्हणजे खर्च किती? त्याचा सहज स्वाभाविक प्रश्न. किमान वीस-तीस हजारला सगळे त्याला लुबाडतील हे मला स्पष्ट दिसत होतं. त्याच्याकडून अंदाज काढून घेतला. त्या जमिनीची किंमत काय? तर ती वीस हजारावर चढत नव्हती. मग त्याला मी दुसरी जमीन खरेदी करून ह्या जमिनीचा नाद सोडण्याचा सल्ला दिला. तर तो माझ्याकडे शत्रूपेक्षाही भयानक वाईट नजरेनं बघायला लागला. त्याच्या नजरेनं मी चड्डीत लघवी करण्याची शक्यता निर्माण झाली होती. फक्त प्रत्यक्षात तसं घडलं नाही. बिरनाळेला पिटके काहीतरी आश्वासक सांगत होता. त्याचा विश्वास बसल्यामुळे त्याची नजर पातळ झाली. हे मी साक्षात अनुभवलं. त्यानंतर मला खात्री पटली. मातीची माया वाईटच.

नोंद

आज मी ऑफिसात गेलो नाही. दिपूशेठच्या दुकानात गेलो नाही. इंगळे बिल्डिंगमधल्या तलाट्याच्या भिशीत जाऊन झोपून टाकलं. ह्या भिशीत उप्पेनबेटगिरी तालुक्यातल्या कडगाव सज्ज्यातील सर्व तलाठी एकत्र येत असतात. इथं सर्कल असणारा निळू मोहिते हा माझा गाववाला. त्यांच्या मोठ्या भावानं मला शिकण्यास भाग

पाडलं. आज मला जो पगार मिळतो तो त्या माणसामुळं मिळतो, असा माझा समज आहे. निळू दिवाणजीला आज भरपूर काम होतं. भिशीतला खंडू गंडमाळे तंबाखूचा तोबरा भरून काहीतरी लिहीत होता. त्या दोघांत चर्चा चालू होती. सत्तूर चालविण्याबाबत. म्हणजे बगळा सापडला असणार. कुतूहल असण्याचं कारणच नव्हतं. कारण हे सगळे व्यवहार मला पाठ. म्हणून मी विचारलं, बगळ्यानं कुणाची जमीन लाटली? निळूनं सगळी कथा सांगितली. चव्हाण म्हणून मास्तर आहे. त्यानं व्याजावर पैसे देऊन एकाची जमीन लाटली. ती आहे संधी इनाम. बारापट रक्कम भरून खरेदी. म्हणजे सत्तूर सात-आठ हजारांत चालणार. अशातच निळूकडं पटकेवाला माणूस आला. एकदम रापलेला. त्याला उतारा पाहिजे होता. पटकेवाला मामा आतून एकदम उसवलेला. खंडू गंडमाळे निळूला चिमणीविषयी सांगत होता. निळूनं त्या पटकेवाल्या मामाला चहापाणी पाहिजे म्हणून सरळ सांगितलं. मला उठवून त्याच्याबरोबर हॉटेलात आणलं. गोड-तिखट-चहा. चार माणसांचं बिल झालं छत्तीस रुपये. मामा बंडीच्या खिशातून पैसे काढताना त्याचा हात थरथरत होता. चेहरा केविलवाणा. निळू आणि गंडमाळे केव्हाच पसार. मामाला थोडंसं छेडलं. एस.टी.ला पैसे उरत नाहीत. भिशीच्या दारात आल्यावर मला भडाभड उलटी झाली. मी हातानंच काही झालं नाही असं दाखवलं. निळू एकदम काळजीत. त्यानं मला शांत झोपवलं. आपल्या कामाला लागला. संध्याकाळी कधीतरी जाग आली.

दृश्य *सकाळचे नऊ*

जिवबा दानवाडेच्या मुलाचे लग्न. दारात टोलेजंग मंडप. सगळ्या गावाचे वातावरण बदलून गेलेले. दानवाडेचा चंदर पोलीस इन्स्पेक्टर. त्यामुळे दाबजोर पैसा. गावात आजवर झाले नाही अशा ईर्षेने लग्नाची जय्यत तयारी चाललीय. आडव्याप्पासह अनेकांना मदतीला बोलवलेले. पाण्याचे हौद. जेवण विभागासाठी भांडी, भाड्याने आणलेली. त्यांचा ढीग. तीन हजार माणसांच्या जेवणाची तयारी. आडव्याप्पाला काडीची उसंत नाही. जिवबा दानवाडे कोशा-पटका बांधून प्रत्येकाला फक्त सूचनाच देतो आहे. घराचा ताबा सगळ्या गोतावळ्याने घेतलेला. कॅमेरा दानवाडे कुटुंबाचे वैभव सेंटरला

आणण्याचा प्रयत्न करतो आहे. मंडपातल्या खास आणलेल्या खुर्च्या, केलेले डेकोरेशन, वापरलेल्या फूलमाळा इत्यादी. मंडपातून कॅमेरा सरळ जेवण विभागातल्या धांदलीवर. जेवणाचे कॉन्ट्रॅक्ट मोठ्या केटररला दिलेले. तिथे काम करणाऱ्यांचे पोशाख- हालचाली बघत गल्लीतली पोरे आशाळभूतपणे थांबलेली. कॅमेरा मुलांवर.

एक मुलगा, अबबऽऽ त्ये बघ किती तेलाचं डबं आणल्यात. गाव व्हवून जाईल सगळं.

दुसरा मुलगा, हट् लेकाऽ एवढ्या डब्यानं गाव कसं व्हवंल? आरंऽऽ त्ये बघ ऽऽ त्येनं सगळा डबाच कढईत वतला.

तिसरा मुलगा, आरं ऽ त्यो जिलेबी तळतोय.

कॅमेरा जिलेबीच्या कढईवरून जिलेबीच्या ढिगावर, तेथून सरळ आशाळभूतपणे पाहणाऱ्या मुलांवर. कळकट कपड्यातील मुले.

दानवाडे कुटुंबातील एकटा, ये ऽ पोरांनो ऽ व्हा बाजूला.

दानवाडे कुटुंबातील दुसरा, नजर ठेवा कार्ट्यांच्यावर. कायतरी उचलतील.

घाईतला आडव्याप्पा *थांबत*, ती काय चोर हाईत व्हय गाऽऽ गरिबाची पोरं. बघू दे की तुजं काय चाललंय?

दुसरा, तुजं तू काम बघ. आलाय गरिबीचा कैवार घेऊन. व्हा रे पोरांनू बाजूला. पळा ऽऽ

मुले बाजूला जातात. आडव्याप्पाचे डोळे एकदम लालबुंद. फक्त नजरेनेच दुसऱ्याकडे पाहतो.

दृश्य

मंडपात डॉल्बीच्या आवाजाचा दणदणाट. पोरे गाण्याच्या तालावर नाचताहेत. शेजारीच बँडपथकवाले आपली वाद्ये वाजवताहेत. कोणाचा आवाज कोणाला येण्याची शक्यता नाही. अशात जिवबा दानवाडे प्रत्येकाला काहीना काही ओरडून सांगतो आहे. हळूहळू लग्नासाठी येणाऱ्यांची गर्दी वाढाय लागली आहे. सुटाबुटातले कैकजण. पोलिसखात्यातल्या येणाऱ्या प्रत्येकाला पटका बांधला जातो आहे. राजकीय पुढाऱ्यांचीही उपस्थिती बऱ्यापैकी. गावकरी मंडपाभवती. मंडपात फक्त निमंत्रित पाहुणे. मंडपाच्या प्रवेशद्वाराला स्वागतकऱ्यांची रांग. फुलं-तांदूळ आणि सुपारी-पानाचा विडा देणारी मुले.

टेबलाजवळ रांग. बाहेर गल्ली वेगवेगळ्या गाड्यांनी भरून गेली आहे. एका कोपऱ्यात अंग चोरून उभा असलेला आडव्याप्पा सगळीभर भांबावून बघतो आहे. एवढ्यात त्याला जिवबा दानवाडेचे बोलावणे. आडव्याप्पा जागा सोडून गर्दीतून वाट काढत जिवबा दानवाडेजवळ पोहचतो.

जिवबा *ओरडून*, लेका, आडव्या कुठं बोंबलत हिंडालास? हितं माझ्याजवळ थांबायचं. ही पिसवी आणि हे पोतं.

आडव्याप्पा, *पिसवी-पोत्याकडे पाहून* याचं काय करू?

जिवबा, *वैतागून* लेका, प्रेझेंट घ्यायला. *आडव्याप्पाचा चेहरा उजळतो. तो जिवबा दानवाड्याला खेटून उभे राहातो. उन्हाने काहिली वाढते आहे. लोक घामाघूम झालेले आहेत. स्टेजवर भटाचे माईकवरून ओरडणे सुरू आहे. तो पुन्हा पुन्हा* नवरी मुलीला, मुलीच्या मामाने घेऊन यावे, *असे सुनावतो आहे. मुलगी स्टेजवर येते. आंतरपाट धरला जातो. भटाच्या मंगलाष्टका सुरू. फक्त त्याचाच आवाज मंडपात. आडव्याप्पा प्रत्येक शुभमंगलला अक्षता टाकतोय. शेवटची मंगलाष्टका संपते. वाद्यांचा गलबलाट. जिवबा दानवाडेजवळ गर्दी वाढते. प्रत्येक जण त्याच्या हातात प्रेझेंट पाकिट कोंबते आहे. दानवाडे आडव्याप्पाच्या हातातल्या पिसवीत कोंबतो आहे. हे सतत चाललंय. हळूहळू मंडपातील गर्दी कमी होते. जेवण मंडपात गर्दी उसळते. दानवाडे पाकिटे गोळा करून, आडव्याप्पाच्या पिसवीत टाकतोय. मोठे प्रेझेंट पोत्यात कोंबले जात आहे. आडव्याप्पा सगळे मनापासून करत आहे. दानवाडेने या कामासाठी आपल्याला निवडून विश्वास दाखवल्याचा आनंद त्याच्या चेहऱ्यावर तरळतोय. हळूहळू जेवणावळ संपत जाते. मांडवात फक्त पाहुणे-पै. आता कोणाची प्रेझेंट येणार नाही, असा अंदाज दानवाडे घेतो.*

आडव्याप्पाऽ सपलं वाटतं पावणं-पै. आता थोडं टेकाय हरकत न्हाई.

तात्या, हितंच आणतो की खुर्ची.

नकोऽ नको. *प्रेझेंट पिसवीकडे पाहात* ही बदमाल पयली घालवूया. चल. कपाटात पिशव्या ढकलू. मागनं बघतील पोरं.

आडव्याप्पा भांड्याकुंड्यांने भरलेले पोते, हातातली पिसवी उचलून त्यांच्या मागोमाग चालू लागतो. लग्न घरात बायकांची झुंब्बड. ते दोघे गर्दीतून वाट काढत घरातल्या झोपायच्या खोलीत येतात. भांड्याकुंड्यांचे पोते भिंतीला टेकवून ठेवून आडव्याप्पा हातातली पिसवी दानवाडेच्या हातात सोपवतो.

दानवाडे ती पिसवी गोदरेज कपाटात अलगद सरकवतो. भांड्याकुंड्यांचे पोते तपासतो.

ह्यात एकादं पाकीट ठेवाय न्हाईस न्हवं चुकून.

न्हाईबा. सगळी पिसवीतच टाकल्यात.

दानवडे पोतं पुन्हा आपल्या नजरेखालून घालतो. आडव्याप्पा बाहेर जाण्यासाठी खोलीच्या दाराजवळ येतो.

आडव्या ऽ आरं ऽ इकडं येऽ इकडं ये ऽऽ

आडव्याप्पा त्यांच्यासमोर जाऊन उभे राहतो. दानवाडे त्याच्या जवळ येऊन त्याच्या खिशात हात घालतो. कमरेला चाचपतो. विजारीचा खिसा तपासतो. आडव्याप्पाच्या अंगाला एकदम थरथर सुटते. चेहरा लालेलाल होतो.

चुकून एखादं पाकीट इसरलं म्हणून बघितलं. राग न्हाई न्हवं आला. गैरइसवास न्हवं गाऽ खरं शंका मिटवावी म्हणून म्हटलं.

एकदम करड्या नजरेने पेटलेल्या आवाजात थांबा तात्या. तो पटकन शर्ट काढून त्यांच्या समोर ठेवतो. विजार काढतो. मुंडास काढून त्याच्यासमोर फेकतो. ह्यात बघा. म्हणत कमरेच्या चड्डीचा खिसा त्यासमोर पालथा करतो. आरंऽ चुकलं माझं. पर उगंच शंका नको म्हणून त्ये केलं. चुकलंच. घालऽ घालऽ कपडं घालऽ

आडव्याप्पाचे अंग थरथरते आहे. त्याला दानवाडेचा गळा घोटावा, असा राग आलेला आहे. त्या तिरिमिरीतच तो कपडे चढवतो. लग्नघरातून मंडपात येतो. मंडपात डॉल्बीचा आवाज. त्याचे डोके भनभनले आहे. तो तडक मंडपातून घरच्या रस्त्याला लागतो. दानवाडे त्याला पाठीमागून हाका मारतो आहे. पण त्याला काहीच ऐकू येत नाही. जवळ जवळ तो पळतोच आहे. दानवाडे माघारी फिरतो. खिजलेला.

दृश्य   संध्याकाळ, वेळ ७ ची
प्रचंड उकाडा. तरीही आडव्याप्पा चादरीत अंग मुडपून झोपलेला आहे. घरात मुलगा, मुलगी त्याच्या अवतीभवतीच वावरताहेत. त्यांना वडील झोपलेले आहेत, एवढेच माहीत आहे. त्यांचे-त्यांचे उद्योग, खेळ, अभ्यास चाललेला आहे. तायव्वा शिंद्याच्यात ऊस भांगलायला मजुरीने गेलेली असते. ती भाराभर उसाचा भारा डोक्यावर घेऊन किनिट पडण्याच्या वेळेस दारात येते.

भारा जनावरांच्या चपारात टाकते. घरात पाय टाकते. मुलीने चूल पेटवलेली असते. ती मधल्या सोप्याचा बल्ब लावते. तर तिला आडव्याप्पा चादरीत मुटकुळे करून पडलेला दिसतो. ती त्याच्या अंगावरची चादर हळूच काढून गडबडीने कपाळाला हात लावते तर, त्याचे अंग तापाने फणफणलेले.

अगंऽऽ सुमी पळ ऽऽ त्यास्नी ताप भरलाय की. कव्वास्स आल्यात? आनी हे काय झालं म्हणायचं?

ती आडव्याप्पाला हालवून जागे करते. तो तापाने फणफणल्यामुळे भ्रमिष्ठासारखा. आपण कुठे आहोत, त्याचे त्यालाच कळायला तयार नाही. तायव्वाचा जीव घाबराघुबरा होतो. सुमी जवळ येऊन बघते.

वडिलांचा चेहरा, तिला भीतिदायक वाटाय लागतो. ती आईला चिकटते.

सुमी पळऽऽ भांडं भरून पाणी आणि मीठ घेऊन ये.

सुमी उठून चुलीकडे पळते. तायव्वा केसुबाला हाक मारते. त्याचा सुगावाच लागत नाही. ती गल्लीत येऊन जोराने हाका घालते. केसूऽऽ ये केसूऽऽ मुलगा धावतच येतो.

आरं शिंद्या डाक्टर हाय का बघ जा. ह्यास्नी ताप भरलाय.

केसुबा पळतच वरच्या गल्लीला सरकतो. सुमीने आणलेल्या मीठ-पाण्यात सुती फडकं बुडवून ती आडव्याप्पाच्या कपाळावर ठेवते. तो कण्हत असतो. त्याला बोलताही येत नसते. कॅमेरा त्याच्या भोवती.

दृश्य

आडव्याप्पाचा धाकला नोकरदार भाऊ घरात येतो. बरोबर त्याची बायको. बॉबकटवाली त्याची मुलगी. धाकला भाऊ- संगाप्पा घरभर फिरतो. बसतो. पुन्हा उठून फिरू लागतो. अस्वस्थ. त्याची बायको एकदम ऐसपैस पसरून.

संगाप्पाची बायको, ताईसाबऽऽ, डॉलीला भूक लागलीय. चपातीचं पीठ नसेल तर मागून आणा.

आतून काहीच आवाज नाही. तायव्वाच्या फक्त भांड्यांचा आवाज.

संगाप्पा, अगंऽ इथं कुठले गहू? एखाद्या दिवशी भाकरी खाल्ली तर, नाही का चालत?

आहोऽ तिनं कधी खाल्लीय का भाकरी? तुम्ही पण काही बोलाय लागता. मग, राहू दे एक दिवस उपाशी. काही बिघडत नाही.

हे तुमचं असं चालू होतं. म्हणून नको वाटतं इकडं यायला. म्हणे राहू दे उपाशी. जीभ तर कशी उचलते कुणास ठाऊक.

तायव्वा, *आतून बाहेर येत* चपातीच पायजे न्हवं. करूया की. कशाला भांडताय. आणून ठेवलंय मी दळूण.

नवरा-बायको एकदम गप्पगार होतात.

संगाप्पाची बायको, डॉलीऽऽ ए डॉलीऽऽ

मुलगी जवळपास नसतेच. ती गडबडीनं उठून इकडं-तिकडं शोध घ्यायला लागते. डॉली, केसुबा, सुमी परड्यात. त्यांचं लक्षच नसतं. संगाप्पाची बायको तिथे जाते. डॉलीला हाताला धरून ओढत घरात घेऊन येते.

संगाप्पाची बायको, लहान आहेस? सांगितलंय ना मातीत खेळायचं नाही म्हणून, बैस इथं.

मुलगी रागाने लालबुंद होते. संगाप्पा केविलवाण्या नजरेने त्यांच्याकडे पहात असतो. कॅमेरा दोघांवर.

दृश्य *संगाप्पा, आडव्याप्पा बैठकीच्या खोलीत*

संगाप्पा, *चिंताक्रांत* माझं मला सगळं चालवणं कठीण झालंय.

म्हयन्याला पगार येतोय म्हटल्यावर व्हणारचकी.

त्ये शहरात राहिल्यावर कळतंय.

आमाला कुठलं गाऽ श्यार म्हाईत. तुमी शिकल्यालं, पगारदार. गांड पैशानं भरली की नाती-गोती कुठली आल्यात? म्हणून घरातला हिस्सा पायजे झालाय. कुणीकडनं माप टाकतोस ते टाक. दोन हिस्सं कर. मधनं भित्त बांधाय माज्याजवळ काय पैसा न्हाईत. बांधायची आसली तर बांध, न्हाय तर दे सोडून.

माझा हिस्सा विकायचा म्हणतोय. इथं घर ठेवून मी काय करू? शेतबी विकाय काढलंय.

चक्रावून काय?

शेत विकाय काढलंय.

लाज न्हाई वाटंत? श्यात इकतोस. कोण घेतोय हारीचा लाल त्ये बघतोच. आजून खातं न्हाई फुटाय, एवढं ध्यानात ठेव. वाडवडलाचा तुकडा. तेवढा तरी गावात आसू दे. लईबी उत्ताणी व्हवू नगो. पोराबाळाला पाय टेकाय जागा

असू दे. एवढ्यासाठी दित न्हवतो बघ वाटणी करून. तू आसं करणार आसं वाटल्तंच.

हे सगळे बोलणे कान देऊन ऐकणारी संगाप्पाची बायको बाहेर येते.

आमच्या वाटणीचं आम्ही काय करायचं ते बघू. तुम्ही फक्त घराच्या वाटणीचं बोला.

तिने तोंड घालताच आडव्याप्पाला राग अनावर होतो. तो दात-ओठ खात फक्त मुठी आवळतो. तो संगाप्पाकडे पाहतो. त्याने मान खाली घातलेली असते.

आडव्याप्पा *राग आवरत*, तुला घरातली वाटणी पायजे काय? थांब तुझ्या आयला *म्हणत उठतो.*

दादाऽ, सगळं समजुतीनं करूया. डोक्यात राख घालून काय उपयोग? माझा हिस्सा मला मिळणारच. तो काय चुकलाय?

मग कुठनं मिळतोय तिथनं घे जा. मी देणार न्हाई.

संगाप्पाची बायको, मिळवायचा म्हटल्यावर कुठूनही मिळवणारच. एवढं तरपासायची गरज नाही. चला होऽऽ पडा बाहेर.

इतका वेळ चुलीजवळ गप्पगार बसलेली तायव्वा बाहेर येते. संगाप्पाची बायको बॅग आवरते आहे. संगाप्पा कपडे घालण्याच्या तयारीत.

तायव्वा, झालं असलं भांडून तर थोडं माझं ऐका.

संगाप्पाची बायको, तुमी काय सांगणार? आगीत तेल ओतणार.

संगाप्पाला बायकोचे हे बोलणे आवडत नाही. तो गर्रकन वळतो.

संगाप्पा, *बायकोला उद्देशून* तोंड आवर न्हाय तर मुस्काड फुटंल. वयनीनं आमच्या बोलण्यात काहीच भाग घेतलेला नाही. तिचा काय संबंध भांडणात? आणि हे बघ, आम्ही भाऊ-भाऊ बघून घेतो. तू यात पडू नको.

आडव्याप्पा, हे अगदी पहिल्यांदा, म्हंटला अस्तास तर घरचा मांडव झाला नस्ता.

तायव्वा, सोडा तिकडं. पोरं डॉलीला घेऊन शेताकडं गेल्यात. ती आल्यावर जेवा आनी मग जायचं आसंल तर जा. एवढंच मी म्हणत होतो.

मग कोणी काहीच बोलले नाही. संगाप्पाच्या बायकोच्या अंगाचा मात्र तिळपापड चाललेला. तिची घालमेल एकदम वाढलेली.

कांतारामजी,

आपण एकदम भावनिक होत जातो, हे कशासाठी? तटस्थ विचार करायला हरकत काय? आपल्या आस्थेचा विषय एकच आहे. शेतकरी-शेती. याविषयी दुमत असण्याचे कारण नाही. तुमची चळवळ खोटी आहे, असे मी म्हणत नाही. तुमच्या आस्थेवर, निष्ठेवर कोणाचीच शंका नाही. हेतूविषयीही शंका आधी नव्हती. आता मात्र निर्माण झाली. कारण चळवळीत राजकारण हा विषयच नव्हता पहिल्यांदा. सक्षम दबावगट ही लोकशाहीतील भूमिका पार पाडावी आणि शेतकऱ्यांचे प्रश्न धसास लावावेत. आपल्या लोकशाही यंत्रणेत सक्षम दबाव गटांची नेहमीच वाणवा राहिलेली आहे. अशा स्थितीत एक चांगला दबावगट अस्तित्वात येत आहे. असा सर्वच विश्लेषकांचा दावा असतानाच सर्वांना धाडकन कोसळून टाकून चळवळीतले सगळेच लोक राजकारणात उतरले. प्रत्येकालाच आमदार-खासदार होण्याचे डोहाळे लागले. आणि व्हायचे ते झाले. चळवळीच्या जीवनात हा योग यायला नको होता. आता ज्याला ज्याला निवडून यायचे आहे त्याचा त्याचा एक एक गट. सर्वव्याप्त, एकसंघ रूप गमावलेच चळवळीने. हे का झाले? या विषयी बोलायचं की नाही. बोलायचे ठरले तर खुली चर्चा गरजेची. कोणतेही सर्वमान्य निष्कर्ष येवोत. ते स्वीकारण्याची तयारी असायला हवी. त्या निष्कर्षांच्या आधारे नेतृत्वासाठी आचारसंहिता तयार करायला हवी. ही मानसिकता कोणाची आहे का? मला तर या प्रश्नाचे उत्तर होकारार्थी वाटत नाही. अशा परिस्थितीत करायचे काय? आज सर्वार्थाने शेतकऱ्याच्या चळवळीची गरज असताना तीच एकसंघ रूपात अस्तित्वात असू नये, हे सर्वाधिक चिंताजनक. आता सामान्य कार्यकर्त्यांनीच याविषयी अधिक स्पष्ट भूमिका घेणे मला गरजेचे वाटते. कारण सर्वसामान्य कार्यकर्ताच कोणत्याही चळवळीचा आत्मा असतो. त्याच्या जिवावरच चळवळ चालत असते. सर्वसामान्य कार्यकर्त्याला भूमिका निभावण्याचे क्षण सतत येत असतात. त्या त्या वेळी सर्वसामान्य कार्यकर्त्याने चोख भूमिका पार पाडली नाही तर चळवळ नेतृत्वाबरोबर फरफटत जाण्याची शक्यता असते. आणि नंतर चळवळीचे जे होते त्याची सर्वाधिक झळ सामान्य कार्यकर्त्यालाच पोहचते. हे आपण गिरणी कामगार चळवळीत फार जवळून बघितलेले आहे. आपल्या चळवळीचे असे होणारच नाही, याबाबत खात्रीने काहीच म्हणता येत नाही. आपण आपले म्हणणे कळवाल अशी आशा.

दृश्य आडव्याप्पाचं घर

आडव्याप्पा उंबऱ्याला टेकून बसलेला. सुमी त्याच्याजवळ लाडीगोडी लावत येते.

सुमी, बाबाऽ एक खरं-खरं सांगणार? इच्चारू?

आडव्याप्पा, विचार की.

सुमी, बघा. चिडायचं न्हाई. खरं सांगायचं.

आडव्याप्पा, हूंऽऽ विचार.

सुमी, आमच्या घरात टीवी कधी आणायचा?

आडव्याप्पा, बाप मेला की.

तायव्वा *चिडून,* असं आपशकुनी कशाला बोलता. लेकराला न्हाई म्हणून सांगायचं.

सुमी एकदम हिरमुसते. आपलं चुकलंच म्हणून बाजूला होते.

आडव्याप्पा, आता समजून काय सांगायचं? तुलाबी त्या टीवीनं येरगटलंय.

तायव्वा, आसू दे आसू दे. विषय बंद करा. सुमीऽऽ ये सुमी. इकडं ये बाळ.

सुमी तिच्याकडे जाते. दोघी मायलेकी काहीतरी करत बसलेल्या दिसतात.

माननीय जोतीराव,

तुम्ही आमचे पणजोबा. म्हणजे माझ्या वंशावळीतील पुरुष. आता हेळवी लोक धंदेवाईक झाल्यामुळे आपली वंशावळ आपल्याला नीट सांगणारे कोणी उरलेले नाही. सबब प्रत्येक जण आपल्याला श्रेष्ठ कुलातील समजून आपला इतिहास कथन करीत आहे. याबाबतचा अनुभव आणखी काही दिवस घालवून स्थिती जाणून घेतल्यानंतर आपणांस कळवणार आहे. या ठिकाणी दुसऱ्याच घटनेचे वर्तमान कळवणे आपणांस जरूर वाटते म्हणून लिहीत आहे. आपल्या सर्व खात्यांत ब्राह्मण वर्गाचे प्राबल्य असल्यामुळे शेतकऱ्याचे अधिक शोषण होते, असे आपले म्हणणे होते. ते इतके नाडितात की आपली मुले शाळेत पाठविण्याची साधने रहात नाहीत, असे आपणास वाटत होते व ते खरेही होते.

आता तुम्ही होऊन, लिहून गेल्याला शे-दीडशे वर्षे उलटून गेलेली आहेत. आजमितीस सर्व खात्यांत, त्यांतल्या त्यात सरकारी, ब्राह्मण वगळता अन्य जातीतील आलुते, बलुते, फिरस्ते, शेतकरी या कुलात जन्मलेले लोक नोकरीस लागलेले आहेत. स्वातंत्र्यानंतर नोकरीस लागलेले लोक निवृत्त होऊन आता वरील समाजातील

लोकांनी प्रशासन हाती घेतले असून ते आता प्रशासनातील सर्वेसर्वा बनलेले आहेत. याबाबतचे सत्य वर्तमान आपणांस कळविणे गरजेचे असल्यामुळे हा पत्रप्रपंच.

मी जेथील रहिवासी आहे तेथील तहसील कचेरीत सौदामिनी खुरुकले नामक स्त्री तहसीलदार म्हणून कार्य करीत आहे. ही तुम्हांस अभिमानाची गोष्ट असण्याची शक्यता आहे. आम्हास नाही. त्या काळी आपल्या पत्नी सावित्रीबाई यांनी शेणमुताचा मारा सहन करून स्त्रिया शिकविण्यासाठी हालअपेष्टा सोसल्या. प्रारंभीच्या काळात ब्राह्मण जातीच्या स्त्रिया शिक्षणात येणे स्वाभाविक होते. स्वातंत्र्यानंतर नादारीचा आग्रह धरला. खेड्यापाड्यांतील स्त्रिया शिक्षण घेऊ लागल्या. ही अभिमानाची बाब होय. आता स्त्रिया तहसीलदार वगैरे झालेल्या आहेत.

या पदावर काम करणाऱ्यांसाठी प्रत्येक राज्याचे भरती मंडळ असून कधी काळी या परीक्षा गुणवत्तेवर होत असत, असे लोकांचे म्हणणे आहे गोरगरीब शेतकऱ्यांची मुले या परीक्षा पास होऊन प्रांत, तहसीलदार, डी.वाय.एस.पी. असत, असे म्हटले जाते. पण त्यावर आमचा विश्वास बसत नाही. कारण या आयोगाचे बरेच सदस्य सध्या जेलमध्ये असून काहींची जामिनासाठी गेली कैक वर्षे धावाधाव सुरू आहे.

या आयोगाकडूनच पाटबंधारे, सार्वजनिक बांधकाम, मुख्यनिबंधक, उपनिबंधक इत्यादी खात्यांतील नियुक्त्या होत असल्याकारणे येथील अधिकारी कामावर हजर झाल्या झाल्या आपणाकडून ओतलेला पैसा लवकरात लवकर कसा निघेल याचा ध्यास घेऊन फायलींच्या ढिगाऱ्यात घुसतात. त्यांना फायलीत कामाचा तपशील दिसण्याऐवजी नोटांचा ढिगारा दिसू लागतो. तो कसा ओढता येईल, यासाठीच ते दिवसरात्र खर्च करून हिशेब मांडू लागतात. अशा अधिकाऱ्यांच्या हातात रस्त्याची, धरणांची कामे असल्याकारणे त्यांनीच एस्टिमेंट करायचे आणि त्यांनीच पैसा काढून घ्यायचा, असा प्रकार असल्याने रस्ता न करताच त्यांच्या खिशात सगळी रक्कम आपोआपच येऊन पडते. सार्वजनिक बांधकाम खाते ही दुभती गाय असल्यामुळे हे खाते आपल्याकडे यावे म्हणून सत्ताधारी लोकांत चढाओढ चालली असते. यासाठी सरकार स्थापण्यासाठी पंधरापंधरा दिवस उशीर झाल्याची नोंद आपल्या राज्यात आहे. खाते हातात असले की काहीही न करता करोडो रुपये घरात येऊन पडत असतात. आजवर झालेल्या बांधकाम खात्याच्या मंत्र्यांच्या इस्टेटीची तपासणी करावी अशी इच्छा कैक लोकांची असूनही ती आजवर पूर्ण झालेली नाही. बांधकाम खात्याच्या मंत्र्याच्या पत्नीचे दागिने इन्कमटॅक्स विभागाने ताब्यात घेतले तरी राज्याची पंचवार्षिक योजना चालवता येईल. म्हणजे होते असे, मंत्री जेथे जातील तेथे त्यांची

पत्नी त्यांच्या सोबत असते. त्यांच्या सोबत असणारी पत्नी तिथल्या मुख्य अभियंत्यास सांगते की, मला चपलाहार पाहिजे. की अधिकारी सोनारास गाठतो. चपलाहार तयार. दुसऱ्या ठिकाणी दुसरी पत्नी सांगते की बाजूबंद पाहिजेत की बाजूबंद तयार. असे कैक किलो सोने घेऊन हे सार्वजनिक बांधकाम मंत्री बांधकामाला दगड जमवावेत तसे माया जमवत गावोगाव हिंडत असतात. आणि हे सरकारी अभियंते त्यांची हौस पुरवत असतात. यात त्या अभियंत्यांना काहीच तोशीस पोहचत नसते. कारण ते खालच्या अधिकाऱ्यांना राबवत असतात. खालचे अधिकारी त्यांच्या खाली, ही साखळी सामान्य माणसालाच नागवत असते. हे सारे आपणांस माहीत नाही असे मी म्हणणार नाही. कारण असे की, आपण तर काही काळ रस्त्याची कामे करणारे कंत्राटदार होता. आणि या क्षेत्राचा सगळा अनुभव तुमच्याजवळ असणारच. पण तसे तुम्हांस खात्रीपूर्वक नाही म्हणता येणार. जग दर क्षणास त्यावेळी बदलत नव्हते. अशा काळातले तुम्ही. आता ती स्थिती नसून दर क्षणाला तुम्हांस सारे काही बदलताना दिसेल. हे सारे मी आपणास कळवत आहे. याचा हेतू तुमचे ज्ञान अद्ययावत व्हावे हा नसून आम्ही कोणत्या नरकयातना सोसत आहोत, याची तुम्हांस कल्पना यावी. तुमच्या काळी रुपयाचे टेंडर असले तर ऐंशी पैसे प्रत्यक्ष कामावर खर्च होत असतील, असा आमचा अंदाज आहे. खरे खोटे तुम्हांसच माहीत. आता मात्र एक रुपयाचे टेंडर असेल तर अडीच पैसे प्रत्यक्ष कामावर खर्च करा असा सरकारी आदेश आहे. त्यानुसार सारेजण साडेसत्यान्नव वाटून घेऊन गब्बर बनलेले असून, त्यांनी पैसे ठेवण्यासाठी आता फार्म हाऊसमध्ये तळमजले बांधलेले आहेत.

हे सगळे मला तुम्हांस सांगणे भाग पाडले ते सौदामिनी खुरुकले या तहसीलदार बाईमुळे. कोणी तरी तिची ओळख करून दिली तेव्हा आम्हांस वाटले, बरे झाले बहुजन समाजाच्या पोरी आता कलेक्टर-तहसीलदार होऊ लागल्या. तुमचे स्वप्न पुरे झाले. तुम्ही मुलींची शाळा काढली ते श्रम सार्थकी लागले. पण हा आनंद फार काळ टिकला नाही. याचा प्रत्यक्ष पुरावा सदर सौदामिनीबाईंनी दिला. त्या आल्या तेव्हा एकदम अनोळखी. आठदहा दिवसांत त्या एकदम तयार झाल्या. त्यांनी दोन तालुक्यांत दहा कोतवाल आणि दोन शिपाई एजंट म्हणून नेमून टाकले. त्यांचे काम एकच. बाईचा महसूल गोळा करून आणून द्यायचा. दिवसाला पाच हजार जमलेच पाहिजेत. एखाद्या दिवशी किंचित उत्पन्न कमी झालं तर बया रात्री दहा वाजेपर्यंत ऑफिस सोडत नाही. लोकांना सवय झालीय, पाचनंतर ऑफिस सुरू राहिलं, की ओळखतात, आजचा ताळेबंद जुळत नाही.

तुम्ही म्हणाल, ह्या एका बाईच्या उदाहरणावरून सगळ्याच बायका अशा आहेत. असा निष्कर्ष काढणे योग्य नाही. हे तुमचे मत एकदम मान्य. आमच्या जवळच कोर्ट आहे. तिथं वांगणेकर नामक नाझर बाई काम करते. तिच्या नवऱ्याचा सोनारकामाचा व्यवसाय होता. हा व्यवसाय त्यांनी अचानक बंद केला. दिवसभर ते कोर्टाभोवतीच घिरट्या घालू लागले. गडी तब्बेतीने टोलेजंग. रंगाने एकदम ईस्टमन कलर. नाकाचा पत्ता नव्हता, फक्त गालच दिसायचे. तर हे गृहस्थ हशिलांना गाठून बायकोने दिलेल्या चिट्ट्या आणि त्यावरची रक्कम गोळा करत दिवसभर बसायचे. संध्याकाळी चिट्ठी आणि रक्कम टॅली झाली की घराकडे. फुलटाईम नोकर. ह्या बाईंनी आमच्या गावात भल्लीमोठी इस्टेट उभी केलीय. लोकांना प्रश्नच पडत नाही, हा पैसा कोठून आला. सगळे फक्त सांगत असतात यातील विटेचा एक थर माझ्या पैशाचा. कोण म्हणतो सिमेंटचा एक लोड माझ्या खर्चाचा. असे बरेच काही. शिकलेल्या शंभरी नव्वद बायका अशा कारभारात सामील असल्याचे आमचे म्हणणे असून बायका कमी भ्रष्टाचारी असतात, असा सामाजिक वर्तन सिद्धान्त मांडणाऱ्यांचे म्हणणे आम्ही साधार खोडू शकतो. इतके भरभक्कम पुरावे आम्ही गोळा केलेले आहेत.

वानगीदाखल पुन्हा एक पुरावा आपल्यासमोर ठेवण्याचा मोह आवरता येत नाही. सचिव नेमणारा आयोग म्हणून ज्यास प्रसिद्धी आहे त्या आयोगात विदुषी गणल्या जाणाऱ्या बाई गेल्या काही वर्षांपूर्वी नियुक्त झाल्या. सदर विदुषी म्हणून गणल्या गेलेल्या बाईंनी पाच-पन्नास कोटींची बेहिशोबी मालमत्ता जमा केली. अशा वेळीच आयोगाच्या भ्रष्ट कारभाराविषयकाची प्रकरणे बाहेर येण्यास सुरुवात झाली. अशाच एका प्रकरणातून बाईस अटक झाल्यानंतर ही सगळी बेहिशोबी मालमत्ता बाहेर आली आणि त्यांच्या पैसे मिळविण्याच्या भ्रष्ट कारभाराची जनतेस माहिती झाली. याला काय म्हणावे? ह्या बाई अजूनही कोर्ट-कचेरी करण्यात गुंतलेल्या असून त्यांना निर्दोष होण्याचे डोहाळे लागलेले आहेत. यदाकदाचित कोर्ट-कचेरीत पैसे पेरून त्या निर्दोष होतीलही. पण लोक तिला कदापी ही निर्दोष म्हणणार नाहीत, याबाबत आम्हांस खात्री आहे.

नोकर नेमणारे हे मंडळ चांगल्या लोकांचे असावे, असे राज्यकर्त्यास वाटत नसून ते अधिकाधिक भ्रष्ट लोकांना या मंडळाचे सदस्य करण्यात गुंतलेले आहेत. यातून प्रशासनात येणारे लोक चांगले असतील, असे मानण्यास किंचितही जागा उरलेली नाही. या साऱ्याचा त्रास मात्र फक्त रयतेस सहन करावा लागतो आहे. कारण हे लोक सामान्य माणसाचे रक्त शोषणारे ढेकूण म्हणून सर्वत्र बेसुमार वाढले आहेत आणि

त्यांना संपवणारे औषधच बाजारात मिळेनासे झाले आहे. त्या कारणे सामान्यजन बेजार झाले असून चांगल्यावरचा लोकांचा विश्वासच उडून चालला आहे. याला काय म्हणावे? हे सारे तुम्हांस कळवण्याचे कारण म्हणजे तुमच्या माहितीत अशा गोष्टी असल्याने काही फरक पडणार नाही. पण आम्हांस तुमच्या निमित्ताने त्याची उजळणी करून डोकेफूट करून घेता आली. याचे समाधान मिळणार आहे. म्हणून हा वृतान्त तुम्हांस कळवत आहे. राग असावा पण लोभ नसावा. कारण तुमच्या लोभास लायक आम्ही उरलेलो नाही आहोत.

च्या आयला, ह्या जोतीरावांविषयी कोणकेऱ्या कधीच बोलला नाही. म्हणजे भिंगारकर, बुचड्या यांच्यासारखाच हा त्याचा मित्र असणार. त्याशिवाय इतकं लांबलचक पत्र लिहिलंच कशाला? असं मनात चाललं असतानाच हे गृहस्थ वयोवृद्ध असल्याशिवाय तुमच्या काळात, तुमच्या काळात असं कशाला लिहील. या जोतीरावांना गाठलं तर कोणकेरी सापडणारच. त्याला होणारा ताप तो एवढ्या मोकळ्या मनानं माझ्याजवळही कधी बोलला नाही. ह्या गृहस्थाला मात्र सगळं सांगतो, हे कसं काय? नवीनच अडथळा. चिंताक्रांत होऊन भिंगारकरला फोन केला. तर त्यानं फुगाच फोडला. म्हणाला, अरे, महात्मा जोतीबा फुले. घ्या, च्या आयला. आपल्याला एवढंही समजू नये म्हणजे गाढवच. पुढारी सारखं फुले-शाहू-आंबेडकर म्हणत असल्यामुळे त्यांची नावंच डोक्यातून गेली. पण हा फुल्यांना पत्र लिहितो. फुले नाहीतच जिवंत. मग हा पत्राचा मामला काय? ह्याच्या डोक्यात गिरमिट उलटं फिरत असावं. काय तरी आयडिया असणार त्याची. त्याशिवाय फुलेंना मध्ये कशाला घेईल? पण आपल्याला तरी काय माहितीय फुल्यांविषयी. सगळे म्हणतात फुले-आंबेडकर तर चला फुले-आंबेडकर. पण कोणकेऱ्याचा फुल्यांशी संबंध काय? पण विचारायचं तरी कोणाला. नवीच अडचण. काम ठप्प.

गुजरपोलिसानं शालबिद्र्याची कुंडली काढली. त्यातल्या त्यात खास बाब म्हणजे शालबिद्र्याची ठेवलेली बाई जिल्ह्याच्या ठिकाणी राहाते. साला, गरीब शेतकऱ्याच्या घरातलाच. पण आई-बापाला पाच पैसे पाठवत नाही. भाऊ शिव्या घालतो म्हणे. गावात कुत्रं विचारत नाही. बाकी सगळं बिनउपयोगाचं. म्हणजे कोणकेऱ्या म्हणतो तसा हा गांड घासून पीएसआय झाला असणार. पण

वागतो पैसे चारून पी.एस.आय. झाल्यासारखाच. कसाही झाला पास तरी पैसे मिळणारच. एवढंच. बरोबरच की, पैसे मिळविण्यात वाईट काय? म्हणजे सगळेच तर खातात. कोणकेऱ्या भडकून म्हणाला होता, गोरगरिबाला अन्नच मिळत नाही. त्याचं काय? त्यांनी काय खायचं? नंतर या विषयावर बोललाच नाही. बहुतेक त्याला जोतिराव सापडल्यामुळं त्यानं तो विषय बंद केला असावा.

दृश्य *संध्याकाळ*

गावात माईकवरून पुकारले जाते आहे. आज रात्री आठ वाजता, श्रमिक शेतकरी संघटनेची सभा, हजारोंच्या संख्येने उपस्थित राहा. प्रत्येक गल्लीतून रिक्षा फिरते आहे. पुन्हा पुन्हा तेच पुकारले जाते आहे. कामाधंद्यावरून येणारी माणसे कान देऊन ऐकत आहेत.

दृश्य

रात्री आठची वेळ माणसे चावडीसमोर बसलेली आहेत. समोर टेबल-खुर्चीसमोर माईक. गावातला शिंगट्या बाबूचा पोरगा आसक्या माईकवरून नेते भगवान बाटे ***येत आहेत*** *असे पुकारत असतो. नेते भगवान बाटे यांची गाडी चावडीजवळ थांबते. तिघे-चौघे गाडीतून उतरतात. आसक्या त्यांना नमस्कार करत स्टेजवर आणून बसवतो. स्वतः माईकचा ताबा घेतो.*

गावकरी बंधू-भगिनीनो,

आज आपल्या गावात श्रमिक शेतकरी संघटनेची शाखा सुरू व्हतेय. शेतकऱ्यांना जागं करण्यासाठी आमचे नेते बाटे सगळ्या राज्यात काय कराय लागल्यात. शेतकऱ्यांचं प्रश्न मांडाय, सोडवाय त्येनी पुढाकार घेतलाय. सगळ्या शेतकऱ्यांनी त्यास्नी साथ कराय पायजे. ते काय सांगत्यात ते आयकूया. म्हणजे ह्या देश्यात काय चाललंय आपल्याला कळंल. बोला, बाटे साहेब.

च्या आयलाऽ ह्येलाबी बोलाय येतंय की गाऽऽ *सभेत एक आवाज.*

भगवान बाटे, माझ्या शेतकरी बंधू-भगिनी आणि मित्रहो अशोक शिंगटे यांनी तुम्हाला सांगितलं, मी शेतकऱ्यांसाठी काम करतोय. **काम करणं** म्हणजे शेतात राबणं एवढंच आपल्याला माहीत आहे. आता वेळ अशी आलेली

आहे की, नुस्तं शेतात राबून भागणार नाही. आपले प्रश्न सुटणार नाहीत. त्यासाठी आता रस्त्यावर येण्याची तयारी असायला हवी. सरकार शेतकऱ्यांच्या विरोधात आहे. पुढारी शेतकऱ्यांच्या विरोधात आहेत. अशा परिस्थितीत आपले प्रश्न कोणी सोडवेल ही आशा आता संपलेली आहे. सगळेजण शेतकऱ्याला लुबाडताहेत. *आडव्याप्पा शांतपणे सभा ऐकत आहे. त्याला बाटे काय म्हणतो आहे, हे भावते आहे. त्याच्यासारख्या सर्वच शेतकऱ्यांना हे पटते आहे. भगवान बाटेचा आवाज दर क्षणाला वाढतो आहे.*
आमचा माल बाजारात गेला की लगेच दर कोसळतात. आमचा माल संपला की दर गगनाला भिडतात. ही भानगड काय आहे?
आडते-नडते-दलाल यांच्या तावडीतून शेतकरी सुटला पाहिजे.
लोक टाळ्या वाजवतात. भाषण अधिक रंगत जाते

दृश्य *सभा संपल्यानंतर*

तुका धुमाळ आणि आडव्याप्पा घराकडे चालले आहेत.
आरंऽ, त्यो माणूस म्हणत होता ते खरंच हाय.
मग खोटं कोण म्हणतंय? शेतकऱ्याला सगळी जनंच लुटत्यात. ह्योबी बोलून लुटणार न्हाई कशावरनं?
पुढाऱ्याची जात. त्येचा भरवसा कुणी द्यावा?
त्येबी खरंच. पण जरा मनात सलम पडलं.
तुला सलम पडलं आनी माजी तगमग झाली. सगळं कळतंय खरं, वळत न्हाई. काय करूया?
करायचं काय? जायाचं आनी झोपायचं.
दोघे आपापल्या गल्लीला वळतात.

दृश्य *दगडू पाटलाचे घर*

आडव्याप्पा लग्गीवर बसून म्हातारीशी गप्पा मारतोय.
म्हातारबाई, जरा फिरावं, तेवढीच हालचाल व्हती. माणसाशी बोलण्यानं जीव हालका व्हतोय, हवा बदलती.
तुजं म्हणणं खरं हाय रंऽ पर पायच टाकवत न्हाई गल्लीत. हाय कोण गल्लीत?

नसाय काय झालं, गोडश्याची म्हातारी, तेल्याची म्हातारी, सुबल्याची आऊ, त्येंच्याकडं जायचं.

त्याच असत्यात हितं पडून. आनी जायाचं काय त्येंच्याकडं?

मग जरा चावडीकडं जावं.

न्हाई बाबाऽ चावडी बघीतली की भडभडून येतंय. म्हाताऱ्याची चावडी नदरत येतीया.

त्ये गेलं आता सगळं. आता कुत्री असत्यात चावडीत. लचकं तोडाय बसल्याली. दौलू तात्याची चावडी संपली. आता तितं दारू-मटन आनी सतरा भानगडी. सगळं वाटोळं लागलं गावाचं.

चिंताक्रांत, कली बदालली. आता निवडणूक आली. लोकं बदालणारच की. खरं एवढं कोळसं व्हतील आसं वाटलं न्हवतं. त्या जिवबा दानवाड्यानं नूल्याच्या आणि शिंद्यांच्या सगळ्या जमनी घेतल्या म्हणं. काय भाड्या? आता त्या गरिबानी खायचं काय?

त्येच्यात फुक्कट राबाय मान्सं मिळाली की त्येला. त्यो घालंल तेवढं खाणार. त्ये कुत्रं काय दुसऱ्याला घालतंय? ह्या वट्टीवर खाऊन-खाऊन बुडवून गेला भाड्या. आता मालदार झालाय.

मातलाय.

मातू देऽऽ माती व्हायला येळ न्हाई लागत.

एवढ्यात दगडू पाटलाची बायको पळतच येते. म्हणते, शिंद्याच्या पोरास्नी जिवबा दानवाड्या घरातनं हाकलालाय. कुणीतरी त्येला थांबवाय पायजे. भाड्या बेघर करील पोरास्नीऽऽ आत्यासाब, उठा, तुम्ही तरी पुढं व्हाऽऽ.

म्हातारी, चळबळते- बळ एकवटून उठते. काठी टेकते. गल्लीत येते. शिंद्याच्या घराजवळ माणसे जमलेली. त्यांच्या घरातले सगळे साहित्य बाहेर. लहान पोरे रडत बसलेली. म्हातारी काठी आपटत गर्दीतून वाट करून बाहेर काढलेल्या साहित्याजवळ जाते. दानवाड्या चमकतो. खाली मान घालून चालाय लागतो.

प्रिय जोतीराव,

झालेले फारसे माझ्याशी संबंधित नाही. माझ्या जवळच्या सज्ञातील घोणसवाडी नामक गायरान, बेघर लोकांना घरे बांधता यावीत म्हणून गावसभेने ठराव करून तसा

अर्ज तलाठी, सर्कल यांच्या रीतसर शिफारशींसह माझे टेबलवर देण्यात आला. याला आता महिना उलटला. गावातील दीडशे बेघर लोकांच्या यादीसह रीतसर प्लॉटचा नकाशा बांधकाम खात्याच्या इंजिनिअरकडून करवून घेऊन सादर केलेला आहे. हा अर्ज रीतसर नायब तहसीलदारांची टिपणी घेऊन मेहरबान तहसीलदार यांच्या टेबलवर ठेवण्यात आला. नंतर हालचाली गतिमान झाल्या आणि आठ दिवस उलटायच्या आत ही जागा आयुक्त नामक साहेबांच्या आदेशाने श्रीमान गावगुंड आलबतसिंह गलबतसिंह जाधव यांच्या शिक्षणसंस्थेस वार्षिक नाममात्र भाडे रुपये एक निर्धारित करून देण्यात यावी, असा आदेश काढला. हे टपाल माझे हाती येणे आगोदरच सदर आलबतसिंह यांनी आपली प्रत कलेक्टर महोदयांच्या कार्यवाहीसाठी मेहरबान तहसीलदार यांचेकडे गुदरण्यात आली. ती कोणत्या आधारावर हे आम्हांस कळले नाही. म्हणून थोडीफार चौकशी करण्याच्या इराद्याने कुणाकुणास डिवचले, तर माहिती हाती आली की मेहरबान तहसीलदार यांनीच त्यांना तसे तोंडी सूचना देऊन करवून घेतले. आपले वरिष्ठ काय काय करतात हे माहीत असूनसुद्धा मी विनाकारण डोके पिकवून घेतले आणि निळू दिवाणीजीच्या मदतीने गाववाल्यांना माहिती पुरवून तक्रारींचा ढीगच्या ढीग मेहरबान तहसीलदार यांच्या समोर ठेवला. तर मेहरबानांनी आलबतसिंह याच्या कानावर माहिती घालून त्याच लोकांचे दबावाने आम्ही अर्ज केले असून ते रद्दबादल करण्यात यावेत, असे लेखी म्हणणे सादर करवून घेतले. हा खेळ काही दिवस चालला असतानाच मेहबान तहसीलदार यांनी त्यांचे विश्वासू चतुर्थश्रेणी कर्मचारी पिटके यांचे मार्फत आम्हास बोलावून घेऊन, तुमची समाजसेवा बंद करा असे सुनावले. त्याचा परिणाम होणार नाही, हे त्यांनाही ठाऊक असल्यामुळे श्रीमंत आलबतसिंह यांस मजवर सोडले. श्रीमंत आलबतसिंह यांना स्कॉरपिओ गाडीच्या बंद काचेत कित्येकदा मी पाहिले होते. त्यांनी मला पाहिले असण्याची शक्यताच नव्हती. श्रीमंत आलबतसिंह यांचा चमचा माझा शोध घेत तहसील कचेरीत आला तेव्हा मी ध्यानस्थ बसलेलो होतो. स्वाभाविकच तोंडात तंबाखू होती. वडिलधाऱ्यांच्या समोर हे कबूल करण्यास काही हरकत नाही. कारण मुलाला बापाची पायताणं बसायला लागली की असल्या गोष्टी लपविण्यात काही अर्थ नसतो, असे वडीलधारे सांगतच आलेले आहेत. आलबतसिंह यांचा सेवक माझ्या समोर येऊन म्हणाला की, तुम्हास अप्पांनी बोलविले आहे. तेव्हा मला काही बोध झाला नाही. मी फक्त त्याच्याकडे पाहातच बसलो. एकतर त्याच्याशी बोलवण्यासाठी मला तंबाखू थुंकावी लागणार होती. आणि तशी माझी इच्छा नव्हती. तो परत तेचतेच सांगत राहिला. तेव्हा माझा नाईलाज झाला. क्रिया आटोपून त्यास

विचारले, कोण हे आप्पा? त्यांच्याकडे माझे काहीच काम नाही. त्यांचे असेल तर यावयास सांगा. तर सेवक भडकला. एक तर त्याला माझा प्रश्न झोंबला होता. अप्पांना या जगात न ओळखणारा माणूसच नाही, अशी त्याची खात्री होती. तो मला म्हणाला, आलबतसिंह जाधव यांना न ओळखणारा माणूस अजून जन्मास यावयाचा आहे. माझ्या डोक्यात ट्यूब पेटली. त्यास काही न बोलता कामास लागलो. तो थांबून कंटाळला व माघारी फिरला. थोड्या वेळात श्रीमंत आलबतसिंह जाधव माझ्यासमोर येऊन उभे राहिले. त्यांना काही बोलण्याची संधी न देताच म्हटले, तुमचे कागद रावसाहेबांच्या टेबलवर आहेत. त्यांना भेटा. तर म्हणाले, आम्ही तुम्हांला भेटावयास आलो आहोत. म्हटले, बोला. तर त्यांनी शेजारची खुर्ची ओढून बैठक मारली. म्हणाले, तुमचं काय असेल तर सांगून टाका. एकरक्कमी भागवून टाकू. मला ह्या कामात अडथळे नको आहेत. मग त्यांना बयाजवार आमच्या कामाची पद्धत सांगितली. तर त्यांच्या डोक्यात काहीही घुसले नाही. त्यांनी पुन्हा पुन्हा तसेच सुरू केले. वैतागाने मीच ऑफिसातून बाहेर पडलो, तर ते सरळ गेले मेहरबान तहसीलदार यांच्या केबिनमध्ये. चतुर्थश्रेणी पिटके पळत आला. त्यास दम देऊन पाठवणे शक्य नव्हते. मेहरबान तहसीलदार यांच्या समोर जाऊन उभे राहाणे भाग पडले. तर मेहरबानांनी माझी हजेरी तारस्वरात सुरू केली. वरिष्ठांचे म्हणणे फक्त ऐकण्याचा रिवाज आमच्या खात्यात असल्यामुळे, त्या बोलून बोलून थकल्यानंतर आम्ही मान वर केली. एस मॅडम म्हणून बाहेर पडायच्या नादात होतो. तर श्रीमंत आलबतसिंह म्हणाले, तुमची भाषा याला समजत नसल्यास आम्ही आमच्या भाषेत समजावू. अचानक डोकं सणकलं आणि आम्ही त्यांच्या दुप्पट आवाजात त्यास धमकावून टाकले, हे मेहरबान मॅडमना आवडले नाही. त्यांनी मला बाहेर घालवून आलबतसिंह यांना चहा पाजला.

डायरीतील पान

घर डोक्यातून जात नाही. आईचा चेहरा डोळ्यांसमोर सतत. रेकॉर्डरूममध्ये सगळीभर आईचा भरलेला आवाज. समोरच्या टेबलावर आईचा पसरलेला पदर. आपल्याला काही तरी बोचतंय. पण कळत नाही. आई आजारी दवाखान्यात ॲडमिट. तरीही कोणी कळवलं नाही. पैशाची अडचण निर्माण नसती झाली तर मधलाही आला नसता. आपल्याला कळलंच नसतं. कळून तरी आपण काय केलं? चार रुपड्या फेकल्या. पाहुण्यासारखं गेलो आलो. म्हणजे काय केलं?

पाऊस सुरू झाला की, घातीला माणसाला माणूस मिळायचं नाही. पेरणीची घाई तर साधली पाहिजे. त्या दिवशी जिवाच्या करारावर आई शाळा चुकवाय लावायची. शेतात सगळ्यांच्याबरोबर. मधला, थोरला राबणारे गडी. आई मला मात्र फार दमणुकीचं काम लावायची नाही. फार तर वटी बांधून टोकणाय लावायची. नाहीतर बांधावरचं बी आण. पाणी आण. असली चिल्लर कामं सांगायची. एकदा टोकणून टोकणून हाताला फोड आला. खुरपं कधी तरीच हातात धरल्यावर असं होणारच. पण आईच्या एकदम जिवाला लागलं. ती रात्रभर हात हातात धरून झोपली. प्रत्येकाला ती सांगायची. कल्लाप्पा शिकून सायेब झाला की आमच्या घरचं पांग फिटणार. जेवायला बसलो की माझ्याकडं न बघताच चुलीतल्या फुलत्या इंगळाकडं बघत ती विचारायची, अजून किती वरसं शिकाय लागणार? तिचा असा प्रश्न आला की मी मोठमोठ्यानं हसायचो. मग क्षणभरानं तीही हसायची. पण तिच्या वेड्या जिवाला राहावत नसे म्हणून ती पुन्हा विचारायची.

एकदा चिखल-कोळप्याला माणूसच मिळत नाही म्हटल्यावर मधल्यानं मला शाळा चुकवायला सांगितली. दिवसभर चिखलकोळप्याला जाऊन शिणपाटून घरात आलो. आईनं निगडीची काठी काढली आणि चांगलं शेकटून काढलं. मधल्यानं खूप सांगितलं. आईनं त्याला तीन-चार काठ्या हाणल्या. आणि चुलीसमोर रडत बसली. मला कळायला तयार नाही ही का रडतेय. वास्तविक मार मला बसला होता. रडायला मी पाहिजे होतं. तर समोर सगळं उलटंच. त्या वेळी कळत नव्हतं, ती का रडतेय.

सणकून भूक लागली की मला एकदम खवळल्यासारखं व्हायचं. त्या दिवशी झालं असं की सणकून भूक लागली. आईनं मला ताट वाढलं. समोरच बसली. एकावर एक भाकरी मी चांबलत होतो. थाबड्यातल्या भाकरी संपल्या. तरी आई विचारत होती, आणखी थोडी देऊ का? बहुतेक पीठ संपलं असावं. मी सोडून साऱ्यांचाच त्या दिवशी उपास घडला. पण कोणीच काही बोललं नाही. हे सगळं थांबून-थांबून मनात यायला लागलं. म्हणून रेकॉर्डरूममधून बाहेर आलो. पीआयच्या खोलीत जोरजोरानं ओरडणं सुरू होतं. बहुतेक पी.आय. कुणाची तरी आईलबाईल काढत होता.

दृश्य

विठ्ठलाचे गावाच्या मध्यभागी असलेले देऊळ. खचाखच भरून गेलेले आहे माणसांनी. बुवा कीर्तन करण्यासाठी उभे. सोबत टाळकरी, मृदंगवाले, पेटीवाले इत्यादी. कॅमेरा देवळाचा कानाकोपरा धुंडाळतो आहे.

ठोबाऽऽ रुक्कमाईऽऽ ठोबाऽऽ रुक्कमाईऽऽ

हा गजर वाढत जातो. मध्येच

बुवा, थांबा. *सर्व वाद्ये बंद. एकदम शांतता.*

कोणे एके काळीऽऽ केले गाऽ कीर्तन

शेताचे नर्तनऽऽ रोमरोमीऽऽ

विठू तेव्हा नसे ऽऽ रानात राबायाऽऽ

कशाच्या शेवयाऽऽ वळू आताऽऽ

कोरस, ठोऽऽ बाऽ रुक्कऽऽ माई ठोबाऽऽ रुक्कमाई ऽऽ

बुवा, आया-बायांनो, संत-सज्जनांनोऽऽ

मी बुवाऽऽ ईश्वराचाऽऽ कुआऽऽ

लोकहो, विहीर बघितलीऽऽ भाव म्हणता त्याला. भाव मनीचा भाव नव्हे. भाव म्हणजे विहीर. याला मुसलमान कुआऽऽ म्हणतात.

कोरस, ठोऽऽ बाऽ रुक्कऽऽ माई ठोबाऽऽ रुक्कमाई ऽऽ

बुवा, लोक होऽऽ माय-बापांनो, विठ्ठल नव्हता तेव्हा - म्हणजे कधी ऽऽ? फार फार वर्षापूर्वी. *मृदंगावर थाप ताकऽऽ धिनूऽऽ ताक*

बुवा, तेव्हा न्हवता विठ्ठल ऽऽ तेव्हा, नव्हता पांडुरंग. व्यापताप दंगऽऽ तेव्हा कोण?

मंडळी, जेव्हा विठू नव्हता, पांडुरंग नव्हता. तेव्हा कोण होता? शेतकरी. म्हणजे काय? विठ्ठलाआधी शेतकरी होता. विठ्ठलानंतर शेतकरी होता. राजा नव्हता तेव्हा शेतकरी होता. राजा आला तेव्हा शेतकरी होता.

माय बाप हो,

शेतकऱ्यानं विठ्ठल केलाऽऽ शेतकऱ्यानं राजा केला.

नगर झाले शेतामुळे ऽऽ कशाला खोदिता कुळे.

शेतातल्या पिका वगळूनऽऽ कुळ तुमचे बुळे.

बुळे बुळे झाले तेव्हाऽऽ नगर झाले ... ऽऽ

बुळे बुळे झाले तेव्हा ऽऽ राजा झाला ... ऽऽ

राजा आला ऽऽ राजा आला ऽऽ आ ला ऽऽ
ऐतखाऊचा ऽऽ राजा ऽऽ आ ला ऽऽऽ
मंडळी दुनियेत राजा आला ऽऽ तेव्हा ऐतखाऊ निर्माण झाला ऽऽ
ऐतखाऊ कोण असतो?
मंडळी, मी विचारतो तुम्हाला? ऐतखाऊ कोण असतो?
ज्याला जमीन नाही ऽऽ
ज्याला राबायची हिम्मत नाही ऽऽ
ज्याला आपली आई नाही ऽऽ
ज्याला आपला बाप नाही ऽऽ
असा बेवारस ऽऽ अनौरस ऽऽ
खुशाल चेंडू ऽऽ उडाणटप्पू ऽऽ
मंडळी ऽऽ
ज्याला रान नाही, राबायला जमत नाही, ज्याला आपलं कुळ-गाव माहीत नाही.
उडाणटप्पू आहे.
असा राजा होतो.
मंडळी, आहे की नाही वास्तव.
आज तुमचा नेता कोण? आज तुमचा पुढारी कोण?
त्यानं कुठं श्रम केलं? त्यानं कुठं व्यवसाय केला?
मग एवढी माया ऽऽ?
मंडळी,
कशी आली हो? कोठून मिळविली त्यानं ऽऽ?
आहे उत्तर?
ठोबा ऽऽ रुक्कमाई ऽऽ ठोब्बा रुकमाई ऽऽ *आडव्याप्पा तल्लीन होऊन कीर्तन ऐकतो आहे. त्याच्या मतानुसार बुवा खरे बोलतो आहे. कोण राजा? कोण विठू? त्याच्या चेहऱ्यावर काहीतरी सापडल्याचा आनंद.*
तो तन्मयतेने ठोबा ऽऽ रुक्कमाई ऽऽ म्हणतोय.
टाळांचा प्रचंड वाढत जाणारा आवाज. आडव्याप्पाला येत जाणारी ग्लानी ऽऽ वाढते स्वर एकदम आभाळ व्यापणारे, ठोबाऽऽ रुक्कमाईऽऽ ठोबा ऽऽ

दृश्य *दुपार*

गावातल्या गल्लीतून आडव्याप्पा एकटाच स्वतःच्या तंद्रीत चालत आहे. समोरून न्हाव्याचा सखाराम येतो आहे. दोघांची समोरासमोर भेट. दोघे समवयस्क आहेत. कॅमेरा दोघांवर.

काय बंद केला वाटतं खोका?

गिऱ्हाकच न्हाई म्हटलं जेऊन यावं.

बरं हाय गड्याऽ सगळा रोखीचा मामला. खेळता पैसा.

तुज्यासारखी सगळी रोकीचीच गिऱ्हाकं. दांडगा खेळता पैसा.

माज्यासारख्या गरिबाचं सोड गाऽऽ मागं फुडं द्यायचंच की तुजं पैसं. कित्ती पन्नास झाल्यात न्हवं?

आनी पोरांचं भादरलेलं कुठं सोडतोस?

आरं त्येच्या मारी ऽऽ तू आपलं आमचं बैतानंच करत जाऽ पैशाचं नको गड्या ह्ये. लई झालं.

घाल दोन मण?

मेलो ऽऽ जा गड्या आमची दाढी-डुई आता भादरायलाच नको. वाढू दे तशीच. व्हतो संन्याशीऽऽ न्हाई परवडत.

दोघे हसत हसत वाटेला लागतात. आडव्याप्पा चालता चालता स्वतःशीच बोलाय लागतो.

स्वगत, सख्याचं सत्तर.

वाण्याचं शंभर

आकू म्हातारीचं पन्नास.

म्हणजे ह्ये दुधाचं बिल गेलं. बायकोचा पगार.

तेवढ्यातच भागवाय पायजे.

चालत चालत तो घराच्या दारात येतो. तिथे उंबऱ्याजवळच सुमी वाटत बघत बसलेली.

सुटली शाळा?

सुमी, न्हाई. गुर्जींनी परीक्षेचे सहा रुपयं मागितल्यात.

आडव्याप्पा, सोमारी देतो म्हणावं.

सुमी, वर्गातनं भाईर काढलंय. माझं एकटीचंच ऱ्हायल्यात पैसे.

आडव्याप्पा, चलऽ मी येतो मास्तराकडं.

आडव्याप्पा पुढे. सुमी पाठीमागे. मराठी शाळेची इमारत. मास्तर एका खोलीत भडंग करत बसलेले. मुलांनी शाळा डोक्यावर घेतलेली. आडव्याप्पाला बघून सुमीचा मास्तर व्हरांड्यात आला.

आडव्याप्पा, गुर्जीऽ सोमवारपतोर कड काढा.

गुर्जी, दोन सोमवार गेले. एकटीचंच राहिलेत पैसे.

आडव्याप्पा, ह्या सोमवारी देतोच.

सुमी हिरमुसली वर्गाकडे चालाय लागते. आडव्याप्पा परततो.

स्वगत, कसला त्येच्या आलाय जलम?

त्याच्या पायात एकदम गती. तो कुठे चाललाय त्याचे त्यालाही कळत नाही. कॅमेरा त्याच्या पायावर

दृश्य रात्र

मध्यरात्री एकदम गावाला जाग आली. सगळ्या गल्ल्यांतली माणसे पेंगू रामाच्या दारात जमा झाली. पेंगू रामाचा मुलगा, बायकोचा गळा चिरून परसदारून फरार झाला. सगळ्यांच्या तोंडात एवढीच गोष्ट. पेंगू रामाच्या घरात रक्ताचा पाट. गर्दी बाजूस सारून प्रत्येकजण आत घुसण्याच्या प्रयत्नात. एवढ्यात जिवबा दानवाडेची जीप गाडी दारात येते. घरातून सुनेला उचलून जीपमध्ये गडबडीने ठेवतात. गाडी सुरू होते. भर्रकन रस्त्याला लागले. गर्दी दारात आहे तशीच. बायका पेंगू रामाचे दार सोडायला तयार नाहीत. पुरुषमंडळी घोळक्या-घोळक्याने उभी. एका घोळक्यातील चर्चा,

हारामाचा पैसा घरात आला की असं होतं.

हारामाचा पैसा आता सगळीकडंच पसारलाय.

तरी त्यात फरक हाय. दानवाड्याचं पीएसआय मिळीवतंय तो पैसा, पेंगूचं दिग्या मिळवतंय त्यो पैसा सारखाच की.

तसं न्हाई गाऽ दिग्या मिळवितं ते जास्त हारामाचं. दानवाड्या मिळीवतंय त्यो कमी हारामाचा.

त्यांच्या चर्चेत सख्या न्हावी मिसळतो.

सगळा हारामाचाच गाऽऽ कमी जास्ती काय नस्तंय.

हारामाचा पैसा अंगावर उठतोय, त्यो असा. आता गेलं का न्हाई बोंबलत सगळं.

बायकोवर संशय घ्यायचंच दिग्या.
ह्योच श्यान खाईता म्हटल्यावर, बायकोवर संशय घेणारच की.
गप्प बसा. हे बोलायची ही जागा न्हवं.
व्हा बाजूला. चेरमन आला.
ह्याच रांडच्यानं दिग्याला वाटंला लावलं.
हे वाक्य चेअरमनच्या कानावर गेले असावे. तो तांबारलेल्या डोळ्याने गर्दीकडे बघत पेंगूच्या घरात घुसला.

दृश्य
पोलिसांची गाडी, नगरपालिकेची शववाहिका एकदमच गावात घुसतात. रामा पेंगूच्या दारात पुन्हा गर्दी. दिग्याच्या पत्नीच्या गावचे लोक मोठ्या संख्येने. प्रेत शववाहिकेतून खाली उतरले जाते. प्रचंड आक्रोश. दिग्याची लहान मुले प्रेतावर कोसळतात. दिग्याची आई एकदम चक्कर येऊन कोसळते. बायका तिच्याभोवती. जिवबा दानवाडे, तात्या पाटील, हरी निळपणकर इत्यादी गावचे पुढारी धावपळीत. प्रेत लवकरात लवकर दारातून हालवण्याची गडबड. मुलीच्या माहेरचे लोक प्रेताचा ताबा घेतात.
माहेरचा एक जण, *पुढे सरसावून* प्रेत ह्या गावात दहन करायचं न्हाई. आम्ही आमच्या गावाला नेणार.
तात्या पाटील, *त्याला समजावीत* पावणं पोरगी आमची सून. झालंय ते वाईटच झालंय. आता वांदं नको.
माहेरचा दुसरा, *पुढे येऊन,* तुमी गाववाले एवढं होईपर्यंत कुठं होता?
जिवबा दानवाडे, पावणं, डोक्यात राक घालून घीऊ नका. जेवणवकोत झालाय. गावात चुली पेटाय न्हाईत. प्रेत वेशीतून बाहेर गेल्याशिवाय अन्न शिजत नाही गावात. जरा लोकांचा विचार करा.
पहिला, आमच्या पोरीचा जीव चाललाता तवा गावानं विचार केला?
दुसरा, तुमच्या गावाला मोकळं करायसाठीच प्रेत आमच्या गावाला घिऊन जातो.
या सर्वांच्या समोर पोलीस येतात. सर्वांना शांत बसवतात. फक्त माहेरच्या बायकांच्या रडण्याचा आवाज. दोन्ही बाजूची कर्ती मंडळी बाजूला जातात. तोवर तिरडी, गाडगं अशा तयारीत काहीजण. कॅमेरा सर्व टिपत आहे. बराच वेळ खल झाल्यावर जिवबा दानवाडे लोकांना सांगतो.

उचला गाऽ

दिग्याच्या भावकीतला एक, अजून आंघोळ-फिंगोळ असलं काय ते व्हायला नको?

तात्या पाटील, तसलं सगळं बंद. उचला ऽऽ

प्रेत तिरडीवर बांधतात. चौघे खांदा देतात. प्रेतयात्रा सुरू. जोराचा आक्रोश. सगळ्यांचे चेहरे थरारतात.

दृश्य   आडव्याप्पाचे घर

रामा पेंगूच्या दारातून आडव्याप्पा येतो. थोड्या वेळाने तिकडेच गेलेली तायव्वा येते. आडव्याप्पा झोपलेला पाहून त्याच्या उशाला टेकते. पोरे आधीच झोपलेली. त्याला हालवून जागे करते.

तायव्वा, उठाऽ भात लावाय पायजे. चावीला पाणी सोडलंय. घागरभर भरा.

आडव्याप्पा, आता तूच भर. अंगात ताकदच नाही. आडमासलंय.

तायव्वा, उठा ऽ

आडव्याप्पा, न्हायलं न्हाई काय गावात. सगळं बिघाडलंय.

तायव्वा, गावाचं कशाला पायजे आमाला? आमचं आमाला पूरं झालंय. उठा.

तो नाइलाजाने उठतो. घागर घेऊन चावीजवळ जातो. चावीजवळ पाच-सहा जणी. त्यांची तीच चर्चा. तो जवळ जाताच चर्चा थांबते. चावीजवळची एकटी त्याला विचारते,

दाजीऽ कशातनं झालं हे?

दुसरी, कशातनं कुठलं. भाड्याला मस्ती आल्ती.

तिसरी, त्या वाण्याच्या रांडनंच कराय लावलं असणार.

पहिली, आता काय करती? ह्यो जाईल खडी फोडायला.

चौथी, तीबी जाईल त्येच्याबरबर.

आडव्याप्पा आपली घागर भरतो. न बोलताच परततो. त्याची बोलायची इच्छाच संपलेली. तो घागर स्वयंपाकघरात आणून ठेवतो.

तायव्वा, पोलीस वाण्याच्या घरला गेलं म्हणं.

आडव्याप्पा, जाऊ दे की. तू तांदूळ टाक शिजत.

तो पुन्हा घोंगड्यावर आडवा पडतो. आढ्याकडे नजर लावून.

दृश्य *दगडू पाटलाचे घर*

टीव्हीसमोर पंचवीसभर बायका.

बाबू कोण्या, दगडू दाऽ ये दगडू दाऽऽ *गल्लीतूनच ओरडतो.*

बायका टीव्हीत गर्क. कोणीच उत्तर देत नाही. सरळ आत घुसतो. टीव्हीचा खटका बंद करतो. एकदम टीव्ही बंद. भयाण शांतता.

बाबू कोण्या, दगडू दाऽ ह्यो टीवी दगड घालून फोडणार बघ.

दगडू पाटील जाग्यावर नसतोच.

एक म्हातारी बाई, ये भाड्या बाब्याऽ दारू पिऊन आलास? लाव त्यो टीवी.

दुसरी, दाजीऽ लावा की ऽऽ

तिसरी सरळ उठते, खटका सुरू करते. टीव्हीवर चित्र. बाबू कोण्या बाहेर गल्लीत येतो. त्याचे बडबडणे सुरू.

गावाचं वाटुळं केलं ह्या टीवीनं. कोण तरी फोडा की रं ऽऽ

गल्लीत बसलेला एकटा, कोण फोडणार? दगडू पाटलानं फोडाय पायजे. आनी ह्यो फोडणार तर दुसरं माप हाईत.

बाबू, ह्यो दगडू दा गेला कुठं म्हणायचा?

त्या शिंद्याच्या दारात बसलाय. जा तिकडं.

बाबू तरातरा चालत शिंद्यांच्या दारात. दगडी कट्टीवर दगडू पाटील, शिंद्या व दोघेतिघे गप्पा मारत बसलेले.

बाबू, दगडू दाऽ त्यो टीवी कधी फोडणार?

दगडू पाटील, आत्ताच्या आत्ता तूच फोड जा. फुल्ल परवानगी.

बाबू, आगाऽ घरात भाकरी मिळंना ह्या टीवीनं.

शिंद्या, तुला भाकरी मिळना, दगडू पाटलाला स्वतःच्या घरात बसाय जागा मिळंना.

दगडू, म्हणून हितं येऊन टेकलोय.

बाबू, मग घेतलासच कशाला?

दगडू, ह्ये फुडचं म्हाईत न्हवतं गा.

बाबू, मग आता इकून टाक.

सगळेच हसाय लागतात. बाबू गंभीर. कॅमेऱ्यात त्याचा गंभीर चेहरा.

नोंद

जिल्ह्याचं ठिकाण. हॉटेल वैशालीचा कॉन्फरन्स हॉल. दारूवाला आणि छुपी दारूवाला आधीच येऊन बसलेले. त्यांचा कुडबुडकर नावाचा कोणी यायचा होता. तो मला लेखनाबाबतचे धडे देणार होता. दारूवाला छुपीशी काही छुपंछुपं बोलत होता. कॉन्फरन्स हॉलचे पडदे, काचा, एखादे पोस्टर, चकचकीत फरशी, चकचकीत टेबल पाहात बसणे एवढंच काम होतं. बराच वेळ ह्या कामात गर्क असतानाच कुडबुडकर आला. साडेचार-पाच फूट उंच. डोकं पार बोडलेलं. एकदम टोल्या. रस्ता ते वैशाली चालून त्याला प्रचंड दम लागलेला. चरबी त्याला काही सुचू देत नव्हती. थंडगार पाणी एवढंच तो म्हणाला. छुपी दारूवालानं त्याचे शब्द अलगद झेलले. लगेच थंड पाण्याची ऑर्डर, मग नाश्ता. टोल्या कुडबुडकरशी हवं-नकोची विचारपूस. माझ्या बाबतीत सगळं गृहीतच धरलेलं असावं. टोल्या कुडबुडकर थोडा सैलावल्यावर छुपी म्हणाली, फारच घाई झाली का रे तुला.

अगं, नाही, निघतच होतो. तोवर अमोलचा फोन आला. त्याच्याकडं एका फिल्मचं काम करतोय ना. त्यामुळे लेट. सॉरी.

बाय द वे, छुपी त्याला म्हणाली, हे लेखक कल्लाप्पा कोणकेरी.

हॅलो, नाईस टू मीट यू. तुमचं ते खेड्याबाबतचे हे, हां, काही तरी वाचलंय. पण खरं सांगू का खेडं घाणेरडंच असतं. शी काय ती माणसं. त्यांचे अवतार. मला तर किळस येते. पूर्वी लहानपणी मी जायचो खेड्यात. पण आता एक तास काढणं कठीण. बाप रे. आणि तुम्हाला त्या खेड्याचं एवढं का लागलंय कुणास ठाऊक. मिस्टर दारूवाला. हा शेतकरी, त्याची परिस्थिती, आत्महत्या काढून टाका डोक्यातून. दुसरा विषय काही तरी बघा. ह्या घाणीत कशाला दगड मारता. टोल्या कुडबुडकर नॉनस्टॉप बोलत होता. माझ्या अंगाची ल्हायी. हे बहुतेक छुपीनं हेरलं असावं. ती त्याला थांबवतच म्हणाली, सलू तुझी ती जास्वंदची पटकथा मला आवडली होती. ती मुलगी काय छान डेव्हलप झाली.

अग त्या पटकथेवर किती काम केलं मी. चार महिने झोपलोच नव्हतो. तुला आश्चर्य वाटेल, आता ना मी कॅन्सरवर काम करायचं ठरवलंय. पण तुमच्यासारखं सामाजिक वगैरे नाही हं. सामाजिक, परिवर्तनशील,

बांधीलकी ह्या भंपक गोष्टी आहेत. कलाकृती ही कलाकृतीच. सिनेमा हा सिनेमाच. त्यात ही बांधीलकी, फांदीलकी कशाला पाहिजे. कलाकृती महत्त्वाची.

माझं डोकं दुखाय लागलं. एवढ्यात नाश्ता आला. टोल्या कुडबुडकर तुटून पडला. बहुतेक आठवडाभर उपाशी असावा. छुपी त्याला आग्रहानं खाऊ घालत होती. टोस्ट, चहा माझ्यासमोर आला. आता टोल्याची जिरवूच. असं ठरवून मी ब्रेड चहाच्या कपात भिजत घातला. त्याचं चहा पिणं सुरू झालं तेव्हा माझं होरपणं सुरू केलं. मात्रा लागू पडली. तो चहाचा कप घेऊन खिडकीतून रस्ता बघू लागला. छुपीनं त्याला हाक मारली. मी जोरानं भुर्ररऽऽ केलं. त्याच्या कपाळावर आठी. कसबसा आकसून बसला. मग मी कपातच हात धुतला. दारूवाला म्हणाला, आहो, बेसिन, असेल. असेल, कपात धुतला आणि बेसिनला धुतला. हातच धुवायचा ना.

कुडबुडकर माझ्याकडं टक लावून बघाय लागला. तसं मी म्हटलं, खेड्यात आई किंवा बाप किंवा घरातलं कोणी वारलं की दहाव्याला दाढी-डुई सगळं चकोट बोडून काढतात. मग पाणी घेतात.

घ्या, दारूवाला आपण माझा कमीत कमी वेळ घ्या. मला फार घाई आहे. चंद्रकान्त वाट बघतोय. त्याच्यासाठी फक्त संवाद लिहिण्याचं काम घेतलंय.

छुपी म्हणाली, कोणकेरींनी कशी पटकथा करून द्यावी असं तुला वाटतंय. काय तुमचा निर्णय झालाय? तुमच्या व्यावसायिक गोष्टीत बोलणं योग्य नाही. पण अजिबात अनुभव नसणारा माणूस पटकथा-संवाद कसं लिहिणार, हेच कळत नाही. ब्लाईंडनेस.

छुपी, जाऊ दे ना. कोणकेरीनं काय काम करावं असं तुला वाटतं. त्यानं पहिल्यांदा आपल्या कथानकाची रूपरेषा ठरवून पात्रांची संख्या निश्चित करावी. नंतर एक एक प्रसंग त्याला जमेल तसा लिहून काढला तरी चालेल. संवाद आपण दुरुस्त करू. त्याच्या डोक्यातली कथा कागदावर आली की आपलं काम सोपं होईल. फक्त अतिपाल्हाळ नको. ह्या खेड्यातल्या लोकांना कमीत कमी शब्दांत नेमकेपणानं काही सांगता येत नाही. हा प्राब्लेम मोठा.

छुपी माझ्याकडं बघत म्हणाली, तुला काय समजून घ्यायचं असेल तर विचारून घे.

काहीच नाही. ही कथा किती प्रसंगांत असली तर चालेल?

काही नाही. शंभरभर प्रसंगांत बसव. बाकीचं बघतो मी.

दारूवाला म्हणाला, त्यापेक्षा दहा एक प्रसंग तू लिहून काढलास तर आपल्याला नेमकी चर्चा करता येईल.

तसं करू. पण अजून मला काही गोष्टी शोधायच्या आहेत. त्या शोधायला वेळ लागणार.

उदाहरणार्थ, कुडबुडकरचा प्रश्न.

म्हणजे खेड्यात घाण कुणामुळं येते, खेड्यांतल्या माणसांना कोण मारतं. असलं काही तरी शोधायचंय. तो एकदम चमकला. त्यानं अक्कल पाजळाय सुरू केली.

हे ग्रामीण, दलित लेखक स्वत:ची वाढच होऊ देत नाही. त्यांच्यात खुलेपणा नसतो. त्यामुळे ब्रॉड विचार नाही करता येत.

आता याला थांबवणं गरजेचंच. म्हटलं, कुडबुडकर तुमचं काय चाललंय आल्यापासून? तुम्हाला काय कळतं खेड्यातलं. फुकटचंबू बाबूराव लोक तुम्ही. ही उंची कला, उंची हॉटेलं खेडी आहेत म्हणून जगतात.

छुपी मध्येच म्हणाली, अरे, त्याला माहितीय. तो मोठा दिगदर्शक-पटकथा लेखक आणि लेखकसुद्धा आहे. त्यानं मोठं काम केलंय.

कसलं मोठ काम? शहरातल्या चार टाळक्यांनी मोठं म्हटलं की मोठं काम ठरत नाही.

असू दे. असू दे. म्हणत दारूवालानं हस्तक्षेप केला.

तर कुडबुडकर जागेवरून उठला. बायऽऽ बायऽऽ म्हणत चालू लागला. छुपी त्याच्या पाठीमागून. दारूवाला शांतपणे समोरच्या भिंतीवर नजर रुतवून. कुडबुडकर टोल्या ऊर्फ टकलू हैवानाचा वग.

दृश्य *भर दुपार*

आबा नरसाळेचा मळा. विहिरीभोवती हिरवेगार गवत. शेजारी उसाचे शेत. विहिरीवर बसवलेली मोटर. शेजारीच चांगले बांधलेले टुमदार घर. दारात बैलजोडीची गोरण. बाजूला बैलांचा गोठा. शेतीची अवजारे-नांगर, कुळव,

जू, कोळपे असले सगळे साहित्य पडलेले. जवळच जोंधळा मळणी मशीन. त्याला लागूनच ट्रॅक्टरचा नांगर, वांडगं असा सगळा पसाराचा पसारा. घराजवळच्या आंब्याच्या झाडाच्या दाट सावलीत आबा नरसाळे नुस्त्या लंगोटीवर आडवा पडून घोरत असलेला. आडव्याप्पा उसाच्या पाल्याचा भारा दाणऽऽकन नरसाळेच्या उशाला आपटतो.

खडबडून जागा होत लेकाऽ आडव्याऽ चांगला डोळा लागलाता. कशाला काशीत घातलास?

तात्या काय बोलतोस? मी नुस्ता भारा टाकला. तुझा डोळा उघडला. त्येला मी काय करणार. झोपऽ झोपऽऽ आता मी जरा बैलांचं श्याण मागं सारून मूठभर गवात टाकतो.

गडबडीत उठून आवरऽ आवर. खालच्या टपण्यात जरा पाट बांधून घीऊ या.

तात्याऽ पाट उजरून झालं, म्हणूनच आलोय हिकडं. न्हायतर कशाला आलो आस्तो?

आडव्याप्पाऽ तू आलास मळ्यात की मी बिनघोर व्हतोय. ते ह्यामुळचं. ह्येला म्हणत्यात कुळवाडी. न्हाईतर बेणी कामाला म्हणून येत्यात आनी पाटात झोपून जात्यात. माण्सात न्यात ऱ्हायली न्हाई गाऽऽ.

तात्या, मला हारामाचं बसून खाल्ल्यालं पचत न्हाई. जिवबा दानवाड्याला मी शेतात येऊसुद्धा दित नव्हतो. सगळं माझं मीच करायचो. खरं त्येची न्यात फिरली.

एकदम आठवून आरं व्हयऽऽ व्हयऽ तुला इच्चारीन इच्चारीन म्हणतोय, ते ध्येनातच ऱ्हाईत न्हाई. तुजं आनी त्येचं कशात फाटलं?

थोडं सैल होत तात्या ऽऽ तुमचं चार चौघाचं काय झालंय – तुमच्या गांडीखाली आला नोकरदारांचा पैसा. त्यामुळं तुमास्नी माणसाची उरल्यानी न्हाई किंमत.

कायबी भकू नको आडव्या. मी काय तुला दावला माजा पैसा? आरंऽ पैसा काय आज हाय उद्याला न्हाई. त्येला कोण विचारतंय?

सगळी त्येलाच इच्चारत्यात तात्या. आता पैसा देव झालाय. त्यो असला तर सगळं, त्यो नसला तर कायबी न्हाई.

त्याला थांबवत आरंऽ झालं काय सांग बाकीचं ऱ्हावू दे.

व्हतय काय? संशय घेतल्यान लग्नात. प्रेझेंट संबाळायला बलीवला आनी

शेवटी खिसं तपासून झडती घेतला. मी काय चोर हाय व्हय गाऽऽ? *त्याचा गळा दाटतो.*
आगाऽऽ आगाऽऽ जिवबाला चरबी चढली. तुज्यासारख्या माणसावर आळ म्हणजे न्यात फिरली त्येची. तरी म्हटलं, तू माझ्या दारात कसा आलास? आसं हाय व्हय. आसू देऽ आसू देऽऽ
उठा तात्या– ऊन खाली झालंय. बैलं जुपतो. *म्हणत आडव्याप्पा गोरणीतल्या बैलाजवळ जातो. निवांत रवंथ करणारी बैलं खडबडून जागा सोडतात. आडव्यापा त्यांचे कासरे सोडाय लागतो. कॅमेरा बैलावरून रानात.*

नोंद

दिपूशेठचं दुकान. माझं विश्रांतीस्थान. दिपूशेठच्या खिशात खोबरं-खारीक, बदाम, बिब्या असा शेलका खाना असतो. सतत रवंथ चाललेला. मध्येच माझ्या हातावर त्यातलं काही तो ठेवतो. ही सवय आमच्या आजीला म्हणजे आईच्या आईला होती. ती पाण्याला घागर घेऊन बाहेर पडली की मी मागोमाग. वाटेत ती असंच काय तरी हातावर ठेवायची. मी तिला रहाट ओढायला मदत करायचो. दिपूशेठनं आज नवी स्टोरी सुरू केली असावी. तो आज सेंट मारून आलेला होता. त्याचं काहीही चाललेलं असतं. तो सेंट मारतो तेव्हा त्यानं नवीन भानगड सुरू केलेली असते. त्याच्या भानगडीविषयी त्याला मी काहीच विचारत नाही. त्यालाच सांगण्याची जोरदार उबळ येते आणि तो सगळं सांगून टाकतो. आजही तसंच झालं. दुकानात पोहोचल्या पोहोचल्या चहा सांगितला गेला. ही उबळ आल्याची खूण. नंतर त्यानं खिशातल्या खारका माझ्या हातावर ठेवल्या. दुकानातल्या गेण्याला कुठं तरी पिटाळलं. आणि सांगायला सुरुवात केली. त्याच्या घराच्या शेजारी धनाप्पा गाडवेचं घर. म्हणजे फक्त बोळच मध्ये. शेजार चांगला. धनाप्पा गाडव्याच्या बायकोनं त्याला सकाळी सकाळी हाक मारली. याला वाटलं, असेल काही काम. याच्या बायकोनंही याला पिटाळलं. असेल काहीतरी. जा. जा. उठा. बायकोची आज्ञा शिरसावंद्य मानून अर्ध्या चड्डीवरच पळाला. अंगात फक्त बनियन. तीही उलटी घातलेली. हे त्याला नंतर कळालं. त्यांच्या घरात जातो तर सगळं सुनसान. गाडव्याची बायको एकटीच घरात. दिपूशेठनं गडबडीनं काम विचारलं, तर ती एकदम मुरकासलीच. ह्याच्या सराईत नजरेनं सगळंच

हेरलं. तुम्ही बनियन उलटी घातली म्हणत ती त्याच्या जवळ आली. नंतर त्यानं बनियन सुलटी करेपर्यंतची कथा साग्रसंगीत तपशीलवार सांगितली. दिपूशेठच्या डोक्यात चोवीस तास बाई असते. काय असेल नेमकं? त्याला सतत तेवढाच विचार का सुचत असेल? असा विचार कैक वेळा करूनही मला उत्तर नाही सापडलेलं. आणि यालाच कशा सापडतात ह्या उत्सुक बायका? काय असेल याच्यात रसायन? म्हणून दर वेळी त्याचे डोळे निरखून बघत असतो. काही तरी वेगळं आहे त्याच्या डोळ्यात.

त्याच्यातला पुरुष पाझरत असावा. हे पाझर कंपित होऊन हवेतून पसरत असतील बाईपर्यंत. ह्या संकेतांना होत असेल बाई आकर्षित. किंवा काहीही. याच्या नजरेतच असतील विजेच्या लहरी. त्या करंटसारख्या पोहचत असतील समोरच्या स्त्रीपर्यंत. पण बाई अशी सहज कशी देते प्रतिसाद. ती तर सर्वाधिक सावध असते. तिच्यात अधिक अनुभवण्याची क्षमता. तशीच अधिक सोसण्याची तयारी. असं असताना याला अशा बायका सापडतातच कशा? की अन्य काही आहे याच्या श्वासात. जे हवेत पसरत सर्वदूर अशा बाईच्या शोधात हिंडत असते.

कोणकेऱ्या, लेको, तुला सगळंच सांगितलं नाही, हे बरं झालं. नाहीतर तू माझी वाटच लावणार. तुझी डायरी गाडवे मालकानं वाचली तर काय होईल? भोसडीचा डायरी लिहितो. तुला बाई जन्मभर कळणार नाही.

दृश्य *आडव्याप्पाचे शेत*

आडव्याप्पाने कुळवून - वेचून चकचकीत केलेले शेत. कॅमेरा शेतावर. त्यावर आबा नरसाळेचे औत आणून दिंडे फिरवण्यास सुरुवात केलेली होती. सिद्धय्याने त्याचा कोरलेला बांध त्याने पुन्हा खोऱ्याने सरळ केलेला आहे. सगळ्या शिवारात त्याची तीनच टपणी उठून दिसत आहेत. अजून बऱ्याच लोकांच्या शेतातले कापलेल्या पिकाचे सड जसेच्या तसे वाळून बसलेले आहेत.

कॅमेरा शिवारातून फिरून औतावर स्थिर होतो. आडव्याप्पा दिंडावर कासरे धरून उभा राहिलेला आणि बैल हरणासारखे पळत असलेले. आडव्याप्पा आडासाला तास थांबवतो. तंबाखूची पिसवी काढतो. अशात दुरून त्याला सुमीसारखे कोणी येते आहे असे दिसते. तो उठून पुन्हा निरखून

बघतो. तर सुमीच असते. जवळ जवळ पळतच सुमी एकटीच रानातून येत असते. औताजवळ सुमी येते. पण पळून दम लागल्यामुळे तिला बोलताच येत नाही. आडव्याप्पा घाबरून जातो.

अगं ऽ काय झालं सांगशील का न्हाई?

सुमी चांगला जोराचा श्वास घेते म्हणते, आत्ती आलीय.

थोडा सैल होऊन, कुठली?

तिरवड्याची. यायला सांगितलंय. घराकडं. लगेच.

जाऊयाऽ जाऊयाऽ एवढी चार तासं मारतो. लगेच जाऊ या. *तो बैलांना दा म्हणतो. बैल सुसाट सुटतात. सुमी बांधावरच दगडांशी खेळत बसते.*

दृश्य *आडव्याप्पाचे घर*

कॅमेरा दारावरून घरात.

तायव्वा आणि आडव्याप्पाची धाकटी बहीण चुलीजवळच बसलेल्या. आडव्याप्पाचा सासूल लागताच बहीण बाहेरच्या सोप्याला येते.

कधी आलीस?

आलो मघाशीच.

हाईत न्हवं बरी सगळी.

हाईत की. *आडव्याप्पा भिंतीला टेकतो. सुमी दारातच. तायव्वा चुलीजवळून बाहेर येते.*

चार दिवस झालं घराकडंच यायला न्हाईत म्हणं दादासाब.

आडव्याप्पा चिंताक्रांत म्हणतो, जातोय कुठं? आसंल कुठं तरी. दारू पिऊन पडला आसंल *बहिणीला उद्देशून विचारतो* त्येच्या भनींच्या गावाला चौकशी केलीस?

बघितलं, चौकडं फोन लावून. याला न्हाई म्हणत्यात. आता कुठं शोधायचा ह्येला? *बहिणीचा चेहरा आकसतो.*

शोधतीस कशाला? आपोआप येतंय घे. पैसे किती पळीवल्यान हाय?

दोन-तीनशे. डेरीचं बिल.

ते संपल्याशिवाय त्यो तुला गावत न्हाई.

तायव्वा, आसं म्हणून कसं चालंल? जीव ऱ्हावत न्हाई म्हणून हुडकाय तर पायजे.

मग कुठं शोधूया सांग त्येला? *किंचित वैतागलेला.*

बहीण, त्येबी खरंच हाय.

तायव्वा, जनलाजेस्तव बघायचं जरा कुठं कुठं जाऊन.

तरपासून मग कुठल्या गुत्त्यावर जाऊ म्हणतीस?

तायव्वा, कुटल्या त्ये मी कसं सांगू? भन हाय म्हटल्यावर गुत्त्यावर जायाला लाजायचं कशाला?

लाजालाय कोण? खरं गुत्ता काय योकच हाय. गावाला दहा गुत्तं.

बहीण, गावातलं सगळं गुत्तं बघितलं.

तिथं तू कशाला गेलतीस?

तायव्वा, आपलं माणूस गेलंय म्हटल्यावर जायाय नको.

तोल सुटून तू गप्प गऽऽ घालकाडी.

बहीण *घाबरून*, तुमी नकोसा भांडू. माझंच नशीब फुटकं हाय, त्येला कोण काय करणार?

तिघेही फक्त शून्य नजरेने बसून रहातात. कॅमेरा त्यांच्यावर.

नोंद

माडीचा डोंगर महामार्गापासून फक्त एक किलोमीटर. डोंगर चढून आलं की भव्य देवालय. दत्ताचं की महादेवाचं. कोणत्या देवाचं कोणतं देवालय कळतच नाही. त्यातल्या त्यात एक खूण. महादेवाची पिंडी असते. मूर्ती असेलच असं नाही. नंदी असला की समजायचं महादेव इथं आहे. माडीचे ज्ञानीमहाराज सतत निरोप देताहेत. हे कोण ज्ञानीमहाराज. ते कशासाठी बोलावताहेत. कुठल्याच महाराजांचा माझा काहीच संबंध नाही. तरी ते बोलावत आहेत. माडीचा डोंगर.

ज्ञानीमहाराजांनी खोल कपारीत डोंगर पोखरून आपल्या वास्तव्यासाठी चार खोल्या बांधलेत. भगवी पताका आहे. म्हणून कळतं इथं महाराज राहातात. दत्तावतारावर महाराजांचा विश्वास आहे. स्वत:ला दत्तपंथी मानतात. डोंगर उतरून त्यांच्या कपारीतील मठात गेलो. तेव्हा सांगितलं गेलं महाराज. विश्रांती घेत आहेत. त्यांच्या मठाची रचना तर पाहू म्हणून खोलीच्या समोरून मोकळ्या व्हारांड्यातून खाली उतरतानाच जटाधारी सन्याशानं पाहिलं. तो एकदम दाराआड झाला.

पुन्हा परतून उंबराच्या झाडाखाली येऊन टेकलो. इतक्यात दुसरा जटाधारी संन्यस्त गृहस्थ माझ्यासमोर येऊन उभा राहिला. महाराज येत आहेत. तुम्हाला दर्शन हॉलमध्ये बसून घ्यायला सांगितलंय. वीस-पंचवीस फूट रुंद असा दर्शन हॉल. महाराजांचं आसन. समोर पसरलेल्या शिवारावर नजर. काळ्याशार जमिनीच्या लांबसडक पट्ट्यामध्येच झाडांचा वावर. डोंगरांच्या लांबच लांब रांगा. धुसर क्षितिजाची रेघ.

महाराज पांढऱ्याशुभ्र वस्त्रात. प्रचंड वाढलेली दाढी. शेलाटी अंगकाठी. लांबसडक नाक. घारे डोळे तीक्ष्ण नजरेचे. कुठं तरी झालीय भेट. थांबलेले भक्त दर्शन घेत आहेत. महाराज मला बसण्याची खूण करत आहेत. जमलेली गर्दी पांगली. महाराज एकटेच. समोरासमोर.

कसं चाललंय?

कारकुनाचं कसं चालणार?

चित्रपटासाठी पटकथा लिहिली म्हणे?

अजून सुरू आहे. पूर्ण होत नाही.

कशी होणार. शेतकरी-शेती समजून घेऊन काम करायचं म्हणजे वेळ लागणार.

चालायचंच.

पण शेतकऱ्याला बदनाम करणारं लिहिणं बरं नाही.

आपण कुठं तरी भेटलोय? महाराज सावध.

आपण सोबतच असतो एकमेकांच्या. भेटायचा प्रश्नच कुठं?

ते आध्यात्मिक सोडा. पण आपण भेटलोय. महाराजांनी विषय बदलला. शेती कधीच फायद्यात येणार नाही. हा निराशावाद. आम्ही मठामार्फत सेंद्रीय शेती केलीय. मठाची वीस एकर जमीन आहे. सगळी शेती सेंद्रीय. रासायनिकचा कणही येऊ द्यायचा नाही. चार वर्षं झाली.

आपण भेटलोय कुठं तरी.

त्याच त्याच विचारात कशाला गुंतून पडायचं. सेंद्रीय शेतीचा प्रचार करायला हवा, तर माती वाचेल. आत्ताचं खेडं नष्ट करायला हवं. नवं उभं करायला हवं. अन्यथा सगळी बाभळीची वाळवंट.

आताचं खेडं नष्ट करायचं?

होय. केलंच पाहिजे. आता खेडं पोखरलंय. नवं उभं करायला हवं.

महाराज हा प्रचार तुम्हीच कराय हवा. तुमचा शब्द प्रमाण. त्यामुळं प्रचार अधिक होईल.
आमच्या पातळीवर आमचे प्रयत्न सुरू आहेत. पण मला चांगला प्रचारक हवा आहे. महाराज बोलायचे थांबले. एकदम समाधिस्त.

चावडीची झाली फावडी. फावड्यानं लुटा.

लुटायला बसलेले, लुटायला टपलेले, लुटारूंच्या टोळ्या. टोळ्यांच्या पुन्हा टोळ्या. गल्लीत टोळ्या. दिल्लीत टोळ्या. टोळ्यांची गोंडस नावं. टोळ्या प्रसिद्ध करतात अजिंठा. लुटीचा अजिंठा. कसं लुटू? कुठं लुटू? लुटण्याचं वेळापत्रक. वेळापत्रकानुसार लुटीचा जाहीरनामा. कोणी म्हणतं वचननामा. लुटीचं वचन. वचनावर चालणाऱ्या गावाला लुटीचा वचननामा. कोण देतं वचन. लुटारूंचा थिंक टँक. लुटा लुटा एक एक बँक. आता बँक संपली. योजनांची लुटालूट. महालूट. की महालूत. बघता बघता ह्या गल्ल्या, हे गाव, हा तालुका हा जिल्हा, हे राज्य लूत भरल्या अंगानं विव्हळ फिरतं आहे. लुटारूंच्या वल्गनेत. खंगत खंगत.

दृश्य *मध्यरात्र*

बहिणीच्या दारावर थाप पडते. आडव्याप्पा दचकून जागा होतो. लाईट लावतो. आतूनच कोण हाय असं विचारतो, बाहेरून दिनूचा मित्र असा आवाज येतो. एवढ्यात बहीण- गिरजा उठून बाहेच्या सोप्याला येते. आडव्याप्पा दार उघडतो.

बाहेरील माणूस, वहिनी, दिन्याला तालुक्याच्या सरकारी दवाखान्यात ॲडमिट केलाय.
आडव्याप्पा, म्हणजे हाय जिवंत.
माणूस, सलायन लावलंय. बोलत न्हाई.
गिरजा, कुठं गावला? कोण व्हतं संगट? कुणी केला आडमिट?
आडव्याप्पा, एकदम सगळं इच्चारू नको. ते आत यीऊ देत. बसू देत. मग इच्चारूया.
तो माणूस आत येतो. आडव्याप्पा झोपलेल्या अंथरुणावर टेकतो. आणि सांगू लागतो.

बाजारला म्हणून तालुक्याला गेल्तो. तिथं दसऱ्या भेटला.
आडव्याप्पा, ह्यो कोण दसऱ्या?
गिरजा, वाद्याचा मैतर. दोघं मिळून दारूचा धंदा करत्यात.
माणूस, त्यानं सांगितलं. दवाखान्यात गेलो. तर नुस्ता लोदा व्हवून पडल्याला दिन्या, बलवून बघितलं. नुस्त डोळं फिरवतंय. डाक्टर म्हणला, व्हतंय दुरुस्त.
गिरजा, इतके दिवस भाडे व्हते कुठं म्हणं? दसऱ्या काय बोलला?
माणूस, कुठं वाडीच्या जत्रंला गेलती म्हणं? तिथंच प्याली भरपूर. तिथनं तालुक्यात आली. गुत्त्यावरच पडून व्हती दोन दिवस. मालकानं मुन्सिपल्टीचं लोक बलवून दवाखान्यात आडमिट केलं.
गिरजा, दसऱ्या तेवढा साबासुबा आसंल. त्या भाड्याला आमचं घर बुडवायचंय हायऽऽ देव बघून घील त्येला. *हात घासाय लागते.*
आडव्याप्पा, त्येला शिव्या दिऊन काय उपयोग. आपलंच नाणं खोटं. त्येला त्यो काय करणार?
गिरजा, आता जाऊया तालुक्याला. *ती उतावळी.*
माणूस, आता कसं जाणार? भगटायच्या गाडीनं जावा. हाय व्यवस्थित आता.
आडव्याप्पा, तुमाला एवढी रात्रं कशी झाली?
माणूस, त्येंच्या जवळच की. व्हती मोटरसायकल. म्हटलं ह्येंची शिस्त लाऊन जाऊ. चलू?
गिरजा, बरं केल्यासा. माझा तर जीव टांगणीला लागलाता.
माणूस बाहेर पडतो. मोटरसायकल सुरू झाल्याचा आवाज
गिरजा, ह्यो भाड्या ऽ खोटं बोलतोय. ही तिघंबी असणार. तिघांची सांगड हाय. ह्यो दारूचा धंदा करतोय. ते दोघे इन्नरी आणून देत्यात.
आडव्याप्पा, असू दे. झोप आता. सकाळी जाऊ या तालुक्याला.
बहीण आत जाते. आडव्याप्पा लाईट बंद करतो. फक्त अंधार.

दृश्य
कॅमेरा सरकारी दवाखान्यावर. बहीण-गिरजाचा नवरा-दिनूला सलायन लावलेले. फक्त डोळ्यांची उघडझाप. शेजारी दसऱ्या नावाचा त्याचा मित्र. एकदम भिकारी. दाढीचे खुट वाढलेले. अगतिक. गिरजा आणि आडव्याप्पा

पोहोचतात. दसऱ्या एकदम शरमून बाजूला. दिनूनं बायको बघितल्या बघितल्या त्याची बुबुळं स्थिर होतात.

गिरजा *दसऱ्याला उद्देशून,* कुठं गेलता मूत प्याला?

दसऱ्या काहीच बोलायच्या मानसिकतेत नाही. एकदम शांत.

गिरजा, कळवायचं. असं झालंय. असं हाय.

आडव्याप्पा, कुणाशी बोलते तू. ह्या मूत पिणाऱ्यांशी?

दसऱ्याचा चेहरा बदलतो. बहुतेक तो काही बोलेल. पण न बोलताच शांत.

आडव्याप्पा, अशी मेल्याली बरी.

दसऱ्या मेल्याहून मेल्यासारखा. अगतिक. कलुगड्या कुत्र्यासारखा.

दिन्या एकदम तरतरीत. उत्साही. डॉक्टर त्याच्याजवळ येतात. कॅमेरा डॉक्टरवर.

डॉक्टर, कसं काय वाटतंय?

दिनू, एकदम छान.

डॉक्टर, मग कधी दारू प्यायची?

दिनू , येथून बाहेर पडलं की लगेच.

डॉक्टर, काय निर्लज्ज माणूस आहे. अशा माणसानं जगावं कशासाठी?

दिनू, तुम्ही जगवलं म्हणून. न्हाय तर कुणाला जगायचंय?

डॉक्टर, काय बिघडलंय तुझं?

दिनू, तुम्ही भेटला इथंच बिघडलं.

गिरजा, ह्यो वाद्या कुठनं पदरात पडला गंऽऽ बाईऽऽ

मोठ्याने रडू लागते. आडव्याप्पा तिला शांत करत. पण त्याचा चेहरा असा की खाऊ की गिळू? डॉक्टर एकदम गोंधळलेला.

डॉक्टर, आता हालवा याला घराकडं.

आडव्याप्पा, आजच हालवतो.

डॉक्टर जातात. काही वेळाने कंपाऊंडर बिल घेऊन येतात. साडेतीन हजार. गिरजा हबकते. आडव्याप्पा हतबल. दसऱ्या निवांत.

दवाखान्याच्या दारात–

आडव्याप्पा, ह्या तालुक्याच्या गावात साडेतीन हजार कोण देणार आपल्याला?

गिरजा, काय तरी करायला पायजे.

आडव्याप्पा, तू थांब दवाखान्यात. मी गावाकडं जाऊन येतो.

गिरजाच्या गळ्यात आवंढा. आडव्याप्पा रस्त्याला लागलेला. चिंताक्रांत.

जोतीराव,

हे तुम्हांस माहीत असलेच पाहिजे, म्हणून कळवीत आहे. आमचे तहसील कार्यालयात पुरवठा विभाग नामक एक विभाग असून दयाळू सरकार गरीब शेतकऱ्यांस, शेतमजुरांस व कामगार इत्यादी लोकांस स्वस्तात अन्नधान्य मिळावे म्हणून रेशन देते. त्यासाठी स्वस्त धान्य दुकानाचे परवाने गावोगाव देऊन धान्यपुरवठा करते. हा सारा कारभार पुरवठा विभागाच्या अखत्यारीत येत असून यात रॉकेलपासून गहू, तांदूळ, साखर पामतेल, डाळी अशा जीवनावश्यक वस्तू स्वस्त धान्य दुकानातून विकल्या जातात. तालुक्यातील शंभर-सव्वाशे गावांतील कामावर नियंत्रणाचे काम या विभागातून चालते. सबब या विभागास स्वतंत्र नायब तहसीलदार दर्जाचा अधिकारी काम करीत असतो. त्याचेवर मेहरबान तहसीलदार यांची देखभाल असते. प्रत्येक तालुक्यास एक भले मोठे गोडाऊन उभे केले असून त्यात लेव्हीचे धान्य ठेवण्याची परंपरा होती. सरकार धान्यसाठा करून तो सर्व भूमिहीन शेतमजूर, अल्पभूधारक शेतकरी व सामान्य जनता यांना जगविण्यासाठी वितरित करीत असते. हे सर्व दयाळू सरकार सामान्य माणसाच्या हितासाठी करीत असल्यामुळे ते सर्व चांगलेच आहे, असा आमुचा समज होता. पण हा समज फार काळ टिकू शकला नाही. आम्ही तहसील कचेरीत रुजू झालो आणि हा पुरवठा विभाग मेलेल्या माणसाच्या टाळूवरचे लोणी खाण्याच्या प्रकारात मोडतो असे आमच्या ध्यानात आले. सगळ्या विभागासारखेच, या विभागातील नोकर सर्व जातीजमातींचे असून ते सर्व मिळून एकोप्याने या पुरवठा विभागातील रॉकेलपासून ते धान्यापर्यंत सर्वांवर डल्ला मारत असतात. त्याबाबत त्यांना थोडीही शरम वाटत नाही.

दयाळू सरकारने स्वातंत्र्यानंतर खेड्यापाड्यांत वीज पुरवण्याचे मनावर घेतले. तुमच्या काळापासून आमच्या बालपणापर्यंत घरात समई, कंदील, चिमण्या असली साधने रात्री प्रकाश देण्याचे काम इमानेइतबारे करीत होती. रात्री जेमतेम जेवण करण्यापर्यंतच हे दिवे जळत असत. चिमणी लवकरात लवकर बंद होत असे. दयाळू सरकारने वीज खेड्यापाड्यात आणून सोडली आणि चिमण्या, कंदील, गॅसबत्ती, असले सगळे अडगळीत जाऊन लपून बसले. आम्हास झगझगीत उजेडाची सवय झाली. पंचायत गावातील रस्त्यावरच्या दिव्यांची देखभाल करू लागली. आम्हास

आठवते, आमच्या शेजारच्या गावात जेव्हा वीजनामक प्रकरण आले तेव्हा आम्ही अंधारात शेजारच्या गावातील लुकलुकणारे दिवे तासंतास पाहात बसत असू. अंधाराला उजेडाची भोकं. वर आभाळातही आणि जमिनीवरही. आमच्या गावी लाईटचे पोल उभारू लागले तेव्हा शाळा सोडून त्या पोल उभारणे, तार ओढणे या चाललेल्या कसरती पाहाण्यातच बरेच दिवस घालवले. ज्या दिवशी गावात वीज आली त्या दिवशी गावानं सणच साजरा केला. लाईटच्या पोलखाली उजेडात बसून पुस्तक वाचण्याचा पराक्रम करणारी आमची पहिली पिढी, असे सांगताना आमचा ऊर भरूनच यायचा. ही लाईट हळूहळू रस्त्यावरून घरात आली. शेतात गेली. अंधार गुपचूप वळचणीला गेला. मोट शेणांच्या खोपीत जाऊन पडली. इंजिनांनी कडखोपड्यात जागा शोधली. गावातल्या काही लोकांनी मोटरपंप सुरू केले. दळपाच्या इंजिनावर चालणाऱ्या चक्क्या मोटीवर पळू लागल्या. एकदम झकपक झाले. जोतीराव, तुम्हाला कल्पना येणार नाही. सगळीकडे उजेडच उजेड भरल्यावर काय वाटते ते. असा रात्रीबेरात्री भरलेला गच्च उजेड आम्ही अनुभवला काही काळ. एकदम पांढरा फेक. घरात उजेड, दारात उजेड, गल्लीत उजेड, गावात उजेड, रानात जायला लागायचं अंधार शोधायला. अशी सगळी प्रगती. एकदम छान वाटू लागेल सगळ्यांना. आता शेतात भरपूर पिकणार, घरात बरकत येणार, अशा कल्पना आमचे वडीलधारे करू लागले. त्यांनी हिकमतीने कर्जबाजारी होऊन पाणीपरवाने पदरी पाडून घेतले. पाईप लाईन आणल्या. सर्व रान हिरवंगार, हिरव्या उन्हाचा साक्षात्कार, तुम्हांला पडली नाहीत फारशी हिरवी स्वप्ने. आम्ही हिरव्या स्वप्नांवरच तरंगाय लागलो. आता आमची दशा फिटली. गरिबी संपली, असा विश्वास वाटता वाटताच अचानक काय कट शिजला कुणास ठाऊक. अचानक लाईटच गायब होऊ लागली. रात्र–दिवस, कोणाला विचारायला जावं तर म्हणायचे लोडशेडिंग. पहिल्या पहिल्याने कळायचेच नाही. हे काय असते प्रकरण. नंतर कळाले, वीज कमी पडते आहे. कुणाला? तर मोठमोठ्या शहरात राहणाऱ्या लोकांना. त्यांना चोवीस तास वीज लागते. त्यांचे सर्व विजेवरच चालते. ते चालतात – बोलतात – रडतात-हसतात – जेवतात – झोपतात विजेवर. त्यांना वीज कमी पडून कसे चालेल? त्यांना मुबलक वीज पुरवायची असेल तर खेड्यातील वीज बंद करा. खेड्याची वाचवलेली वीज शहराला. खेड्याचे साठवलेले पाणी शहराला. त्यांचे चोवीस तास पंखे, फ्रीज, कूलर, हिटर, गिझर, फोन असे कैक काही चालायचे असेल तर खेड्यातली वीज तोडा. त्यांच्यासाठीची वीज कापणे यालाच म्हणतात लोडशेडिंग. कोणी तरी सुंदर जगण्यासाठी कुणाचा तरी बळी. असू

द्या लोडशेडिंग. सदर उपक्रमामुळे कोनाड्यातल्या चिमण्या, कंदील, ठावकी, समया नाइलाजानं बाहेर आलेल्या आहेत. मोडलेली अंधाराची सवय पुन्हा व्हावी म्हणून माणसांचा खटाटोप चाललाय.

हे सगळं भलतंच सांगत बसलो तुम्हांस. घडले असे की, पोलिसठाण्यात ठाणे अंमलदारास फोन आला. ताबडतोब बंदोबस्त पाठवा. तुफान हाणामारी चालीय. अंमलदार ठाण्यातच ओरडाय लागला. म्हणून आम्ही रेकार्ड रूम मधून बाहेर आलो. तर पोलीस व्हॅनचा सायरन, दोन-तीन पोलीस आणि ठाणेअंमलदार बसले गाडीत. पीआय ओरडला गाडीपेक्षा पळतच जा. शेतकरी संघात राडा झालाय. म्हणून आम्ही रस्त्यावर आलो. शेतकरी संघाचे स्वस्त धान्य दुकान भर बाजारपेठेत. या दुकानातून गावाचे रॉकेल वितरित केले जाते. तेही महिन्यातून एकदा.

तुम्ही त्या काळातील भट लोकांचे जे वर्णन केले आहे ते तंतोतंत लागू पडणारे कारकून शेतकरी संघात आहेत. ते इतके माजलेले आहेत की तुमच्या काळातील भट त्यांच्या समोर फिके पडतात. हे कारकून व संघाचे मॅनेजर मिळून येणारा रॉकेल साठा परस्पर काळ्याबाजारात विकून दर कार्डास एक अर्धा लीटर देऊन लोकांना वाटेस लावत असतात. यातून लोकांत प्रचंड ओढाताण होत जाते. तशी ओढाताण झाल्यामुळे लोकांची सहनशीलता संपली व त्यांनी कारकुनासह संघातील कर्मचाऱ्यास भयानक धुवून काढण्यास सुरुवात केली. यातून कोण कोणास मारत आहे याचा थांगपत्ता लागेनासा झाला. यातून प्रचंड चिरडाचिरडी आणि दगडफेक सुरू झाली. पोलीसगाडीलाही या दगडांचा प्रसाद मिळाला. हे चांगलेच झाले. कारण हे पोलीस लोकही शेतकरी संघातील कारकुनांना लाडीगोडी लावून गरीब शेतकऱ्यांचे, शेतमजूर, कष्टकऱ्यांचे हक्काचे रॉकेल लंपास करीत असतात. आपल्या गाडीवर दगडांचा पाऊस पडतोय म्हटल्यावर पोलीस गाडीतच बसून राहिले. संघाच्या इमारतीचा खुळखुळा झाला. दोन-तीन माजोर कारकुनांचे रक्त, ज्यात फक्त दारूचेच प्रमाण अधिक असावे, असे रस्त्यावर सांडले. हे अधिक बरे झाले. दगडांचा पाऊस थांबल्यावर पोलीस गाडीतून उतरले. तर रस्त्यावर एक माणूस नाही. फक्त कर्मचारी आणि सांडलेले रॉकेल. कधी नव्हे ते लोक खवळतात हे आम्ही पाहिले आणि आम्ही एकदम सुखावलो. या सुखावण्यामागे या लोकांना मार बसला हे तर आहेच, पण गावोगाव असे दगड फेकण्याचे बळ लोकांत या घटनेमुळे येईल असे का कोणास ठाऊक आम्हांस वाटते आहे. ते आले तर आमचे माननीय आमदार घरात तडफडू लागतील. त्यांनी आपल्या पन्नास पेट्रोल पंपांवर पेट्रोलमध्ये भेसळ करण्यासाठी कैक टँकर

रॉकेल लंपास करण्याचा नित्यनियम पाळलेला आहे. त्यांच्या पन्नास पेट्रोल पंपांवर होणाऱ्या भेसळीतून ते कैक लाख रुपये मिळवत असतात, आणि लोक मात्र रॉकेलसाठी रात्र रात्र पाळी लावून उभे असतात. त्यांना तसे तडफडत ठेवण्यात माननीय आमदारांना कोण आनंद. आले देवाजीच्या मना, विरोधकही आमदारसाहेबांच्याच खिशात. त्यांना त्यांचा वाटा मिळाला की ते खुश. तुम्ही म्हणणार हे सगळे एवढे वरवरचे कशाला सांगताय? आत घुसा. आत घुसायचे म्हटले की डोक्याचा भुगा. काळजाची आग. मनाची राख. खोल खोल पेटत जातं शरीर. धमन्या फुटू लागतात. पेशीत फक्त भडकत्या ज्वाला.

नोंद

दामू भाट्यानं चार महिन्यांपूर्वी पाचशे रुपये उसणे घेतले. आजतागायत द्यायला तयार नाही. रोजची कमाई हजारात. तरीही त्याला पैसे द्यावेसे वाटत नाहीत. तेलगीचे स्टॅम्प उप्पेनबेटगिरीत विकणारा पहिला स्टॅम्पवेंडर. मालामाल तेलगीचा घोटाळा बाहेर पडला. हा गायब झाला. ह्याच्यापर्यंत ते सगळं आलं नाही. आलं असतं तर आत गेला असता. सकाळी-सकाळी ऑफिसात पाय ठेवण्यापूर्वी त्याच्याच खोक्यात जाऊन बसलो. आज ह्याला सोडायचं नाही. त्याचा हाताखालचा शेटक्या स्टॅम्प रजिस्टर पसरून बसलेला. भाटे यायला उशीर होणार असं तो सारखं-सारखं सांगाय लागला. त्याला म्हटलं. आज पैसे वसूल करणारच. त्याला विश्‍वासच बसत नव्हता. रेकार्डरूममध्ये गेलो की दामूला फोन करायचा, अशा विचारात तो असावा. त्याचा बेत सफल झाला नाही. कालिंग्या मेस्त्री खोक्याच्या समोर आला. मला बघताच म्हणाला, बरं झालं. इथंच भेटलात. म्हणजे आता तो कालच्या अर्जाचं विचारणार. त्याआधीच सांगून टाकलं, तुमचा अर्ज भाऊसाहेबांच्या टेबलावर गेला. तर त्याच्या कपाळाला आठ्या पडल्या. म्हणाला. म्हणजे खिसा रिकामा कराय लागणार. त्यात त्याला नवीन काहीच नव्हतं. एवढ्यात भाट्या आला. एकदम हात जोडून रामराम. म्हटलं, रामराम नको पैसे टाक. तर म्हणाला, संध्याकाळपर्यंत देतोच. म्हटलं, संध्याकाळपर्यंत इथंच बसतो. अशात एक फाटका माणूस त्याच्यासमोर आला. एकदम रापलेला. डोळे खोल विहिरीसारखे. त्याची

खांद्याची पिसवी त्याला सांभाळता येत नव्हती. त्यानं भाट्याला स्टॅम्पबाबत विचारलं. भाट्या त्याला म्हणाला, म्हस्कर खिशात पाचशे असले तर इकडं आण. म्हाताऱ्यानं खिशातली कळकट तंबाखूची पिसवी काढली. त्यातल्या कप्प्यातली प्लॅस्टिकची पिसवी काढून घडी उलगडली. एक पाचशेची नोट भाट्यासमोर धरली. भाट्यानं नोटेवर जवळ-जवळ झडपच घातली. माझ्या हातात देत म्हणाला, उठा आता. पुन्हा भाट्याच्या जवळ जायचं नाही. भाट्याला समोर उभं करून घ्यायचं नाही, असं ठरवून रेकॉर्डरूममध्ये आलो, तर भला मोठा कागदांचा ढीग. पिटक्याला बोलवून घेतलं. तो म्हणाला शिंदे रावसाबानी बोलवलंय. शिंद्यानं भेटल्या भेटल्या सांगितलं, तुझे मामा भेटले होते. अंगावर सर्रकन काटा आला. बाकी काहीच बोलला नाही. म्हणजे मामानं याच्याजवळ बरंच काय काय मांडून ठेवलं असणार. त्याच्या समोरून उठायच्या नादात होतो. एवढ्यात तो म्हणाला, मामा म्हणतात त्यात खोटं काय? उगाच आपला अण्णा हजारेचा अवतार होऊन बसू नको. सगळ्यांस्नीच वाटतंय ते त्यांना वाटतंय. ह्यात काय चूक हाय. त्याच्या बोलण्याचा रोख लक्षात आला. उठलो. तडक टेबलाजवळ. कागदाला हात लावला नाही. डोक्याचं शेण.

नोंद

बाबूअण्णा कचेरी समोर उपोषणाला बसलेत. तसं दर आठवड्याला इथं एक उपोषण असतंच. पण बाबूअण्णाच्या उपोषणाची गोष्ट वेगळी. त्यांनी एक सतरंजी अंथरलीय. मंडप नाही, काही नाही. समोर फक्त बीअरच्या दोन बाटल्या. एक ओल्ड मंकचा सिसा. तिन्ही रिकामे. शेजारी एक बोर्ड. चौकशी करा. शिक्षा करा. जाणारे-येणारे क्षणभर थांबतात. पहिल्यांदा बाटल्या पाहातात. नंतर बाबूअण्णाला. शेवटी बोर्ड. जाता-जाता म्हणतात चौकशी करा-चर्चा करा. तीन-चार लोक जमतात. अण्णा कशाला त्रास करून घेता. कली बदललीय. जमाना उल्टा आलाय. सोडून टाका. तर बाबूअण्णा त्याच्या अंगावर धावतात. लाडच्यानुऽ कली बदललीच म्हणून श्याण खात्यासा व्हय लंऽऽ. लोक त्यांच्या बोलण्याला हसतच निघून जातात. बाबूअण्णा उपोषणाला

बसलेत. का तर त्यांच्या गावाजवळच्या शिवारात भैरोबाचं देऊळ आहे. चिक्कार झाडी आणि निर्मळ झरा. याच्या मध्यभागी देऊळ. जागृत देवस्थान. भैरोबा कोपला की वाट लागली. भैरोबा प्रसन्न की सगळं प्रसन्न. खोऱ्यातल्या सगळ्या गावच्या माघारनी दर वर्षी भैरोबाला कोंबडा द्यायचं म्हणून माहेर गाठतात. भैरोबाच्या अनेक कथा. ह्या भैरोबाचं ऐसपैस देऊळ. एकदम निवांत. क्षणभर टेकलं तरी सगळा शिणवटा गायब.

या देवळात गावातल्या टग्यांनी एकत्र जमून दारू ढोसली. बीअरच्या बाटल्या. दारूच्या बाटल्या तिथंच टाकल्या. बाबूअण्णा नेहमीप्रमाणे सकाळी भैरोबाला गेले. तर त्यांना हे सगळं टाकलेलं ऐतिहासिक दस्तऐवज मिळालं. त्यांनी गावात येऊन ह्या प्रतापात आपले नातलग, आपल्या पार्टीचे लोक कोणी सामील होते का, याची कसून चौकशी केली. त्यानंतर खात्री पटल्यावर त्यांनी पोलिसांना फोन केला. तर पोलिसांनी त्यांना समजावून सांगण्याचा प्रयत्न केला. हे असं चालायचंच, फारसं मनावर घेऊ नका. मग यांच्यात जिद्द निर्माण झाली. ते पेटून उठले. त्यांनी उपोषणाचा निर्णय घेतला. बाबूअण्णा डायबेटीस पेशंट. त्यांच्या घरच्यांनी त्यांना समजावण्याचा प्रयत्न केला. त्यांनी जुमानलं नाही. उठले ते तडक पोलिसठाण्यासमोर. बेमुदत उपोषण. ना पोलिसांना नोटीस. ना तहसीलदाराला कल्पना. एकदम उपोषण. सोबत ऐतिहासिक दस्तऐवज. भैरोबा समोरील बाटल्या.

पोलीस त्यांना उचलून घेऊन गेले असते. पण ते पडले आमदाराचे पाहुणे. अशा असामीला कस्टडीत टाकतीलंच कसं? त्या ठिकाणी कोणी सामान्य माणूस असता तर त्याची हाडं खिळखिळी केली असती. कारण कायदा फक्त गरिबांसाठी असतो. तो गरिबांनीच पाळायचा असतो. इतरेजनांचा संबंध नाही. लोक म्हणतात बाबासाहेब आंबेडकरांनी सर्वसामान्य माणसांसाठी घटना केली. न्याय, समता, बंधुता नांदावी, यासाठी. तर सर्वांचा समज असा झालाय की बाबासाहेबांनी सामान्य माणसांना तुम्ही काय काय मोडता उपयोगाचं नाही हे सांगितलंय. बाकीच्यांना हे तुम्ही मोडायचेच याचं स्वातंत्र्य दिलं. म्हणजे उदाहरणार्थ सामान्य माणसानं दुचाकीवरून जाताना दोघांनीच गेले पाहिजे असा

नियम दिला. इतरांना तुम्ही कितीही लोक गेलात तरी चालेल. पोलीस तुम्हांला पकडणार नाही. कारण तुमचा बाप कोणी तरी असामी असतो. अधिकारी किंवा वजनदार नेता.

दृश्य *आबा नरसाळेचे घर. दुपार*

कॅमेरा शिवारातून

आबा नरसाळे शेतात. विहिरीवर बसलेला. आडव्याप्पाला बघून

आडव्याऽ काय म्हणून माझ्या जिवाला घोर लावलास? जायाचं तर सांगून जायाचं. कोण नको म्हणतंय? हीतं बैलं उपाशी. मी काळजीत. काय तरी कळवायचं तरी. ह्येला काय रीत म्हणत्यात?

तात्या, झाला घोटाळा. काय करणार? गिरजा आली. गेलो तिच्या गावाला.

मला बोंबलाय लावून.

तात्या घडलंय तसं. त्येला काय करणार?

मी बोंब मारणार.

आबा नरसाळे सरळ यायलाच तयार नसतो. आडव्याप्पा थंड उभं राहणं पसंत करतो. नरसाळे एकदम वाटेवर.

आता बैलं सोड. पाणी दाव. जूप औत.

तात्याऽ जरा काम बिघाडलंय.

आबाच्या कपाळावर आठी

म्हणजे पैसे पायजे असणार. आमच्या घरात नोटा छापायचा कारखाना न्हाय बाबा.

गिरजाचा न्हवरा ॲडमिट हाय. गरज व्हती.

गरज रोजच आस्ती गाऽऽ खरं पैसे पायजे का नको?

एवढी नड मारा.

गांड मारा म्हटल्यासारखं बोलतोस की.

आडव्याप्पा शांत. त्याची शीर ठणकतेय. तो आवरतोय.

तात्या, अडचणीत हाय. गरज भागवा.

बोल. किती पायजेत?

साडेतीन हजार?

अगाऽऽ गाऽऽ ती काय बोरं हाईत व्हयगाऽ येचून द्यायची. एवढं न्हाईत गड्या

माझ्याकडं.
ही गरज माराय लागती तात्या.
आडव्याप्पा, शांत घे. असं कसं चालंल.
बायकोचं दोन तोळ्याचं घंटन आणलंय.
गड्याऽऽ नको. धरूया का बोल सालभरची मजुरी.
कबूल.
आबाचा चेहरा फुलतो. तो अंगात कपडं चढवायच्या नादाला लागतो.

पैसे घेऊन आडव्याप्पा तालुक्याच्या एसटीत बसतो. त्याच्या हातापायातून ताकद गळून गेलीय. फक्त एक मुडदा गाडीत बसलेला. कंडक्टर त्याला हालवतो.
तिकीट बोला.
तालुक्याला
बारा रुपयं.
आडव्याप्पा विसाची नोट त्याच्या हातात कोंबतो. आठ रुपये व तिकीट कंडक्टर त्याच्या हातात देतो. तो शांतपणे ते सगळं खिशात कोंबतो. फक्त चालत्या गाडीचा आवाज. कॅमेरा गाडीसोबत पळत राहतो.

कॅमेरा दवाखान्यावर
आडव्याप्पा दवाखान्यात पोहचतो. बहीण बोजा गुंडाळून तयार. तिचा नवरा एकदम खणखणीत. आडव्याप्पा कंपाऊंडरकडे बिल भागवतो. सगळे बाहेर पडतात.
आडव्याप्पाच्या डोळ्यासमोर अंधारी. त्याला काहीच दिसत नाही. फक्त अंधाराची वर्तुळे.

दृश्य *वेळ संध्याकाळ*
चावडीसमोरच्या तिट्यावर बसलेला पोरांचा घोळका. दहा-पंधरा वयोगटातील. बाजूलाच तीन-चार वयस्क म्हातारे टेकलेले. कॅमेरा घोळक्यावर.
मुलगा एक, खालची गल्ली पेटली म्हणं.

मुलगा दोन, पेटली न्हवं इजली. पोट्याची सुशी पळून गेली.
मुलगा तीन, सुशी पळालीऽऽ? कुणा संगं?
केसुबा, आरंऽ त्या बिडकराच्या शिव्यासंगं.
मुलगा चार, बाऽऽ बाऽ आई शिव्याच्या बापासंग्ग. पोरगी शिव्यासंगंऽऽ चंगळच गड्या दोघांची.
पोरं खोऽऽ खोऽऽ हसाय लागतात. शेजारचा म्हातारा एकदम तरपासून
व्हयमालीच्यानुऽ बिब्याएवढं हाईसा तर ह्ये धंदे?
एक मुलगा, आजाऽ आमी कुठं काय केलं? बिडकरचं सांगाय लागलाव हाय.
म्हातारा, त्येच रंऽऽ त्येंची पोरगी पळून जाईना, न्हाईतर मसणात जाईना. तुमाला का काळजी?
मुलगा दुसरा, आजाऽ असं कसं? गावचं माणूस. काळजी आमी न्हाई करायची तर कुणी.
म्हातारा, चुतमारीचाऽ आलाय काळजीचा ऽऽ *म्हणत हातातली काठी घेऊन उठला. पोरांचा घोळका पांगला.*
म्हातारा एक, गावाचा सत्यानास झाला. फार बिघाडलं.
म्हातारा दोन, बिघाडणारच. शिकली की भकली.
म्हातारा तीन, आनी काय काय बघाय लागतंय, कुणास धक्कल.
म्हातारा एक, समोर दिसंल त्ये बघायचं. दुसरं काय करायचं?
म्हातारा तीन, आगा ऽ परकरातल्या पोरी पळून जायाय लागल्या.
म्हातारा दोन, इस्तवाजवळ लोणी गेलं की पातळ व्हणारच.
म्हातारा एक, व्हवू दे ऽऽ व्हवू दे. पातळ व्हवू दे. गाव व्हवून जाऊ दे.
तिन्ही म्हातारे शून्य नजरेनं समोरे बघत बसतात. कॅमेरा पुन्हा गावावर.

दृश्य *आडव्याप्पाचे घर*

पुढच्या सोप्यात तायव्वा आणि आडव्याप्पा दोघेच. दोघांवर कॅमेरा.
पेरण्या सुरू व्हयाच्या आधी केसुचं काय तरी बघाय पायजे.
बघायचं काय? घालायचं हायस्कुलात. तबीनाळला जाऊन येऊन गावची पोरं करत्यात. जाईल त्येच्यां संगं.
माजं म्हणणं व्हतं त्येला आप्पय्याकडं पाठवावं. चांगलं शिकंल. वळण लागंल. आपल्याजवळ न्हावून काय कळतंय आपल्याला?

उगच दुसऱ्याच्या वळचणीला तुकडं खाण्यापरास हितंच व्हवू दे की, काय व्हयाचं त्ये. आनी तुझा भाऊ त्येच्याकडं बघंल आसं मला काय वाटत न्हाई. मग तुमचा भाऊ बघंल? *एकदम ठिसक्यात* कधी भाऊ जिवंत हाय का मेला तरी बघाय येतोय?

आता त्येचा हितं काय संबंध आला? वाटण्या झाल्या त्या दिशीच संपलं. त्येनं आमाला कशाला बघाय पायजे? त्येचा त्यो ऱ्हावू दे की सुखात.

त्यो माप सुखात हाय. त्येला काय धाड भरलीया. चांगला बंगला बांधून पंख्याखाली राजागत हाय. खरं, ज्येनं शिकीवलं त्येला वळक तरी दावायची व्हती.

हे बघ, त्येचं नाव माझ्यासमोर काढू नको.

का? का काढू नको? निदान भनीचं तरी बघायचं व्हतं त्येनं. तेबी सगळं आमीच बळदायचं?

आनी मातीत जायाचं.

म्हणूनच म्हणतोय पोराचं तरी सरळ लागू दे. त्येला हायस्कूलला आप्पयाकडंच पाठवूया. चांगला शिकंल. नोकरीचंबी बघंल त्यो.

हूंऽऽ शिकून आता नोकऱ्या लागाल्यात. गेला त्यो जमाना. आता पैसे वतल्याशिवाय नोकऱ्या न्हाईत लागत.

ज्या वेळाचं त्या वेळी. आता शिकायला मी त्येच्याकडंच ठेवणार.

ठेव जा बापडी. माझं काय?

तुमचं काय? आढ्याला पाय.

म्हणत ती उठते. ठसक्यात आतल्या सोप्याला जाते. आडव्याप्पा तिथेच गुडघ्यावर हनुवट ठेवून बसून राहतो. शून्य नजर.

दृश्य — संध्याकाळ

तुका पाटण्याच्या दुकानासमोरच्या कॉईन बॉक्सवर तायव्वा आणि केसू. पोलीस भावाला फोन लावताहेत. कॅमेरा दुकानातील तायव्वावर.

केसू, *कॉईन टाकून नंबर डायल करतो.* आई, रिंग वाजाय लागली. धर बोल.

तायव्वा, *रिसिव्हर कानाला लावून* हालोऽ मी आक्का बोलतोय. न्हवंऽऽ मी उद्या यावं म्हणतोय. ऽऽ काय ऽऽ उद्या यावं म्हणतोय. मग येतो... ठेव... ठेव.

रिसिव्हर ठेवते. पदराने तोंड पुसते. दोघे रस्त्याला लागतात.

दृश्य

रस्त्यातून चालताना केसू विचारतो.

आई ऽ मामा पोलीस हाय न्हवं? मग लई पैसं असणार की.

आस्तील की. म्हणूनच तुला त्येच्याजवळ ठेवायचंय, शाळंला.

शहरात?

मग काय झालं? आठ दिवस ऱ्हायलास की सगळं आंगवळणी पडतंय. हितं ऱ्हावून तुजं काय खरं न्हाई. ह्यो आमचा नाचारी संसार. एक हाय दुसरं न्हाई. सगळं हाल. त्या परास तिथं ऱ्हायलास तर शिकसील, मोठा व्हशील.

केसू फक्त ऐकत तिच्याबरोबर चाललेला आहे.

दृश्य *सकाळ*

सकाळी सकाळी आडव्याप्पा उकिरड्यातले खत बाहेर काढून टाकतो आहे. एकटाच. अर्धा-अधिक उकिरडा त्याने उपसलेला आहे. हा उकिरडा गल्लीच्या पाठीमागच्या बाजूला गावंदरीला आहे. हा उकिरडा संपला की शेत सुरू होते. ही सगळी शेते गावंदर म्हणून प्रसिद्ध. कारण येथे लोक सकाळी शौचाला बसत. आता फारसे नसतात. तरी तुरळक असतातच. आडव्याप्पाचे जीव लावून उकिरडा उपसणे चालू आहे. उकिरड्यावर शेण तर टाकलेले होतेच त्याबरोबर राख, किडूक-मिडूक असे सगळे. त्यात प्लॅस्टिकचा भरणा अधिक. प्लॅस्टिक काढून काढून तो बाजूला फेकत आहे. मध्येच बुट्टी भरून कडेला खताचा ढीग लावतो आहे. याच वेळी जिवबा दानवाडे रिकामे टमरेल घेऊन उकिरड्याजवळ येऊन थांबतो. कॅमेरा सर्व तपशील टिपतोय.

आडव्याऽ कव्वा रात्रीपास्नंच उपसाय लागलास वाटतं?

आडव्याप्पा त्याच्याकडे बघतो. पुन्हा बुट्टी भराय लागलो. त्या प्रसंगानंतर तो पहिल्यांदाच समोर आलेला असतो. आडव्याप्पाची बोलण्याची इच्छा दिसत नाही.

म्हण्जे बोलायचं टाकलास म्हण तर. आसू दे, आसू दे. लई मानाचा निगालास. बोलशील कशाला? बोलायचं ऱ्हावू दे. मागचा एकदा हिशेब बघून जाऽऽ दोनशे निघल्यात माजं तुझ्यावर.

आडव्याप्पा भरल्या बुट्टीसह उकिरड्यातून बाहेर येतो.

तात्या, तुमी आस्तिकदार असल्यासा तर तुमच्या घरात. आमी काय तुमच्या

जिवावर जगत न्हाई. आनी हिशेबाचं म्हणशीला तर मीबी केलाय. तीनशे पन्नास माझंच निगत्यात तुमच्यावर. मलाबी हिशेबापुरतं लिवाय-वाचाय येतंय. मग घीऊन ये तुजा कागद. काय आसंल ते बघूया कमीजास्त. आनी खताला गाडीबी घीऊन जा. टाकायचं आसंल न्हवं शेतात?

तात्या, आता आपला व्यवहार संपला. उगंच लाडीगोडी नको. तुमचा मार्ग माझा मार्ग वेगळा.

तो पुन्हा उकिरड्यात उतरतो. जिवबा दानवाडे टमरेल फिरवत वाटेला लागतो. स्वतःशीच पुटपुटतो, बेणं अजून रागातच हाय.

दृश्य *दुपार*

एकदम अंधारून येते. ढग-विजा-कडकडाट. अशात सोसाट्याचा वारा. एकदम गारा पडायला सुरुवात. नरसाळे आणि आडव्याप्पा कामावरच्या माणसांसह शेतातील विहिरीजवळच्या घरात येतात. एकदम वादळी पाऊस. अशा पावसात लोखंडी घमेलं घेऊन आडव्याप्पा गारा गोळा करतो. कॅमेरा पावसासह आडव्याप्पावर ये आडव्याऽऽ. *पुन्हा मोठ्याने* आडव्याऽऽ लेकाऽ गारा गोळा कराय तू काय आता न्हान हाईस? पळ आत येऽऽ विजा जोरात व्हयाला लागल्यात. *तरी आडव्याप्पा अर्धी बुट्टी भरेपर्यंत चिंब भिजून गारा वेचत राहतो. अर्धी बुट्टी भरल्यावर घरात घुसतो. कामाला आलेल्या तीन-चार बाया, दोन-तीन पुरुष माणसं हसाय लागतात.*

नरसाळे, खावा, गाराऽऽ ह्येनं एवढ्या कष्टानं आणल्यात.

आडव्याप्पा, खायला न्हाईत आणाय गारा. ह्या गारा बाटलीत भरून ठेवायच्या. ह्ये पाणी औषधी असतं *प्रत्येकजण मूठ-मूठ गोळ्या हातात घेऊन तोंडात टाकतात.*

नरसाळे, बाकी ऽ आडव्याप्पासारखा कुळवाडी गावात नाहीच गावायचा.

आडव्याप्पा, तात्याऽ कवतुक नको करूसा. उद्या येणार नाही. उद्या माझ्या शेतात सगळी टपणी कुदळीणं हालवून घेतो.

नरसाळे, आरंऽ मग आऊत घेऊन जा. तुजी तीन टपणी परतून घे. दुपारी आमची परत. *गार हवेने सगळ्यांनाच एकदम उकाड्यातून सुटल्यासारखे वाटत होते. आडव्याप्पाला अधिक. कॅमेरा पावसावर.*

नोंद

बुचडे कमालीचा अस्वस्थ. का तर सिनेमासाठी पटकथा लिहिण्याचा उद्योग फालतू. हा त्याचा दृष्टिकोन. मला वेगळं मत असतं हे त्याला मान्य नाही. हे व्यावसायिक काम. व्यावसायिक काम हे त्याला कुडबुडकरनं सांगितलंय. स्वत: भोसडीचा कुडबुडकर आयुष्यभर तेवढाच धंदा करतोय. फक्त चित्रपट. कुडबुडकर करतो ते प्रायोगिक. आम्ही करतो ते व्यावसायिक हे ठरवलं कुणी. कशाच्या आधारे? बुचडे म्हणतो, त्याला सिनेमा कळलाय. म्हटलं, मी कळवून घ्यायचा प्रयत्न करीन. प्रयत्न करणं वाईट गोष्ट आहे का? तर मग थेट जमिनीवर येऊन बुचडे सांगाय लागला. त्यात तू कितीही काहीही चांगलं केलास तरी तुला कोणी चांगलं म्हणणार नाही. कारण सिनेमा, टी.व्ही. चॅनल्स सगळी बामनांच्या हातात. तिथं त्यांना इतर कुणाचाही प्रवेश नको असतो. ते सारे एकदम सामूहिक हल्ला करतात. बामन सोडून कोणीही काहीही सिनेमात केलं तर त्याला बाद ठरवण्याची त्यांच्याकडं यंत्रणा आहे. प्रिन्ट मिडिया, इलेक्ट्रॉनिक्स मिडिया त्यांच्या हातात. ते समज पसरवू शकतात. बाबूराव पेण्टरने हयात घालवली. शेवटी चित्रनगरी भालजींच्या नावे झाली. हे तू ध्यानात घ्यायला हवं. ह्यात फुक्कट मरून जाशील. हा मिडिया आपला नव्हं. त्याची बडबड ऐकून घेतली. जातीय राजकारण आपल्याला कळत नाही. आपण जातीच्या विरोधात आहोत. कुडबुडकर जातीय असेल. मला जातीय व्हायचं नाही. हे काम करणार. जमत नसलं तरी करणार. फार-फार तर काय होईल, माझे श्रम वाया जातील. कोणीतरी वाया जायलाच हवं. बुचडे एकदम गप्प. कुडबुडकरनं जेवढं भरवलं तेवढं तो बोलला. बाकीचं बोलायला त्याच्याजवळ अक्कल नाही. त्याला कोण काय करणार.

बुचडेला अशा लोकांच्या सान्निध्यात वावरणं आवडतं. त्यांच्या सावलीत वावरून त्याला काही मिळवायचं असावं. आपल्याला काय? आपल्याला तर काहीच मिळवायचं नाही. गमावण्यासारखं आपल्याकडं काहीच नाही, तर घाबरायचं कोणाला. कुडबुडकर म्हणजे मराठी समूह नव्हे. कुडबुडकर म्हणजे समस्त बामन जात नव्हे. उलट चांगल्या बामनानींच सगळ्या गोष्टींचं बहुजनीकरण करण्यात पुढाकार घेतला.

मग असल्या जातीयवाद्यांचं काय? आपण पटकथा लिहिणार. जमेल तशी. एक ओळीची पटकथा. एका पानाची पटकथा. शंभर पानाची पटकथा. अरे, हा प्रयोग एकदम उत्तम.

दृश्य **तायव्वाच्या धाकट्या भावाचे घर**

आप्पय्या तायव्वाचा धाकटा भाऊ. पोलीस खात्यात हवालदार. जिल्ह्याच्या गावी. त्याचे सरकारी पोलीस क्वॉर्टरमधील घर. तीन खोल्या. त्याही झोपले की पाय सरळ भिंतीला लागणाऱ्या. छोट्या. तायव्वा, केसुबाला घेऊन त्याच्या घरात आलेली आहे. आप्पय्या ड्युटीवर गेलेला. त्याची बायको अनिता तायव्वाशी बोलत स्वयंपाक करते आहे. तिची तीन मुले. एक मुलगा. दोन मुली. प्राथमिक शाळेत शिकणारी. त्यांच्यात केसुबा मिसळलेला आहे. सरकारी स्टाफ क्वार्टर अनिताने आकर्षक सजविलेली आहे. खोलीच्या सजावटीतून पैसा भरपूर वाहातोय हे स्पष्ट दिसत आहे. सगळ्या खोल्या, खोलीतल्या वस्तू तायव्वा कौतुकाने बघते आहे. कॅमेरा सगळ्या वस्तूंना पकडतोय.

अनिता, गावाकडंही घिऊन दिला टीव्ही मागच्या महिन्यात.

तायव्वा, व्हयंऽ म्हणालती वयनी. म्हातारा-म्हातारीला बरं झालं बाई. चित्र बघत तरी दिवस जातोय.

अनिता, आता कांत्या मोटारसायकल मागाय लागलाय.

तायव्वा, त्येला कशाला मोटारसायकल. आजून कॉलेजात हाय न्हवं.

अनिता, बघा की, ह्यास्नी बी त्येचं दांडगं कौतुक. घ्यायची म्हणतात.

तायव्वा, घे म्हणावंऽ म्हण्जे नापास झालं की बसतंय घरात.

अनिता ताटं मांडते. मुलांना हाक मारते. सगळे मिळून बैठकीच्या खोलीत गोल जेवायला बसतात.

डायरीतील पान

पिटक्याच्या घरात सत्यनारायण झाला. चांगला किलोभर प्रसाद सगळ्या ऑफिसात वाटत बसलेला. रवाच भाजलेला नव्हता. साल्याला विचारलं, तर म्हणतो तूप आणायचं कुठलं? महागाई किती वाढली. ह्याला सत्यनारायण कुणी कराय सांगितला. तर म्हणातो, तसं नाही रावसाब. बेमानीचं सगळंच्या सगळं पैसे आपण खाल्ले तर पचत नाहीत. थोडं देवाला सहभागी करून घेतलं

की प्रश्न मिटला. हे त्याचं आणि रावसाहेबाचं खास तत्त्वज्ञान. पिटक्या शिपाई. पण कारकुनापेक्षा अधिक मिळवतो. सकाळी आठपासून ऑफिसात. कोणीतरी येतोच त्याला चहा पाजायला की मिळकतीला सुरुवात. कुठल्याही माणसाकडं कोणीही येवो, त्याला माणसात नोट दिसते. अमुक आला. तमुक आला. असं म्हणतच नाही तो. पन्नास आले. शंभर आले. एकदा खुद्द भिकनाळे म्हणून त्याच्या बायकोचा चुलता आला. म्हणाला, शंभर आले. तर भिकनाळे त्यालाच शंभरला गंडवून गेला. पिटक्या एकदम सैरभैर. म्हणाला, खरडून गेला. तर त्याची थेरी स्वतंत्र. समजा पिटक्याला आज पाच शंभर भेटले. तर तो ऑफिस सुटल्यावर गजानन महाराजाला जाणार. नारळ, कापूर, साखर, उदकाडी असे दहा खर्च करणार. एखादा दिवस महिन्यातला हमखास असा असतो की पिटक्याला एकदम हजारभर भेटले तर तो सत्यनारायण घालणार. त्यातही पुन्हा हिशोब ठरलेला. फक्त दोनशेच खर्च झाले पाहिजेत. सत्यनारायण झाला की महिन्याची वरकड मिळकत पचली. तर रावसाहेबाची थेरीत थोडी सुधारणा. त्यांच्याकडं सगळ्या धान्यदुकानदारांपासून रॉकेलवाल्यांपर्यंतचे हप्ते न चुकता येणारच. पुन्हा रेशनकार्डाची गिऱ्हाइकं वेगळी. तालुक्यात शंभर धान्यदुकानं. रॉकेल विक्रीवाले वेगळे. महिन्याला हातात किमान सात-आठ हजार ठरलेले. भाऊसाबाला दहा-पंधरा अच्युत्ती. लोड काळ्या बाजारात गेला की पाच हजार. महिन्याची मिळकत हातात आली की रावसाबाची दुसऱ्या दिवशी ऑफिसला दांडी. शिर्डी गाठणार. साईबाबाला अभिषेक. परत आला की ऐटीत सांगणार, हप्ता भरून आलो. पिटक्या आणि रावसाब देवालाच वरकड मिळकतीत भागीदार करून घेतात. ही थेरी फार ग्रेट. असं सगळं डोक्यात चालू असताना निळू दिवाणजी आला. त्याला पिटक्यानं आधीच प्रसाद दिला असावा. त्याला शिव्या घालतच म्हणाला, पिटक्याच्या बायकोची भानगड कळाली का? भुवई आपोआप उंचावली. निळूनं मग सगळी केस हिस्ट्रीच वाचून दाखवली. शेवटी म्हणाला. बायकोनं बेदम कुडपलं म्हणून हा सोद्या प्रसाद वाटतोय.

दृश्य

बैठकीच्या खोलीत आप्पय्या लुंगी गुंडाळून बनीयनवर खुर्चीत बसलेला. भिंतीला टेकून तायव्वा. दोन्ही हातांनी डोके धरून. पोरे खुर्चीलगत आडवी-तिडवी झोपलेली.

आप्पय्या, आक्काऽ तुझं म्हणणं बरोबर हाय. खरं माझी नोकरी ही अशी. चोवीस तास ड्यूटी. घरात पाय असा नसतोय. माझं काय फार लक्ष असणार नाही. त्यात हे शहर. शाळा कुठल्या कुठं लांब. सिटी बसनं जायचं यायचं. त्यात कुठं काय झालं. करणार काय? गावात पोरं हिंडून फिरून शिकत्यात. हितं आता कुठं ना कुठं काय तरी घडतंच असतं. बाहेर पडायचीच भीती वाटते. त्यात माझी बदली कधी होईल माझ्या हातात नाही. मध्येच बदली झाली तर हे गाव सोडावं लागणार. त्या वेळी पोराला एकट्याला कुठं ठेवणारं? *स्वयंपाकघराच्या चौकटीला थांबून आप्पय्याची बायको सगळं कान देऊन ऐकत आहे. आप्पय्याच्या बोलण्याला तायव्वा काहीच प्रतिसाद देत नाही. फक्त दगडासारखी बसून. निर्विकार.*

आप्पय्या, केसूच्या शिक्षणाला लागतील तेवढे पैसे मी पाठवतो. त्याची काळजी नको करू. *अनिता बैठकीच्या खोलीत येऊन टेकते. बहीण भावाचें बोलणे एकतर्फी चालले आहे म्हटल्यावर ती तोंड उघडते.*

अनिता, आमचा थोरला आता चौथीत गेलाय. आजून त्याला वाचायला येत नाही. असलं इथलं शिक्षण. गावात निदान लक्ष तरी असतंय मास्तरचं. हितं मास्तरची वळकच व्हईत नाही.

आप्पय्या, नुस्ता भपका असतोय इथं. शाळेत जायचं आणि बाहेर सगळ्या ट्यूशन लावायच्या. पोरं ट्यूशन लावतात म्हणून मास्तर शाळेत झोपा काढतात. नाव मोठं लक्षण खोटं.

अनिता, त्यात ह्या पोलीस कॉलनीत सगळा खतकोला. एका पोराला चांगल्या सवई नाहीत. सगळी बिघडलेली. गुटखा काय खात्यात, शिगरेट काय ओढत्यात. बाईऽऽ बाईऽऽ मी पोरांना घराबाहेर सोडतच नाही.

आप्पय्या, त्यात ह्या क्वार्टर बघितलीसच. दोन माणसं सरळ झोपू शकत नाहीत. कधी इंग्रजांच्या काळात प्लॅन केलाय, आजून तशाच बांधतात. ऐस-पैस असं काही नाहीच.

अनिता, माझा तर जीव गुदमरतोय बाईऽ गावाकडं पळावं असं वाटतं. *तायव्वाचा पदर अधिक तोंडावर येतो. ती हाताला लागलेली सतरंजी तिथेच पसरते. आडवी होते. आप्पय्या बायकोला चादर, उशी आणाय सांगतो. त्याचा आवाज कातर. आक्का काही बोलत नाही हे त्याला डाचत आहे. अशात तायव्वा भिंतीकडे तोंड करते. कॅमेरा तिच्यावर स्थिर.*

दृश्य

कॅमेरा तायव्वावर. भगटायला तायव्वाने हळूच केसुबाला खोच करून जागे केले. त्याला तोंडावर हात ठेवून बोलू नको अशी खूण केली. उशाला ठेवलेल्या पिसवीची घडी हातात घेतली, केसुबाला खुणेनंच आवाज न करता बाहेर पडायची सूचना केली. कडी न वाजवता काढून दार न करकरता उघडेल याची काळजी घेत बाहेर पडली. पाठोपाठ केसू. दार हळूच बंद केले. चप्पल्या हातात घेऊन आवाज न होईल अशा बेताने पायऱ्या उतराय सुरुवात केली. बिल्डिंगच्या तळाला आल्यावर तिने केसूचे तोंड पदराने निरपून घेतले. पायात चपल्या चढवल्या. तरातरा चालू लागते. केसू जवळ जवळ पळतच पाठीमागून जात असतो. चालणारी ताय्यवा बेभान झालेली. तिच्या डोळ्यांचे पाणी हाटत नाही. आपण रडतोय हे केसूला जाणवू नये याची ती काळजी घेते आहे. एस.टी. स्टँडजवळ येते आहे. तशी ती मन घट्ट करण्याच्या प्रयत्नात आहे. पण ते तिला जमत नाही आहे.

दृश्य *आडव्याप्पाचे घर*

आडव्याप्पा तायव्वाची समजूत काढत आहे.

आगं तुला मी म्हणत व्हतो, घालूया हितंच. मला म्हाईती हाय. ही नोकरदार माणसं लई आप्पलपोटी व्हईत जात्यात. त्येंच्या बायकाच त्यास्नी बिघडवत्यात. आपुन न्हाई मनाला लावून घ्यायचं.

तायव्वा मुसमुसत कशाला म्हणायचं भाड्याला पाटचा भाऊ. वैरीसुद्धा म्हणला असता शिकीवतो पोराला. ह्यो मला कारण सांगतोय. म्हणं खोली बारकी हाय. माझं पोरगं काय खोलीभर पसरलं असतं. खोपड्यात जगलं असतं की.

पुन्हा जोराचा आवंढा.

आगंऽ व्हतंय ते चांगल्यासाठी. आमचा केसू तबीनाळातच शिकून मोठा व्हतोय का न्हाई बघ. त्यास्नी कशाला दोष द्यायचा. आमचं नशीब आमच्या बरबर.

आता त्यो मला मेला आणि मी त्येला.

म्हणत तायव्वा पुन्हा बांध फुटल्यासारखी रडाय लागते. एवढ्यात दारात मोटारसायकलचा आवाज. तायव्वाच्या मोठ्या भावाचा पोरगा कोणाची मोटारसायकल घेऊन आलेला.

थोरल्याचा मुलगा, आत्ती तात्याचं फोनवर फोन. सांगून घरातनं यायचं न्हाई व्हय. *तो मोबाईलवर तात्याचा नंबर लावत.* ह्ये घे बोल त्येच्याबरबर फोनवर.

तायव्वा *चवताळून,* गटारीत फेक तुजा फोन.

थोरल्याचा मुलगा, *मोबाईलवर स्वतःच बोलू लागतो.* आत्ती आलीया घरात काळजी नका करू.

तायव्वा, त्यो भाड्या काळजी करतोय आनी ह्यो भाड्या सांगतोय. मेली म्हणावं भन तुला.

थोरल्याचा मुलगा मोबाईल बंद करतो.

कशाला गेलतीस त्येंच्याकडं?

तायव्वा, गेलतो बाबा शाण खायाला. *स्वतःला आवरते.* म्हातारा-म्हातारी हाईत बरी?

थोरल्याचा मुलगा जमिनीवर टेकतो. त्याच्या टाईट पॅण्टमुळे पाय लांब सोडावे लागतात. तो मोबाईलशी खेळाय लागतो.

दृश्य रात्रीचे दोन

गावात अचानक जोराची बोंब. रडण्याचा आवाज. जवळ-जवळ निम्मे गाव जागे. कोण उघडा, कोण अर्ध्या कपड्यात. अनेक लोक असेल त्या अवस्थेत गल्लीत. दगडू पाटलाची गल्ली थट्ट. म्हातारी मेलेली आहे. कुणाकुणाची धावपळ. कॅमेरा सगळी धावपळ पकडत आहे. आया बाया सावरून सवरून घरातून बाहेर पडल्या. तायव्वासह सगळ्या शेजारणी, आडव्याप्पा सरळ प्रेताजवळ. भिंतीला टेकून ठेवलेली बसवलेली म्हातारी एकदम जिवंत, तिच्या पाया पडला. दगडू पाटलाची बायको, पोरी, नाती सगळे म्हातारी भोवती.

दगडू पाटलाची बायको, म्हातारी मरंपतोर म्हणालीऽ आडव्याप्पासारखा राबणारा माणूस न्हाई गावातऽऽ दाजीऽऽ तुमच्यावर जीव व्हताऽऽ कसं सांगू गऽऽ बाईऽऽऽ

हे ऐकताना आडव्याप्पाची शीर ठणकली. ह्या बाईनेच मरताना म्हातारीला जास्त छळलं. तीच आता गुणगाण करते. त्याच्या चेहऱ्यावर हा स्पष्ट भाव. कॅमेरा पकडतो.

दगडू पाटील, आडव्याप्पा पुढचं बघ. लाकडं, कुठं ट्रकची टायर सापडतीय

काय. आटप. भगटायला घरातनं भाहेर काढू. जास्त पावण्या पैची वाट न्हाई बघायची.

आडव्याप्पा मिळेल तो माणूस सोबत घेऊन पुढच्या जोडणीला लागतो.

जोतीराव,

तुम्हांला तरी काय काय सांगायचे आणि किती सांगायचे? तुम्ही म्हणाल, त्या काळी काय काय लिहून झक मारली, हा फुक्कटचा ताप खरेदी केला. इलाज नाही. माझाही आणि तुमचाही. हे सारे तुम्हांला सहन केलेच पाहिजे. म्हणजे,

विद्येविना मती गेली. एवढे अनर्थ एका अविद्येने केले.

हे म्हणणे मी काळजात कोरून ठेवलेले होते. तुमच्या म्हणण्याचा रोख माझ्यासारख्या हजारो शेतकऱ्यांच्या पोरांच्या ध्यानात आला होता. त्यामुळेच त्या चार ओळी घराघरांत पोहोचल्या, शेतकऱ्यांनी आपल्या पोटाला चिमटा देऊन आपल्या पोरांना शाळेत घालायला सुरुवात केली. तुमचे म्हणणे पुढे रेटण्यात भाऊराव पाटील यांचा वाटा दांडगा. त्यांनी रयतेच्या पोरांसाठी खेडोपाडी शाळा काढल्या. कमवा आणि शिका असा मंत्र पेरून पोरांना शिक्षणाचा लळा लावला. कालांतराने अनेक जण पुढे आले. राज्यभर शिक्षणाचे जाळे पसरले. घराघरांत शिक्षण पोहचले.

तुम्हांला सांगितले तर पटणार नाही, आज जवळ-जवळ सगळ्या शिक्षणसंस्था बहुजन समाजाच्या. त्यात शिकवणारे बहुतेक शिक्षक बहुजन समाजाचे. या शाळा तपासणारे, शाळांना मंजुरी देणारे, पगार करणारे, सगळेच्या सगळे नसतील, पण बहुतेक बहुजन समाजाचे. ही तुम्हांला संतोष देणारी गोष्ट. हे ऐकून तुमचा ऊर भरून आला असेल. वास्तविक ही मोठीच कामगिरी. तुमच्यामुळे शक्य झाली. याचे श्रेय तुमचेच. यामुळे बऱ्याच गोष्टी चांगल्या घडल्या. त्याचीही यादी मला देता येईल. पण ती देणार नाही. यात तुम्हांला दुखावण्याचा उद्देश नाही.

तुम्ही कोणत्या परिस्थितीत शिक्षण घेतले असेल, याची मला कल्पना करवत नाही. तरीही जिद्द आणि चिकाटीच्या बळावर तुम्ही मिळेल तेवढ्या शिक्षणाच्या बळावर विद्वान होऊन समाजात एकमेव ठरलात. हा चमत्कार कसा काय तुम्ही केलात? असा प्रश्न माझ्या मनात येऊन जातो. तुम्ही ज्या शिक्षण पद्धतीत शिकलात, त्या तुमच्या मॅकॉले साहेबाच्या शिक्षण व्यवस्थेत काही फटी असाव्यात. ज्याचा फायदा घेऊन तुम्ही आणि बाबासाहेब किंवा त्या काळातील सगळे ज्ञानी समाजाचे दीपस्तंभ झालात. स्वातंत्र्यनंतर मॅकॉलेसाहेबांच्या शिक्षण व्यवस्थेतील फटी

बुजवण्याचे पहिले काम आमच्या मायबाप सरकारातील ज्ञानी मंडळींनी केले. तुमचा विश्वास बसणार नाही. पण खरं सांगतो. तसेच झाले. मॅकॉले साहेबांनी ठरवलेले ईप्सित त्यांच्या सत्तेच्या जाण्यानंतर आमच्या लोकांच्या मदतीने साध्य केले. तुम्हांस वाटेल, आम्ही चक्रम झालोय. अर्थात तसे वाटणे स्वाभाविक. मॅकॉले म्हणाला होता, मला इंग्रजी भाषा शिकविण्याची परवानगी द्या. मी भारतीय माणूस शरीराने भारतीय व मनाने पाश्चात करून दाखवतो. त्यांची सत्ता इथे असेपर्यंत हे घडणार नाही, हे तो हेरून असावा. पण पुढे काय होणार आहे, याची खात्रीही त्या गृहस्थास असणारच. तसा तो एरवी बुद्धिमान गृहस्थ होता. हे मात्र निश्चित.

जोतीराव, तुम्ही मॅकॉलेच्या शिक्षणातील फटींचा फायदा घेतलात म्हणून तुम्हांस शिक्षणातून ज्ञान मिळवता आले. ज्ञानी झालात. पण आम्ही शिकताना त्या फटी बुजल्या गेल्यामुळे फक्त अक्षरे शिकलो. साक्षर झालो. या व्यतिरिक्त काहीच नाही. अशी अक्षरपरिचित जत्राच खेड्यात सगळीकडे पसरली आणि आमच्या गावाची, शेताभाताची, सगळ्याचीच वाट लागली. पटत नाही ना जोतीराव, नाहीच पटणार. तुम्हाला वाटत होतं. शिक्षणानंतर सगळे बदलणार. रयतेच्या हालअपेष्टा संपणार. पण घडले विचित्रच. अक्षरे आली खेड्यात. सगळ्यांना वाटले, अक्षरातच ज्ञान असते. शाळेत शिकायला गेले की ज्ञानप्राप्ती झाली, पदवी मिळाली की ज्ञानप्राप्ती झाली. अनेक पद्व्या मिळवल्या की आपण अधिक ज्ञानी झालो. नंतर ध्यानात येत गेले की अरे, आपणास कशाचे ज्ञानच नाही. असे झाले याचे कारण आमच्या मायबाप सरकारनी शाळा नावाचे कोंडवाडे तयार केले. या कोंडवाड्यांत ठरीव स्वरूपाचे अभ्यासक्रम, ठरीव स्वरूपाचे पाठ्यक्रम आणि ठरीव स्वरूपाचे पाठ्यपुस्तक. हे पाठ्यपुस्तक शिकविणारे शिक्षक करतात काय? तर आपल्या हातात असलेले पाठ्यपुस्तक मुलास वाचून दाखवतात. फारफार तर छापलेल्या ओळीचा जमेल तेवढा अर्थ सांगतात. परीक्षेला उपयोगी असा मजकूर लिहून देतात. हा लिहून दिलेला मजकूर, बरहुकूम तीन तासाच्या परीक्षेत लिहिला की एक इयत्ता पार. पहिलीत प्रवेश घेतलेला पोरगा असा फक्त इयत्ता पार करत सुटतो. इयत्ता पार करायला शिक्षकांची मदत असतेच. कारण त्यांचे पोट त्यावर अवलंबून असते. अशा शिक्षणाने आमची सगळी पिढीच बुळगी केली.

डायरीतील पान

भाचा दुपारीच आला असावा. कचेरीच्या दारातच थांबला होता. त्याला दिपूशेठच्या दुकानात घेऊन आलो. घराकडं जावं असं नाही वाटलं. दुकानात

बसल्यावर म्हणाला, बैलं घ्यायचीयत. दोन हजार कमी पडत्यात. आई म्हणालीय मिळत्यात का बघ.

तर दिपूशेठनं त्याला सांगाय सुरू केलं, खुळा का खुळखुळा. आता बैलं बाळगायचं दिवस गेलं. आता भाड्यानं औतकाम करून घ्यायचं. वर्षभर कशाला गा फुक्कट पोसायचा बैल? बैलाचं काम किती. म्हयना- दोन महिने. मग त्याला दहा महिने फुक्कट का पोटाला घालायचं? तेवढ्या पैशात दोन वरसाचं औत होतं. भाच्याच्या चेहऱ्यावर आठी. त्याची हळूच माझ्या चेहऱ्यावर नजर. त्याला दोन हजार दिवून टाकलं. मोटारीत बसवलं. दुकानात आलो तर दिपूशेठ पुन्हा तेच सांगाय लागला. हे बघ आता जोडीला वीस हजार तरी बसतात. वीस हजाराचं व्याज किती. चोवीसशे. एक गडी त्यांच्या उस्तवारीला. गड्याचा पगार किती. पंधरा सोळा हजार. झालं किती? म्हणजे बैलावर चाळीस हजार गेले. आता मला सांग चाळीस हजारात गावचं औतकाम व्हतंय का नाही. तूच सांग. मग कशाला पाळायची बैलं? आमच्या घरात बैलं हाईत म्हणायला. मला नाही बाबा पटत.

दिपूशेठचा युक्तिवाद एकदम पटला. हे आपल्या ध्यानात कसं आलं नाही.

दृश्य *दुपारचे दोन*

गावात फटाकड्याची माळ वाजते. सगळे आपापल्या व्यापात. कोण शेत नांगरणे, कोण कुळवणे, कोण सर्वा जाळणे, कोण झाडे बेणने. गावात फक्त म्हातारी कोतारी. वाकळा शिवत बसलेल्या म्हाताऱ्या, गल्लीत खेळणारी कुत्री. ग्रामसेवक शेळके चावडीत एकटाच. तो तुका तराळाला शोधतोय. तुका तराळ पिंपळपारावर निवांत झोपलाय. त्याला हालवून जागे करत.

तुक्याऽ तुला कसली झोप आलीय मरणाची? गावात फटाक्याचा आवाज आला. कुठनं?

तुक्या, गडबडीने जागा होतो. त्याला ग्रामसेवक काय बोलतोय कळत नाही. डोळे चोळीत तो टक्क जागे होण्याच्या प्रयत्नात.

तुक्याऽऽ झाला का जागाऽऽ?

बोलाऽऽ मालक.

ग्रामसेवक, मालक? ह्ये काय काढला नवीन.

बोला साहेब,

लेका, फटाक्या वाजल्या गावात. तुला आला का आवाज? कसा येईल? तुझ्या गांडीकडनं वारं जात होतं.

व्हय मालक.

उठ लेकाऽऽ काय झालं बघ.

तुका अंग झटकून उठतो. एकदम ताजेतवाणे होऊन सगळा अंदाज घेतो. मग पुन्हा ग्रामसेवकाला न जुमानता पारावरच बैठक मारतो.

ग्रामसेवक, तुकाऽऽ मी काय म्हणतोय?

बोला साहेब.

फटाक्या कुठं वाजल्या?

कधी?

ग्रामसेवक कपाळावर हात मारून घेतो.

तुका जागा हो.

झालो साहेब बोला.

ग्रामसेवक त्याला हात जोडून आत जातो. पुन्हा आपल्या कागदात गर्क. एवढ्यात तुका एकदम तरतरीत होऊन त्याच्यासमोर.

साहेब. गावात चक्कर टाकतो. थांबा जरा.

बरंऽऽ बरंऽऽ

तुका गावात सरकतो.

नोंद

झिंगारू आणि छुपी दारूवाला यांना सांगून टाकलं. सनु कुडबुडकरचं आपलं जमणार नाही. तो कितीही मोठा लेखक-पटकथा लेखक-दिग्दर्शक असला तरी. त्याचं टक्कल त्याला लखलाभ. सूचना तुम्ही करू शकता. तुमच्या समोर पटकथा वाचली जाईल. टोल्याला प्रवेश नाही. दारूवाला म्हणाला, त्याचं आमचं आम्ही बघतो. तू कथेचं सुरू ठेव. माझं सुरूच आहे. शंभर पानी पटकथा.

जोतीराव,

आता आपणास थोडी तसदीच द्यायचे ठरविले आहे. तुम्हांस माझ्या सोबत यावे लागले, अगदी निर्धास्त असा जोतीराव. तुमचे वय का आम्हास ठाऊक नाही? ही

रस्त्यालगतची मोठी इमारत दिसते ना, ती आमच्या गावची मराठी शाळा. महात्मा फुले विद्यामंदिर. आतून थोडे चांगले वाटले असेल ना तुम्हाला? खरे म्हणजे, ही शाळा सुरू केली ना, तेव्हा खूप भारावलेलेच होते लोक. तुम्ही पेरलेल्या विचारांनी. आज असे घडले नसते. हळू चढा ह्या पायऱ्या. चांगल्या मजबूत दगडी आहेत. भव्य वाटते ना इमारत? आठ खोल्या आहेत इमारतीला. प्रशस्त व्हरांडा. मोठे लाकडी खांब. त्याकाळी मुबलक लाकूड होते शिवारात. हा समोरचा डोंगर दिसतो ना. तिथे किर्र जंगल होते. जंगल खाते झाले. जंगलाची वाट लागली. आता फक्त पावसाळ्यात झाडे लावली जातात. उन्हाळ्यात ती करपून जातात. पुन्हा पावसाळयात तेच. नुस्ता सरकारी अनुदान उपटण्याचा धंदा.

हा पहिलीचा वर्ग जोतीराव. किती असेल पटसंख्या? पोरे फिरकतच नाहीत शाळेकडे. कशाला फिरकतील? ह्यांच्या मास्तराचा पत्ताच नाही वर्गात. दिवसभर मोकळीच असतात ही मुले. काय म्हंटलात? ह्यांचा गुरुजी? आता गुरुजी म्हंटलेले आवडत नाही कोणाला. सर म्हणायचे असते मास्तरांना. तुमचे इंग्रज सोडून गेले हा शब्द. चुकून एखाद्याने गुरुजी म्हंटलेच तर त्याच्या कानाखाली आवाज ठरलेला. तर ह्या वर्गाचा मास्तर आमच्या गावचे अप्पासाहेब व्हनगुत्ते, जे पंचायत समितीचे सदस्य आहेत, त्यांच्या धाब्यावर लिखापढीचे काम करतात. एक-दुसरा तास शाळेकडे फिरकतात. त्यांना कोणी विचारायचे? आप्पासाहेब व्हनगुत्तेंच्या नोकराला कोण विचारणार? ही मुले अशीच पहिली पास होऊन दुसरीत जाणार. हा वर्ग दुसरीचा. हा बिचारा मास्तर प्रामाणिकपणे मुलांना शिकवतो आहे. याला कुणीच वाली नसल्यामुळे तो गरिबासारखा राबतो आहे. हा फक्त अपवाद. बाकी तिसरी-चौथीच्या वर्गात मास्तर सापडणार नाही. पुढचे वर्ग नाहीत शाळेत. ही सगळी इमारत रिकामी. का? तर ते सगळे वर्ग हायस्कूलला जोडलेत.

असे का? हा प्रश्न तुमचा रास्तच. पण त्याचे उत्तर एका वाक्यात देणे कठीण. कारण ते आमच्या मायबाप सरकारचे शैक्षणिक धोरण आहे.

जोतीराव, शेतकऱ्याच्या मुलाला कसे शिक्षण द्यावे याबाबत तुम्ही तुमच्या ग्रंथात लिहिले होते. शेतकऱ्याच्या मुलाला श्रम आणि शिक्षण एकत्रित दिले पाहिजे. ते कुणीच ध्यानात घेतले नाही. इंग्रजांना ते परवडणारे नव्हते आणि स्वातंत्र्यानंतर इंग्रजांचेच शिक्षण पुढे चालू ठेवणाऱ्या आमच्या मायबाप सरकारला तुम्ही काय म्हटले होते, हे माहितीच नव्हते. त्यामुळे सतत १०+२+३ किंवा १-८,९-१२ असा सगळा खेळ.

नाही कळले? म्हणजे एकदा मराठी शाळेचा वर्ग हायस्कूलला जोडायचा. एकदा हायस्कूलचा वर्ग मराठी शाळेला जोडायचा. झाले शैक्षणिक धोरण. बाकी कशाचा कशाला पत्ता नाही. कधी म्हणायचे पाचवीपासून इंग्रजी, कधी म्हणायचे पहिलीपासून इंग्रजी. शिकवायचे कुठेच नाही.

शांत व्हा जोतीराव, अजून तुम्हांला खूप बघायचेच. आम्ही बघा संतापतो का? बिलकूल नाही. कारण आम्हाला कशाचा रागच येत नाही. हे समोरून आले ना. ते शाळेचे हेडमास्तर आहेत. आता ऐका तुम्हीच.

गुरुजी, काय चाललंय?

चालायचं काय ढोपार? च्या आयलाऽऽ ह्या खात्याच्या आनी सरकारच्या. नुस्ती कागदं रंगवा. सर्व शिक्षा अभियान. रंगवा कागदं. क्षमता विकास अभियान रंगवा कागदं. जेरीला आणलंय कागदं रंगवून. शिकवूच दित न्हाईत झवणी. आमी तरी काय करणार? पोरं वाऱ्यावर मास्तर कागदावर. ह्येला काय शिक्षण म्हणत्यात. आता आणि पोषण आहार. घाला शिजवून, रंगवा कागदं.

गुरुजी, असं वैतागून कसं चालेल?

मग काय करायचं सांग तू. बोंब करून टाकली शिक्षणाची. कुठं झक मारली आनी मास्तर झालो. गुरं वळली अस्ती तरी बेस झालं अस्तं. नस्ता ताप च्या मायला. एक मास्तर शाळेत थांबत न्हाई. सगळी झवणी पुढारी झाल्यात. एकटाच मरतोय मी आपला कागदं रंगवून.

जोतीराव, तुम्ही मला बकोटीला धरून वडत आणले, पण त्या मास्तरचे डोळे गारगार फिरले त्याचे काय? मला तुम्ही दिसता होऽ पण त्याला नाही ना.

चला. पहिल्यांदा थोडं गावात जाऊ. ही एवढी घसारत उतरली की ग्रामपंचायतीचे ऑफीस येते. पुढच्याच गल्लीत आपल्याला जायचे आहे. जोतीराव, आता माणसे चालायचेच विसराय लागली. पण जिकडे-तिकडे वाहने झाल्याने चालायला पाय तयारच होत नाहीत. आम्हाला पावला-पावलाला वाहन. रस्त्याने चालणेच धोकादायक. आपण कधी कुत्र्यासारखे मरून जाऊ कळायचेच नाही. शहरात जा खेड्यात जा. तीच परिस्थिती.

ही जी इमारत दिसते ना जोतीराव, ती आमच्या हायस्कूलची. पडका वाडा आहे. पूर्वी या गावचे रावबहाद्दूर राहायचे. त्यांनी गाव सोडून कैक वर्षे झाली. मध्यन्तरी फक्त घुशी, उंदीर, वटवाघळे रहायची इथं. घाबरायचे लोक आत जायला. हायस्कूलला मान्यता मिळाली. म्हणजे मायबाप सरकारने दिली. त्यासाठी व्हनगुत्ते

मालकांनी पाच लाख ओतले मंत्र्याच्या घश्यात. आता व्हनगुत्ते मालक पैसे ओतणार म्हणजे त्यांनी आपला हिशेब घातलाच होता. त्याप्रमाणे त्यांनी पाचाचे पंचवीस केले. दरएक शिक्षकाला दहा लाख. आता हायस्कूल म्हणजे त्यांची दुभती गाय.

ह्या वाड्यात म्हणजे ह्या भूतवाड्यात पोरे हायस्कूलचे शिक्षण घेतात. या अंधाऱ्या खोल्यांत तुम्हाला काही दिसते जोतीराव? नाही ना? तिथे आता वर्ग चालू आहेत. ना क्रीडांगणाचा पत्ता ना प्रयोगशाळेचा पत्ता. तरी मुले पास होतात. वरच्या वर्गात जातात. मुलांनी पास होणे आणि वरच्या वर्गात जाणे ही शिक्षकांचीच गरज असते. इथे परीक्षेला उत्तरे फळ्यावर लिहून दिली जातात. तरीही नापास होतात मुले. का तर त्यांना लिहिताच येत नाही, जोतीराव.

कपाळावर हात मारून घेऊन काय करणार, जोतीराव. ह्या मुख्याध्यापकाच्या खोलीत जाऊ. ही जी मुख्याध्यापकाच्या नावाची पाटी दिसते जोतीराव, ती नीट वाचून घ्या. त्याच्या शेजारीच शिक्षकवृंद असा मोठा बोर्ड दिसतो ना, त्यावरची दहाही नावे वाचा. या दहातले तिघे-चौघे व्हनुगत्ते मालकाच्या मळ्यात कामाला असतात. अकरा ते पाच. शिपाई एकच असतो शाळेत. बाकीचे व्हनगुत्ते मालकाच्या गोठ्यात. शंभर म्हशी आहेत. व्हनगुत्ते मालकांच्या. त्यांचे शेण-पाणी करण्यासाठी शिपाई.

या साऱ्यांची पगार खाती ज्या बँकेत आहेत त्या बँकेच्या संचालक मंडळात आहेत व्हनगुत्ते मालक. ते आधीच कोऱ्या चेकवर सह्या घेऊन ठेवतात. त्यांना शक्य असेल तेवढाच पगार शिक्षकांच्या हातावर टेकवतात. बाकीचा पैसा व्हनगुत्ते मालकांच्या खिशात. अशा चक्रात अडकलेला माणूस काय शिकवणार मुलांना? आणि त्याने का शिकवावे?

सरकारात तक्रारी करायच्या, अर्ज विनंत्या करायच्या, निषेध करायचा, हे तुमच्या काळातले बोलताय जोतीराव तुम्ही. आता अशा गोष्टींना काहीच महत्त्व उरलेले नाही. जिथे जावे तिथे व्हनगुत्ते मालकाचा माणूस. तेथून चक्र हालणार की तुम्ही बेजार. नोकरी गेलीच म्हणायची. असा एकटा शहीद झाला जोतीराव. अन्नान्नदशा झाली आहे त्याची. आता परत धाडस कोण करेल? तुमच्या काळात एकत्र येऊन लढलं तर सरकार दखल घ्यायचं. आमच्या माय बाप सरकारला अशा गोष्टीसाठी वेळच नाही. त्यामुळे तुम्ही मोर्चे काढून मेला तरी वर्तमानपत्रात साधी बातमीही येणार नाही. व्हनगुत्ते मालकाला विचारल्याशिवाय वर्तमानपत्रवाला बातमीच छापत नाही. आता काय बोलणार?

तुमचे वर्तमानपत्र काढा. म्हणणे सोपे आहे जोतीराव. तुमच्या काळात ते शक्य

होते. आता ते सगळेच बदलले आहे. ही आमच्या हायस्कूलांची दाणादाण बघितल्यावर तुमच्या मनात असे काही येणे गैर नाही. ते आमच्याही मनात येते कधी कधी. पण परिस्थितीच आम्हाला एकदम थंड करून टाकते. एकदम. त्यामुळं आमची पोरे अशीच ढकलत दहावी होणार. बारावी होणार. कॉलेजात जाणार. मग एकदम पदवीधर बेकार. तुमचे बरोबर आहे. पदवीधर साक्षर बेकार. पण हा साक्षर शब्द बरोबर नाही. का म्हणाल? तर पदवीधराला लिहिता-वाचता येतेच असे नाही. म्हणजे एका बाजूला लिहिता वाचता येत नाही ह्या शिक्षणाने. दुसऱ्या बाजूला शेतातल्या कामासाठी तो संपूर्ण निरूपयोगी. श्रमच काढून घेतले शिक्षणाने. एकदम लाचार. बेकार. होणारच त्याचे असे. आमच्या मायबाप सरकारला तेच करायचं होते. म्हणून त्यांनी इंग्रजांनी घट्ट गाठ मारून ठेवलेला शिक्षण आणि नोकरी यांचा संबंध तसाच कायम ठेवला. शिकायचे ते नोकरीसाठी. पंख्याखाली बसून पैसे मिळवण्यासाठी. श्रम करणे, राबणे, कमीपणाचे. शिकले की विकत घ्यायचे श्रम. अक्षराचे आणि श्रमाचे वांदे लावून बरेच साधले इंग्रजांनी. आमच्या समाजात ज्ञान निर्माण होऊच नये याची व्यवस्थाच केली त्यांनी. आमच्या मायबाप सरकारला तीच व्यवस्था प्रिय झाली. त्यांना तरी कुठे हवी आहे, ज्ञाननिर्मिती. हवी लाचारांची फौज. आता तर त्यांना काहीच नको आहे. फक्त हवी सत्ता.

दृश्य *कॅमेरा तात्या पाटलाच्या घरावर*

घरा-दारात माणसेच माणसे. तात्या पाटलाची तालुका मार्केट कमिटीच्या चेअरमनपदी निवड झालेली आहे. लोक तात्याला घालण्यासाठी हार घेऊन येत आहेत. बैठकीच्या खोलीत तात्या कॉटवर बसलेला. खुर्च्यांवर अनेक माणसे. बरीच उभी. एक-एकजण हार घालून अभिनंदन करून पाठीमागे सरत आहे. तात्याच्या समोर हारांचा ढीग. वातावरणात उत्साह. बाहेरच्या गर्दीत लोक चर्चा करताहेत.

एक, आता काय गाऽ तात्याची चंगळच.

दुसरा, कसली आलीय चंगळ. मोडकळीला आली मार्केट कमिटी. वारक्यानं खाऊन सपीवली.

पहिला, उरलेली तात्या सपवंल.

तिसरा, खाऊ दे की गाऽ आपल्याच गावचा माणूस खातोय. आमाला कदी तरी च्या तरी पाजंल.

चौथा, काय आस्तय या मार्केट कमिटीत?
पहिला, हात् तुझ्या मारीऽऽ आगाऽ अडते-नडते-दलाली-हमाली-दुकानदार-खरेदी विक्री-असं सगळं आस्तंय तिथं.
चौथा, म्हणजे तात्या सौदं करणार?
पहिला, बोंबला आताऽऽ
गर्दी वाढत जाते. चर्चा थांबते. मध्येच एक घोळका ***तात्यासाहेब आगे बढोऽऽ हम तुमारे साथ है*** *च्या घोषणा देतो. गर्दीत अधिक जिवंतपणा येतो. एवढ्यात ग्रामसेवक भलामोठा हार घेऊन येतो.*
एक माणूस, *त्याला बघून* काय सायेब, गावच्या मागनं तुमचा हार. ही काय रीत झाली?
ग्रामसेवक, आहोऽ फटाक्या वाजल्या परवा. खरं कश्याच्या ह्येच कळलं न्हवतं.
दुसरा, सायेब ऽ त्या फटाक्या धोंड्या मुळकाला पोरगा झाला म्हणून वाजल्यात्या.
ग्रामसेवक, *जीभ चावत* बोंबला.
ग्रामसेवक गडबडीने गर्दीत घुसतो. बाहेर गर्दी वाढतच जात असते.

डायरीतील पान

जेवताना आई म्हणाली, बरं केलास बैलं घ्याला तिला मदत केलास. लईच वडातान व्हती तिची. आईचं बोलून झाल्यावर तिला दिपूशेठचा हिशेब सहज सांगितला. ती एकदम बोलायचीच बंद झाली. चिंताक्रांत बसली. तिनं हनुवटीला पदर लावलेला. नजर जमिनीवर रुतवलेली. म्हटलं, आई. बोल की. खरं का खोटं. जिवाच्या करारावर म्हणाली, खरंच लेकरा. आता आमीबी म्हातारा-म्हातारी बिनकामाचीच. कशाला पोसतोस? घाल डबऱ्यात. एकदम खान्क्न कानशिलात आवाज.

च्या आयला, दिपूशेठ व्यापारी झाला. त्याच्यासारखाच मीही.

माझ्यातला शेतकरी गेला कुठं.

आईनं सांगाय सुरुवात केली, लेकरा, शेतकऱ्याच्या घरात कुत्रं, माजरं, बैलं-म्हसरं-शेरडं-करडू असली तर त्याला माणूसपण उमगतं. पसामूठ वाढायला काळीज धजावतं. तुज्यासारखं सगळं पैशात मोजायचं झालं तर

कसाबात आणि शेतकऱ्यात फरक काय? असा नको करू इच्यार. डोस्क्याचं खोबरं करून घेशील. आई चाबकाच्या वादीनं कान शेकटत होती आणि मी एकदम चिन्‌भिन होऊन भिंतीला टेकलो होतो.

दृश्य *जिवबा दानवाडेचे घर*

बैठकीच्या लग्गीवर तीन चार लोक खुर्चीत बसलेले आहेत. जिवबा दानवाडे लोडाला टेकून सुपारी कातरत आहे. बसलेल्या लोकांत सरपंच तात्या पाटील, सोसायटी चेअरमन, हरी निळपणकर आणि इतर. त्यांची चर्चा सोसायटीतल्या थकीत प्रकरणावर चाललेली आहे.

तात्या पाटील, थकीत असणाऱ्यांची काळजी आपुन कशाला करायची?

हरी निळपणकर, तर कोण करणार? ३१ मार्च तरी पूर्ण करून घ्यायला पाहिजे.

बसलेला एकटा, म्हण्जे तुमचा एकतीस मार्च कधीपर्यंत चालणार?

तात्या पाटील, ताळेबंद केला की मागनं काय घुसडता येत न्हाई गाऽ त्यामुळं ठेवाय लागतोय जूनपर्यंत चालू.

जिवबा, आधी थकीतवाल्यांची नावं तरी सांग म्हणावं सेक्रेटरीला.

सेक्रेटरी, यादी तयार हाय.

एक एक नाव वाचण्यास सुरुवात करतो. मध्येच आडव्याप्पा शिंणगारेचे नाव आल्या आल्या

जिवबा, थांब थांब. त्या आडव्याची थकबाकी किती हाय बग गा जरा.

सेक्रेटरी, सात हजार सहाशे रुपये.

तात्या पाटील, *जिवबाला उद्देशून* तेवढी भरून टाका.

जिवबा, आता त्येचं आमचं काय ऱ्हायलं न्हाई. *सेक्रेटरीला उद्देशून* त्येचं खातं फिरवायचं न्हाई. त्ये बेणं थकीतच ऱ्हायला पायजे.

तात्या, कशाला गरिबाला नडवायचं. फिरवता आलं तर फिरवायचं.

जिवबा, गरीब? माजोर म्हण. आजून तुला हिसका ठावं न्हाई त्येचा.

निळपणकर, झालं काय?

जिवबा, व्हतंय काय? आमच्या लग्नात प्रेझंटची पिसवीच लंपास केल्यानं की गाऽ आता आदावत कशी घ्यावयाची?

सेक्रेटरी, त्यातला न्हाई हो तो. कायतरी गैरसमज झालाय तुमचा.

जिवबा, आता तू शिकीव मला.

तात्या, आबाऽ गरिबावर काय पण बालंट घालूने. तुझ्यात कामाला ईत न्हाई म्हणून बराळतोस हे. आडव्याला तुज्यापेक्षा जास्ती मी वळीकतोय.

जिवबा, वळकत आशील. पण मी म्हणतोय म्हणून त्येला थकीतच ठेवायचा.

हरी निळपणकर, ठेवूयाऽ ठेवूया. वाच रं पुढं यादी.

सेक्रेटरी पुन्हा पुढची नावे वाचण्यास सुरुवात करतो.

दृश्य

रोहिणी नक्षत्रातच वळीव जोर धरतो. ज्याची त्याची पेरणीची घाई. आडव्याप्पा कुरी शोधून ठाकठीक करून घेतो. त्याला तालुक्याला जाऊन भाताचे बी आणायचे आहे. तो तिट्टयावर येतो.

शिरपा खोकंवाला,आडव्या दाऽ लवकर मारली दौड.

आडव्याप्पा, बीयाणं आणावं म्हणतो दुकानातलं.

शिरपा खोकंवाला,त्येला आता तालुक्यात कशाला जायाला पायजे. इथंबी मिळतंय की.

आडव्याप्पा, कुठं? कुणी सुरू केलं दुकान?

शिरपा, आप्पा वाण्यानं सगळी बियाणं आणल्यात. बघून तरी घे.

आडव्याप्पा आप्पा वाण्याच्या नव्या दुकानाकडे वळतो. तिथं बऱ्याच लोकांची वर्दळ. आप्पा वाण्याने दुकान सुरू करावे आणि आपल्याला माहीत असू नये याचे आश्चर्य त्याच्या चेहऱ्यावर तरळत असते. दुकानात पोहचल्या पोहचल्या तो आप्पा वाण्याला म्हणतो,

आगाऽ म्हाईतच न्हाई. तुझं दुकान कधी सुरू झालं?

गावात असतोस का गावाच्या भाईर?

आता काय सांगणार? बरं जाऊ दे. **सोनम** कसं किलो सांग.

साठ रुपये किलो.

साठ? भातं पेरायची का न्हाई गाऽ?

कसं जमंल तसं.

आडव्यापा भाताच्या दोन किलो पिशव्या घेत पैसे देतो रस्त्याला लागतो. स्वतःशीच पुटपुटतो, एस.टी.चं तरी पैसे वाचलं.

वळीव पावसाला सुरुवात होते. मातीचा वास. विजांचा कडकडाट. सगळ्यांची धावपळ. कोणाचे गवत, कोणाचे जळण, कोणाच्या शेणी, भिजू नये म्हणून पळापळ. थेंब असा की दगड पडल्यासारखा. अर्ध्या तासात सगळीकडे पाणी पाणी. बरं झालं ढोराला दातलायला चारा व्हईल. बरं झालं आता जरा शेतं गडबडीनं तयार व्हतील. *अशा लोकांच्या प्रतिक्रिया. उष्म्याने वैतागलेल्या म्हाताऱ्या-कोताऱ्याला गार हवेच्या झुळकीने एकदम शांत शांत वाटाय लागले. हे सगळे कॅमेरा हळूहळू टिपत जातो.*

दृश्य
पावसाने उघडीप दिलेली आहे. बऱ्यापैकी घात असल्याने सगळ्या शिवारभर माणसांची प्रचंड धावपळ. कोण तिकाटणे घेऊन शेताकडे चाललेला. कोणाच्या शेतात टोकणणी चाललेली. बैल असणारा कुरीने पेरतो आहे. बांधावर बियाच्या भाताच्या पिशव्या. कमरेला व्हटी बांधलेले पुरुष. सगळ्यांची घात साधण्यासाठी धावपळ. शिवारात प्रत्येक शेतात काही ना काही चाललेले. कॅमेरा शिवारभर फिरत स्थिरावतो. आडव्याप्पा-ताय्यवा शेतात तिकाटणं ओढून घेतात. टोकणायला सुरुवात करतात. दोन टपणी भात टोकणायचे आहे. वर बघायला सुद्धा उसंत नाही, अशी घाई. बांधावर तिकाटणे. बियाचे भात, पाण्याची कळशी. सुमी-केसुबाही टोकणीला हातभार लावत आहेत. शेतात शेजारच्या झाडावर पक्षी ओरडतोय ***पेर्ते व्हाऽऽ पेर्ते व्हाऽऽ*** *त्याचाच आवाज शिवारात भरून राहिलेला.*
आडव्याप्पा, *टोकणता टोकणता* आबाच्या जिवाची घालमेल झाली आसंल.
ताय्यवा, एवढं झालं की जाऊ या की त्येंच्याकडं. त्यास्नी म्हटलंय म्हटल्यावर जायालाच पायजे की.
आडव्याप्पा, ह्ये सगळ आपल झालं. त्येला नको विश्वास?
तायव्वा, ह्यात कसला आलाय विश्वास? त्येच्याकडंच आस्तोय की राबायला.
आडव्याप्पा, गरिबावर नस्तोय बाईऽऽ विश्वास.
तायव्वा गुमान टोकणत राहाते...

कांतारामजी,

मी पुन्हा पुन्हा तुम्हांला म्हणतो आहे की सगळ्या शेतकऱ्यांना एका मापात मापून जमणार नाही. प्रदेशानुसार शेतीच्या समस्या बदलतात. हवामानाचा, मातीचा, पाण्याचा ह्या सगळ्या सगळ्याचा माणसाच्या जगण्यावर परिणाम होत असतो. त्यामुळे जनजीवन त्या त्या प्रदेशात वेगळे रूप धारण करत असते. हे तुम्ही का ध्यानात घेत नाही? आता या समर्थनार्थ एक बऱ्याच दिवसांपासून मनात रुतून बसलेला प्रश्न तुमच्यासमोर ठेवणार आहे. तुम्ही त्या प्रदेशाशी निगडित असल्याने तुमचे या बाबतचे मत मला महत्त्वाचे वाटते.

प्रश्न विदर्भाशी संबंधित आहे. धाण पिकवणारा, तेंदूपत्तीत काम करणारा शेतकरी शेतमजूर वर्ग विदर्भाच्या एका पट्ट्यात राहातो. तर दुसऱ्या पट्ट्यात कापूस पिकवणारा, संत्रं पिकवणारा, मूग, हरभरा ते तूर अशी विविध पिकं घेणारा शेतकरी राहतो. एका पट्ट्यात शिक्षण, शासकीय योजना, आरोग्य सेवा, रेल्वे, विविध प्रकारच्या अत्याधुनिक सुविधा पोहचल्या आहेत. त्याचा तो उपभोगकर्ता आहे. त्याचा बाह्य जगाशी जवळचा संबंध आहे. याच्या उलटची स्थिती धाण पिकवणाऱ्या, तेंदूपत्ती वेचणाऱ्या भागात आहे. सर्वाधिक शोषण, अत्याचार आणि सर्व गोष्टींची अभावग्रस्तता ह्या पट्ट्यात. असे असताना जगण्याची निस्सीम इच्छा, जगण्यावरचे प्रेम, दु:ख, अगतिकता या सर्वांसहित चिवटपणे झुंजण्याचे बळ जे या धाण उत्पादक पट्ट्यात दिसते ते सर्व साधनसुविधा, भौतिक रेलचेल असणाऱ्या पट्ट्यात का दिसत नाही. थेट प्रश्न असा की, आधुनिकतेच्या अधिक संपर्कात असणाऱ्या लोकांत निराशा, अस्वस्थता, वैफल्यग्रस्तता अधिक वावरताना दिसते याची कारणमीमांसा कशी करता येईल? गरजा वाढल्या? की काय झालं? याबाबत तुम्ही अधिक विचार केलेला असणार आहे. म्हणून तुमचे मत मला महत्त्वाचे वाटते. शेतकऱ्याच्या कोणत्याच समस्येचे एकारलेले उत्तर देणे अथवा तयार करणे हा अज्ञानाचाच भाग वाटतो. आपल्या चळवळी पण एकारल्या आवाजात बोलत आहेत का? असे असेल तर यावर पर्याय काय? आपण अशा पर्यायांचा किमान शोध घेत गेलो. कुठे कुठे क्षीण आवाजात बोलत गेलो. तर ह्या कोलाहलाला हादरा जरी बसला नाही तरी त्या कोलाहलाची तीव्रता घटवण्यात यशस्वी होऊ. याची मला खात्री वाटते. म्हणून शेतकऱ्याचे लढे प्रदेशानुसार कार्यक्रम देऊनच उभे केले जाऊ शकतात. त्यातून एकसूत्र निर्मितीला अधिक बळकटी येईल. सर्वांना बांधणारे सूत्र सापडो न सापडो. सर्वांसाठी हे लोक लढतात.

असे एक चित्र तयार करता येईल. यातून आकारणाऱ्या शक्तीला कुणालाच नाकारता येणार नाही. हे दबावगटाचे राजकारण. याला घटनात्मक स्थान नाही. पण असे दबावगट आपले म्हणणे ठोसपणे संसदेसमोर मांडू शकतात. सध्या मी दबावगटांविषयी बरंच काय काय वाचत आहे. सोबतीला बसवपुराणही सुरू आहे.

दृश्य

तबीनाळ हायस्कूलचे शिक्षक आठवी आणि पाचवीच्या वर्गासाठी मुले गोळा करण्यासाठी फिरत आहेत. घरातून फक्त म्हातारी-कोतारी माणसे. काही घरांना तर कुलूप. सगळी माणसे रानात. कुणाची भांगलण चाललीय, तर कोण भुईमूग-मिरचीसाठी शेत तयार करत आहे. शिक्षक शिवाराचा रस्ता धरतात. त्यांच्या हातात सातवी पास मुलांची यादी आहे. शेतातल्या माणसांना ते विचारत आहेत. कॅमेरा त्यांच्या बरोबर शिवारात. समोरून येणारा शेतकरी त्यांना थांबवतो.

शेतकरी, मास्तर, रानात काय काढलं ?

शिक्षक २, दरवर्षीचंच. पोरं गोळा करायचं.

शेतकरी, आर त्येच्या मारी, तुमचं बी सगळं हेंगाडंच चाललंय म्हणायचं. रानभर फिरून पोरं गोळा करा. मग शिकवा. सांगितलाय कुणी उद्योग?

शिक्षक १, पोट सांगतंय उद्योग.

शेतकरी, अगदी मनातलं बोलल्यासा. तुमचं पोट चालाय पायजे. आनी आमचं पोट पेटाय पायजे. एवढा दाबजोर पगार तरी पोटाचं बोलाल्यासा मग आमच्यासारखं मजुरीला जायला लागलं असतं म्हणजे गाऽऽ?

शिक्षक ३, तेबी खरंच मामा.

म्हणत शिक्षक भटकीच्या दिशेला वळतात.

शिक्षक २, वर्षातून एकदा फिरावं लागलं तर एवढा राग येतो. मग रोज फिरणाऱ्याला काय वाटत असेल?

शिक्षक ३, राबून-राबून चड्डीत चिखल गेला असता म्हणजे नोकरीचं महत्त्व कळलं असतं.

शिक्षक १, ते सगळं बरोबर आहे हो, पण मुलांच्या दारात आपण जायचं. मग ते आपल्यावर उपकार म्हणून शाळेत येणार. त्यांना रागावलं तर लगेच धमकी- जातो दुसऱ्या शाळेला. वर्षभर त्याला दादा-बाबा म्हणायचं. यात

मुलांचंच नुकसान आहे. हे सगळं विनाअनुदान शाळा सुरू करून सरकारनं वाटोळं केलंय. गावचा भुरटा नेता पण शिक्षणसम्राट. हे पटतंय?

शिक्षक ३, जाऊ देऽ आपण म्हणून काय परिस्थिती बदलणार आहे. त्यापेक्षा आडव्याप्पा शिणगारेचं शेत शोधा.

शेवटी शोधत शोधत ते आडव्याप्पा शिणगारेच्या बांधाला येतात. केसुबा आणि तायव्वा कोळपण करत आहेत. केसुबा कोळपा ओढत आहे. तायव्वाने कोळपा धरलेला आहे. दोन-तीन पांढऱ्या कपड्यांतील लोक बघून तायव्वा केसुबाला थांबवते.

शिक्षक ३, मावशी, हा तुमचा मुलगा केसुबाच न्हवं?

तायव्वा, व्हय. काय केलं हेनं? *तायव्वा एकदम गोंधळते*

शिक्षक २, मावशी, त्याला आम्ही हायस्कूलला यायला सांगाय आलोय.

तायव्वा, *सुस्कारा सोडून* आसं व्हय. येणार हायकी तबीनाळला. एवढी कोळपण सपली की पाठीवणारच हाय.

शिक्षक ३, पाठवा पाठवा. *केसुबाला उद्देशून* तू ये रे. तुला पुस्तकं, वह्या शाळेतच मिळतील. दुसरीकडं नको जाऊ.

तायव्वा, दुसरीकडं कुठं जातोय गुर्जी. तुमच्याच पदरात घातलाय. नाचाऱ्याचं हाय प्वॉर. तुमीच बघायचं सगळं.

तिच्या डोळ्याला धार सुटते. ती पदर डोळ्याला लावते.

शिक्षक ३, मावशी, काळजी करू नका. लेकरू आमचंच हाय. त्याला लागलं, सवरलं सगळं बघताव. काळजी करू नकोसा. ये बरं बाळं.

तायव्वा काहीच बोलत नाही. शिक्षक बांध सोडतात. दूर गेल्यावर-

शिक्षक ३, बिचारी गरीब आई. पोरगं शिकावं म्हणून कशी तळमळाय लागली ती बघीतला?

शिक्षक २, आता अशा गरिबाच्या पोरानं शिकून तरी काय करायचं?

शिक्षक १, आमचं पोट चालवायचं. दुसरं काय?

तिघे रान तुडवत गावाकडे वळतात.

नोंद

झिंगारूला पैशाची मस्ती आहे. तरी त्याला नवा विषय मांडण्याची इच्छा आहे. त्याच्या बोलण्यात कमालीचा अंतर्विरोध आहे.

बहुतेक त्याला सुसंगत बोलता येत नाही किंवा सुसंगततेचं त्याला वावडं असावं. पहिल्या भेटीत हवं तितकं स्वातंत्र्य दिलं जाईल, पण विषय पेलणं महत्त्वाचं. दुसऱ्या भेटीत स्वातंत्र्य असलं तरी पैसे लावणाऱ्याची काळजी केली पाहिजे. तिसऱ्या भेटीत, हा काही फार महत्त्वाचा विषय वाटत नाही, अशी एकदम उथळ प्रतिक्रिया. पैसा माणसांना सर्वंकष विचारच करू देत नाही. शेतकरी कसा जगतो? शेतकरी असणं म्हणजे काय? त्याला काहीही माहीत नाही. आम्ही कचेरीसमोरच्या वडाच्या झाडाखाली चर्चा करत होतो. आमच्या शेजारी बालिंग्याचा शेतकरी घरातून बांधून आणलेली भाकरी खात होता. भाजीबिजी घरातून आणता न आल्यामुळं त्यानं भजी विकत घेतली असावी. तो एकटाच भाकरीचं तुकडं मोडत होता. आजूबाजूला लोकांची वर्दळ असल्यामुळे तो संकोचून गेलेला. दारूवाला त्याला निरखून पाहात होता. ते त्या शेतकऱ्याला असह्य झाल्यानंतर त्यानं बसल्या जागेवरूनच खाता का चतकोर, असा प्रश्न केला. दारूवाला नजर फिरवून निर्विकार. मामा, चालू दे तुमचं. आमचं झालेलं आहे. असं सांगितलं. शेतकरी निवांत झाला. इतक्यात त्याच्या हातातलं भजं गळून फरशीवर पडलं. त्यानं ते उचललं, फुकून स्वच्छ केलं. खाऊन टाकलं. झिंगारूचा चेहरा एकदम विचित्र झाला. म्हणाला, काय लोक असतात. संधी साधून त्याला सांगायचा प्रयत्न सुरू केला, हे भजं तसंच टाकून त्याला परवडणार नाही. खाऊन माजावं पण टाकून माजू नये, अशी म्हण आहे. नासाडी वर्ज्य असणाऱ्या माणसालाच शेतकरी म्हणतात. बहुतेक मी काय म्हणत आहे, हे त्याच्या डोक्यात शिरलं नाही. तो पुन्हा पुन्हा त्या शेतकऱ्यालाच न्याहाळत होता. त्याच्या दृष्टीनं तो प्राणिसंग्रहालयातील प्रेक्षणीय प्राणी. अशा माणसासोबत काम करणं, एकदम मूर्खपणाचं. ही धारणा माझ्यात जोरदार घर करू लागली आहे.

नोंद

कधी नव्हे ते आज डोकं एकदम सणकलं. असं नाही होत कधी. पण आज झालं. सकाळी सकाळी ऑफिसात पाय टाकला. पिटके

वाटच पाहात थांबलेला. मला बघितल्या बघितल्या, त्याचा हल्लाबोल. चला, चला. भाऊसाहेब वाट बघत बसलेत. त्यांना सारखा आमदारांचा फोन सुरूच. भाऊसाहेब पान खाऊन बसलेले. कपाळावर गंध. दररोज सकाळी ते गणपतीला संकटात टाकून येतात. त्यांच्या समोर जाऊन बसलो. ते सांगू लागले, कांडगावचा रेकॉर्ड नकाशा काढायचा. गायरान क्षेत्राचा नकाशा पाहिजे. आमदार कोकलाय लागलाय. त्याला ती जमीन हडप करायचीय. साबुदाणा प्रोजेक्ट काढतोय म्हणं. इथं कसला साबुदाणा तयार करतोय त्याचं त्यालाच माहीत. आर. डी. सी. चाही फोन. म्हणजे तोही सामील दिसतोय. आपलं काय? नकाशा देऊन टाकू.

एकूण भाऊसाहेबाला ही गोष्ट बिनपैशाची करायची दिसत नव्हती. फक्त सरळ तसं सांगू शकत नव्हते. मी काहीच न बोलता उठलो. रेकॉर्डरूममध्ये न जाता पोलीस कस्टडीच्या जाधव कॉन्स्टेबलजवळ जाऊन बसलो. त्याचं जांभया देणं सुरू होतं. कॉन्स्टेबल म्हणाला, रावसाब निवांत दिसताय. आमचं बघा, ही जांभुळवाडीत भानगड सापडली. नवऱ्यालाच संपवलं ह्या बाईनं. इथं महिला पोलीस नाही. महिला कस्टडी नाही. साहेब अंगाला लावून घ्यायला तयार नाही. बसलोय बाईची रखवाली करत. त्याच्या समोरच कासराभर अंतरावर भिंतीला टेकून बाई डोळे मिटून बसलेली. तिच्या चेहऱ्यावर कसलीच रेघ नव्हती. आपण केलेल्या गोष्टीचा ना पश्चाताप, ना आपलं पुढे काय होईल याची चिंता. निर्विकार. एवढी निर्विकार बाई मी बघितलेली नव्हती. एकाएकी त्या बाईशी बोलण्याची इच्छा झाली. मावशी, झोप लागली का? असं म्हणताच ती बाई एकदम जागी झाली. भांबावून माझ्याकडं बघाय लागली. म्हटलं, चहा घेता का? तिला विश्वासच बसेना. ती प्रश्नार्थक नजरेनं बघू लागली. पुन्हा तोच प्रश्न तिला विचारला. तिनं मानेनंच नकार दिला. तरी जाधवाला म्हटलं, मागवूया चहा? त्यानं पीआयच्या खोलीच्या बाजूला नजर टाकली. पीआय आलेला दिसत नाही म्हटल्यावर त्यानं मानेनं होकार दिला. मी गाड्यावर चहा सांगून आलो. जाधव त्या बाईला काही विचारत होता. ती बोलतच नव्हती. मावशी, ठरवून केलं का अपघातानं घडलं. ती

काहीच न बोलता चहा पिऊ लागली. नंतर कैक प्रयत्न करूनही तिनं अवाक्षर काढलं नाही. पण ती प्रचंड काहीतरी सोसून निर्विकार झालेली बाई असणार. असं काही मनात सुरू झालं.

पिटके पुन्हा पळत आला. भाऊसाहेबांनी बोलावलंय. भाऊसाहेब कानाला रिसिव्हर लावून. साहेब, संबंधित टेबलचे कोणकेरी आलेत. देतो त्यांच्याकडे. मी रिसिव्हर कानाला लावला, आमदार बोलतोय. आला होता ना माणूस? कांडगावच्या गायरानाचा उतारा-नकाशा ताबडतोब द्यायचा. मी रिसीव्हर ठेवून टाकला. भाऊसाहेब बोलण्याच्या मनःस्थितीत नव्हते. दारापर्यंत आलो. पुन्हा फोन वाजला. रिसीव्हर भाऊसाहेबांच्या कानाला, जी साहेबऽ जी साहेबऽऽ चुकलं असेल साहेबऽऽ जी साहेब. रिसीव्हरवर हात ठेवून जरा कोणकेरीला बोलवा रे. त्याच्या समोर जाऊन थांबलो. ते खुणेनं मला काय सांगत होते. तिकडे जी साहेब म्हणत होते. शेवटी त्यांनी रिसीव्हर माझ्याकडे दिला, तिकडून आवाज, मादरच्योत म्हटलं, कुणाला?
तुला रे कारकुंड्या. समजतोस काय? आमदार बोलतोय मी. रिसीव्हर पुन्हा ठेवून टाकला. भाऊसाहेब वैतागले. अरे, माझ्या गळ्याला फास लावतोस तू. म्हणायचं, सॉरीऽऽ मादरच्योत असतात हे पुढारी स्वतः. आणि दुसऱ्याला मादरच्योत म्हणतात. मी काहीच न बोलता काढता पाय घेतला. रेकॉर्डरूम मधून कांडगावचं गाठोडं काढलं. चव्हाण भाऊसाहेबानं गाठोडं आपल्याकडं ओढलं. एकोणीसशे बहात्तरची गावठाण हद्दवाढ नोंदवून टाकली. अगदी बहात्तरची वाटावी अशी. म्हणाले, पन्नास रुपये टाक. रेव्हेन्यूतला माणूस बापाचं कामसुद्धा पैसे घेऊनच करतो. दप्तर भाऊसाहेबासमोर आदळलं. गावठाण हद्दवाढ गायरानावर नोंद असल्याचं सांगितलं. ते माझ्याकडं टकामका बघायलाच लागले. म्हणाले, सांगून टाकू त्यांना. मी मान हालवली. त्यांनी फोन उचलला. पुन्हा नमस्कार साहेब, जीऽ साहेब सुरू झालं. मध्येच भाऊसाहेबांनी त्यांना माहिती दिली. गावठाण वाढ नोंद उठवण्याचे अधिकार कलेक्टरकडे असल्याचे सांगण्यास ते विसरले नाहीत. बहुतेक आमदार तिकडून पुन्हा डाफरत होता, आणि ह्याचं जीऽसाहेब चाललेलं. फोन ठेवल्यानंतर सुटल्यासारखा चेहरा करून

म्हणाले, यांचे जोडे खाण्यात जिंदगी गेली. आता त्यात नवीन काय? मला मात्र त्या आमदाराने वापरलेल्या शब्दांनी हैराण केलं होतं.

नोंद

दिवसभर पंचनामा. बारव्याच्या गावठाण हद्दीत जळीत. जिल्ह्यातून अग्निशामक दल येईपर्यंत दोन मांगर, एक घर, गवताच्या गंज्या जळून खाक. सकाळी वर्तमानपत्रातील बातमी वाचली तेव्हाच मनात म्हटलं होतं. भाऊसाहेब वरात काढणार. ऑफिसात पोहचायला मिटके गाडीचं दार धरून तयार. भाऊसाहेब पंचनाम्याला चला. रावसाहेब वाट पाहात आहेत. गाडीत दाटीवाटीने आठ-नऊ जन बसलो. तलाठी-सर्कल करू शकले असते पंचनामा. पण भाऊसाहेबाची मिळकत कमी झाली असती.

आम्ही पोहोचलो तर तलाठी-सर्कल गाव गोळा करून जय्यत तयारीत. मांगर जळून फक्त राखेचा ढीग. शेजारी जळालेल्या दोन म्हशींचे तटतटून फुगलेले देह. घर निम्मंशिम्मं जळून खाक. कणगी, भांडीकुंडी, कपडे सारंच्या सारं जळालेलं. घरमालक डोक्याला टॉवेल बांधून फक्त मुंडाश्यावर. स्वतःशीच पुटपुटत चवड्यावर बसलेला. त्याच्या शेजारी त्याचा मुलगा असावा. त्याचं कशातच लक्ष नव्हतं. आया-बायांच्या घोळक्यात घराची मालकीन. रडून रडून सरकदान झालेली. सगळंच संपलं. आता रडायचं तरी कशासाठी? असा तिच्या नजरेतील प्रश्न.

भाऊसाहेबांनी पोलीस पाटील, सरपंच गोळा करून समोर घेतलं. अशा प्रकरणात सराईत असणारे दोघं-तिघं पुढं सरसावलं. त्यांनी फक्त परिस्थिती पाहून घ्या, पंचनामा चावडीत लिहून टाकू, असं सुचवून पाहिलं. भाऊसाहेब लगेच तयार झाले. त्यांच्या डोक्यातला हिशेब लक्षात आला. भाऊसाहेब पंचनाम्यात पाच-दहा हजार तरी कमावणार. भाऊसाहेब, जळालेलं घर निरखून पाहात होते. त्यांची नजर काय शोधयेत हे मिटकेला बरोबर ठाऊक. त्यानं भाऊसाहेब, खातंपितं घर आहे. एवढंच म्हटल्या म्हटल्या भाऊसाहेब सरपंचाला म्हणाले, चला आता. दुपारचे दोन वाजत आलेले. चावडीत रश्श्याचा घमघमाट. ताटं

वाढणं सुरू होतं. पाण्याची बादली बाहेरच ठेवलेली. सर्कल, मिटके, तलाठी भाऊसाहेब गडबडीनं हात धुऊन ताटावर बसले. मी दूरची खुर्ची धरून निवांत बसून टाकलं. सरपंच पुन्हा पुन्हा बोलवताना, मी जेवण झाल्याचं सांगितलं. मिटके हसाय लागला. लोक विसरूनच गेले तिथल्या तटातट फुगलेल्या, अर्धवट जळालेल्या म्हशी आणि त्या घरमालकाचा भ्रमिष्ट झालेला चेहरा. उलट भाऊसाहेब मोठ्यानं मला म्हणाले, कोणकेरी, पंचनाम्याला जाताना जेवून नाही यायचं. किती वर्षं झाली नोकरी?

काहीच उत्तर दिलं नाही. आजूबाजूला जमलेले लोक त्या पंगतीकडे खूपच विचित्र नजरेनं बघत होते. त्या नजरेतला तिरस्कार मला इतका बोचाय लागला की, मी खुर्ची सोडून सरळ रस्त्यावर येरझाऱ्या मारणं सुरू केलं. मंडळी निवांत झाल्यानंतर मी त्यांच्या जवळ गेलो. सर्कल कागद घेऊन पंचनामा लिहिण्यासाठी तयार. भाऊसाहेब तलाठ्याला नुकसानीचे आकडे सांगत राहिले. मध्येच दात कोरू लागले. सरपंच, पोलीस पाटील- जरा जास्तीत जास्त बघा. गरीब आहे बिचारा. असली वाक्यं फेकत होते. भाऊसाहेब दातात अडकलेले मांसाचे कण तोंडातून झटकावे, तसं त्यांचं म्हणणं झटकत होते. लोक पुन्हा विनवण्या करत होते. शेवटी तलाठ्याला सरपंचानं बाहेर काढलं. व्यवहाराचं बोलणं झालं. नंतर भाऊसाहेब व्यवस्थित आकडे दुरुस्त करू लागले. पंचनाम्यावर सह्या झाल्या. गाडीत बसताना भाऊसाहेब म्हणाले, कोणकेरीला गाडीत बसवा. हे त्याचं वाक्य मला झोंबलंच. पण कळ सहन करावी तसं वाक्य सहन करत गाडीत बसलो. गाडी तालुक्याच्या दिशेनं धावायला लागली. मिटकेची पिटपिट चाललेली. बाकी सगळे तमाम जेवल्यामुळे गुंगीत पेंगत होते.

ऑफिसात आलो. तर मधला दारात थांबलेला, बहुतेक वाट बघून कंटाळलेला असावा. त्याला बघितल्या बघितल्या मला प्रचंड भीतीनं घेरलं. का आला असेल मधला? घराकडं काही कमी जास्त? पळत पळत जाऊन त्याला गाठलं. म्हटलं, कधी आलास? म्हणाला, दुपारी. मग न बोलताच दोघे घराकडे चालू लागलो. वाटेत तो म्हणाला, आईला दवाखान्यात ॲडमिट केलंय. माझ्या पायातली

शक्तीच संपली. घरात जाऊन लगेचच बॅग भरावी, असं मनात आलं. अशात मधला म्हणाला, उद्या डिसचार्ज देणार. दोन हजार होईल बिल. मनावरचा ताण किंचित सैल झाला. घरात पोहोचलो. बायकोची भांड्यांची आदळ-आपट सुरू झाली. मधल्याचा चेहरा उतरला. आयला रात्रभर झोप येणं कठीण.

जोतीराव,

तुमची मीमांसा चूक होती असे माझे म्हणणे नाही. तुमचा भटांच्यावरचा राग रास्त होता. भट कसंकसे नाडितात हे तुम्ही बालपणापासून अनुभवल्यामुळे धारदार पद्धतीने तुम्ही भटास नागडे केले. हे चांगलेच जहाले. तुम्ही तुमच्या काळात केलेले धाडस ध्यानात घेता, ते असामान्यच. यास प्रत्यवाय नाही.

तुम्ही भटांस नागडे केले. तुमच्या अनुयायांनी उरली-सुरली कसर भरून काढली. तुमच्या काळात चिपळूणकर, टिळक यांसारखे मान्यवर तुमच्या विरोधी गटात होते. तुम्हास हीनवण्याचा एकही प्रसंग त्यांनी सोडला नाही. तरीही लिवण्याचा एकही प्रसंग तुम्ही सोडला नाही. याचा परिणाम असा झाला की टिळकांच्या मृत्यूनंतर ब्राह्मण वर्गास नेतृत्वच करता आले नाही. याचे कारण ह्या तमाम वर्गाचे आपण व आपल्या अनुयायांनी मोडलेले कंबरडे. याचा आपसुक फायदा गांधींना झाला. गांधींना भारतीय राजकारणात उभे करण्यासाठी तुमचे खर्ची पडलेले प्रयत्न कोणी ध्यानातच घेतले नाहीत. आपल्याकडे ज्याचे श्रेय त्याला देण्याची पद्धतच नाही. म.गांधी या माणसाची आणि तुमची ओळख असण्याचे काही कारण नाही. पण तुम्ही जी वाट निवडली होती ती हेरून त्या वाटेचा हमरस्ता करण्याची कला त्यांना अवगत झाल्यामुळे त्यांनी ह्या भटांची भलतीच पंचायत करून टाकली. फक्त तुमच्या इतके थेट भटांना आव्हान देण्याचे त्यांनी टाळले. यात त्यांची हुशारी होती. करायचे त्यांना तेच होते, पण मार्ग थोडा वेगळा अनुसरला. म्हणजे रस्ता तुमचाच. फक्त टोल न भरता शेजारच्या गावातून त्यांनी गाडी बाहेर काढली. तुम्ही म्हणाल हे आणि काय नवीन प्रकरण? म्हणून थोडे विषयांतर. चालेल ना? नाही चाललं तरी सांगायला हवंच. आमचे माय-बाप सरकार आम्हाला चांगले रस्ते असावेत म्हणून भरपूर तसदी घेत आहे. त्यांना स्वत:ला असे रस्ते बांधणे शक्य नाही. कारण बांधकाम खात्याकडचा सर्व पैसा त्यांच्या हुजऱ्यांनी आधीच गैरमार्गाने खाऊन संपवलेला असतो. त्यामुळे रस्त्यास पैसाच नाही. यावर नामी उपाय माय-बाप सरकारनी काढला आहे. बांधा-वापरा-

हस्तांतरित करा. म्हणजे रस्ता कोणीतरी धनदांडग्याने स्वतःचा पैसा खर्ची घालून तयार करायचा. त्यावरून येणाऱ्या-जाणाऱ्या वहानास हवा तेवढा, हवी तितकी वर्षं कर बसवायचा. घातलेल्या रक्कमेच्या दहापट रक्कम वसूल करायची आणि तो रस्ता निकामी व्हायच्या वेळी पुन्हा सरकारकडे सोपवायचा. म्हणजे चक्र पुन्हा पुन्हा चालू. एकूण काय की जनतेला नाडण्याचे सर्व उपक्रम दयाळू सरकार आमलात आणत आहे. ते द्या सोडून. तुम्हाला काय टोल द्यायचा नाही.

तरी मी म्हणत होतो असे की गांधींनी भटांना थेट न झोडपता त्यांचा उपयोग करून घेऊन इप्सिताकडे वाटचाल केली आणि स्वातंत्र्य पदरात पाडून घेतले. त्यावेळी गांधींना जोराचा विरोध केला तो भटांनीच. त्यातून गांधींचा खून झाला हे तुमच्या ऐकिवात असेलच. तो इतिहास सांगणे हा माझा हेतू नाही. मला दुसरेच काही सांगायचेय, जोतीराव.

स्वातंत्र्यानंतर आपल्या खेड्यापाड्यांत अक्षरे आली पण ज्ञान फार कमी आले. परिणामी बळीची कथा उलटी घडू लागली. नाही कळले तुम्हाला? सांगतो. अगदी बयजवार सांगतो. म्हणजे झाले असे आमच्या खेड्यांत अक्षरे आली. अक्षरे फक्त एकटी आली नाहीत तर नोकरीची संधी घेऊन आली. ती अक्षरे ज्ञानासहित खेड्यापाड्यांत यावी हा तुमचा आग्रह होता. तसं झाले नाही. तुमच्या लगतच्या पिढीतल्या लोकांत नुसते व्ह.फा.पा. झालं की तलाठी, मास्तर, कारकून असल्या नोकऱ्या भरपूर. थोड अधिक शिकले की एकदम मामलेदारच. जो शिकेल त्याला नोकरी. अगदी स्वातंत्र्यानंतरच्या एक-दोन दशकांतही असेच. त्यामुळे शिकायचे कशाला तर नोकरी मिळवायला. हा समज आमच्या खेड्यापाड्यांत पक्का झाला. आणि मग झुंडीच्या झुंडी शिकू लागल्या. म्हणजे अक्षर परिचित होऊ लागल्या. त्यांतल्या बऱ्याच लोकांना बऱ्याच प्रकारच्या रोजगार संधी उपलब्ध झाल्या. कोण मास्तर झाले. कोण तलाठी, बँकेत कारकून-मॅनेजर, कारखान्यांत हेल्पर फिटर, सरकारी ऑफिसांत कारकून-कलेक्टर, एस.टी.त कंडक्टर- ड्रायव्हर- डेपो मॅनेजर अशा सगळ्या यंत्रणेत जिथे जागा मिळेल तिथं खेड्यापाड्यांतली पोरं घुसली. ज्यांच्याकडे फक्त बलदंड शरीर आणि अक्षरांचा परिचय होता ती सैन्यात, पोलिसात, तटरक्षक दलापासून ते एस.आर.पी. पर्यंत सगळीकडे गेली.

सुखावलात ना तुम्ही. बरोबरच. अक्षर आल्याने शेतकऱ्याच्या घरात क्रांतीच झाली. असा तुमचा समज होणे स्वाभाविक. पण तुम्ही म्हणता तसं नाही झाले. थोडे वेगळेच घडत गेले. खेड्यापाड्यांतली-गावगाड्यातली ही पोरं नोकरी, चाकरीला गेली

आणि एकदम पांढरीशिबूर झाली. त्या सगळ्यांच्या डोळ्यांसमोर शहरातले सुटाबुटातले लोक, त्यांचे जगणे, त्यांचे पोशाख, त्यांच्या चाली-रीती, त्यांचे खाणे-पिणे. सगळे जे त्यांनी अधिकाधिक इंग्रज साहेबाकडून उचललं होते, तेच येत गेले. लागली नोकरी की बामन व्हायचे. असा सपाटाच सुरू झाला. जोतीराव, यात न कळल्यासारखे काय? तरी आता तुम्हाला सोपे करून सांगणे आलेच. चला. माझ्या बरोबर चला. बोलायचं काहीच नाही. फक्त बघायचे.

हे समोर बसलेले. प्रचंड मोठे पोट सुटलेले, गाल सुजलेले गृहस्थ नीट बघा. यांचे खुर्चीतून बाहेर मासाचे लगदे लोंबकळत असतात. उठायचे म्हटले तरी त्यांना त्रास होतो. बसायचे म्हटले तरी त्यांना त्रास होतो. चार पावले चालले की यांना धाप लागते. आस्वले आडनाव आहे यांचे. ते आता पूर्ण झोपेत आहेत. दिवसभर असं झोपेत असलेलेच दिसतील तुम्हाला. हातात पेन घ्यायचे म्हटलं तरी यांना त्रास वाटतो. या ऑफिसातच ते नोकरीला लागले. त्याला पंचवीस वर्षे झाली. पंचवीस वर्षांपूर्वीचे ते कसे होते? याचा पुरावा देतो तुम्हांला. ते बसलेत ना. त्या टेबलाच्या काचेखाली त्यांचा पंचवीस वर्षांपूर्वीचा फोटो आहे. हसू नका जोतीराव. हा फोटो बघा. गळ्यात ताईत. हातात काळा दोरा. खच्चून पन्नास किलो वजन असेल. त्याकाळी कुस्ती खेळायचे ते. बारावी पास झाले आणि आमच्या ऑफिसात कारकून झाले. पंचवीस वर्षांत त्यांच्या शरीराने केलेली ही प्रगती. जोतीराव, थोडसे सरकून थांबा. आता त्यांची डुलकी घेण्याची वेळ झालीच. पाच मिनिटांत ते घोरू लागतील. ते ऑफिसात आहेत हेच ते विसरून जातात. ही कला त्यांनी मोठ्या लीलया साध्य केलेली आहे. ते घोरू लागले की त्यांच्या जवळपासचे लोक आपली जागा बदलतात.

संधी चालून आली, जोतीराव. दारातून जे आजोबा येत आहेत त्यांचे काम त्या ढेरपोट्याकडे आहे. काम म्हणजे काय? तर फक्त त्यांना त्यांच्या कबलातीची नक्कल पाहिजे. म्हणजे नकलेवर यांची सही. ढेरपोट्या महिनाभर त्यांना तंगवतोय. कारण काहीच नाही. फक्त टोलवाटोलवी.

थेरड्याऽ पहिला बाहेर होऽऽ

बघा जोतीराव, ढेरपोट्या आपल्या वडिलांच्या वयाच्या माणसावर कसा खेकस्तोय. त्याला उठता येत नाही. म्हणून फक्त हातवारे. हाकला रेऽऽ या थेरड्याला. माझी झोपमोड झाली. हाकला की रेऽऽ कसा जिवाच्या आकांताने कोकलतोय बघा जोतीराव. आणि तो गरीब म्हातारा. तरीही गयावयाच करतोय. वास्तविक त्यानं खुर्ची उचलून टाळक्यात घातली पाहिजे, ढेरपोट्याच्या. तसे तो करत नाही. गरीब नडलेला,

गरजू आहे. तो फक्त अजीजीनं विनवतोय. आता त्याला मिटक्या येऊन बाहेर हाकलून देईल. पुन्हा उद्या तो येईल. पुन्हा हाच खेळ. जोतीराव, ह्या ढेरपोट्याच्या समोर असला फाटका, रापलेला कोणीही शेतकरी आला की तो असाच किंचाळतो. ऑफिस डोक्यावर घेतो. शेतकऱ्याचा मुलगा. ह्या ऑफिसात सगळीच शेतकऱ्यांची पोरे आहेत. ढेरपोट्या नोकरी लागल्यापासून वेगळा राहिला आई-बापापासून. का? तर आई-बापाचा त्रास होतो याच्या बायकोला. ती म्हातारा-म्हातारी अजून दुसऱ्याच्या बांधाला राबून पोट भरतात. गिन्नी देत नाही त्यांना. याचसाठी शिकवले त्यांनी? चकचकीत बंगला. पोरे इंग्रजी शाळेत शिकतात. त्यांना आजी-आजोबाची ओळखच नाही. ही कथा एकट्या ढेरपोट्याचीच असे नाही. यातल्या प्रत्येकाची. शेतकरी आई-बापाची लाज वाटते शिकलेल्या पोरांना. आता त्या शिक्षणाला काय म्हणायचे? शिकला की भकला, अशी म्हणच तयार झालीय गावात. हे अनुभवाचेच बोल नाही तर काय? बामन व्हा, असा संदेश देणारे शिक्षण जोतीराव तुम्हांला हवे होते? खरे सांगा.

दृश्य   लक्ष्मी सोसायटी

सेक्रेटरीभोवती पाचसहा जण बसलेले. आडव्याप्पा उभा.

सेक्रेटरी, आडव्याप्पा, थकलंय म्हटल्यावर तुला खत कुठलं?

थकीत काय एकटाच न्हाई. निम्मं गाव थकीत हाय. त्यास्नी कसं मिळतंय खत?

थकीत न्हाईच कोण. सगळ्यांनी फिरीवल्यात खाती.

मग माझंच कसं फिरवाय न्हाई?

आता तू फिरवाय सांगाय न्हाई, मग कसं फिरंल?

दरवर्षी कुठं सांगतो गाऽऽ? तवा कसं फिरलं?

उगंच नको डोकं खाऊ-चेरमनाला गाठ जा.

त्येच्या दारात का जाऊ? तू व्हतंय का न्हाई सांग.

न्हाई व्हईत.

डोके सरकते, तरी स्वतःला सावरत सेक्रेटरीऽऽ आजून सबागती सांगतोय.

मुकाट्यानं माझं मंजूर आसंल ते खत दे.

न्हाई तर काय करशील?

चिडून तुझ्या आईला घोडा लावीन, म्हणत सरळ सेक्रेटरीच्या अंगावर धावतो.

बाकीचे मध्ये पडतात. आडव्याप्पाला बाजूला करतात. सेक्रेटरी थरथरत दप्तर तसेच टाकून बाहेर पडतो.

अडवणारा एकटा, आरंऽऽ सेक्रेटरी काय करंल? दानवाड्यांनं दीऊ नगो म्हटलंय.

दुसरा, त्यो तरी आसं का करतोय?

आडव्याप्पा, म्हणजे त्येलाच बघून घ्यायला लागणार.

तिसरा, त्या मुजोराच्या, नको लागू नादाला.

दुसरा, म्हणजे त्येनं काय वाघ बांधलयात?

तिसरा, आस्तिकदार हाय बाबा त्यो. आपलं गरिबाचं काय?

आडव्याप्पा, आस्तिकदार आसंल त्येच्या घरात. मला काय करायचा?

तिसरा, अशी नको डोक्यात राक घालून घेऊ, दमानं घे.

आडव्याप्पाला त्याचे म्हणणे पटते. तो स्वत:ला आवरतो. पण त्याची आतल्या आत घालमेल चाललेलीच असते.

गांधीबाबा

हे काय लावलं तुम्ही आमच्या मागं झंगट.

ग्रामस्वराज्य, ग्रामराज्य, ग्रामसभा, ग्रामसुधार, निर्मलग्राम.

आमच्या घराच्या भिंती घाणेरड्या करणाऱ्या घोषणा

रोज थडकतात तुमच्या नावानं किंवा तुमच्या नावाशिवाय

आता फक्त त्यांचे स्पीकरवरून घुमणारे आवाज.

म्हणतात भारतात ७०/६५ टक्के जनता राहाते खेड्यात

जय-जवान जय-किसान. गरिबी हटाव. गरीब को हटाव.

गांधीबाबा हे कसलं नवं नवं कोलगाटणं?

चले जाव, करेंगे या मरेंगे, ही तुमची स्टाइल

त्यांनी चांगलीच आत्मसात केलीय आणि शपथ घेतलीय पूर्ण नागवं करण्याची.

लंगोट तरी राखतील का हो हे आमच्या अंगावर?

दृश्य

आडव्याप्पा संतापाने फणफणलेला. त्या तिरिमिरीतच तो जिवबा दानवाडेचे घर गाठतो. दानवाडे लोड्याला टेकून हातातली पानाची चंची फिरवत बसलेला. आडव्याप्पाला बघितल्या बघितल्या म्हणतो.

आरंऽऽ तू? आणि आमच्या दारात? हे कसं काय घडलं?

आजवर हाडं झिजिवली, त्याचं फळ दिलास म्हणून आलोय.

एकदम एकेरीवर? आसं काय घोडं मारलं मी?

घोडं मारलं न्हाई, घोडा लावलास म्हणून आलोय.

जरा सुद्दीन बोल. *आवाज चढवून* काय केलं मी तुझं वाईट?

सोसाटीतलं खत का बंद केलं?

कोणी? मी? डोकं फिरलंय काय गा ऽऽ? मी काय सेक्रेटरी का काय गा ऽऽ?

येड घीऊन पेडगावला नको जाऊ. आसं का केलं?

दानवाडे *मग्रुरीनं,* समज केलं आसंल. काय करणार तू?

आडव्याप्पा, मुडदा पाडणार.

दानवाडे एकदम भांबावला. हे त्याला अनपेक्षित होते. थोडे नरमाईने,

हे बघ आडव्याप्पा, तुला खतच पायजे न्हवं? माझ्या नावावर घीऊन जा. पण उगाच वांद्यात नकोस शिरू?

तुज्याकडचं खत न्ह्यायला मी काय नादार हाय व्हय गा ऽऽ? माझ्या खात्यावर सोसायटीत मिळतंय ते द्यायला सांग. न्हाईतर वाईट व्हईल. सांगून ठेवतो.

म्हणत आडव्याप्पा दानवाडेच्या घरातून बाहेर पडतो. त्याचे डोके पार कामातून गेलेले आहे. चेहऱ्यावर सगळे भाव एकवटलेले कॅमेरा फक्त त्याच्यावर.

दृश्य

आडव्याप्पा गल्लीतून एकटाच खाली मान घालून चाललेला आहे. कॅमेरा गल्लीतून त्याच्यावर. पायात वहाणाही नाहीत. त्याला तिकटीवर हरी निळपणकर गाठतो, म्हणतो.

आडव्याप्पा, काय गडबडीत? ये की वाईच तंबाखू मळून जाऽ

न्हाई गाऽ जरा गडबड हाय. आबाच्या घरला जाऊन गाडी जुपून त्याची लागवड घरात न्हीवून टाकायचीय.

आनी तुज्या लागवडीचं काय झालं? आडीवलीया म्हणं जिवबानं?

तुम्ही बी हायच की त्यात. सोसाटीचं सदस्य.

त्यात माजा काय संबंध न्हाई. ते त्येचं एकट्याचंच हाय सगळं.

आडव्याप्पा त्याच्याजवळ जात तंबाखूची पिसवी काढतो.

बघू या की. कोण कोण हाय त्यात. हळूहळू कळंलच. मागनं बघून घेतो, एकेकाला. माजल्यात कुत्री. न्हाई घुमवून मारली तर मी बी आडव्याप्पा न्हवं. मारायचं मागनं बघूया. आदी हंगामाला लागली लागवड तर माज्याकडनं घीऊन जा. उगच तंडत नको बसू. तुला अशी किती लागणार म्हणा. अर्धा एकर रान. लईतर चार-पाच पिशव्या. तेवढ्या माझ्याकडं पडून आसत्यात. जा घीऊन.

तात्या, मला कळत न्हाई, माझ्या हक्काच्या हाईत, त्या द्यायला तयार न्हाईसा, आणि प्रत्येकजण उचलून न्हे, उचलून न्हे, कशाबद्दल म्हणायलासा? त्यो दानवाड्या तेच म्हणतोय, तू त्येच म्हणतोस, सेक्रेटरी त्येच म्हणतोय. म्हणजे भानगड काय?

आरंऽऽ ह्यात भानगड कसली? गरज मारायची.

गरज मारायची का गांड मारायची? एकदा खरं काय त्ये मला तरी कळू दे.

निळपणकर गप्प. त्याला पुढे बोलताच आले नाही. आडव्याप्पा पिसवी खिशात कोंबून निघाला. निळपणकर त्याच्या पाठमोऱ्या आकृतीकडे बघतच थांबला.

नोंद

शेतकरी संघटनेच्या कार्यकर्त्यांना व नेत्यांना विचारायचे प्रश्न.

१) शेतकऱ्याची तुमची व्याख्या काय? किंवा तुम्ही कोणाला शेतकरी म्हणता?

२) मी आज पन्नास एकर जमीन खरेदी केली. अमिताभ बच्चननं खरेदी केली. आम्ही दोघे शेतकरी आहोत का?

३) तुमची चळवळ कोणत्या पिकांविषयी बोलते?

४) कांदा, तंबाखू, कापूस, ऊस ही मराठी शेतकरी समूहाची पिकं आहेत का?

५) पैशाच्या पिकाची बाजू घेण्यात तुमचा खास हेतू काय?

६) तुम्ही गाव ह्या व्यवस्थेकडे कोणत्या दृष्टिकोनातून बघता?

७) तुमचा खरा नेता कोण?

८) मतं मागायला आलो तर जोड्यानं मारा असं म्हटलं त्याचं काय झालं?

९) शेतकरी आणि संघटना यांचं नातं काय?

दृश्य *आडव्याप्पाचे घर*

तायव्वा नाचणे नीट करते आहे. सुमी शाळेत. बाहेर पावसाची रिपरिप. आडव्याप्पा दोरी वळत बसलेला.

हे शेवटचं दळाप.

आडव्याप्पाच्या छातीत धस्स. चेहऱ्यावर स्पष्ट भावना.

संपलं?

संपलं म्हणजे? आता पोरं मोठी झाली. संपणारच की. त्यात आदीमदी पावणं पै, कसं पुरणार?

सावरून बघूया घे. आबाच्यातनं व्हईल मणभराला मदत.

तसं कशाला माजं साठल्यात तीनशे. त्यात शंभर घालून येतील ते जुंधळंच आणूया की.

आडव्याप्पाच्या चेहऱ्यावर कळ. तरीही म्हणतो,

सोसायटीतनं लागवड न्हाई मिळत. त्या पैशाचं एखादं पिसवाट आणावं म्हणाल्तो.

तायव्वा *खोल आवाजात* तस्सं करायचं.

नंतर तिच्या हातातल्या सुपाचा पाकडण्याचा आवाज. कॅमेरा सुपावर.

डायरीतील पान

आपुण्या आजा वारला. थोरल्यानं फोन केला. ऑफिसात कुणालाच काही न सांगता बाहेर पडलो. स्टॅण्डवर एस.टी. नव्हतीच. वडाप तरी सापडेल म्हणून स्टॅण्डच्या बाहेर आलो. आपण वेळेत असतो तेव्हा गाडी वेळेवर लागत नाही. हा सततचा अनुभव. आपुण्या आजानं तरी शंभरी गाठली असावी. खारकंगत गडी. त्याला मी सांगितलं होतं. दुनियेत कुठंही असलो

तरी तुझ्या प्रेताला येणार. आता गाडी तर लागायला तयार नव्हती. जिवाची घालमेल. शेवटी वडापवाला सापडला. पण तो म्हणाला, भरल्याशिवाय हालणार नाही. त्याला विनवण्या करून बघितल्या. वाटेत सिटा मिळतील. काहीही ऐकाय तयार नाही. एवढ्यात एस.टी. लागली. त्याला तिथंच सोडून एस.टी.त जागा पकडली. मरणाची गर्दी. एवढे लोक कोठून येत असतील. गाडी सुटली. पोहोचतोय वेळेत. आपुण्या आजाचा थोरला पोरगा सातार्‍यात, धाकटा बेळगावात. स्पेशल गाडी करून निघाले तरी तीन-चार तास लागणार. तेवढ्यात आपण पोहचणार. आपुण्या आजा घाबरू नको, तुझं प्रेत पेटताना मी हजर असणार.

आमच्या भावकीतला हा एकमेव म्हातारा. मुलुखगिरी करून आलेला. त्याच्या तरुणपणात तो मुंबैला होता. कुठं मिलमध्ये. राहायचा डिलाईल रोड. तिथं मारवाड्याच्या बाईशी ह्याचं सूत जमलं. तिच्या घरातलं किलोभर सोनं घेऊन धुम्म आला गावाकडं. तेव्हापासून कोशा-पटका बांधून, धोतराचा सोगा हातात धरून फक्त हिंडायचा. किलोभर सोन्याच्या चिपा त्यानं लपवून ठेवल्या होत्या. कधीतरीच काढायचा. आमच्या भावकीच्या भांडणात त्याला भयंकर इंटरेस्ट. असं कुठं मिटत आलंय असं वाटाय लागलं की हा हळूच जाऊन पेटवायचा. दोन पार्ट्यांचे ह्याचे संबंध एकदम खास. आईजवळ येऊन तिच्यासारखं बोलायचा. म्हातार्‍याला प्रचंड शिव्या द्यायचा. म्हातार्‍याजवळ गेला की उलट. थोरल्याला फक्त घाबरून असायचा. थोरल्याचा घरात पाय पडला की ह्याचा बूड हाललाच. थोरला त्याच्याशी चकार शब्द बोलायचा नाही. दत्तू देशपांडेचं नाक कापलं तेव्हा त्याच्या बाजूनं साक्ष द्यायला जाणार होता. हे थोरल्याला मधल्यानं सांगितलं होतं. तेव्हापासून थोरला डूक धरून. नंतर आमच्या रीतसर वाटण्या झाल्या. यानं आमचं घर फोडण्याचा प्रयत्न सुरू केला. मधल्याच्या बायकोचं हळूच कान भरायचा उद्योग सुरू केला. त्याला काही करून आमचं घर फोडायचं होतं, हे आईनं मला जाणवून दिलं. त्या दिवशी मी घरात पाय ठेवायला आपुण्याआजा आईजवळ गप्पा मारायला आला. त्याला चांगला अघळपघळ होऊ दिला. नंतर घेतला फैलावर. तू आमचं घर फोडून दाखवच. तुला ओपन चॅलेंज. तुझी तिरडी उचलेपर्यंत आमचं घर फुटणार नाही.

तुजं घर मी कशाला फोडू? तुला कुणीतरी उगीचच भरीवलंय. माझ्यावर

आदावत नकोच घेऊ. आनी माझं मराण म्हणशील तर तुला कळणारबी न्हाई मी कधी मेलो ते.
आजा, असं होणार नाही. तुझ्या तिरडीला मी असणार. लिहून ठेव.
बरं. बरं. तूच लिवून ठेव.
त्यानंतर घरात पाय टाकला की हा हजर असायचा.
हाय गा जिवंत. पेटवायला न्हाई गावत.
आजा काळजी नको करू. तू पेटताना मी बघणार. असा आजा-नातवाचा अजब संवाद. त्याला माझ्या नोकरीचं भारी कौतुक. मी म्हणजे मामलेदारच. कुठंही गेला तरी तिथं सांगणार, आमचा एक पोरगा मामलेदार झालाय. लोक त्याला हसायचे. पण ह्याच्या बोलण्यात बदल नाही. गावात पोहचलो. तर जो-तो, जा लवकर. वाट बघाल्यात. घरासमोर आलो. माणसांची गर्दी. वाट काढत आपुण्या आजाच्या घरात घुसलो. तर तो भिंतीला टेकून. एकदम जिवंत असल्यासारखा. पाया पडलो. बायकांनी घर डोक्यावर घेतलं.

आपुण्या आजाचा बेळगावचा पोरगा आलाच नाही. त्यानं निरोप पाठवला. आटपून घ्या. सातारवाल्यानं अग्नी दिला. माझा एक संवादाचा धागा तुटला.

घरात आलो. आई म्हणाली. कळलाव्या असला तरी तुझ्यावर माया व्हती. पापणीच्या कडा ओलावल्या. आता भावकीत एवढ्या जिव्हाळ्याचं कोण राहिलंच नाही.

दृश्य *सकाळ*

ग्रामपंचायतीचा शिपाई पुकारत चालला आहे. त्याच्या बरोबर कॅमेरा.

येत्या मंगळवारी मिरगी म्हाईऽ करायची ऽऽ ठरलंय. सगळ्यांनी पुढचा मंगळवार पाळक पाळायचा.

बाबू कोण्या, लेका ऽऽ तुक्या, सादवावं गोंदा म्हारानंच. त्ये तुजं काम न्हवं.

तुका, आता त्येनी सोडलंय म्हटल्यावर काय करणार? येतंय तसं सांगायचं.

एवढ्यात आडव्याप्पा घरातून बाहेर येतो.

मिरगी म्हाई कुणाच्या डोस्क्यातली गा ऽऽ?

तुका, सरपंच्याच्या.

आडव्याप्पा, त्येच्याकडं हाय गांडभरून पैसा. हितं आमी तेलामिठाला म्हाग. आनी म्हणं करा मिरगी म्हाई.

तुका, आगाऽ हे काय दरसालीच करतोय आपुन. नवीन काय हाय ह्यात? द्यायचा अंड्याचा निवद. रोगराई तरी टळंल.

आडव्याप्पा, तुझंबी बरोबरच.

आडव्याप्पाच्या डोक्यात शंभर-दीडशेचा हिशेब घोळाय लागतो.

दृश्य *सकाळ १०वा.*

पावसाने उघडीप दिलेली आहे. वाण्याच्या दुकानात वेगवेगळी बियाने घेण्यासाठी गर्दी. कोण सोयाबीन घेतो आहे. कोण भुईमूग.

आडव्याप्पा, मालक, फुलेप्रगती तीन किलो द्या.

शेजारीच असणारा सातगोंडा त्याला थांबवतो, म्हणतो.

सातगोंडा, फुलेप्रगतीपेक्षा राहुरी सात सोळा घे. उतारा चांगला पडतोय. मागच्या वर्षी केल्तं मी.

आडव्याप्पा, मग या वर्षी ते करू. मालक सात-सोळा द्या.

दुकानदार त्याच्यासमोर तीन पिशव्या ठेवतो. पैसे मोजून घेतो. पावती मात्र देत नाही. सातगोंडा आणि तो रस्त्याला लागतात.

सातगोंडा, भुईमुगाला किती टपणी सोडलास?

आडव्याप्पा, दोन भुईमुगाला, एक मिरचीला. सपलं की.

सातगोंडा, म्हणजे बांधबीद झालं वाटतं टोकणून?

आडव्याप्पा, ते कुठलं गाऽ सांदच नव्हती. आबाचं रान, माझं रान म्हणजे लोड झालंय.

सातगोंडा, भात चांगलं उठलंय तुझं. परवा बघितलं. आता जरा लागवड मार. गणेशापर्यंत उसाळतंय, बघ.

आडव्याप्पा, दानवाड्यानं तीच बोंब केलीया. थकीत राखली सोसायटी. आता हात पसरायची पाळी आली.

सातगोंडा, तसल्यांच्या राजकारणात आनी कशाला पडलास?

आडव्याप्पा, मी कुठं पडलोय. तीच लागल्यात पाट.

सातगोंडा, गरिबानं या गावात जगायचंच न्हाई. सगळ्या गोष्टीत राजकारण.

आडव्याप्पा, त्येचं राजकारण व्हतंय खरं आमचा जीव जातोय. त्येचं काय?

दोघेही गप्प होतात. आपापल्या घराकडे वळतात.

दृश्य *संध्याकाळ*

लोकं शेतातून परतत आहेत. कॅमेरा त्यांच्यासोबत. कुणाच्या डोक्यावर गवताची बारीक पेंडी, कुणाच्या फक्त पोते. एक दुसरं शेरडू. प्रत्येकाची घाई. चिलटं बुब्या भर तिकटीवर दारू पिऊन ल्हास होऊन बडबडत, लडबडत.

रांडचं गाव चालीवत्यातऽऽ काय ऽ गाव मोडत्यात? म्हणं दानावाड्याचा पोरगा फोजदार हाय. आडवा मारतो मी त्येला. छप्पन्न फोजदार बघितल्यात मी. दुसऱ्यास्नी भीकंला लावतोय लेकाचा. दानवाड्याऽऽ ये दानवाड्याऽऽ भाईर पड. तुला दावतो फोजदार.

जाणारे येणारे दुर्लक्ष करून हळूहळू पसार होत असतात. एवढ्यात तात्या पाटील सरपंच समोरून येतो. चिलट्याचा आवाज वाढतो.

ह्यो एक त्येचा साथीदारऽऽ गळं मोड्या. कुठं फेडशीला गाऽऽ ह्ये पाप?

म्हणत लडबडत त्याच्यासमोर उभा ठाकतो.

बुब्याऽ आज एवढी कुठं ढोसलास? जाऽऽ घराकडं जाऽऽ

ईषय बदलायचा न्हाईऽऽ तुमी गळं मोडता का न्हाई? बोलाऽऽ मोडता का न्हाईऽऽ? बोलाऽऽ मोडलंऽऽ का न्हाई?

तात्या पाटील बाजूला होण्याच्या प्रयत्नात. कॅमेरा दोघांवर.

बोलाऽ माझी लागवड तुम्ही गळम केली का न्हाई? बोलाऽऽ न्हाय तर त्या पांड्याच्या आयला घोडा लावतो.

तात्या, सोसायटीत उद्या ये. बघू या सगळं.

बुब्या, सगळं काय बघताऽऽ इथेटं ऽऽ? माझी लागवड कुणी हाणली?

तात्याभोवती लोक जमलेले. त्यामुळे तात्याला हात उचलता येणे ही कठीण. कुणीतरी बुब्याला बाजूला सारले. तात्या पाटील जवळजवळ पळतच गल्ली ओलांडतो.

डायरीतील पान

घरात पाय टाकला. समोरच्या सोप्यात साड्यांचा ढीग. साडीवाला आणि त्याचा पोरगा घड्या घालण्यात मग्न. बायको आणि तिची शेजारीण. निवडलेल्या साडीचा ढीग पुन्हा पुन्हा पारखून बघतायेत. आतल्या सोप्यात जाऊन टेकतोय तोच आवाज, जरा इकडं या. ह्या साड्या पसंत केलेत. नजर टाका. मला काय कळतंय साडीतलं. तुला आवडतील त्या घेऊन टाक.

त्या घेणारच. फक्त बघाय काय पैसे पडत्यात. वादाला तोंड फुटणार. त्यापेक्षा सहज नजर टाकलेली उत्तम. जाऊन साड्या हातात घेऊन अरे, व्वां चा सपाटा सुरू केला. कापड्यातलं, साडीतलं कायबी कळत न्हाई तरी अरे, व्वा. व्वा काय लिका. बायकोनं आठ-दहा साडींतल्या पाच साड्या घेतल्या. साडीवाला खूश. तो मलाच धन्यवाद द्यायला लागला.

बाबा रे, तिचं आभार मान. माझा काय संबंध. ह्यातली एकही साडी घेतली नसती. तुला दारातून हाकलला असता. तो साड्यांचे ढीग आवरत गठलं बांधत होता. रंगीबेरंगी साड्यांचा ढीगच्या ढीग. घरात कपाट भरून साड्या. तरी नवीन साड्या हव्याच. काय आला जमाना. असू दे लेका, त्येंच्या नशीबानं त्यास्नी मिळालंय. आईचा कानात आवाज. एकदम दचकलो. साडीवाला विचित्र नजरेनं माझ्याकडं बघत होता. आईची दोनच लुगडी चांगली. सणावाराला, लग्नावऱ्हाडाला ठेवलेली. बाकीची तीन लुगडी दंड घातलेली. विरत चाललेला भाग कापून काढायचा. उरलेला शिवायचा. हळूहळू लुगडं लहान-लहान होत जायचं. तरीही चिकाटीनं ती नेसायचीच. मामा वर्षातून दिवाळीला एक नवं लुगडं घ्यायचा. ते ठेवणीला. मग ठेवणीतलं नेसायला. तिला तिच्या मनासारखं लुगडं कधी मिळालंच नाही. थोरलीची तीच अवस्था. आजही. दोन-चार लुगड्यांवरच दिवस काढते. थोरल्यानं तिला लुगड्याचं दुकानही दाखवलं नाही. आपण तरी कुठं म्हणालो, वयनी तुला आवडीचं लुगडं घेऊ चल. थोरल्याचं एकच अंगराक. जत्रं-खेत्रंला काढतो. बाकीच्या वेळी नुस्त्या बंडीवर. वडिलांना तर धोतरही घेणं झालं नाही आपल्याला. आई आईतवारच्या बाजारात जुन्या कपड्याच्या गल्लीला जायची. अंदाजे मापानं जुन्या बाजारातली अंगराक चड्डी घेऊन यायची. अंगावर घातली की बुजगावण्यासारखं वाटायचं. शाळेत सारेच चिडवायचे. ढगळ कल्ल्या नावच पडलं होतं. मास्तरही ढगळ कल्ल्या म्हणायचे. मेल्याहून मेल्यासारखं वाटायचं. मामा शाळेचा एक ड्रेस शिवायचा वर्षाला. आठवड्यातून एकदाच धुवायचा. शर्ट पाण्यात बुडवला की गुळवण्यागत पाणी व्हायचं. आई मूठभर सोडा घालायची तेव्हा कुठं डाग निघायचे.

दहावीत असताना ठरवलं होतं. नोकरी लागलीच तर आईला एकदम वीस लुगडी घ्यायची. थोरल्याला टेरीलीन शर्ट आणि पॅण्ट. वडलांना कोशा पटका. पण नंतर ध्यानातच राहिलं नाही. की सोयीस्कर विसरून टाकलं. पाच-सहा

शर्ट जुने झाले की मधला येऊन उचलून घेऊन जातो. नवा शर्ट घेऊन द्यावा अशी भावनाच का झाली नाही. आईनं अजून एका लुगड्यात वर्ष काढायचं. वयनीनं कुणाचं तरी जुनं पानं आणून नेसावं आणि ह्या घरात मात्र कपड्यांचा महापूर.

चलतो मालक. ठेवा आठवण. साडीवाला गठलं पाठीला लावून बाहेर पडला. च्या आयला, ठेवा आठवण. ज्यांची ठेवायला हवी होती त्यांची सुद्धा ठेवली नाही. वडील कुणाच्याही बांधाला गेले की मुंडासंही ठेवायचे काढून, का तर फाटल्यावर नवीन घ्यायला लागंल. भद्रापाच्या उसाला पाणी पाजताना उघडेच घुसायचे सरीत. बंडी तरी घालावी. म्हणायचे, अंगाचं कातडं फाटलं तर भरून येतंय. कापाड फाटलं तर नवं आणाय लागतंय. काय बोलणार. त्यांची कुठं ठेवली आपण आठवण. चकचकीत इस्त्रीची कापडं. किंचित सूत उसवलं तरी बासनात गुंडाळून पडते पॅण्ट. पांढरपेशी व्हायचं म्हणजे किती. शंभर टक्के. आपण पांढरपेशे बगळे झालो पण घरचे तिथंच राहिले. दलदलीत. आता आपल्याला वासही सहन होत नाही शेणा-मुताचा. थोरली मात्र शेणाच्या बुट्ट्या डोक्यावरून नेऊन थापत असते आयुष्याच्या शेणी.

दृश्य *संध्याकाळ*

आबा नरसाळेचे घर. त्यांच्या शेजारपाजारचे लोक जमलेले आहेत. कॅमेरा त्यांच्यावर. आबा नरसाळे सुपारी कातरून तोंडात टाकत, जवळच्या माणसाला देत बसलेला आहे. नरसाळेच्या घरात आडव्याप्पा येतो. सरळ मदघरात जाऊन काकूसमोर बसतो. काकूनेच त्याला बोलावलेले असते. त्याला बघितल्या बघितल्या काकू म्हणते,

का, आडव्याप्पा, ह्येंच्या डोस्क्यातलं खूळ काढ बाबाऽ आमाला नको गावच्या भाकरी भाजायचं काम.

आडव्याप्पाच्या डोक्यात विषयच यायला तयार नाही. तो एकदम भांबावतो. म्हणतो, **कशाबद्दल ते काय ध्येनात न्हाई आलं.**

आरंऽऽ नवीन सोसाटी काढायचं म्हणत्यात. रोज तालुक्याला. त्यो दानवाड्या इवून काय काय बोलून गेला. तात्या पाटील कोर्टात जातो म्हणाला. कशाला पायजे ही उसाबर?

काकू, मीच घातलंय त्ये डोस्क्यात खूळ. लई दंबवाल्यात ती. गोरगरिबाचा

जीव घ्याल्यात. त्या बुब्याचं श्यातच घशात घातलं दानवाड्यानं. परश्या माळ्यानं काढायलाच न्हाई कर्ज, तर त्येच्या नावावर पन्नास हजार. सगळ्यास्नी भिकंला लावणार ती. त्यापेक्षा काढूयात.

व्हय खरं, ह्यो सगळा जवंदाळा कुणी संबाळायचा. घरचं खाऊन कशाला लष्कराच्या भाकरी. बेस चाललंय. त्येचं त्येनी काय का करंनात.

असं कसं काकू? तुमचं कुठलं काम पडू दीत न्हाई. खरं, आबा एवढं करूद्यातच.

म्हणत आडव्याप्पा उठला ते तडक बैठकीच्या लग्गीवर. आबा कसली यादी घीऊन शेजारी बसलेल्या माणसाला कायबाय सांगत होता. आडव्याप्पाला बघून एकदम थांबला. म्हणाला,

आडव्या, तुझ्या नावावर तीस हजार दिसतंय कर्ज.

आडव्याप्पा, काय? *म्हणत मटकन खाली बसतो. त्याच्या डोळ्यांसमोर अंधारी.*

आबा, एवढं कधी उचललास? मला तर पंधरा हजारच म्हणत होतास.

शेजाराचा १, आबा, बाकीचं कर्ज त्येनंच उचललं असणार.

शेजारचा २, माझ्या नावावर पंचवीस टाकल्यात. आता करायचं काय?

आबा, येळच्या येळी खातं बघाय नको व्हय गा तुमी?

शेजारचा २, बघितलंय की. तवा सेक्रेटरी तेवढंच सांगायचा. कागद त्येच्या हातात. त्यो सांगंल ते खरं.

शेजारचा १, आबा, आता ध्येनात आलंय तवरच धसास लावाय पायजे.

शेजार २, म्हणजे काय करायचं? आपलंच चुकलंय म्हटल्यावर धसास काय लावणार, डोंबाल.

आडव्याप्पा, *एकदम चिडून* आसं कसं? कोणबी उठून कुणाच्याबी नावावर कर्ज काढतंय म्हणजे काय? एकेकाला बघून घ्यायला पायजे.

आबा, जरा थांब, आडव्या, उगंच आततायीपणा करू नगो. सगळी चौकशी करूया. कायद्याचं बघूया. मग ठरवूया.

आडव्याप्पा काहीच बोलत नाही. सगळे चिंताक्रांत.

जोतीराव,

काय काय सांगायचे तुम्हांला. झाले असे की आम्ही आमचे गावी मौजे खुर्द बड्याचीवाडी येथे आमचे घरी खास निमित्ताने गेलो असता घडलेले वर्तमान निदर्शनास आणणे गरजेचे वाटते. आमचे वडील बंधू ज्यांनी दत्तू देशपांडे नामक माणसाचे स्वातंत्र्यप्राप्तीनंतर चवताळून नाक कापले त्यांच्या मुलीस दाखविण्याचा कार्यक्रम आमचे घरी पार पडला. हे महत्त्वाचे नसून पुढील घटना अधिक उल्लेखनीय आहे. बघणे–दाखवणे कार्यक्रम पार पडला, कांदापोहे–चहावर यथेच्छ ताव मारून झाल्यावर वरपक्ष आपल्या वाटेस लागत असताना मुलाचे वडील श्रीमान एस. एस. सी. पास, जे शिक्षक म्हणून सेवानिवृत्त झाले आहेत, त्यांनी पत्रिकेची मागणी केली. पहिली प्रतिक्रिया आमची थोडी विचित्र होती. नंतर आम्हास ध्यानात आले की आम्ही वधू पक्ष असून त्यास शहाणपणा सांगणे तितकेसे रिवाजास धरून नाही. म्हणून आम्ही नंतर पाठवू असे सांगून वेळ मारून नेली. पण सर्वत्र चौकशीअंती आम्हास असे ध्यानात आले, आता जमाना पत्रिकेचा असून पत्रिकेशिवाय लग्नविधी केवळ अशक्य गोष्ट बनली आहे. ज्या शेतकरी शूद्रातिशूद्रांस आपल्या बापजाद्याची सोडाच आपलीही जन्मवेळ सांगणे कठीण होते ते लोक आपल्या घरात मुलाबाळांच्या कुंडल्या काढून सरळ सरळ कुंडलीशास्त्राच्या आधारे छत्तीस गुणांची भाषा करू लागले आहेत. आपण भटा–बामणाच्या कटकारस्थानांचा उल्लेख करताना अशा फिजूल गोष्टींची वासलात शंभर–सव्वाशे वर्षांपूर्वीच लावली असताना आपले वंशज म्हणवणारे आम्ही लोक ह्या कुंडलीच्या राशीचक्रात अडकून त्याचे पुन्हा गुलाम बनलो आहोत. याला काय म्हणावे? ज्या शेतकऱ्यांच्या घरात आपल्या पूर्वजाचा टाक पूजण्याचा परिपाठ होता त्या शेतकऱ्याच्या घरात बाबा–बुवांनी हैदोस घातला असून कुळीचे अहंकार पुन्हा उच्छाद मांडून बसले आहेत. सर्व शेतकरी शूद्रातिशूद्र एक अशी आपली भावना होती. तर आता शेतकरी वर्गास अठ्ठ्यान्नव, शहान्नव, ब्यॅन्नव अशा कुळ्यांनी घेरले असून शूद्रातिशूद्रही यास मोठ्या संख्येने बळी पडत आहे. प्रत्येकास वरच्या कुळीकडे सरकण्याची घाई झाली असून आपल्याच भावंडांचा त्यांना गतीने विसर पडत आहे. यातून हे कुंडलीशास्त्र नव्या शिकलेल्या शेतकरी शूद्रातिशूद्राच्या पोराबाळांच्या डोक्यात ठाण मांडून बसले आहे. परिणामी नव्या शिकलेल्या बिनडोक लोकांची संख्या आता इतकी झाली आहे की, त्यास आवर घालणे कोणाच्याच हाती राहिलेले नाही.

काल परवा ज्या शिवाजी राजांचा उल्लेख आपण कुलवाडीभूषण असा केला त्यांचे वंशज म्हणवणारे आजचे लोक. ज्यांच्या घरात पूर्वी दगडू, धोंडू, जानबा, तुका

अशी नावं असायची त्या घरात आता दिग्विजयसिंह, करणसिंह, अमरसिंह असल्या नावांनी धुमाकूळ घातला आहे. हे सिंह गावात उंडगेगिरी करून आपल्याच आयाबहिणींचे जगणे हराम करून सोडत आहेत. ज्याच्या त्याच्या अहंकाराला सीमा उरली नसून जो तो पंचांगाच्या नादी लागून जेवायचा मुहूर्त, झोपायचा मुहूर्त शोधू लागले आहेत. मुहूर्त नसल्यामुळे आठ-पंधरा दिवस आमच्या राज्यात सरकारच अस्तित्वात नसते हे सांगितले तर वर्तमान आपणास खरे वाटणार नाही. पण ती सत्यस्थिती असून सामान्य माणसास या साऱ्या गोष्टींनी जगणे असह्य करून सोडले आहे. भविष्यकथन, करणी-मंत्रतंत्र यास राजकीय आश्रय मिळाला असून बुवालोकांची संख्या दिवसागणिक अमर्याद स्वरूपात वाढत आहे. ज्याच्या त्याच्या जातीचा नवा बुवा-बाबा तयार झाला असून त्यांची स्वतंत्र टी व्ही चॅनल्स त्यांनी सुरू केली असून आमचे सरकारमधील सगळे उच्चपदस्थ त्यांचे नादी लागले आहेत. मग सामान्य जनांनी काय करावे?

वास्तुशास्त्र, फेंगशुई, इलेक्ट्रॉनिक मशिन्स अशी नवी संकटनिवारण यंत्रणा कार्यरत झाली असून जनतेची राजरोस लूटमार करत आहेत. तुमच्या काळी लोक निरक्षर असल्यामुळे असे घडत असेल असा तुमचा कयास होता. पण आता निरक्षर लोक अधिक विवेकनिष्ठ, विज्ञानवादी झाले असून साक्षर, शिकले-भकलेले लोकच या उद्योगात गुंतले आहेत. त्यामुळे या बुवा-बाबांचे उत्पन्न कमालीचे वाढले असून हे बुवा-बाबा आता या कलीयुगी स्वतःचे विमान बाळगून सर्वत्र संचार करत आहेत. एका बाबाने तर स्वतःचा राजकीय पक्ष काढला असून पुढील पंचवार्षिक निवडणुकीत तो स्वतःचे सर्व खासदार निवडून आणून लोकसभा नामक गणतंत्र सभागृह आपल्या मालकीचे करण्याची आकांक्षा बाळगून कामास लागलेला आहे. त्यास आमच्या उच्च विद्याविभूषित लोकांचा सर्वदूर पाठिंबा असून या बाबांचे स्वप्न पूर्ण होण्याचा क्षण जवळ येऊन ठेपला आहे.

अशा या कठीण समयी आम्ही पामरांनी काय करावे? असा भलताच चिंताक्रांत प्रश्न आ वासून उभा ठाकला असून थोडी फार आपली मती चालत असल्यास आपण आम्हास दिशादिग्दर्शन करावे म्हणून तसदी.

आमच्या भोवतीचे वर्तमान कळवून आपणांस व्यथित करण्याचा आमचा बिल्कूल हेतू नसून आपणांस विसरणे शक्य व्हावे म्हणून आम्ही आमच्यासाठी चालविलेला हा प्रयत्न आहे. असे समजून आपण खपवून घ्यावे ही नम्र विनंती. कळावे, लोभ आहे तो वाढण्यासारखी परिस्थिती पुढे असेलच असे नाही.

दृश्य   *एकतारीवर एक आंधळा गातो आहे.*

> फाटल्या मनाला
> शिवावं कसं गाऽऽ
> बोल पांडुरंगा
> आमी जगावं कसं गाऽऽ
> आटलं आभाळ
> सांडला गोताळाऽऽ
> जगता जगता
> जिवाचा चोंबाळाऽऽ
> रान दुवापलं
> गाव चराकलंऽऽ
> कसं सांग इटू
> आभाळ फाटलंऽऽ

आडव्याप्पा जागा होतो. *प्रश्न, कोण म्हणते आहे हे? मी का आणखी कोणी?*

     तो दरवाजा उघडतो. पूर्ण पहाट. सर्वत्र प्रकाश. एकटाच तो आंधळा. त्याला तो थांबवतो.

बाबाऽऽ कुठून आलाय तुम्ही?

आंधळा, *वाजवणे थांबवून तुझ्यातून तुझ्यापर्यंत.*

आडव्याप्पा, न्हाई मला कळत.

आंधळा, दे सोडून, सगळं कळावं असं कुठं आहे?

     आडव्याप्पा स्वतःचा चिमटा काढतो. भ्रम की भास. त्याला कळत नाही. फक्त त्याच्या भोवती स्वर.

     कसंऽऽ सांगऽऽ इटू
     आभाळऽऽ फाटलं...

दृश्य
सोसायटीच्या दारात वीसपंचवीसचा जमाव. रिमझिम पावसात लोक छत्र्या, पोती घेऊन उभी. कॅमेरा गर्दीवर. आतल्या बाजूला जोरदार वादावादी चालल्याचा आवाज. आवाज रस्त्यावर येतो आहे. दगडू पाटील, आबा

नरसाळे आणि तिघे-चौघे बोलत आहेत. मध्येच चेअरमन पांडबाचा आवाज ह्या पाच लाखाचं बोला. *एवढाच आवाज बाहेर येत आहे.*

बुब्या, सेक्रेटरीला भाईर वडा गाऽऽ पांड्या चेरमनला भाईर वडाऽऽ

कोण्या बाबू, आगाऽऽ गप्प गा ऽऽ आत बोलत्यात न्हवं.

बुब्या, आत काय बोलत्यात? त्येला पावसात वडा ऽऽ *आतून दगडू पाटील -* बुब्या बोंबलू नको.

बुब्या, अण्णा, माझं वाटुळं झालं तरी मी बोंबलायचं न्हाई, तर कुणी? त्येला भाईर वडा.

दगडू पाटील, आरंऽऽ त्येला मारून प्रश्न मिटत न्हाई.

सगळे एकदम गंभीर. सेक्रेटरी एकदम रुबाबात बाहेर आला. बुब्यासमोर उभे राहून म्हणाला,

काय करतोस? मारतोस? मार बघू.

एवढ्यात तिथे धुमसत उभ्या असलेल्या आडव्याप्पानं त्याला अल्लादी उचलला आणि त्याला कळायच्या आत चिखलात आपटला. मग सगळेच तुटून पडले. कोण छत्रीने, कोण हाताने, कोण पायताणाने त्याला बडवू लागले. दगडू पाटील गर्दीत घुसून त्याला सोडवून घेतो. सोसायटीत ढकलतो. दार लावून बाहेरून कडी घालून घेतो. दारात स्वत: उभे राहून म्हणतो,

त्याला मारून पैसे मिळत न्हाईत.

बुब्या, चला गाऽ दानवाड्याला गाठूया.

दगडू पाटील, बुब्याऽ कुत्र्यागत गप्प बसायचं. मी सांगतो ते ऐकायचं. संध्याकाळी चावडीत, सोसायटीच्या चेरमन आणि संचालकांना बोलवून प्रकरणाची तड लावाय लावूया. आता गुमानं सगळ्यांनी घर गाठायचं.

सगळे आपोआप पांगायला सुरुवात. आपसात चर्चा.

दृश्य *संध्याकाळ*

पोलीस गाडी चावडीजवळ थांबलेली. पोलीसपाटील साहेब कांबळे आडव्याप्पाच्या दारात येतो.

पोलीस पाटील, आडव्याप्पाऽऽ ए आडव्याप्पा ऽऽ

घरातून सुमी बाहेर येते.

सुमी, कोणच न्हाई घरात.

पोलीस पाटील, कुठं गेल्यात सगळी?
सुमी, आजून आली न्हाई शेताकडनं.
पोलीसपाटील, शेताकडं गेल्यात का कुणाच्यात कामाला?
सुमी, म्हायती न्हाई.

पोलीस पाटील परततो. सरळ नरसाळेचे घर गाठतो. आबा नरसाळे आणि आडव्याप्पा बैलगाडीतून आणलेले साहित्य उतरून घरात घेताहेत. साहेब कांबळेला बघून आबा गाडीजवळ थांबूनच विचारतो.

आबा, काय रंऽऽ सायब्या. सांच्यालाच मारलास फिराटी?
पोलीस पाटील, आबा, पांड्या चेरमननं केस घातली. आडव्याप्पाला न्यायला पोलीस आल्यात.
आबा, ह्येला म्हणत्यात चोराच्या उलट्या बोंबा.
पोलीस पाटील, कायद्याला खरं-खोटं कुठं कळतंय?
आबा, आनी कुणाची नावं घातल्यात?
पोलीस पाटील, न्हाई कुणाची. एकट्या आडव्याप्पाचंच. प्राणघातक हल्ला केला, अशी नोंद केलीय.
आबा, सांग जा पोलिसास्नी. त्यो गावाला गेलाय. उद्या हाजर करतो म्हणून. उतारं काढूया. जामीन तयार करूनच त्येला हाजर करूया.
पोलीस पाटील, बघतो सांगून. खरं ऐकतील आसं न्हाई दिसत. चांगलंच हात वल्लं केल्यात, आसं दिसतंय.
आबा, मग बसू देत रातभर गावात.

आडव्याप्पा गाडी रिकामी करून परत बैलं जुपायच्या नादात असतानाच आबा त्याला हाक मारतो.

आबा, आडव्याप्पा, इकडं ये. आरं त्या, पांड्यानं तुझ्यावर केस घातलीया. पोलीस आल्यात. आता आसं करं, मळ्यातल्या घरातच थांब राच्च्याला. उद्याच्याला जाऊया तालुक्याला.

आडव्याप्पाला काहीच कळत न्हाई. तो एकदम गांगरलेला. पोलिसात केस, ह्या गोष्टीची धास्ती. कसबसा धीर एकवटून म्हणतो.

आबा, हे पांड्याचंच काम. आता कसं करायचं?
आबा, आरंऽऽ करायचं काय? जायाचं ठाण्यात. हजर व्हयाचं. जामीन पटवायचा. यायचं. त्यात काय? पोलीस काय खात्यात? माझं मी बघतो घे.

आडव्याप्पा, *धीर आल्यासारखा तुमी हाय म्हटल्यावर न्हाय घाबरत.*
       पोलीस पाटील चावडीकडे परततो.

दृश्य   दानवाडे *व* चावडीसमोर
पोलीस पाटील साहेब कांबळे परत येतो. पोलीस थांबलेले. दानवाडे तिथे
आलेला आहे.
पोलीस पाटील, साहेब, त्यो पावण्याच्या गावाला गेलाय. उद्या ईल ठाण्यात.
दानवाडे, आरं सायब्या, त्यो नरसाळ्याच्या घरात हाय, आणि गावाला
कुठल्या जातोय?
पोलीस पाटील, तितंबी जाऊन आलो. न्हाई म्हटल्यावर काय करू?
दानवाडे, त्येच्या बायकोला आणायचा व्हतास बलवून.
पोलीस १, नकोऽ नकोऽ तसं नको. तो असला तरच घीऊन जाऊ.
दानवाडे, साहेब, तुम्ही का घाबरता? आमी हाय न्हवं.
पोलीस २, तुमी आहात खरं, ह्या गावात दुसरीही लोकं आहेत. आम्हालाच
आडकवलं कायद्यात तर?
दानवाडे, एवढा श्याना कोण न्हाई गावात.
पोलीस १, असा नका भ्रम बाळगू. आता दिवस बदललेत. लगेच लोक उलटी
केस घालतात.
पोलीस २, चला. साहेबांना सांगू. पुन्हा उद्या येऊ.
     पोलीस निघतात. दानवाडे, पोलीस पाटील दोघेच उरतात.
पोलीस पाटील, तात्या जरा अती व्हयालंय तुमचं.
दानवाडे, गप्परंऽऽ मला नको अक्कल शिकवू.
पोलीस पाटील, बघा बाबाऽऽ
    तो फक्त बसून राहतो. कॅमेरा स्थिर.

दृश्य   सकाळ
राघू टेलरचा खोका. खोक्यात शिलाई मशीन. भरपूर चिंध्या. एक कपाटवजा
टेबल. कात्र्या, टेप, दोऱ्याच्या गुंड्या, शिलाईला आलेले कपडे. खोक्यात
बाबू कोण्या येतो. म्हणतो,
राघू, पोलिसं का आल्ती?

राघू टेलर, आडव्या शिणगारेला न्हायला. चेरमन पांड्यानं केस घातलीया.
बाबू कोण्या, आरं तेच्या मारी, पैसे खाऊनच्या खाऊन, वर त्योच केस करतोय?
राघू टेलर, हे डोस्कं दानवाड्याचं. फौजदार हाय न्हवं पोरगा. त्यो सुचवत असणार.
बाबू कोण्या, न्हेलं आडव्याला?
राघू टेलर, न्हाय बाऽऽ गावाय न्हाई म्हणल्यात.
बाबू कोण्या, थांब गड्याऽ जाऊन येतो आडव्याच्या घरात.

म्हणत तरातरा आडव्याच्या घराच्या दिशेला लागतो.

दृश्य

तायव्वाभोवती बायका. तायव्वा चिंताक्रांत.

भोवतीच्या बायका१ – पोलिसात न्हीऊन काय खात्यात?
२ – न्हीवून बशीवतील. सोडून देतील.
३ – ह्यो का न्याय म्हणायचा? भाड्यानं पैसे खाल्लं, आनी त्योच केस घालतोय.
४ – त्यो तात्या पाटील घालतोय भरीला.
५ – म्हणजे काय गरिबानं जगायचंच न्हाई?
१ – जगायचं की. त्ये म्हणतील तसं.
३ – त्ये माप म्हणतील. हितं काय मोगलाई हाय?
२ – मग काय हाय? मोगलाईच की.

तायव्वा फक्त शून्य नजरेने ऐकते आहे.

दृश्य दुपार

आडव्याप्पा शेतात. सोबत तायव्वा. दोघांचेच भात भांगलणे सुरू आहे. बांधावर रानाचे ढीग. ढगाळ वातावरण. गार हवा. शेजारच्या शेतात सिद्धाप्पाची माणसे भांगलाताहेत. धावत सुमी येते.

सुमी, आईऽ आईऽऽ पोलीसमामा आलाय.

तायव्वा एकदम दचकते. म्हणते,

आपला मामा?

सुमी, व्हय. जाणाराय. लवकर ये म्हणालाय.
आडव्याप्पा, तू जा. एवढी पात कडंला लावून येतो मी.
तायव्वा, चला की ऱ्हावू दे तिकडं. उद्या काढूया.
सगळे रान बांधावर टाकून तिघे घराकडे निघतात.

त्याला शेतकरी शोधायचाय. शेतकऱ्याच्या घरातल्या पोरानंच शेतकरी शोधायचा. कोणकेऱ्या शिकला नसता तर त्याचा आडव्याप्पाच. पिताजी ग्रामसेवक नसते तर वराभर शेतही वाटणीला आलं नसतं. सालगडी. दोन धडुताचे जोड. तीन हजार पगार. वर्षभर गांड घासा.

असं असताना तो शोधतोय काय? कानुगड्याला भेटायला उस्मानाबादला. कांताराम भेटणार अंजनगाव सुर्जीत. तिथं सापडणार काय? पाऊस गेला. शेतकरी मेला. शेतकऱ्याची कधी संघटना झालीय? होणारच नाही. हे बागायतदार शेतकऱ्यांचं नाटक. कांद्याला भाव द्या, कापसाला भाव द्या, उसाला भाव द्या. शेतकऱ्याला मागतकरी होऊन कसं चाललं. तो देणारा. तरी बरं आता बलुती सुटली. पण सुटली कुठं अधून-मधून उपटतातच. वाढा खळं, घाला भिक्षा. त्यात सरकारी बलुतंवाले नवे उरावर. तलाठी येतो, फाळा भरा. ग्रामसेवक येतो, फाळा भरा. सेक्रेटरी येतो, हप्ता भरा. मास्तर येतो, फी भरा. जुन्या लुटणाऱ्यांत नव्यांची भर. डॉक्टर हात लावाय शंभर घेतो. न्हावी बोडायला पंचवीस घेतो. टेलरची खिशाला कात्री तर तयार. चप्पलाची महिन्यात फाटण्याची खात्री. पिकलं आणि विकलं. तरी भागलंच कुठं? हा हिशेब कोणकेऱ्याला शंभर वेळा सांगितला. तर म्हणतो अधिक खोल काय तरी बिघडलंय. म्हटलं शोध. तर हे लिहून ठेवलंय काय-बाय.

रात्री कोणकेऱ्या पुन्हा स्वप्नात. म्हणतो, लुलेकर बाईला फसवू नको. ती साध्वी आहे. तुला साध्वी म्हणजे तरी कळणार काय? पण तिच्या भोळ्या स्वभावाचा गैरफायदा नको घेऊ.
अरे पण प्रत्येक बाईच्या पाठी लागतो, असं कसं म्हणतो.
तू म्हणजे नुसता वळू. दिसली म्हस लागला पाठी.
कोणकेऱ्या जास्तच झालं हे.
मला वाटतं कोणकेऱ्या, तुझा डोळा त्या बाईवर आहे. हे नक्की.

त्यामुळंच तू तिला माझ्यापासून लपवत होतास.
मला बाई भोगण्यात रस नाही. समजून घेण्यात आहे.
तुझ्या माझ्यात हा फरक. पण आता ती सापडलीय मला.
म्हणून विनवणी करतोय. त्या बाईला सोडून दे.
मग तू शालबिद्र्यासमोर हजर हो. बाईचा नाद सोडला.

आहो, काय बडबडाय लागलाय. झोपा की गप्प. बायकोनं हालवून जागं केलं. म्हणजे कोणकेऱ्या? झोपा गप्प. आपुणबी झोपायचं न्हाई, दुसऱ्यालाबी झोपू द्यायचं न्हाई. बायकोची अखंड टकळी.

दृश्य घर

तायव्वाचा पोलीस भाऊ घोंगड्यावर बसलेला आहे. तायव्वा, आडव्याप्पा घरात येतात.

तायव्वा, कसा काय मदीच फिरलास?
पोलीस भाऊ, तालुक्याला आलो होतो. तिथं केसचं कळालं. म्हटलं जाऊन यावं.
तायव्वा, लागलंय पाठीमागं नवीनंच. काय करायचं?
पोलीस भाऊ, त्यात काय दम नाही. असल्या हजार केसेस करा म्हणावं. फौजदाराला सांगून आलोय.
आडव्याप्पा, त्येनंच पैसे खाल्यात. म्हणून जामिनाला दंबिवलं.
पोलीस भाऊ, आता न्हाई दंबिवणार.
तायव्वा, चहा करतो. बसा बोलत. *म्हणत तायव्वा चुलीकडे वळते.*

दृश्य *सकाळ*

तिकटीवर जिवबा दानवाडे आणि संतू खवीस उभे.

संतू खवीस, तात्या, ही पाटलं आजुनबी मस्तीतच अस्त्यात. त्यास्नी वाटतंय गाव त्येंच्याच शब्दात चालतंय.
जिवबा, आता त्येंचं काय हाय गावात? आता गाव आपल्या ताब्यात.
संतू, तात्या तुमी म्हणून व्हईत न्हाई. त्यासाठी त्येंचा एक एक मान काढून घ्यायचं बघा. देवळाचा मान त्येंचा, पालखीचा मान त्येंचा, नारळाचा मान त्येंचा. हे बंद केलासा तर गाव तुमच्या ताब्यात.

जिवबा, आरं, बघ तर. यंदा लक्ष्मीच्या पालकीला कुणाला हातच लावू दित न्हाई. पालखी पुजणार मीच. नारळ देणार मीच.

संतू, ह्ये जरा आवघड दिसतंय.

जिवबा, आरं बघ तर. ह्येंची इनामदारकी घालीवतो. आता कली बदालली. आता मान माझा.

संतू, मग तात्या तुम्ही जिकलंच. आतापास्नं पसरा गावात. म्हणजे व्हतयच त्ये.

जिवबा, मनातल्या मनात हसतो. दोघे रस्त्याला लागतात.

दृश्य *दुपार*

भगवान बाटेचे शेतकरी संघटनेचे कार्यालय. दगडू पाटील, आबा नरसाळे, बुब्या, आडव्याप्पा असे आठदहा जण. बाटे चिंताक्रांत. कॅमेरा सर्वांवर.

बाटे, पाटील, कागदं आपल्या बाजूला नाहीत. म्हणजे कायदा आपल्या बाजूला नाही. ही लढाई कायद्यानं न्हाई खेळायची, काठीनं खेळायची.

दगडू पाटील, चेरमन पांड्या फरार झालंय. सोसाटीला कुलूप घातलंय. सेक्रेटरी बी लापता हाय. धरायचं कुणाला?

बाटे, आपली लढाई ए.आर. ऑफिसशी. कारवाई करा. कागदपत्रं सील करा. फौजदारी घाला. यासाठी मोर्चा काढायचा.

आबा, ह्यातनं काय निघंल? आमदार त्यांच्या बाजूला हाय.

बाटे, डोकं आपटून बघायचं. झालं झालं.

सगळ्यांच्याच माना डोलतात. कॅमेरा मोकळ्या दारावर.

दृश्य *आमदार संपर्क कार्यालय*

आमदारांचे पी.ए. आणि पाच-सहा जण. आबा नरसाळे नमस्कार करून पी.ए. साहेबांना विचारतो,

आबा, आमदारसाहेब कुठं भेटतील?

पी.ए., काय काम होतं?

आबा, भेटायचं होतं. आमच्या गावच्या सोसाटीत बेबनाव झालाय.

पी.ए., म्हणजे तुम्ही आकुर्डेकर?

आबा, तुमच्या कानावर हाय म्हणा. दानवाडे आला आसंल सांगायला.

पी.ए. फक्त हसतो. विचार करत म्हणतो.

आज भेट होणं कठीणच. सोमवारी या. भेटतील.

आबा आल्या पावली माघारी फिरतो. भोवती बसलेले खीऽ खीऽ हसाय लागतात. आमदार गावातच असतात, हे हालचालीवरून कळून येते. कॅमेरा हे टिपत जातो.

दृश्य *सखा न्हाव्याचा खोका*

सखारामच्या खोक्यासमोरच्या कॉईन बॉक्सवरून चेअरमन पांड्याची पोरगी फोन करते आहे. सखाराम गिऱ्हाइकाची दाढी करता करता काळजीपूर्वक ऐकतोय.

मुलगी, हॅलोऽऽ बाबाऽऽ कधी येणार? काय म्हणालास? न्हाई न्हाई. कोण न्हाई घराकडं. दिल्यानकी. आईनं इच्यारलंय कुठं हाय म्हणून. कुठं?... बरं बरं सांगतो. ठेवू?

पोरगी फोन ठेवते. रस्त्याला लागते. सखाराम गिऱ्हाइकाला म्हणतो.

गावाला लुबाडून दडून बसलाय लेकाचा. कधी तरी ईलच की गावात.

गिऱ्हाईक, तुम्ही कितीला बुडला?

सखाराम, जास्त न्हाई, नऊ हजार.

गिऱ्हाईक, म्हणजे झालंच की व्याजानं दहा हजार.

सखाराम, काय करायचं? चुकी आपलीच म्हणायची. खातं मदी मदी बघाय पायजे व्हतं.

तो स्वतःशीच पुटपुटतो. गिऱ्हाइकाची दाढी कोराय लागतो.

दृश्य *तात्या पाटलाचे घर*

दारात पंधरा वीस बायका. तात्या पाटलाची बायको आणि ह्या बायकांचा वाद चाललाय. कॅमेरा बायकांवर.

जमलेल्या स्त्रियांपैकी १, गरिबाचं पैसे खाण्यापरास श्याण खावावं.

तात्याची बायको, कुणी खाल्ल्यात त्येच्या दारात बोंबला जावा. आमच्या दारात का?

दुसरी, आगंऽ तुझ्या नवऱ्यानंच खाल्ल्यात. म्हणून तुझ्या दारात आलाव हाय. भाईर बलीव त्येला. इच्यारताव.

तिसरी, काय तोऱ्यात बोलती बघ. गरिबाचा तळतळाट लागंल भाड्याला.
चौथी, बुलट घीऊन फिरतोय घीरणा.
पाचवी, कशाला थांबायचं चला गऽऽ रस्त्यात गावला तर धरूया त्येला.
बायका हळूहळू पांगतात. तात्या पाटलाची बायको *हताश होऊन* काय दिवस आलं वाड्याला ऽऽ बायका चपल्या हातात घीऊन तोंड चुकवून वाड्यासमोरून जायच्या. आता चपल्या माराय आल्यात. भगवंता ऽऽऽ

दृश्य *ब्युटी पार्लर*

बॉबकटवाली तुका सरमाळ्याची बायको ब्युटी पार्लरच्या खुर्चीत बसलेल्या दानवाडेच्या सुनेचे फेशिअल करते आहे. शेजारी हरी निळपणकरच्या भावाची मुलगी, ते सगळे काळजीपूर्वक पाहते आहे.
ह्या गावातल्या बायका कधी सुदरायच्या कळतच नाही. गल्लीतून चालले, तरी वळून वळून बघत असतात.
ह्या गावठी बायकांना जमेतच धरायचं नाही. अगंऽ फार मागास विचाराच्या. परवा आमच्या सासूबाई साडी बेंबीच्या वर बांध म्हणून भांडतच बसल्या. म्हणे, आमच्यात बेंबी दाखवायची पद्धत नाही. शीऽऽ काय घाणेरड्या विचाराच्या. तरी बरं, आमचे हे मध्ये पडले. त्यांनी सासूबाईला दरडावलं. मग बसल्या गप्प.
भैरेवाडी लुगड्यात जन्म गेलेल्या बायकांना कुठली आलीय चेहऱ्याची काळजी? मशेरी घासत बसा म्हणावं.
शीऽऽ शीऽऽ काय वास असतो त्या मशेरीचा. मला तर ओकारीच येते.
अशा बायकांच्या नाकावर टिच्चून आपण वागायचं. म्हणजे त्याही झक मारत बदलतात. आता बघ, मी पार्लर उघडलं तेव्हा कोणीच फिरकत नव्हतं. आता दिवसाला तीन-चार गिऱ्हाइकं असतातच.
निळपणकरची मुलगी, वहिनी, तुम्ही घराघरात जाऊन काम केलं तर अजून गिऱ्हाइकं वाढतील.
सून, ती सवय नाही लावायची. उंबऱ्यातून बाहेर पडायची इच्छा बाईलाच व्हायला पाहिजे. साठभर नोकरदार आहेत म्हणे गावात. त्यांच्या बायका आपोआपच पडतील बाहेर.

तुमची साथ असल्यावर काय? म्हाताऱ्या बायकांनाही यायला लावतो का न्हायी बघा.

तिघीही हसाय लागतात.

डायरीतील पान

महाराज दत्त जयंतीनंतर एकदम ताजेतवाने. दत्तजन्माच्या वेळी ते पाळण्यातून लोकांसमोर प्रकटतात. त्यामुळे त्यांना खास भेटून काही विचारावं, असं मनात. तर महाराज भेटच द्यायला तयार नाहीत. त्यांच्या व्हरांड्यातच बैठक मारली. नाही भेटले तर इथंच झोपायचं. इरादा पक्का. बहुतेक सेवकानं त्यांच्या कानावर घातलं असावं. ते रात्री अकरा वाजता माझ्यासमोर प्रकट झाले. म्हणाले, छळण्याचं कारण?

विनाकारण.

नीट बोलूया.

बोलूया.

तुम्ही काल पाळण्यातून लोकांसमोर आला. तुमचा पुनर्जन्मावर विश्वास आहे.

असायचं कारणच नाही. आम्ही फक्त लोकेच्छा जाणतो.

लोकेच्छा चातुर्वण्य स्वीकारा अशी असली तर?

नाही स्वीकारणार. त्यासाठी आम्ही आजचं खेडं नष्ट करायचं म्हणतोय. आम्हास विज्ञान आणि धर्माची सांगड घालायची आहे. म्हणून आम्ही लोकांसाठी एवढे मोठे हॉस्पिटल बांधून सोयी उपलब्ध करून दिल्यात. अंगारे-धुपारे आम्हीही करू शकलो असतो.

म्हणजे सत्यसाईबाबासारखे?

आम्ही कोणासही श्रेष्ठ मानत नाही. समाज मानतो.

तुमच्या ह्या बोलण्याचा अर्थ?

ज्यानं त्यानं आपल्या बुद्धिनुसार लावावा. व्यक्तिस्वातंत्र्य.

म्हणजे तुम्हाला घटना मान्य आहे?

आम्हास डॉ. बाबासाहेब आंबेडकर मान्य आहेत.

पुढं ते देव मानत नव्हते.

ते बुद्ध मानत होते.

बुद्धाने मूर्तिपूजा नाकारली.

आम्ही स्वीकारतो.
म्हणजे?
व्यक्तिस्वातंत्र्य.
अर्थ कसा लावायचा?
ज्याच्या त्याच्या आकलनानुसार.
पळवाट.
नाही नवी वाट. झालं समाधान?
नाही. आपण कुठं तरी भेटलोय.
महाराज प्रश्नाचं उत्तर टाळतोय. याला बघितलंय आपण. हा ओळखतो आपल्याला. तरीही ओळख देत नाही. आपले स्मरण आपल्याला साथ देत नाही. महाराजांचे सेवक आले. त्यांनी निवासाची व्यवस्था केली. पहाटे जाग आली तर काकड आरती चाललेली.

आता गावात फिरताना अंगावर अचानक शहारे येतात. उगांचच डोक्याचे केस उभे राहातात. माणसाशी माणूस बोलतच नाही मनातलं. फक्त संशय. कोणत्या संशयाचा विळखा पडत गेला गावाला.

संशयाचं बी कोणी पेरलं इथल्या हवेत.

भरभरून फुटतच नाही कोणाला शब्द. सगळे मुक्यानंच वावरत बघत असतात संशयानं. बापाचा मुलाला. मुलाचा आईला. शेजाऱ्याचा पाजाऱ्याला. गल्लीचा घराला. घराचा गावाला. गावाचा शिवाराला फक्त संशय.

संशयानं शब्द लदबदले की मायेचे पाझर आपोआपच आटत जातात.

मायेनं ओथंबलेलं गाव – आटून कोरडं झालेलं.

कोरड्या कोरड्या संशयाच्या विहिरी. संशयाची भुयारं.

एक खोल संशयाचा डोह. कुठंच थेंब नाही. कोणत्या दिशेनं चालले हे तांडे जगण्याच्या मोडतोडीत. गाव गावातून हद्दपार होत जाताना.

नोंद

दिपूशेठच्या आत्मचरित्रात नव्या पात्रानं प्रवेश केला. गेल्या गेल्याच म्हणाला, आज अत्तर वगैरे काहीच नाही. पण नवीन माल भेटला.

तपश्चर्या फळास आली. क्षणभर थांबून गड्याला म्हणाला, चहा घेऊन ये जा रे. नुस्ता सांगून नको येऊ, घेऊनच ये. म्हणजे त्याला मुक्तपणे सांगता येणार. गेण्या दुकानातून पळाला. याचं सुरू. ती चष्मेवाली. आली का ध्यानात. प्रान्त कचेरीसमोरची रे. सहा फूट उंच- तगडी. चष्मे विकत उभी असणारी. च्या आयला. ह्या गावात ती पहिल्यांदा आली. तर प्रत्येकजण तिच्या पाठीमागं. पण ती महावस्ताद. गॉगल लावून चष्म्याची सुटकेस उघडी ठेवून उभी राहयची. त्यात तिचा घागरा आणि सलवार. ओढणी फक्त गळ्याभोवती सोडायची. उभार छातीला उठाव आणून सहज समोरच्याला खेचून घ्यायची. सगळ्यांप्रमाणे दिपूशेठही तिच्यावर नजर ठेवून. बाई दिसली की ती आपल्यासाठीच असं त्याला वाटतं. ही चष्मेवाली काय दाद देत नव्हती. हा प्रयत्न सोडत नव्हता. त्यामुळं यानं कोणता फासा तिच्यावर टाकला, याचं प्रचंड कुतूहल. दिपूशेठ वस्ताद निघाला राव.

अरे, वस्ताद कसला ज्याची त्याची वेळ यायला लागती.

ती काल आपणहून आली. घडलंच तसं.

म्हणाली, नड व्हती.

म्हटलं, माझी पण नड व्हती. तर तिनं झटक्यात हेरलं. सरळ घराकडंच बोलावलं. आजवरच्या भेटलेल्या बायकांत ग्रेट बाई. सलग दोन दम मारले.

बाई तरारून फुरफुरली. म्हणाली, आजपासून दार उघडं. च्या आयला, कोणकेऱ्या जन्मात पहिल्यांदा असली बाई भेटली. एकदम भन्नाट. दिपूशेठ प्रत्येक बाईजवळ गेला की हेच म्हणतो, पण त्याचा बाईचा नाद काही सुटत नाही. त्याला कधी तरी या शिवाय काही तरी सुचेलच.

नोंद

झिंगारू दारूवाला म्हणाला, आपल्याला शेतकरी, शेतीसंस्कृती, शेती या विषयी इंटरेस्ट नाही. म्हणजे मग काय करायचं? तर एक शेतकरी मरतो. त्यात बराच मसाला घालायचा.

त्याच्या ठेवलेल्या बाईला ऊर्फ छुपी दारूवालाला म्हटलं, हे कठीण. तर तिनं सांत्वनाचं भाषण केलं. व्यवसाय कसा महत्त्वाचा असतो. जो

निर्माता इतका पैसा लावणार आहे, त्याला काही रिटर्न मिळाय हवेत. आतापर्यंत ह्या विषयावर तीन-चार सिनेमे झालेत. आपला वेगळा सिनेमा झाला तरच धंदा करेल. फार मनावर घेऊ नको. प्रयत्न करू. कसा काय प्रयत्न करणार? शेतीसंस्कृती विचारातच घ्यायची नाही, तर मग शेतीविषयी विचार कसा करायचा?

झिंगारू दारूवाला सांगाय लागला, हे बघ ही एक आगपेटी तयार करणारी फॅक्टरी आहे. या फॅक्टरीत हजारभर कामगार काम करतात. त्यांची वेगवेगळी डिपार्टमेंट्स आहेत. त्यातल्या एका कामगाराची कोणत्या ना कोणत्या कारणाने प्रचंड हऱ्याशमेंट होते. तो त्या हऱ्याशमेंटला कंटाळून आत्महत्या करण्याची शक्यता आहे की नाही? तर आहे. तसंच शेतकऱ्याचं.

आता ह्यावर बोलणार काय? ज्याला आगपेटी कारखाना आणि शेती संस्कृती एकच वाटते, त्याला समजावून तरी काय देणार. मग मी स्वतःला पूर्ण आत ओढून घेतलं. हे छुपी दारूवालाच्या लक्षात आलं. ती म्हणाली, तुला जमेल तसं काम कर. झिंगारूचं फारसं मनावर घेऊ नको.

च्या आयला, ही बाई फाटलेलं व्यवस्थित शिवते. बाईला ही उपजतच कला अवगत असावी. छुपी दारूवाला त्या कामात तरबेज. माझी बोलतीच बंद करून टाकली. मग पुन्हा माझा तोच खेळ. त्याला हवं ते तो बघेल. आपल्यापुरतं काय तरी रचून बघायला काय हरकत. त्यातून आपल्याला काही तरी सापडेलच की, नाही सापडलं तर नाही सापडलं. म्हणून काय प्रयत्न सोडायचा. त्यांच्या गाडीतून आजऱ्यात उतरलो. भिंगारकरला गाठायचं होतं. त्याच्या दारात पोहचलो तर कुलूप. सहकुटुंब गेला कुठं? त्याची पतसंस्था ऊर्फ माझं कधीकाळचं निवासस्थान. इमारतीत आता पाय ठेवतानाही अंगावर काटा. प्रचंड उंची फर्निचर. सर्वत्र पसरलेला गालिचा. मॅनेजरचा भला मोठा फोटो. त्याची आणि त्याच्या भाच्याची ए.सी. केबीन. कुंभार सापडला. आता तो फक्त साहेबांचा खाजगी पत्रव्यवहार सांभाळतो. म्हणाला, वर्षभरात आमची पतसंस्था महाराष्ट्रभर पसरणार. कर्नाटक-गोव्यात पंचवीस शाखा निघाल्या. मुंबईत सात मोक्याच्या जागा खरेदी केलेत. पण तो

भिंगारकरविषयी काहीच सांगाय तयार नव्हता. शेवटी विषय काढल्यावर म्हणाला, त्याला मडिलगे शाखेचा मॅनेंजर केलाय. आजऱ्यातून मडिलगे फक्त पाच मैल. त्याच्याकडं जायचा बेत रद्द केला. दिवस मावळायच्या आत बेडिवचा धनगरवाडा गाठायचा होता. नेहमीच्या दुकानात सायकल भाड्यानं घेतली. सवयीचा रस्ता. चिटपाखरूही नाही. सायकलीचा सराव सुटलाय. पेंढऱ्या भरून आल्या. पेरनोली मागं पडलं. किर्र जंगल. फक्त झाडातली सळसळ. झाडांचा अंगभर वेटोळा. वाळून गेलेल्या गवताची किरमिजी गिचमीड. माझ्याच श्वासाची मला ऐकू येणारी आवर्तनं. माणसांपासून झाडात आलं की आपणच आपल्यापासून अपरिचित होत जातो. झाडात पसरणं सुरू. दर क्षणी नव्यानंच जंगल घुसतं आपल्यात. अंगभर उगवत जातात झाडं. कोणतं नातं असेल माझं आणि झाडाचं. झाडच होण्याची कला अवगत करायला हवी. झाडातून झाड. असंख्य झाडं. झाडांचं जंगल.

दृश्य *सोसायटीच्या दारात*

आबा नरसाळे, दगडू पाटील इतर तीन-चार जण कोणाची तरी वाट पाहात आहेत.

आबा नरसाळे, दानवाड्या येण्याची काय चिन्हं नाहीत.

इतर १, त्याच्या घराकडंच जाऊया.

दगडू पाटील, अजून बघूया थोडी वाट.

गल्लीच्या टोकाला दानवाडे, हरी निळपणकर येताना दिसतात.

आबा, आलीऽ आलीऽऽ दोगंबी आली.

इतर २, आज सोक्षमोक्ष लावायचाच.

दानवाड्या आलेला बघून समोरच्या घरातून हानमा शिपाई बाहेर येतो. दानवाडे काही न बोलता सोसायटीचे दार उघडतो. ऑफिसात जातो. पाठोपाठ आबासह सगळे.

आबा, खताचं काय करायचं ठरलंय?

सेक्रेटरी न्हाई, चेरमन न्हाई. मी तरी काय करणार?

म्हणजे, ह्या वर्षी खतं घालायचीच न्हाईत?

ते ज्येचं त्येनं ठरवायचं. मी काय सांगणार?

दगडू पाटील, सरळ बोलायचंच न्हाई ठरलंय वाटतं.
दानवाडे, तसं समजा.
इतर १, ह्यो लईच माजोरीपणा झाला.
दानवाडे, मग काय करणार हाईस? आलाय माज. काय करायचं त्ये करून घ्या. न्हाई आणत खत. सोसाटीबी आजपास्नं बंद. कायद्यानं काय करायचं करा जावा.
आबा, धरा रं ऽ रांडच्याला ऽऽ उचला. ह्येला दावूया कायदा.
लगेच जमलेले तीनचार जण सरळ दानवाड्याच्या अंगावर धावतात. दगडू पाटील त्यांना आवरतो. जोराने ओरडून म्हणतो.
दगडू पाटील, आबा, त्येच त्येला पायजे हाय. न्हाई लावायचा त्येला हात. लगेच तालुक्याला फिर्याद द्यायला पळणार. व्हा बाजूला.
हरी निळपणकर, कायद्यानं तुमचं काय चालत न्हाई. आता हाईत ती कर्जं भागवायच्या नादाला लागा. सोसाटी आमी म्हणलं तशी चालणार.
आबा, बघूयाऽ बघूयाऽऽ कायदा फक्त तुलाच कळतोय का ते तरी बघू या ऽऽ
दानवाडे, बघ गाऽ काय बघायचं ते सगळं बघा.
आबा नरसाळे, दगडू पाटील, जमलेले तीनचार जण गल्लीत येतात. त्यांच्या त्यांच्यात चर्चा चाललेली आहे. कॅमेरा त्यांच्यावर.

दृश्य *संध्याकाळ*

गावात सगळा चिखल. पाऊस येतो-जातो. कधी सतत कोसळतो. लोक नव्या पाण्याची यात्रा साजरी करत आहेत. स्वच्छ चकाकणाऱ्या घागरी सजवलेल्या. आंब्याची पाने, त्यात बसवलेला तांब्या, डोक्यावर घागरी घेतलेल्या पंधरावीस बायका. दूरच्या ओढ्यावरून पाणी हालगी वाजवत गावात आणले आहे. पाण्याची मिरवणूक. काही जण नव्या पाण्याला कोंबडी कापायची, ह्या तयारीत. काही जण आत्तापासूनच दारू पिऊन ल्हास. त्यात आरमुठ भीम्या, तवंदी रामाप्पा, केंदाळ वश्या असली सगळी मंडळी. मिरवणुकीबरोबर हालगीच्या तालावर डुलत गल्लीतून चालत आहेत. मिरवणूक दानवाड्याच्या दारावर येते. दानवाडे दारातल्या कट्टीवर टेकलेला. मिरवणूक पुढे सरकत असतानाच दानवाडे केंदाळ वश्याला हाक मारतो.

दानवाडे, वश्या ऽऽ ये ऽऽ वश्या ऽऽ वळख लागती काय गाऽऽ?

वश्या परतून उभा राहतो. कोण रांडचाऽऽ मला हाळी माराय लागलाय गाऽऽ त्योऽऽ?

संतापून दानवाडे कट्टीवरून उठतो. वश्याच्या कानशिलात लगावतो. वश्या भिरंबिटीत दानवाडेला सहजी उचलून सरळ मिरवणुकीच्या समोर आणून आदळतो. आरमुठ भीम्या, रामाप्पा, सगळेच त्याच्यावर तुटून पडतात. चिखल तुडवल्यासारखे त्याला तुडवू लागतात. हालगी थांबते. पुन्हा वाजाय लागते. हालगीच्या तालावर बडवणे सुरू. मिरवणुकीतील बायका गोंधळतात. त्यातील काही घागरी उतरून ठेवून दानवाड्याला वाचवायचा प्रयत्न करतात. आधी पिऊन असलेले लोक पुन्हा जोर येऊन बडवाय लागतात. दानवाडे चिखलात पूर्ण राड. डोक्यातून रक्त येते आहे. तरी त्याला बडवणे सुरूच आहे. बायका मोठ्याने ओरडाय लागतात. हालगी थांबते. गर्दी अधिकच. दानवाड्याच्या घरातील बायका गर्दीत घुसतात. त्याला सोडवून घेतात. दानवाड्याला घराच्या दारात आणले जाते. इतका वेळ हळू चाललेली नव्या पाण्याची मिरवणूक गतीने देवळाकडे चालाय लागते. हालगी पळत्या चालीवर वाजत राहते.

दृश्य

चावडीजवळ पोलीस गाडी. हवालदार. गावकामगार पाटील साहेब कांबळे, दोनतीन शिपाई. बरोबर दानवाडेचा, पीएसआय मुलगा. आणि कॅमेरा.

हवालदार साहेब कांबळेला उद्देशून पाटील, पहिलं आबा नरसाळेला घेऊन यायचं. आणि दगडू पाटीलाबरोबर पोलीस घेऊन जा.

साहेब कांबळे मान हालवतो.

दानवाडेचा मुलगा, हवालदार, सोबत तुम्हीच जा. या लोकांना ते दाद देणार नाहीत.

हवालदार चपापतो. साहेब कांबळेला चला तरऽऽ म्हणत सगळेच गल्लीतून चालाय लागतात. दानवाडेचा मुलगा जमलेल्या लोकांना सांगाय लागतो.

कशी चमडी लोळवतो बघा, तर एकेकाची. तात्याला हात लावतात म्हणजे काय? चांगली आद्दल घडवतो.

जमलेला १, यात आबाचा आणि दगडूचा काय संबंध? ते तर नव्हतेच तितं.

दानवाडेचा मुलगा,नव्हते, खरं त्यांनीच माराय लावलंय. न्हाईतर आमच्या अन्नावर जगलेल्या त्या आडव्याप्पाची काय ताकद हाय तात्याला हात लावायची?
जमलेला २, आगाऽऽ आडव्याप्पाचा तर काडीचा संबंध न्हाई, त्यो असल्या भानगडीतला माणूसच न्हवं. ह्ये कुणीतरी चुकीचं सांगितलंय तुमाला.
दानवाडेचा मुलगा, काय? आडव्यानंच उचलून आदळलंय, असं तात्याच सांगतोय आणि त्येचा काडीचा संबंध न्हाई म्हणजे?
जमलेला ३, मग गड्या, तुमचं राजकारण चाललंय. न्हवतं त्येच्यावरच केशी? ह्यो कसला कायदा?
जमलेला १, मारणारी ऱ्हाली बाजूला, तुमी पकडणार तिसऱ्यालाच.
दानवाडेचा मुलगा गोंधळतो. त्याला लोक बोलतात ते नीट कळेनासेच होते. तो खिशातील मोबाईल काढतो. जिवबा दानवाडेचा नंबर फिरवून बोलाय लागतो.
दानवाडेचा मुलगा, तात्याऽऽ डॉक्टर येऊन गेले?
...हाऽऽ कॉटवरनं हालू नका... आणि तुम्ही जी नावं केसमध्ये घालाय लावला... हाऽऽ हांऽऽ ... त्ये न्हवते म्हणे की, तिथं?... मग कोण खोटं बोलतंय?... काय ऽऽ... तात्या खरं ऽऽ खरं सांगा ऽऽ...
अशात दगडू पाटील, बुब्या, तुपूर, शंकऱ्या यांना घेऊन हावलदार चावडीसमोर येतात.
दगडू पाटील, *दानवाडेच्या मुलग्याला उद्देशून* चंदर फौजदार झाला हाईस. कायदा तुला जास्त कळतोय. लईबी बापाचं ऐकू नकोस. हे जास्त दिवस चालत न्हाई.
तुम्ही तात्याला विनाकारण मारलेलं चालतंय? तीन बरगड्या मोडलेत. डॉक्टर सुद्धा चक्रावला. बरगडी फुफ्फुसात घुसली असती तर जाग्याला संपला असता. मग काय घेतलं असतं. कुणाचं?
हे झालं तुजं म्हणणं. आता मला सांग–ह्या केशीत तू माजं नाव, आबाचं नाव, आडव्याप्पाचं नाव, बुब्याचं नाव, शंकऱ्याचं नाव घातलास. ह्यातलं कोण व्हतं तुझ्या तात्याला मारायला? खोटीच नावं?
हवालदार, खरं-खोटं करायला कोर्ट आहे. चला, तुमची नाव वारंटात आहेत. पोलिसस्टेशनला चला. इथं विषय वाढवत बसायचं नाही.

दगडू पाटील, पोलिसस्टेशनला यायला घाबरत न्हाई. चला. पण ह्या तुमच्या सायबाला खरं-खोटं सांगतोय. लई तात्याचं ऐकू नको. तुझंच वाटोळं व्हईल.
दगडू पाटील पोलीसगाडीत बसतो. पाठोपाठ बुब्या, शंकऱ्या. मग पोलीस गाडी सुरू होते. दानवाडेचा मुलगा आपल्या बुलेटला कीक मारतो. त्याचा चेहरा शंकाग्रस्त. दोन्ही गाड्या रस्त्याला लागतात.

दृश्य *रात्र*

तायव्वा सैरभैर. केसू आणि सुमी आईच्या भोवतीच. आडव्याप्पा यायचा पत्ता नव्हता.
सुमी, आई ऽऽ लई नको काळजी करूऽऽ वाटेत आसंल बाबा.
तायव्वा, काय सांगायचं बाईऽऽ नस्ती कटकट. कशातनं काय निघंल कुणास ठाऊक.
केसू, काय निघतंय? गप्प बस. बाबा नव्हताच तिथं, मग खोटं कशाला करंल कायदा?
पैशावर चालतोय बाबा कायदा. गरिबाला न्याय न्हाई ह्या जगात.
एवढ्यात आडव्याप्पा घरात येतो. धास्तावलेला. एकदम चिंताक्रांत. तायव्वा आपल्या चेहऱ्यावरची भीती एकदम दडवते. म्हणते,
कुठं आबाकडंच व्हत्यासा का दगडूतात्याकडं?
नाइलाजाने, कातर आवाजात आबाकडच व्हतो. दगडूतात्याला न्हेलंय पोलिसांनी. आबाबी गेला तालुक्याला. माजंबी नाव घातलंय म्हण केशीत. त्यो माप घालंल. कायदा काय खोट्याची बाजू घेतोय? खरं-खोटं बघंलच की कोर्ट.
कुठला कायदा आनी कुठलं काय? *सुस्कारत* ह्यो का माज्या पाट लागलाय कुणास धक्कल.
लागूऽ देऽऽ मघाशी कोल्हापूरला केलता फोन. धाकटा उद्या येतो म्हणालाय. काढंल कायतरी वाट. त्योबी पोलीसच हाय की.
आडव्याप्पा काही न बोलता फक्त जमिनीकडे बघत बसतो. केसू आणि सुमी केविलवाण्या नजरेने वडिलांकडे पाहात राहतात.

दृश्य *सकाळ*

दगडू पाटलाला रात्रभर पोलिसांनी मारहाण केली, ही बातमी वाऱ्यासारखी गावभर पसरते. जोराचा पाऊस असूनही लोक आपोआप चावडीजवळ जमा व्हायला लागतात. आबा नरसाळे लोकांशी बोलत चावडीत सगळी बयजवार माहिती सांगत बसलेला. शेतकरी संघटनेवाला आसक्या चावडीत येतो आणि वातावरणच बदलते.

आसक्या, *आबाला उद्देशून* आबा, तुमी आता पळा, पोलीस तुमाला, आडव्याप्पाला न्ह्यायला येणार. तुमी नका थांबू. आमचं आमी बगतो काय करायचं

आबा, तू करणार तरी काय? ते तरी सांग. म्हणजे जिवाला घोर नको.

आसक्या, जमंल तसं करूया. तुमी पळा *जमलेल्या लोकांना उद्देशून* आज दगडू पाटलावर पाळी आली. उद्या आपल्यावरबी येणार. आता गप्प न्हाई बसायचं.

चंडील बाळ्या, करायचं काय?

आसक्या, पोलीसठाण्यावर मोर्चा न्ह्यायचा. आजून लोकं गोळा करा. तालुक्याला जायचं म्हणजे जायचं.

बीट्या, मान्य. काडाऽऽ सगळ्या घरातली माणसं भाईर. शकरू कंत्राटदार कुठं हाय बघा.

चंडील बाळ्या, त्यो कशाला?

बीट्या, कशाला म्हणजे? त्येच्या ट्रकातनं न्ह्यायची माणसं.

गर्दीतील १, आगाऽ त्यो दानवाड्याचा माणूस. ट्रक कसा दील?

गर्दीतील २, विचारून तर बघा. न्हाई दिला. न्हाई दील.

बुब्या, चंडील, पळ. कंत्राटदाराला गाठच.

चंडील बाळ्या जागा सोडतो. एक एक माणूस वाढतच जातो. बाहेर पावसाचा जोरही वाढतोच.

दृश्य *पोलिसस्टेशन*

भरपावसात भिजत, छत्र्या सावरत आलेले लोक आसक्या, भगवान बाटे, चंडील बाळ्यासमोर. मोठ्याने घोषणा–

कायदा कुणाच्या बापाचाऽऽ
दानवाड्याच्या लेकाचा.

या घोषणांनी सगळा पोलिसठाण्याचा आवार दणाणून जातो. गाफील पोलीस ठाणे एकदम जागे होते. पळापळ वाढते. अधिकाऱ्यांची तारांबळ, घोषणांचा जोर वाढतो.

कायदाऽऽ कुणाच्या ऽऽ बापाचा ऽऽ

दानवाड्याच्या लेकाचा.

सगळे आवाक. घोषणा काय आहे हेही कोणास कळत नाही. प्रत्येक जण एकमेकाला विचारतोय. पोलिसठाण्याचे गेट एकदम बंद होते. घोषणा वाढतात. पाऊस थांबतो. गर्दी वाढते. घोषणा वाढतात.

फौजदार, *गर्दी शांत करत* तुमचा मोर्चा कुणावर आहे ते तर कळू द्या.

लोक, तुमच्यावर ऽऽ दानवाड्याच्या लेकावरऽऽ

फौजदार, हा दानवाडे कोण? ते तरी कळू द्याऽऽ

लोक, ज्याचं पैसे खाऊन तुम्ही दगडू पाटलाला मारलं. तो दानवाडे.

फौजदारचा चेहरा एकदम उतरतो. त्याला काय बोलावे कळत नाही. तो तसाच थांबतो. लोकांचा जोर वाढतो. मध्येच नवीन घोषणा येते.

ढेरपोट्या फौजदाराचीऽऽ

भाँ ऽऽ

गोंधळ वाढतो. पत्रकार, टी.व्ही.वाले हळूहळू जमाय लागतात. भगवान बाटे जोराने घोषणा देतो. गर्दी प्रतिसाद देतेय. फौजदार एकदम भानावर येऊन म्हणतो,

तुमच्यावरही कायदेशीर कारवाई करावी लागेल.

लगेच भगवान बाटे घोषणा बदलतो. म्हणतो -

आम्हाला अटक करा ऽऽ

न्हाय तर खुर्ची खाली करा ऽऽ

लोक तसेच ओरडाय लागतात. फक्त एकच आवाज-

खुर्ची ऽऽ खाली ऽऽ करा ऽऽ

झटपट पोलीसच पोलीस दिसाय लागतात. लोक हालायला तयार नाहीत. पोलीस शांत. एकदम तणावपूर्ण शांतता. फौजदार गोंधळलेला.

फौजदार *अगदी अभावितपणे*, हे राजकारणी आम्हाला दानीला देऊन निवांत बसतात. सांगत होतो साल्याला.

भगवान बाटे, हा कोण साल्या? आमदार का?
फौजदार एकदम चपापतो. सगळी गर्दी शांत. पुन्हा घोषणा. फक्त आवाज.

दृश्य *पोलीसस्टेशन*

मोर्चाचा आवाज. फौजदार अगतिक. सर्वांनाच काय करावे, याबाबत प्रश्न.
फौजदार भगवान बाटेजवळ येऊन म्हणतो,
आम्ही काय करावं असं तुमचं म्हणणं आहे?
भगवान बाटे, दानवाडेच्या पीएसआय मुलाला अटक करा.
फौजदार, त्यांचा काय संबंध?
बाटे, त्यांच्या सांगण्यावरून दगडू पाटलाला तुम्ही अटक करून मारहाण केली.
फौजदार, मारहाण कोणी केली? न्हाई केली.
बाटे, दगडू पाटलाला लोकांसमोर आणा.
फौजदार चमकतो. एकदम सावध होतो. शेजारच्या पोलिसाला विचारतो.
फौजदार, कस्टडीत कोणी दगडू पाटील आहे.
पोलीस, आहे साहेब.
फौजदाराची दातखिळी बसते. गर्दी वाढतच जाते. पुन्हा घोषणा. अशातच आमदारचा कट्टर विरोधक तवन्नाप्पा पाटणेची गाडी पोलीसस्टेशनजवळ थांबते. तवन्नाप्पा पाटणे रुबाबात गाडीतून उतरतो. भगवान बाटेला बाजूला बोलवून घेतो. नंतर लोकांच्या समोर येतच म्हणतो,
शांत व्हा ऽऽ शांत व्हा ऽऽ जरा माझं ऐका.
लोक हळूहळू शांत होतात. पोलीसठाण्यात कुणाला आणलंय हे फौजदारला माहीत नाही. आरोपी म्हणून कोणालाही ठाण्यात आणून माराहाण करायला ही काही मोंगलाई न्हाई. दगडू पाटलाला मारहाण करणाऱ्या पोलिसावर कारवाई झाली पाहिजे. ही आमची पहिली मागणी.
लोक जोरजोरात ओरडू लागतात. तवन्नापा पाटणेचे भाषण अशातही सुरूच असते. फौजदार आत पळून जातो. पोलीस बघ्याच्या भूमिकेत. आजूबाजूचे लोक फक्त गर्दी करून,

दृश्य *फौजदारची केबिन*

फौजदार अगतिक होऊन बसलेला. समोर भगवान बाटे, आसक्या, चंडील बाळ्या, तवनाप्पा पाटणे. फौजदारला भगवान बाटे सांगतो आहे.

साहेब, फक्त दगडू पाटलाला सोडून हे सगळं मिटत न्हाई. तुम्ही दानवाड्याच्या पोरावर स्वत: केस घातली पाहिजे.

तवनाप्पा पाटणे, तो असेल पीएसआय त्याच्या ऑफिसात. ह्या पोलीस ठाण्यात त्याचा संबंध काय? ह्या ठाण्याचा फौजदार कोण? तुमी का त्यो? त्यानं ह्या ठाण्यात सरकारी कामात हस्तक्षेप केलाय. त्याच्यावर केस दाखल करा.

चंडील बाळ्या, पदाचा गैरवापर करून गावात लोकांना त्रास दिल्याची तक्रार आमी देणार. ती पण घ्या. *फौजदाराचा मोबाईल वाजतो. सगळे गप्प.*

फौजदार मोबाईल घेतो. एकदम उठून, साहेबऽऽ जी ऽऽ... त्यांनी दानवाडे यांच्या विरोधात फिर्याद दिली... पद वापरून धमकावले... प्रयत्न करतो.. जी... चर्चा चालूय... नाही करत... जी... नमस्कार. *मोबाईल बंद झाल्यावर हुश्शऽऽ करत हॅंडसेट टेबलवर ठेवतो. एवढ्यात बी न्यूजचा बातमीदार हातात माईक, रेकॉर्डर घेऊन कॅमेरामनसह आत येतो. त्याला तिथेच थांबवत फौजदार म्हणतो,*

मगदूम, चर्चा चालू आहे. मिटेल थोड्या वेळात. त्यांनतर बोलू की.

बातमीदार मगदूम, किती वेळ चालेल चर्चा?

फौजदार, नाही सांगता येणार.

तवन्नापा पाटणे, आत्ताच त्यांना आमदारचा फोन आल्ता. त्यांनी दानवाडे पीएसआयवर केस नोंदवून घेऊ नका म्हटलंय. आम्ही ती नोंदवणारच.

फौजदार *वैतागून,* आहो, तो फोन डीएसपी साहेबांचा होता. आमदाराचा नाही. काहीही पिकवू नका.

तवन्नापा, असं ऽऽ असंऽऽ त्यांचं म्हणणं तसं आहे होय. म्हणजे खातं खात्याला सामील हाय म्हणा.

फौजदार, *चिडून* तुम्ही गप्प बसा हो. मगदूम तुम्हाला हात जोडतो. तुम्ही बाहेर जा.

मगदूम फोटोग्राफरसह बाहेर जातो. फौजदार एकदम गंभीर. चिंताक्रांत. कोणच कोणाशी बोलत नाही.

कांतारामजी,

आपण ठरवून घेऊ भांडायचे पत्रातून. पण संवाद तोडायचा नाही. याचे कारण तुम्ही चळवळीबाबत जास्तच संवेदनशील आहात. हे गैर नाही. मला तुमच्याविषयी आदरच आहे. आता मूळ विषयाकडे वळू. आपल्या एका नेत्याने जाहीर केले. सहकार चळवळ संपवल्याशिवाय शेतकऱ्याचा विकास शक्य नाही. मला सहकार चळवळ संपवायची आहे. आपण वाचले असेलच. नसल्यास वर्तमानपत्रातील कात्रण सोबत जोडले आहे. याबाबत तुमचे मत काय? हे जाणून घेण्यास मी उत्सुक आहे. याचे कारण समूहभाव, सहानुभाव हा कृषिसंस्कृतीचा स्थायिभाव. मी एकटा नाहीच. समूहाचा एक घटक. फक्त मला एकट्याला जगायचा अधिकार नाही. किड्याला–मुंगीला–कुत्र्याला–प्राण्याला–पक्ष्याला–झाडाला–वेलीला–माणसाला एकमेकांसोबत जगायचे आहे. ही आपल्या कृषिसंस्कृतीची धारणा. यातूनच सहकार जन्मला. आपण सर्व मिळून जगूया. बिना सहकार नही उद्धार. तर हे गृहस्थ सहकार संपवणे हेच आपल्या आयुष्याचे ध्येय मानतात. म्हणजे त्यांच्यावर जो मल्टीनॅशनल कंपनीचा एजंट असा शिक्का होता, तो त्यांनी सिद्ध करून दाखवला, असे आपले मत. त्यांना सहकार संपवायचाय. तुमच्या भागातील चित्र मला माहीत नाही. पण आमच्या शेतकऱ्याचा, गावाचा सगळा विकास हा फक्त सहकारातून झाला. खाजगी सावकारी संपवली ती सहकाराने. गावागावात धान्य सोसायट्या निर्माण झाल्या. दुष्काळ पावसाळा यात गोरगरीब शेतकऱ्याला जेव्हा कोणीच नव्हतं तेव्हा ह्या धान्य सोसायटीनं तारलं. यातूनच गावोगाव सेवा सोसायट्या जन्माला आल्या. खत हवं असेल, वरकड खर्चाला रक्कम हवी असेल तर सहकारी सेवा सोसायटी. यातूनच शेतकरी संघ. मिठापासून कपड्यांपर्यंत सर्व शेतकऱ्याला स्वस्त दरात. मग दूध संस्था, दूध संघ, सहकारी साखर कारखाने, सहकारी सूतगिरण्या, सहकारी मार्केट कमिट्या. हे सगळे जाळे पसरले. यात जोवर लोक विश्वस्त भावनेने काम करत होते, तोवर त्या शेतकऱ्याच्या उन्नतीसाठी झटणाऱ्याच संस्था होत्या. या संस्थांच्या व्यवस्थापनात स्वार्थी लोकांनी प्रवेश केला आणि ते अशा सहकारी संस्थांना खाजगी मालमत्ता समजू लागले. यातूनच जनतेचा पैसा म्हणजे लुटीचा ऐवज. अशी भावना निर्माण झाली. याचा अर्थ सहकारच वाईट आणि हा संपवण्यासाठी निघालेला कोणी अलेक्झांडर. ही भावना सर्वस्वी गैर. भांडवलदारी मानसिकतेचे प्रतिनिधित्व करणारी आहे.

या बाबत आपलेही मत असेच आहे का? आपण सहकाराकडे कसे पाहता हे जाणून घेण्यात मला रस आहे. कारण चळवळ चालवणारे लोक जर शेतकऱ्याचा गळा घोटत असतील, तर बोंबलणे एवढे तरी शेतकऱ्याच्या पोराने केले पाहिजे. फक्त प्रश्न एवढाच की तुमचे मत काय? जाणून घेण्यास आतूर.

डायरीतील पान

चिगऱ्या करवंदाच्या जाळीतून वाट काढत डोंगर चढतोय. पाठोपाठ चालताना शेंबाटीत अडकून शर्ट फाटला. चिगऱ्याच्या पायाची गती पकडायला पळण्याशिवाय पर्याय नव्हता. शर्ट काढून हातात घेतला. अंगभर शेंबाटीचे ओरखडे. थांबून भागणार नाही. ही संधी हुकली तर पुन्हा येईलच असं नाही. देवाळापर्यंत बोलायचं नाही. चिगऱ्यानं घातलेली अट. आजूबाजूला कशाचाच सासूल नाही. फक्त सरड्या-पाखरांची सळसळ. चिगऱ्याच्या पायताणाचा आवाज. अजून किती लांब? विचारायचं कोणाला? मौन मोडायचं नाही. चिगऱ्या गप्पकन थांबलं. लांबलचक उडी टाकून माझ्या समोर. त्यानं खुणेनं समोर दाखवलं- अस्वल. एकदम अंगाचं पाणी. दरवेशाचं अस्वल बघितलं होतं. पण हे रानटी अस्वल. काळंभोर. जंगाड. त्याला आमचा सासूल लागला होता. त्यानं थांबून लालबुंद डोळे आमच्यावर रुतवलेले. चिगऱ्या चिंताक्रांत. माझ्या हातापायाची थरथर थांबत नव्हती. चिगऱ्या खुणेनं सांगत होता. मौन सोडायचं नाही. त्यानं बंडीच्या खिशातली आगपेटी काढली. कमरेचा कोयता हातात घेऊन शेजारच्या झाडाची फांदी मारली. घोंगड्याच्या खोळीतला चिंध्याचा बोळा बेनलेल्या फांदीत अडकवला. चगाळ गोळा करून घुपा घातला. काडी पेटवली. फांदीची दिवटी झाली. अस्वलानं जागा सोडली. ते झाडांच्या गर्दीत घुसलं. चिगऱ्यानं चालायला सुरुवात केली. धीर एकवटून पाय उचलाय सुरुवात केली. ह्या जंगलात अस्वलांची वस्ती असल्याचं चिगऱ्या बोललाच नव्हता. माझी नजर सैरभैर होऊन सर्वत्र फिरत होती. अस्वल हल्ला करणार. मनात उगाचच भीती. तासभर चालल्यावर हळूहळू मन सैल होत गेलं. अस्वल भेटलं, हे चिगऱ्या विसरूनही गेला असावा. भला मोठा उंच दगड समोर आल्यावर चिगऱ्या थांबला. खांद्यावरचं घोंगडं दगडासमोर ठेवलं. दगडाजवळच टेकला. खुणेनं मला बसायला लावलं. ही त्यांची कायमची थांबायची जागा असावी. घटकाभर बसून दम घेतल्यावर तो

शेजारच्या जाळकांडात दिसेनासा झाला. एकदम एकटं वाटू लागलं. कापरं भरलं. चिगऱ्या आलाच नाही तर? एवढं एकटं कधीच वाटलं नव्हतं. भोतेभोर फक्त झाडं. करवंदीच्या-शेंबाटीच्या जाळ्या. अस्पष्ट दिसणारे आभाळाचे तुकडे. कुठं आहोत आपण? चिगऱ्याला हाक मारावी तर मौन मोडणार. एवढे घेतलेले श्रम फुक्कट. फार फार तर काय होईल. दगडाजवळ जाऊन दगडालाच कवटाळत मनाचा निश्चय केला. तर चिगऱ्या हातात पळसाच्या पानांचा बिंडा घेऊन हजर. त्यानं करवंदीचे काटे मोडून पळसाच्या पानाचे द्रोण तयार केले. या द्रोणांचं करणार काय? उत्सुकतेनं बघाय लागलो. चिगऱ्यानं मोठ्या उंच दगडाच्या बाजूलाच असणाऱ्या दगडाजवळचा एक दगड बाजूला केला. तर पाण्याचा झरा. च्या आयला, एवढ्या उंचावर हा पाण्याचा झरा. माझे डोळे आपोआपच फिराय लागले. चिगऱ्या पळसाच्या पानाचा द्रोण भरून माझ्या हातात देत खुणेनं म्हणाला, पिऊन टाक. पाण्याचा घोट घेतला, तर नारळपाणी. आजवर असं पाणी कधीच पिलं नव्हतं. पाचसहा द्रोण घटाघट पिऊन टाकले. एकदम तरतरी. अंगात नवा उत्साह. नखशिखांत काहीतरी सळसळत गेलं. डोंगर माझ्या आत पसरून मीच डोंगर झाल्याचा भास. चिगऱ्यानं मनसोक्त पाणी पिऊन पुन्हा झऱ्यावर दगड बसवला. आजूबाजूला किंचितही ओल नाही. पाण्याची खूणही न ठेवता पाणी इथं राहातं. हे कसं? चिगऱ्या घोंगडं खांद्यावर टाकून पुन्हा चालाय लागला. आता माझे पाय त्याच्या बरोबरच पडू लागले. हा पाण्याचा परिणाम. दिवस कलला असावा. असं भोवतालच्या अंदाजानं जाणवत होतं. अजून किती लांब? चिगऱ्याला खुणेनंच विचारलं. आलोच जवळ, त्याचा न बोलताच धीर देण्याचा प्रयत्न. बऱ्याच वर्षांत सलग एवढा चढ चढण्याचा प्रसंग. डोंगराचा उंच सुळका नजरेच्या टप्प्यात आला. चिगऱ्यानं त्याला वळसा घातला. अचानक एक पायवाट उगवली. म्हणजे इथं कोणतरी फिरतंय. दुसऱ्या उतरणीजवळच्या डोंगराच्या खोबणीत आम्ही पाय टाकला. चिगऱ्यानं हळूच वाकून शीळ घातली. अंधार आमच्या बरोबरच खोबणीकडं सरकत होता. खोबणीच्या गुहेतून काळा ठिक्कर. प्रचंड मिशा. दगडाच्या सुळक्यासारखा म्हातारा समोर आला. चिगऱ्या डोकं टेकून पाया पडला. माझ्याकडं बोट दाखवत म्हणाला, तालुक्यातल्या कचेरीत आसतुय. जवळ जवळ दहा तासांत पहिल्यांदा ऐकलेला शब्द. म्हाताऱ्याच्या पायावर डोकं टेकवलं. त्याच्या पायाच्या

कातडीचा स्पर्श झाला आणि माझ्या अंगावरून सर्रकत गार वाऱ्याची झुळूक तरळून गेली. अद्‍भुत स्पर्श. म्हाताऱ्यानं हलकेच हाताला धरून गुहेच्या आत घेतलं. मंद जळणाऱ्या वातीच्या उजेडात सगळी गुहा हळूहळू डोळ्यांत साठवताना आपण कोणत्या युगातल्या प्राचीन मंदिरात आल्याचा भास. ऐसपैस वीसपंचवीस फूट लांब, दहाबारा फूट रुंद. गुहा कसली, घडवलेलं मंदिर. मध्येच पाण्याचा ठिबकण्याचा आवाज. खोल खड्डा असावा. त्यात पडणारा एकेक थेंब. चिगऱ्या सवयीनं वावरत होता. माझी गाळण उडालेली. इथं एकटेच असता? माझा आवाज गुहेत भरून गेला. म्हातारा फक्त हसला. चिगऱ्या सांगाय लागला, बाबाजवळ माणसं न्हाईत. ह्या घवीत आल्यास तू पयला आसत. म्हणजे फक्त चिगऱ्यालाच इथं प्रवेश. बाबा रानावनात भटकत असतो दिवसरात्र. त्याला अख्खं जंगल ओळखतं. झाडं बोलतात त्याच्याशी. ही चिगऱ्यानं पुरवलेली माहिती. बाबा महिन्या दोन महिन्यांनी एकदा धनगरवाड्यावर येऊन सगळ्यांची ख्यालीखुशाली घेऊन जातो. पण ही वाट त्यानं फक्त चिगऱ्यालाच दाखवलीय. बाबाचे जगण्याचे नियम कडक. शिजवलेल्या अन्नाला हात लावत नाही. बाबाशी बोलायचंय. कोठून करावी सुरुवात. आपण तर काहीच ठरवलेलं नाही. चिगऱ्याच बोलतोय त्याच्याशी. आपण फक्त ऐकत.

बाळा म्हातारा दगऱ्यास गेलता. धाकल्याची सोयरीक ठरुस. बनबाची जनावरं चुकूस आजून न्हाईत गावूस. म्हाताऱ्याचा फक्त हुंकार. सगळी खडान्‌खडा माहिती चिगऱ्या देत होता. बहुतेक धनगरवाड्यावरचा कोणताच निर्णय म्हाताऱ्याशिवाय होत नव्हता. चिगऱ्यानं आधीच माझ्याविषयी बरंच काय काय सांगितलं असावं. म्हातारा काहीच विचारत नव्हता. मला बोलायला सुचत नव्हतं. अंधार गडद होऊन गुहेत घुसाय लागला. तसा चिगऱ्या म्हणाला, बाबा भाईर जावूस. मध्यान्हरातीला त्यो जंगलास अस्तुस. म्हटलं. आजच्या रातीला येऊ का बरोबर. रात्रीचं जंगल बघाचंय. म्हाताराबाबा फक्त हसला. त्ये न्हवं गा तुजं काम. सकाळी मुडदाच आणावा लागंल. चिगऱ्यानं सांगून टाकलं. म्हाताऱ्यानं कसले दोन कंद चिगऱ्याकडं सरकले. चिगऱ्यानं कोयत्यानं त्याची साल खरवडून कंद माझ्या हातात दिला. म्हणाला, खाऊन टाक. त्यानं आपला कंद साल न काढताच खायला सुरुवात केली. चिगऱ्याच्या हातातल्या कोयत्यानं कंद कापून एक फोड तोंडात टाकली. गुळासारखा

गुळमाट ढ्याण. सगळा कंद संपला तर पोट एकदम गच्च भरलं. डोळ्यांच्या पापण्या जड.

सकाळी जाग आली तेव्हा पिवळं धम्मक ऊन. समोरच्या जंगलावर पसरलेलं. म्हातारबाबाच्या गुहेत चिक्कार उजेड. सगळीभर कसल्या बसल्या मुळ्यांचे ढीग. मध्येच कसले बसले कंद. रात्रीच्या कंदाचं नाव विचारावं म्हणून म्हातारबाला विचारलं, तर त्यानं काहीच उत्तर दिलं नाही. चिगऱ्या म्हणाला, नाव नसूस. म्हाताऱ्यानं दुसरा कंद आपल्या हातानं सालपाटं काढून माझ्या हातात ठेवला. खायचं धाडसच होत नव्हतं. रात्री फक्त कंद खाल्ला तर आपण मेल्यासारखं झोपलो. ह्या कंदानं काय होईल कुणास ठाऊक. हिम्मत करून म्हाताऱ्याला म्हटले, बाबा, मला जंगल शिकायचंय. संसार सोडशील? बाबाचा प्रश्न. एकदम गार पडलो. हातातला कंद खाऊन टाकला. एकदम तरतरी. मग एक एक मुळी घेऊन हुंगत राहिलो. बाबा सांगायचा, ही मुळी पोटातल्यावर. ही मुळी कान फुटल्यावर. डोक फिरलं तर ह्या मुळीचं पाणी पाजायचं. म्हातारा न थांबता मुळ्यांची ओळख सांगत होता. चिगऱ्याला हे माहीत असावं. तो गुहेच्या तोंडाशी जाऊन कसल्यातरी पानांचा तोबरा भरत होता. म्हातारा मुळ्या दाखवता दाखवता थांबला. त्यानं माझा हात हातात घेतला. नखावर त्याच्या जवळची बी फिरवली. माझ्या डोळ्यासमोर अंधारी. मी खोल अंधाऱ्या विहिरीत तळाशी चाललोय. भुयारावर भुयारं पार करत. किती तरी वेळ. म्हाताऱ्यानं पुन्हा नखावर बी घासली. एकदम डोळे उघडले. म्हणाला, कुठं व्हतास. खोल अंधाऱ्या विहिरीत. भुयारं पार केली. म्हणाला, न्हाई-हितंच हाईस. ही भुरळबी नखावर घास्ली की माणूस भुरळीत. जंगल सगळं आसं हाय. मग न्हाशील? माझी बोबडी वळली. म्हातारबाबाचा निरोप घेऊन निघालो. चिगऱ्या म्हणाला, बोलायचं न्हवतं तर कशास आलुस. त्याला काय सांगणार. म्हातारबाच्या जंगलानं माझ्यातलं बरंच काय काय कुठल्या कुठं पळवलं होतं. ह्या म्हाताऱ्याकडून जंगल शिकायचं. चिगऱ्याला म्हटलं, म्हातारबाबा खाली कधी उतरतोय सांगशील. माझ्या खोलीवर न्हायचंय त्याला. चिगऱ्यानं होकार दिला. म्हणला, मीच इवूस घेऊन. तसा तालुक्यास आसूस कदी-मदी. त्यास सांगाय येऊस. डोंगर उतरताना म्हातारा माझ्या अंगात चढत होता. जंगलच झालेला म्हातारा.

दृश्य   *सरकारी हॉस्पिटल*

भगवान बाटे, आसक्या, तवनाप्पा पाटणे दगडू पाटलाला घेऊन सरकारी
दवाखान्यात येतात. दगडू पाटील मुका मार भरपूर बसल्यामुळे एकदम
विकलांग झालेला. त्याच्या शरीरावर काळेनिळे डाग. बाटे केसपेपर करतो.
आसक्या थकलेल्या दगडू पाटलाला धरून डॉक्टरसमोर घेऊन जातो.

डॉक्टर, पेशंटला बघितल्या बघितल्या केस मारामारीची दिसते. पोलिसात नोंद
केली का?

आसक्या, पोलिसांनीच मारलंय म्हणून घेऊन आलोय. *डॉक्टर चिंताग्रस्त.*
टेबलावरचा फोन उचलतो. फिरवतो. पी.आय.कडे द्या.... नमस्कार... समोर
पेशंट बसलेला आहे... व्रण दिसतात... नोंदवावे लागतील. ते चॅनलच्या
बातमीदारासह आलेत.... समजून सांगायचं काम तुमचं. मी काय समजून
सांगणार?... बघा.. बघा.. ठेवतो. *फोन ठेवून पुन्हा पेशंटकडे पाहात म्हणतात*
मिटत असेल तर घ्या मिटवून. उगाच पोलिसांशी वैर कशाला?

भगवान बाटे, नाही मिटवायचं. तुम्ही तपासणी करून फक्त सर्टिफिकेट
द्या.

डॉक्टर, ते देता येईल हो. ते तर कामच आहे माझे. तुमच्या हिताचं
बघा. शेवटी पोलीस पोलिसाला सांभाळून घेणारच. तुम्ही काय मिळवणार?

तवनाप्पा पाटणे, बेकायदा वागायची यापुढं तर ते हिम्मत करणार न्हाईत.
एवढं पुरं हाय.

डॉक्टर, बघाऽऽ बाबानु ऽऽ मी आपलं सुचवलं.

डॉक्टर समोरच्या बाकड्यावर झोपण्याची दगडू पाटलाला खूण करतो. दगडू
पाटील शर्ट काढून उघडा होऊन आडवा होतो. डॉक्टर तपासू लागतो.

दृश्य   *सकाळ*

आबा नरसाळेच्या घरात पेपर घेऊन पोरे येतात. मोठ्याने पेपरात आलेल्या
बातम्या वाचून दाखवू लागतात. बीट्या, आडव्याप्पा कोपऱ्यात बसून सगळं
शांतपणे ऐकत बसलेले आहेत. समोर आबा नरसाळे, वाचणाऱ्या पोराला
थांबवत विचारतो,

आरं. .. त्यो तवनाप्पा पाटण्या काय म्हणाला ते पुन्नांदा वाच.

मुलगा, *वाचू लागतो* याबाबत तवना पाटणे यांनी स्थानिक आमदारच खोट्या

केसेस दाखल करण्यास भाग पाडत आहेत. ही बाब चिंतेची आहे. असे मत व्यक्त केले. *मुलगा थांबतो.*

आबा, ह्या आमदाराला दानवाड्याचा लईच पुळका आलाय गड्या.

बीट्या, येणारच की, त्येचा पोरगा पैसा मिळवून देतोय म्हटल्यावर पुळका येणारच. खरं, आबा काल लोकांनीबी लई दंगा घातला ठाण्यात. नुसता धुडगूस.

आबा, घातला गाऽऽ धुडगूस खरं, दगडूला मार बसलाच की. विनाकारण आता केशीला सगळ्यास्नी लागतील, तीनचार हजार. आडव्याप्पा घाल जोडणी तूबी हजाराची.

आडव्याप्पा, *एकदम भानावर येत.* कशाची घालतोय जोडणी. आता तेला- मिठाचीच पंचायत झालीया. त्यात ही नवीन बैदा.

बीट्या, एकदा आलंय अंगावर म्हटल्यावर घ्यायचं शिंगावर. भ्यायचं न्हाई गाऽऽ

आडव्याप्पा, शिंगावर घ्यायला ताकद लागती. आता न्हाई उरली गड्या ताकद.

आबा, सोड रंऽऽ लईबी डोस्क्यात नको घीऊ. काय तरी इलाज निघलंच की. *आडव्याप्पा केविलवाण्या नजरेनं फक्त पहात बसतो.*

शब्द ईश्वर
शब्द दिला जायचा. शब्द घेतला जायचा. शब्द म्हणजे ईमान.
शब्द गहाण ठेवला जायचा. शब्दासाठी जीव दिला जायचा.
घेतलाही जायचा. शब्द जीवनमरणाची शपथ.
गायबच झाला गावातून शब्द- नि:शब्द होताना गाव.
कसे अगतिक-हतबल.
ओठांतून शब्द चोरीस गेलेल्या माणसांचे पडक्या ओठांचे भकास सांगाडे. उत्खनन करून प्रत्येक जण शोधतोय शब्द.
सापडतात फक्त स्टॅम्प. स्टॅम्प हर्षद मेहताचे, तेलगीचे आणि कुणाकुणाचे.
कसा, कुणी, केव्हा, का आणला हा स्टॅम्प गावात, घरात.
ज्यानं शब्दालाच फितूर करून घेतलं माणसाच्या जगण्यातून

उडवला विश्वास माणसावरचा.

स्टॅम्प अनेकांना गंडविण्याचं साधन.

स्टॅम्पच घडवतो घोटाळे, विश्वासघात. तू मला मी तुला फसव.
फक्त स्टॅम्प असू द्या तारण.

कसं बनवलं तू मला मी तुला. स्टॅम्पच घेऊन आला मरण.

शब्दांनो तुम्ही कुठं आहात.

माती शोधतेय ना तुम्हाला.

दृश्य   दुपार

पाऊस पडतोय. आडव्याप्पा शेतात एकटाच. जमेल तसे तण काढतोय. सिद्धय्या
त्याच्याजवळ येऊन थांबतो. त्याचे लक्ष नाही. तो आपल्या कामात गर्क.
सिद्धय्या, आडव्याप्पा, जरा दम बीम घीत जा. लईबी राबणूक बरी न्हवं.
आडव्याप्पा एकदम भानावर. रोखून सिद्धय्याला बघतो. त्याला नसते बोलायचे
त्याच्याशी. तो आपल्या कामाला लागतो. सिद्धय्या त्याला डिवचतो,
हे ऽऽ इकाय काढलंय म्हणं?

एकदम चरकतो. त्याच्याकडे रोखून पाहतो.

कोण म्हणलं तुला?

आलं कानावर. कुणाला देण्यापरास घाल माझ्या पदरात. करूया किंमत.
आडव्याप्पाची तळपायाची आग मस्तकाला जाते. तो स्वतःला आवरतो.
म्हणतो,

बरं ऽऽ बरंऽऽ

सिद्धय्याला थांबायचे असते. आडव्याप्पा दाद नाही देत. तो आपली वाट
धरतो.

आडव्याप्पा, स्वतःशीच टपणं घेतोय... वाट बघ.

मेलो तरी न्हाई इकणार वराभर जमीन.

काळजाचा तुकडा कोण कधी इकतं व्हय?

लागला इच्यारायला. लाजबी कशी न्हाई वाटत लाजगिड्याला?

काय आस्त्यात तरी माणसं एकेक...

पावसाची सर जोरात येते. आडव्याप्पा पोत्याची खोळ अंगभर लपेटून घेतो.

जोतीराव,

बघता बघता घराचे रूपच पालटले जोतीराव. घरातला तुमच्या काळच्या सोडाच पण माझ्या लहानपणातल्याही अनेक चिजवस्तू आता कालानुरूप घरातून हद्दपार होऊन अडगळीच्या खोलीतून घराबाहेर चालत्या झाल्या. ही यादी पाटा-वरवंट्यापासून सुरू केल्यास गाडगं, लोटकं, मंदान, ते काय साधा मोगाही कुठल्या घरात सापडणे तसे दुरापास्तच. त्यामुळे गाडग्याच्या उतरंडी कुठल्या घरात दिसल्या तर आबजूक वाटावे अशी स्थिती. कुरकू, बुट्टी, हारा, टोपलं, कणींग, तट्टे सोडा, साधी दुरडीचाही वावर बंद होऊन घराचा कब्जा ॲल्युमिनियम, स्टील, पितळी ताट, वाट्या, डब्यांनी घेऊन टाकल्यापासून खिडूक-मिडूक ठेवायच्या जागाही आपोआप बदलत जाऊन लाकडी पेट्याच काय, बटवा यांनाही घरात जागा उरलेली नाही. या वस्तू घरात यायच्या ते कुंभार, कोरवी गावातला आपला व्यवसाय बंद करून कोणी शिक्षणातून नोकरी चाकरीला लागले. कोणी जमेल तसा दुसराच उत्पन्नाचा मार्ग निवडला. सुतार-ल्हवार-चांभार-शिंप्यांनी आपापल्या व्यवसायातून बाहेर पडून किंवा व्यवसायाला नवे रूप देऊन पैशाशी संबंधित नव्या उत्पादनाचे मार्ग निवडून आपल्या जगण्याचा स्तर बदलण्यास सुरुवात केली. हा शिक्षणाचा चांगलाच परिणाम आहे असे म्हणावयास हरकत नसावी. बलुतेदारांनी आपले शेतकऱ्यांशी असणारे परंपरागत संबंध तोडल्यामुळे दोघांचेही तसे भलेच झाले. पण फिरस्त्यांपैकी बरेच मात्र अजून शेतकऱ्यास या ना त्या कारणे थोडाफार जाच करतच असतात.

जोतीराव, नव्या घडणीत ज्यांनी ज्यांनी शेतीशी असणारा संबंध तोडला त्यांचे तसे भलेच झाले. त्यांनी जगण्याचे नवे मार्ग शोधले. पण जे शेतीशी चिकटून राहिले त्यांची मात्र महादशा वाढतच गेली. या महादशेस हरितक्रांती नावाचे गाजरच अधिक कारण ठरले. देशाला अन्नधान्यात स्वायत्त करण्यासाठी आमच्या माय-बाप सरकारनी हे गाजर एवढे लालबुंद करून शेतकऱ्यासमोर बांधले, की ते चेट्टक आहे हे कळण्याइतपतची उसंतही त्यास मिळाली नाही. भरपूर उत्पन्नाच्या हव्यासाने शेतकऱ्याच्या घरात नवनव्या हायब्रिड जाती घुसवून त्यांना अचंबित करून टाकले. भाताच्या-उसाच्या-जोंधळ्याच्या-कापसाच्या-तुरीच्या-मुगाच्या-एवढेच काय पावटा-गवार-वांगी-दोडका-कारल्यापासून ते शेवग्यापर्यंतच्या नव्यानव्या जातीची बियाणे देऊन त्यास झम्मुरे करून, त्याचे डोळे दिपवून हेच आता आपले तारणहार असा समज दृढ करीत गेले. परिणामी शेतकऱ्याला आपली देशी बियाणे आपण सांभाळून ठेवली पाहिजेत याची आठवणही राहिली नाही. हळूहळू एक एक बी-

बियाण त्याच्या घरातून बाहेर पडले. करता-करता बी-बिवाळा ही गोष्टच घरातून न्हाईनपत झाली. कधी काळी लोटक्यात कारल्या, दोडक्याचं बी. गाडग्यात भाजीपाल्याचं बी. लिपनात भाताचं-जोंधळ्याचं बी व्यवस्थित साठवण्याची त्याची त्याची खास पद्धती त्याने विकसित केलेली होती. भरपूर राख, त्यात कडुलिंबाची पाने मध्येच एखादा चिडका बिबा ठेवला की वर्ष दोन वर्षे आळी अथवा टोका बि-बियाणाकडे फिरकतही नसायचा. आता अशी बियाणे ठेवण्याची सोयच उरली नाही. कितीही चांगले पीक आले तरी ते बी म्हणून उपयोगी नाही. बी-बियाणाला शेतीसेवा केंद्राचाच रस्ता. दरवर्षी नवी बी-बियाणे. या बी-बियाणांच्या कंपन्याना हक्काचे तयार गिऱ्हाईक मिळाले आणि ते मालामाल झाले. शेतकरी बिचारा हक्काची बियाणे गमावून परावलंबी मागतकरी झाला. त्याला पेरणीला जायचं तर घात महत्त्वाची नसून शेतीसेवा केंद्राचा मालक महत्त्वाचा बनला. मढं झाकून पेरणी करावी ही म्हण बदलून शेती सेवाकेंद्र उघडे असेल तर पेरणी करावी, अशी नवी म्हण तयार झाली. त्या शेती सेवा केंद्रात सेवा हा शब्द असला तरी तो केवळ फसवा आणि गुंगी आणणाराच. सरळ सरळ दरोडा टाकणाऱ्या माणसानं आपण संत आहोत असं भासवण्यातला प्रकार. या शेतीसेवा केंद्रात येणाऱ्या कुठल्याही बियाणाचा काहीही भरवसा देता येत नाही. शेतकऱ्याने खरेदी केलेले बी शेतात उगवेलच याची खात्री कोणी देत नाही. त्यामुळे पेरलेले बी उगवेलच असे नाही, तर फक्त आभाळाकडे तोंड करून ईश्वराचा धावा करायचा एवढंच शेतकऱ्याच्या हातात. बी-बियाणांच्या ह्या मुजोरीला प्रतिबंध करावा असं कुणालाच नाही वाटत. आपल्या राजाकारण्यापासून कृषिविस्तार अधिकाऱ्यांपर्यंत साऱ्यांना ह्या कंपन्या मलिदा चारत असल्यामुळे ते त्यांच्या फसवणुकीस अंतर्गत प्रोत्साहनच देत असतात. आपली परंपरागत बियाणे गेली. नवी फसवणूक पदरी आली हे आपले नशीबच. मागच्या जन्मीचे भोग असे समजून गरीब शेतकरी येणारा दिवस ढकलत असतो. याला काय म्हणावे? ही स्थिती बियाणांची तर यापेक्षा विचित्र स्थिती रासायनिक खतांची आणि औषधांची. यात तर नव्वद टक्के बोगसगिरी शिरली असून केवळ राख खत म्हणून विकण्याचा पराक्रम बऱ्याच कंपन्या करत असून बरोबर हंगामाच्या वेळेस कृत्रिम तुटवडा निर्माण करून ही बोगस खते दामदुपटीने विकत असतात. या दुष्टचक्रास भेदायचे असेल तर काय करावे? अशा विचाराने शेतकरी चिंताक्रांत झाला असून ज्यांच्याकडे आशेने बघावे ते आपण निवडून दिलेले राज्यकर्ते ह्या खाजगी कंपन्यांचे बटिक झालेले आहेत. हे वर्तमान भयावह असून शेतकऱ्यास आता कोणी वालीच उरला नाही. अशी स्थिती निर्माण झाली आहे. जे जे बोगस ते

ते खपविण्याचे हक्काचे ठिकाण म्हणजे शेतकरी. असा समज सर्वदूर पसरला असून बोगस योजना, बोगस शिक्षण, बोगस संस्था त्याच्याच अवती भवती पसरवल्या जात आहेत.

शेतकऱ्याला या असत्य परिस्थितीतून वाचवण्यासाठी ज्यांनी पुढे यावे अशा संस्थाही आपली जबाबदारी नीट पार पाडण्याऐवजी शेतकऱ्यांचे शोषण करण्यासच पुढे सरसावत आहेत. शेतकऱ्याच्या उन्नतीस हातभार लावतील म्हणून कृषी विद्यापीठांची स्थापना केली. शेतकी कॉलेजे सुरू करण्यात आली. कृषिसंशोधन केंद्राची निर्मिती केली. या साऱ्या ठिकाणचे पोटभरू विद्‌वान शेतकऱ्यांना कसे नाडता येईल याचेच संशोधन करत आहेत. ही बाब चिंताजनक. वेगवेगळ्या उच्चविद्येच्या पदव्या घेतलेले हे लोक खत कंपन्या, बियाणांच्या कंपन्या यांच्या ताटाखालचे मांजर बनून त्यांनाच फसवणुकीचे विविध मार्ग उपलब्ध करून देत आहेत. या साऱ्या पढिक विद्‌वानांचा शेतकऱ्यांना काडीचाही उपयोग नाही हे आता सिद्ध झाले असताना, या संस्था शेतकऱ्यांचे नाव घेऊन त्यांचेच शोषण करून कुऱ्हाडीचा दांडा गोतास काळ बनलेल्या आहेत.

जावे कुणाकडे असा प्रश्न आता शेतकऱ्यासमोर उभा ठाकला असून जो जो मानावा भगवंत तोच निघतो भूत, असा त्यास अनुभव पावलो-पावली येत आहे. काळजीनं पोखरलेल्या शेतकऱ्यास आता सर्वदूर फक्त अंधारच अंधार दिसत असून त्यास फक्त अंधाराचीच स्वप्ने पडत आहेत. हे भयावह वास्तव अधिकच भयावह बनत आहे. जोतीराव, कुठे शोधावा आशेचा किरण, हाच आता कळीचा मुद्दा बनलेला आहे.

दृश्य जीवबा दानवाडेचे घर, संध्याकाळ

जिवबा दानवाडेच्या घराच्या पुढच्या सोप्यात तात्या पाटील, हरी निळपणकर, जिवबा आणि चेरमन पांड्या यांची बैठक.

तात्या पाटील, वकिलाचं काय म्हणणं पडतंय?

जिवबा, वकीलं काय गाऽऽ व्हतंयच म्हणत्यात.

हरी निळपणकर, व्हतंय म्हणजे काय व्हतंय? त्येचा खुलासा व्हायला पायजे. दगड्याला अटक झाली. त्येनी उलटी केस केलीया. आबा नरसाळेला अजून बलवायबी न्हाई. म्हणजे आता सगळं थंडावलंच म्हणायचं?

जिवबा, थंडावंल कसं? नरसाळ्याला अटक व्हणारच, आसं चंदरचं म्हणणं.

त्यो हाय फौजदारच्या पाटीवर. पण त्ये बेनं घाबराय लागलंय.
तात्या पाटील, त्येला घाबराय काय झालं? आमदारच हाय त्येच्या बाजूला, मग कोण काय करतंय?
जिवबा, तवन्नाप्पा पाटण्या आणि भगवान बाट्याला त्यो लागलाय भ्यायला. त्यात ते पेपरवाले आणि टीवीवाले आले की गांगारतयच त्ये. एवढं का भीतय कळतच न्हाई. गडी दादच दीत न्हाई.
तात्या, मग सोडायचं आमदारला त्येच्यावर. दुसरा काय इलाज. हळूहळू गावात वातावरण बदलाय लागलंय. त्या दगड्याचं तेवढं नाव वगळाय पायजे व्हतं. चुकलंच त्ये. त्येचं नाव नको व्हतं.
जिवबा, नको कसं? त्येला मोडल्याशिवाय मानाची पालखी माझ्या घरात ईत न्हाई.
निळपणकर, पालखीचा नाद सोड गाऽऽ ती तुज्या घरात न्हाई चालत. ती आमची भावकीची गोष्ट हाय.
जिवबा, कशी चालत न्हाई बघतोच. तू आडवा आलास तरी तुलाबी मोडणार.
निळपणकर, येच मोडायला *उठतो* लई झाला तुझाबी माज. आत्तापास्नं मी आबाच्या पार्टीला.
तात्या, सोडा गाऽऽ ती पालखी. त्यापेक्षा सोसाटीचं बघा. डेरीचं बघा. मागनं बसशीला बोंबलत.
जिवबा, जाऊ दे बोंबलत. पण पालखी महत्त्वाची. तिचं बोला.
तात्या, कशाला खांजळून आवदाणा काढालास. आदी फुड्यात हाय ते बघ. पालखी घेऊन काय मिळणार तुला?
जिवबा, मिळू दे काय. न्हाई मिळू दे. पालखीचा मान माझ्याकडं पायजे, म्हण्जे पायजे.
निळपणकर, न्हाई जमत. मी चाललो. *तो चालू लागतो.*
तात्या, थांब गाऽऽ आसं करून न्हाई चालत.
निळपणकर, तू हो गोसावी. मला जात सोडून न्हाई चालत.
जिवबा, कोण गोसावी? कायबी न्हाय बोलायचं! लई झाली तुमची इनामदारकी. आता न्हाई चालत.
निळपणकर, बघू याऽ बघूया ऽऽ *म्हणत दार गाठतो.*
तात्या हतबल होऊन फक्त दोघांकडे बघत राहातो.

नोंद

सकाळी सकाळी घरातून बाहेर पडायच्या तयारीत. अचानक चिगऱ्या धनगर पाचसहा धनगरांना घेऊन दारात दत्त. त्याच्या वस्तीवरचा तो एकटाच. बाकीचे अपरिचित. पन्नाशी ओलांडलेले त्याच्याच वयाचे. आत बोलावून खुर्चीवर बसवलं. पाणी दिलं. चिगऱ्या म्हणाला, राऊंडवाल्यानं जगुसं नकूसं केलंय.

त्याच्या बरोबरचा दुसरा बसुदेवाच्या वाड्यावरचा. थोडाफार फिरलेला. लोकांत वावरणारा असावा. त्याच्याकडं बोट करत चिगऱ्या म्हणाला, त्यो तुमास सांगूस सगळं. प्रकरण गंभीर असावं. सगळ्यांच्याच चेहऱ्यावर तणाव. सगळेच गप्प बसले. थोडं मोकळं करावं म्हणून विचारलं, हे कोणत्या वाड्यावरचं? तर चिगऱ्या म्हणाला, ह्याचं नाव, बश्या धनगर, ह्याचं सिध्दाप, ह्याचं कऱ्याप धनगर. ह्याचं केंच्या, ह्याचं काश्याप सगळी बसुदेवाच्या वाड्यावरची आसूस. ह्यास्नीच तरास करूस लागलाय. त्याला थांबवतच बश्या धनगर म्हणाला, मालकानु, आमच्या जंगलास कानझाडे नावाचा राऊंडवाला नवीन आलाय. सा म्हयने झाल्यात. आल्यापास्नं केंच्याच्या बिऱ्हाडाच्या मागावर आसूस. कुठं जा काय करं हा मागं आसूस. कालच्यास जंगलात वढूस का नकोस. जोरास कुकरी टाकलीन म्हणून सुटूस. आता ह्या कानझाड्याचं काय तरी करूस पाजे. बश्या थोडं जपूनच सांगत असावा. म्हणजे कानझाड्यानं बाईला धरलं असाणारच. पण ह्यात आपण काय करणार? सरळ पोलिसात केस नोंदवाय लावलेली उत्तम. वनविभागाचं ऑफिस आमच्या शेजारीच. फाले रेंजर कधीकधी चहा पण पाजतो. त्याच्या कानावर घातलेलं बरं. चिगऱ्याला म्हटलं, कायतरी करू. ऑफिसात जाऊन येतो. बश्या म्हणाला, आमी बी संगट आसूस. चला. नको-नको पहिल्यांदा मी रेंजरला भेटतो. तो काय म्हणतो बघू. मग ठरवू. तोवर दुसरं काय काम असलं तर गावात फिरून या झालं. दुपारी ऑफिससमोर भेटू. चिगऱ्यानं मान हालवली. सगळे बाहेर पडले.

फाले रेंजर आठ-आठ दिवस ऑफिसात नसतोच. फिरस्ती दाखवून जिल्ह्याच्या ठिकाणी असतो. ही माहिती त्याच्या ऑफिसातल्या जाधव क्लार्कनं दिली. म्हणजे फालेला गाठणं कठीण. दुसऱ्या कुणाकडून

सल्ला मिळेल, असा विचार करत थांबलो, तर साक्षात फालेच समोर. गडबडीनं नमस्कार करत त्यांच्या ऑफिसात गेलो. तर त्यांची अर्धातास ऑफिसात पूजा चालली. नंतर म्हणाले, बोला कोणकेरी कसं चाललंय. तर सगळं त्यांच्या कानावर घातलं. म्हणाले, कोणकेरी ती धनगरं बारबुंडी असत्यात. त्यांचं काय खरं नस्तं. नुस्ती आदावत घेऊन पैसे काढतात. त्यांच्या बायका भलत्या चालू. वनविभागाच्या माणसांचा पाठलाग करत्यात. त्यांचं काय मनावर नका घेऊ. समजूत काढून पाठवून द्या. वाटल्यास शंभर-दोनशे ठेवा हातावर. जाधवाला सांगतो तुम्हाला पैसे द्यायला. अरे, जाधवऽऽ त्यांचा ऑफिसात भरून बाहेर पडलेला आवाज. ह्याचा आपल्याला काहीच उपयोग नाही. फाले सज्जन वाटला होता. निघाला बेईमानच. जाधव म्हणाला, ह्यालाच लागत्यात जंगलातल्या बायका. हा तुम्हाला काय मदत करणार. म्हणजे गरिबाच्या बायकांनी जगायचंच नाही? जगायचं की. जसं जमंल तसं जगायचं. डोक्याची शीर ठणकू देणं उपयोगाचं नाही. पोलिसात जाऊन तरी काय उपयोग. कानझाडेनं हजार-पाचशे कोंबलं की फाईल बंद.

ऑफिसात जाऊन फक्त टेबलवर बसून टाकलं. कागदाचा समोर ढीग. डोक्यात फक्त केंच्याची बायको. आपण काहीच करू शकत नाही. चिगऱ्या सगळ्यांसह ऑफिसच्या दारातच आला. खांद्यावर घोंगडी, अंगात मुंडासं, डुईवर पटका. कासोट्याला धोतर. सुटाबुटातल्या गर्दीत उठून दिसणारे ते चौघेपाचजण. जाऊन काय सांगायचं त्यांना. तर बश्या माझ्या समोर येतच म्हणाला, मलाकानु काय करूस पायजे आमी. सगळं ऑफिस माझ्याकडं विचित्र नजरेनं बघाय लागलं. बश्याला घेऊन रस्त्यावर आलो. त्याला सगळं सविस्तर समजून सांगितलं. त्याच्या डोळ्यांतही तोच प्रश्न गरिबानं जगायचंच न्हाई? केंच्याच्या डोळ्यांत मात्र अचानक रक्त उतरलं. मग जाऊस कशास पायजे पोलिसात. त्याचा चेहरा भीतीदायक.

दृश्य *ग्रामपंचायत*

ग्रामसेवक दप्तर पसरून बसलेला आहे. बाजूला तुका. आडव्याप्पा ग्रामसेवकाजवळ येऊन टेकतो

ग्रामसेवक, काय काम काढलं शिणगारे?
आडव्याप्पा, त्ये जवाहर विहिरीचं काय जमतंय काय बघायचं व्हतं.
ग्रामसेवक, ह्ये आनी तुला कुणी सांगितलं? ती प्रकरणं कव्वाच गेली पंचायत समितीला.
आडव्याप्पा, गेल्याली जाऊ द्या. आता माझं नाव कळवा बीडीओकडे.
ग्रामसेवक, त्ये आसं तोंडानं पाटवायचं आस्तंय व्हय? त्येला कागदं कराय लागल्यात. ठराव घ्याय लागतोय. सरपंच ठरवतोय ती नावं. तू सरपंचाला भेट.
आडव्याप्पा, तस्सं करतो.
म्हणत आडव्याप्पा जागा सोडतो. सरळ शिंद्याच्या गल्लीला चालाय लागतो. त्याला तात्या पाटलाला गाठायचे असते.

कोणकेऱ्याला बायकांचा नाद नव्हता.

त्याला बायकांविषयी बोललेलं आवडत नव्हतं.

मग त्यानं लुलेकरची बायको माझ्यापासून लपवण्याचा प्रयत्न का केला. लुलेकरच्या बायकोवर त्याचाही डोळा असू शकतो. संशयाला जागा आहे.

लुलेकरच्या बायकोला भेटायला हवं. ती किमान काही म्हणेल. मिटक्या म्हणाला, लुलेकर कधीच शुद्धीत नसतो. तो दिवस-रात्र पीत रहावा याचा प्रयत्न त्याची बायको करत असते. त्याचं ऐकून घेतलं. बाँडरायटर देसाईच्या खोक्यात गुजर पोलीस बसलेला. त्याला लुलेकरला शोधायला लावलं. तो म्हणाला, भोयट्याच्या दारू दुकानात सापडणारच. त्यापेक्षा शेठजी सरळ घरच गाठा की त्याचं. हा त्याचा सल्ला बरा वाटला. कुंभार गल्लीतून नदीवेशीला दत्ताच्या देवळाजवळ आल्यावर लुलेकरची चौकशी केली. लुलेकरचं घर सापडलं. दार उघडंच होतं. हाक मारली तर लुलेकरची बायको समोर. बाई बघता क्षणीच पाचावर धारण बसली. ती काही विचारत होती. फक्त एकटक तिच्याकडं बघत होतो. ती पाठमोरी वळली. तिची मोकळी सोडलेली केसं तिच्या नितंबावर खेळत होती. ती पुन्हा काय तरी म्हणाली. तेव्हा भानावर. म्हटलं, वयनी तुमच्याकडंच काम होतं.
बोला की, तुम्ही भांडी दुकानदार न्हवं? म्हणजे ती मला ओळखते. स्वत:ला सावरलं. ओळखीचं हसायचा प्रयत्न केला. कोणकेरीविषयी बोलायचं होतं. ती

एकदम विरघळली. अचानक तिच्या पापणीच्या कडा ओलावल्या. बोलली काहीच नाही. तुमच्या घरात त्याचं जाणं येणं होतं. कुठं गेला असेल असं वाटतं तुम्हाला.

आता कशाला उकरून काढताय. कुठं आसंल तिथं सुखात ऱ्हावू दे, बिचाऱ्याला. ओल्या खांडकावर बांधावा असा माणूस व्हता.

म्हणजे तो जिवंत असेल म्हणता?

म्हणजे? असणारच की. मरणाऱ्यातला नाही तो. आणि का मरावं त्यानं? कुणाच्या वाळल्या पाचोळ्यावर पाय द्यायला न्हाई त्यानं.

पण बायकोला वाऱ्यावर सोडून गेला त्याचं काय? ती काहीच बोलली नाही. तिला बोलतं करण्यासाठी म्हटलं, वयनी तुमचं मोडीचं पोतं पडलंय दुकानात.

मोड घातलीय म्हटल्यावर आमचा काय संबंध.

पैसे द्यायला पाहिजेत तुमचे.

महाराजांनी पैसे घीऊ नका म्हटलंय.

कोण महाराज. बाई एकदम चपापली. बोलून गेल्याविषयी थोडी वरमली. माडीच्या डोंगरावरचे म्हाराज. त्यांच्याकडं अस्तं जाणं-येणं. ते म्हणले.

त्यांचा काय संबंध?

ते सांगतात बरं-वाईट. संसारात असत्यातच की इच्यारायच्या गोष्टी. भाऊजीच पहिल्यांदा घीऊन गेलते म्हाराजांकडं.

कोण कोणकेरी?

हां. त्यांचं त्यांचं चांगलंच सूत व्हतं. तुमाला न्हवतं ठावं? काय बया. एवढं काय काय दोघांचं चालायचं आनी म्हाराजांकडं गेला न्हाई म्हण्जे? च्या आयला बाईनं बोलतीच बंद केली. आता उठलेलं बरं म्हणून म्हटलं, वयनी, अध्येमध्ये गरज लागली तर टाकतो चक्कर.

गरजच पायजे कशाला. तसंबी येणजाणं झालं तर काय वाईट हाय.

बरं-बरं म्हणत बाहेर पडलो. आयला, कोणकेऱ्या. माडीच्या महाराजाकडं? हे काय नवीन सुतड-गुत्तड.

दृश्य *तात्या पाटलाचे घर.*

तात्या पाटील घरातून बाहेर पडायच्या तयारीत असतो. आडव्याप्पाला बघून तो दारातच येतो. म्हणतो,

काय काढलं गा ऽऽ?

आडव्याप्पा, त्ये जवाहर विहिरीचं बघा की मला व्हतंय का ते?

तात्या, त्ये तुला कसं व्हईल?

आडव्याप्पा, कसं म्हण्जे? माजी जमीन हाय एका जागी. क्षेत्र बी बस्तय. पावणा म्हणाल्ता करून घीऊया. नुस्तं ग्रामपंचायतीतनं नाव पाठवाय लाव.

तात्या *विचारात,* यादी गेली की गाऽ तालुक्याला. आता तुजं नाव शेप्रेट पाठवाय लागणार.

आडव्याप्पा, बघा तेवढं जमवाच. म्हण्जे मलाबी आधार व्हईल.

तात्या, बरं बरं ऽऽ *म्हणत दारातल्या मोटर सायकलला चावी लावतो. आडव्या त्याच्यासमोर अगतिक उभा असतो.*

दृश्य *ग्रामपंचायत*

सरपंच तात्या पाटील खुर्चीवर बसलेला. ग्रामसेवक दप्तर पगळून. तुका शिपाई शेजारीच. सदस्य गोपाळ कांबळे शेजारच्या खुर्चीवर.

तात्या, आरं तुक्या, त्या आडव्याचं नाव जवाहर विहिरीत घालाय पायजे म्हणतंय.

ग्रामसेवक, यादी कव्वाच गेली. आता पुढच्या साली.

गोपाळ कांबळे, बघा जमत असलं तर पाठवा की, गरिबाचं झालं तर बरं व्हतंय.

तात्या, बरं कसलं? झालं मंजूर पैसे तर दुसऱ्याच कारणाला लावंल. त्ये कुठलं काढतंय विहीर?

गोपाळ, अस्सं कसं? राबणारा गडी हाय.

तात्या, दगडू पाटलाचा उजवा हात हाय त्यो. म्हण्जे आमचा विरोधकच की. त्येचं काम करून आमचा काय फायदा?

ग्रामसेवक, ते द्या सोडून. पण त्याचं नाव पाठवलं की सरपंच तुमचं नाव बसत न्हाई.

गोपाळ, मुळात सरपंचाचं नाव पाठवलास कसं?

ग्रामसेवक, सरपंचाचं कुठं? त्यांच्या बिऱ्हाडाचं पाठवलाय. सरपंच बसत न्हाईत त्यात.

गोपाळ, मग बिऱ्हाड कसं बसतंय?

तात्या, गोपाळा, चल. तालुक्याला फिराटी मारून येऊ. तुझी आजची सोय झाली की बास. कशाला पायजे न्हाई त्ये?

शिपाई तुका, *इतका वेळ गप्प होता. पण आता न राहावून.* सरपंचसाहेब, लई चांगलाय आडव्या. त्येचं व्हईत आसंल तर पाठवा नाव.

तात्या, बघू ऽऽ बघू. उठ गोपाळा. वेळ व्हतोय. दिवाणजी गावतोय काय बघू या. ऊठ.

गोपाळा उठतो. दोघे लगोलग बाहेर पडतात. तुका ग्रामसेवकाला न्याहाळत बसतो.

डायरीतील पान

मध्येच जाग आली. पायाला भलं मोठं वडाचं झाड फुटलंय. त्याच्या दूरवर पसरलेल्या पारंब्या. पारंबीतून पुन्हा नवं झाडं. त्याच्या पारंबीत पुन्हा रातभर पसरलेलं झाड. हाताला धावडाचं उंच झाड. त्याच्या रुंद सालीतून मुंग्याच मुंग्या खेळतात. केसातून ह्या खारूताई कशा नाचयला लागल्या. म्हातारबाबा मला चिकनाळ्याच्या झाडातून सहज अलगद उचलून उंच टिक्कीवर बसवून म्हणतोय, लेकरा, ह्या जंगलावर तुझाच हक्क. ह्या झाडाशी तूच बोलू शकशील. डोळ्यांतून हे सागाचे सोटच्या सोट आभाळाला गवसणी घालतायत. ते अस्वल तुझी वाट बघतयं. अस्वलाचं मूत सगळ्या रोगावर जालीम उपाय. तो हुप्प्या बघीतलास- स्वत:चंच लिंग तोंडात धरून लघवी पितोय. त्याच्या लघवीचे दोन थेंब डोळ्यांत टाकलास तर तुझा चष्मा कायमचा गायब. पण म्हातारबा मला चष्मा लागलाच नाही. कानात कोल्ह्याची लांबलचक कोल्हेकुई. बिबट्याचं पिलू खांद्यावर खेळवलं की बिबटीन तुला हाक मारून बोलावते. जंगल माणसांपेक्षा मायाळू. इथं आलास की कशाचा रागच येत नाही. ह्या चौमाळ पसरलेल्या झाडात स्वत:ला पसरायला शीक. म्हातारबा जमेल मला हे?

दृश्य *आडव्याप्पाचे घर*

आडव्याप्पासमोर त्याचा थोरला मेव्हणा बसलेला आहे. शेजारी त्याच्याबरोबर आलेला त्याचा मुलगा, मोबाईलवर खेळतो आहे. तायव्वा भिंतीला टेकून. एक गुडघा गळ्यात एक पाय लांब सोडलेला. सुमी तिला लगटून बसलेली.

थोरला मेहुणा, आपल्यासारख्या गरिबाला कशाला पायजे राजकारण. आपण भलं, आपलं काम भलं.
आडव्याप्पा, कोण करालय कुठलं राजकारण? उगचच अदावत घेतोय दानवाड्या. त्या दिसी तुमच्या घरातच व्हतो की. तरी घातलं केशीत नाव. काय करणार?
थोरला मेहुणा, काय तरी आसंलच की बिनासलेलं. त्यानं दुसऱ्या कुणाचं नाव न्हाई घेतलं. तुमचंच का घेतलं?
आडव्याप्पा, *एकूण तालामाला बघून* तुम्हाला नसली मदत करायची नका करू. नस्त्या शंका कशाला? आमचं आमाला सुचंल तसं बघताव.
थोरला मेहुणा, बघाच. ज्येनं करायचं त्येनं निस्तरायचं. उगच आमाला मदी घ्यायचं न्हाई.
इतका वेळ गप्प बसलेली तायव्वा चवताळून,
मदी घ्यायचं न्हाई म्हणजे? माजंबी कायतरी हायच की तुझ्या इस्टेटीत. केलास मदत म्हण्जे काय उपकार न्हाई? *थोरला एकदम वरमतो. तरीही अत्यंत चिवटपणे,*
म्हण्जे मी काय करायचं ते तरी सांग? कुणाकुणाचं काय काय बळदायचं तेवढं एकदा सांगून टाक.
काय बळदू नको. मला तर कायच नको दीऊ. कळलं तुझं मन. मरताव आमी. जसं मराण ईल तसं. आमच्या सरणावरबी नको येऊ.
थोरला एकदम गंभीर. बोलणं थांबतं.

पिंपळाच्या डेरेदार झाडाचा चौथरा. महाराज आशीर्वाद देण्यासाठी उभे. भक्तांची रांग. थोडे थोडके न्हवे तीनचारशे लोक. त्यांचं आवरल्यानंतर महाराज आपल्या वाटणीला. उंच गोरेपान. छातीवर रुळणारी दाढी. पाठीवर केसांच्या बटा. पांढऱ्या शुभ्र पंचावर फक्त उपरणं. जानव्याचा विळखा. शिडशिडीत अंगयष्टी. सर्वांगातून पाझरणारं लाघव. महाराज डोळे मिटून उभे. बघता क्षणी समाधान वाटतं. फारसे महाराज बघितले नाहीत. बघितले त्यात हे गृहस्थ उजवे. एकटेच ह्या निर्जन टेकडीवर. दत्तभक्त. कोणकेरीला आवडावं असं ठिकाण. पण त्याचा ह्या भानगडीवर विश्वास नव्हता. उलट तो शिव्याच घालायचा. देवांनासुद्धा. पण ह्या महाराजाकडं तो आला कसा. लुलेकरबाईला

त्यानं इथं का आणलं असेल. लुलेकर आला असेल का त्यांच्याबरोबर. महाराजांच्या भोवतीची गर्दी हळूळळू कमी होत गेली. महाराजांच्या समोर जाऊन उभं राहिलो. दर्शन घेतलं. कल्लापा कोणकेरीचा मित्र आहे मी. महाराजांचं स्मितहास्य. गेले कैक दिवस गायब झालाय. पुन्हा तेच हास्य. कुठं शोधावं? महाराजांनी नखाशिखांत न्याहळलं. कशाला शोधताय?

त्याच्या घरच्यांसाठी. माझ्यासाठी. त्याच्यामुळं माझ्या पाठीमागं पोलीस लागलेत. त्याच्या बायकोनं केस दाखल केलीय. मला शोधून काढणं गरजेचं झालंय.

तो सापडेलच असं नाही.

म्हणजे महाराज तो कुठं गेलाय, हे माहितीय तुम्हाला?

नाही.

मग कसं म्हणलंत, सापडणार नाही.

त्याची आयुष्यरेखा मी जाणतो.

जिवंत तरी असेल? महाराजांचं स्मित हास्य. जागा सोडून ते आपल्या मठीकडं वळले.

महाराज त्याचा पत्ता लागणं गरजेचं. थोडी मदत करा. उपकार होतील.

पश्चिमेला शोधा. सापडेल. महाराज मठीत गायब. काय करायचं ह्या महाराजांना.

दृश्य *संध्याकाळ*

आडव्याप्पा शेतावरून घराकडे परततोय. बालघऱ्याच्या खोपड्यात त्याच्यासमोर तुका शिपाई अचानक येतो

काय गाऽऽ काय केलं शेतात?

काय तरी आस्तंय की गाऽऽ खिडूक-मिडूक. आमचं काय तुझ्यासारखं हाय? म्हयन्याला नोटा येत्यात, चालतंय तुझं.

घ्या, आता तुलाबी माझ्या नोटाच बोचाय लागल्या म्हण तर.

न्हाई गाऽऽ न्हाई. देवाशपथ. तुझं चांगलं झालं की आमचं चांगलं. आजून चांगलं व्हवू दे तुझं. मला आनंद हाय *तो एकदम वरमतो.*

आगाऽऽ एवढं नको मनाला लाऊन घेऊ. गमतीनं म्हटलं.

आडव्याप्पाचा चेहरा थोडासा बदलतो. त्याला बरे वाटते. तो चालाय लागतो.

आगा ऽऽ थांब ऽ थांब. तू त्या जवाहर विहिरीसाठी आल्तास न्हवं. तुला सांगायचं व्हतं.
काय?
त्येच की. तुजं नाव ती काय पाठविणार न्हाईत. सरपंचानं आपल्याच बायकोचं नाव पाठीवलंय. ती वेगळी न्हातीया आसं दाखीवलंय.
आरंऽ त्येच्च्या मायला. मग आमा गरिबाचं काय शिजतंय गा ऽऽ?
तुका, त्येच म्हणतोय. त्यापेक्षा पावण्याला गाठ. ग्रामसेवकावर वरनंच दबाव येतोय काय बघ. मग व्हईल तुजं.
व्हईल?
व्हईल की. न व्हयाला काय? तुजंच बसतंय नेमात.
आडव्याप्पा, मग बगतो जाऊन पावण्याकडं.
तुका आणि आडव्याप्पा वेगवेगळ्या दिशेला चालू लागतात.

दृश्य *तालुक्याचे गाव*

रस्त्यावर गर्दी. आडव्याप्पा हातातली पिसवी सांभाळत नव्याने तयार झालेल्या वसाहतीतल्या पाहुण्याच्या घराकडे चालला आहे. खांद्यावर टॉवेल. डोक्यावर टोपी. पायात धनगरी चप्पल. रापलेला चेहरा. पाहुण्याच्या बंगल्याच्या दारात येतो. दार बंद. पण कुलूप दिसत नाही. तो घाबरत घाबरत दारावर टकटक करतो. बऱ्याच वेळानंतर एक थुलथुलीत बाई दार उघडते. तिच्या चेहऱ्यावर ओळखीची रेषही नाही.
तुमी न्हाई वळीकणार मला. कधी बघणं-भेटणंच न्हाई, म्हटल्यावर कुठली वळखं? मी आकुर्डीचा, शिणगारे. तुमच्या मालकाच्या भनीच्या नवऱ्याचा म्हेवणा. मालक हाईत घरात?
थुलथुलीत बाई *त्रासिकपणे*, आत्ताच गेले ऑफिसला.
आडव्याप्पा *संकोचून*, असू दे. असू दे. ह्या पिसवीत मालकिनीनं चार अंडी, जरासं तांदूळ दिल्यात. घ्या ठीवून. पिसवी द्या रिकामी करून.
थुलथुलीत बाई, हातात पिसवी घेते. गर्रकन वळते. आत या असंही म्हणत नाही. आडव्याप्पा दारातच थांबतो. ती पिसवी रिकामी करून आणते. हातात देते. आडव्याप्पा दारातून रस्त्याला लागतो. स्वतःशीच पुटपुटतो,
हेला म्हणत्यात शेरातली नी गुरातली.

आत या न्हाई. पाणी घ्या न्हाई.
आल्यासाऽऽ जावा
काय तिच्या आयला, माण्सं ऽऽ?

दृश्य *पंचायत समिती कार्यालय*

आडव्याप्पा पंचायत समिती कार्यालयातील प्रत्येक खोलीत डोकावून आपला पाहुणा दिसतो का पाहात आहे. शिपाई त्याला एकदोनदा हटकतो. मध्येच कोण पाहिजे? म्हणून विचारतो. आडव्याप्पा काही न बोलता सगळीकडे चौकसपणे पाहतोय. शेवटी एक शिपाई त्याला थांबबतो. कॅमेरा थांबतो.

शिपाई, काय पायजे?

आडव्याप्पा, कोतमीरे साहेब.

शिपाई, चहाला गेलेत. इथंच थांबा.

आडव्याप्पा थांबतो. किंचित दमलेला. व्हरांड्यातील खांबालगत टेकतो. दुसरा शिपाई त्याला हटकतो. इथं बसायचं नाही, असे सुनावतो. आडव्याप्पा उभा राहतो. चौफेर नजर फिरवत पाहुण्याचा शोध घ्यायला लागतो. शेवटी दूर कोतमीरे त्याला दिसतो. पांढऱ्या कपड्याच्या माणसांच्या घोळक्यात. तो तसाच थांबतो. कोतमीरे गप्पा मारत ऑफिसात जात असतो. आडव्याप्पाकडे त्याचे लक्ष नाही. तो खुर्चीवर जाऊन टेकतो. आडव्याप्पा दबकत दबकत त्याच्यासमोर जाऊन रामराम घालतो. कोतमीरेला एकदम आश्चर्य वाटते.

कोतमीरे, पावणं तुम्ही? कशी चुकली वाट? *शिपायला उद्देशून* अरे, एक खुर्ची घे इकडं. *शिपाई खुर्ची आणून ठेवतो.* बसाऽऽ बसा *आडव्याप्पा अंग चोरून टेकतो.* बोला ऽऽ

आडव्याप्पा, त्येच की जवाहर विहिरीचं. म्हणालत्यासा त्ये.

कोतमीरे, काय झालं?

आडव्याप्पा, ग्रामसेवक म्हणतोय यादी पाटीवली. मग काय करायचं.

कोतमीरे, *शिपायाला उद्देशून,* रामा, ती जवाहरच्या शिफारशीची फाईल आण जरा. *आडव्याप्पाला उद्देशून* त्याला परत पाठवाय लावू त्यात काय एवढं.

आडव्याप्पा, तुमी मनावर घेतलं तरच व्हईल त्ये.

कोतमीरे, *शिपायाला पुन्हा* अरे, आण की फाईल *आडव्याप्पाला* मनावर

कसलं! बसवायचंच तुमचं. *शिपाई फाईल आणतो. कोतमीरे चाळू लागतो. मध्येच त्याला गाव सापडते.* एकाच बाईची शिफारस हाय.

आडव्याप्पा, ती सरपंचाची बायको हाय.

कोतमीरे, काऽय ऽऽ? सरपंचाची बायको? तिची शिफारस कशी व्हईल? अल्पभूधारक हाय सरपंच?

आडव्याप्पा, न्हाई.

कोतमीरे, मग कसं? च्या आयला, हे पुढारी सगळे असलेच. काय करायचं? पावणं तुमी जावा निवांत. त्या सरपंचाचं बघतो काय करायचं त्ये.

आडव्या उठून उभा राहून हात जोडतो. कोतमीरे याऽऽ याऽऽ *म्हणत पुन्हा फाईल चाळाय लागतो.*

दृश्य *आडव्याप्पाचे घर. रात्र*

सरपंच तात्या पाटील आडव्याप्पाच्या दारात गाडी थांबवतो. जोराने हाक मारतो.

आडव्या ऽऽ एऽ आडव्या ऽऽ

आडव्याप्पा घरातून चौकटीला डोकावतो.

सरपंच ऽ मला हाक मारली?

मग कुणाला? *म्हणत गाडीवरून उतरतो. गाडी स्टॅण्डला लावतो.* माझ्या विरुद्ध तक्रार करायला तालुक्याला गेल्तास?

कोण ऽऽ मी? काय बोलता सरपंच.

साळसूद नको व्हवू. तूच गेल्तास. पंचायत समितीत. आमचं बिराड जवाहरमध्ये बसत न्हाई, हे तूच म्हटलास.

मी कशाला म्हणू? माझं तेवढं बसावं म्हटलं. ह्यात माझं काय चुकलं?

तुझं काय चुकलं? कळंल मागनं. म्हागात पडणार तुला हे. सांगून ठेवतो.

अजिजीने सरपंच, उगंच गैरसमज नको करून घेऊसा. माजी काय चूक. माजं बसवा एवढंच म्हटलं. तुमचं व्हवूने ही भावना न्हाई माजी.

बघू या की. तुझं तरी कसं करतोय त्यो कोतमीऱ्या. मी बी ह्या गावातच ऱ्हाणार हाय. इसरू नकोस. *म्हणत गाडीवर बसतो. कीक मारतो. गाडी पळू लागते. आडव्याप्पा चकारल्यासारखा त्याच्याकडे पहातच राहतो.* ही काय बदमाल म्हणायची? *असे पुटपुटत घरात जातो.*

नोंद

मध्यरात्री दारावर थाप. वाचतच पडलो होतो. झोप नव्हती. घरात एकटाच. बिऱ्हाड माहेरला. म्हटलं, कोण आलं? माझ्या खोलीवर फक्त भिंगारकरच येतो. दार उघडलं तर चिंगऱ्या आणि एक बाई. राकट, सिसवी. नाकात नथ. मालकानु, ह्ये केंच्यास बिऱ्हाड असा. एवढ्या रातीस ठेवून घेऊस लागतंय. चिंगऱ्या केंच्याची बायको वाट न बघताच आत आले. चिंगऱ्या म्हणाला, मालकानु, बाईस तुमच्या सोद्यान करुसं. तो दारातून बाहेर पडला. चिंगऱ्याऽऽ अशी हाक हवेतच. चिंगऱ्या दिसेनासा.

खोलीत एकटा. त्यात केंच्याची बायको. अंगाची भयंकर थरथर. ह्या बाईचं करायचं काय? ही बाई इथं सोडून चिंगऱ्या गेला का? धीर एकवटला. पुस्तक गुंडाळून ठेवलं. म्हटलं, वयनी झालं काय? व्हवसू ते व्हसूस. एवढंच ती बोलली. खोपड्याला बसली. कुकर काढला. लावला. झुणका केला. दोन ताटं घेतली. वयनीला म्हटलं, जेवूया. ती बाई सर्रकन उठली. बहुतेक भुकेलेली असणार. तिच्या ताटात भात वाढला. झुणका सरकला. तिनं ते ताट माझ्याकडं सरकलं. म्हणाली, पुरुष जेवुस तवा बाई जेवुस. काहीच न बोलता दोन घास ढकलले. उठलो. तिनं वाढून घेतलं. शांतपणे जेवली. सगळी भांडी घासून स्वच्छ करून ती भिंतीकडं तोंड करून झोपली. ती झोपली की जागी? काय विचारावं की न विचारावं? असली गुंतावळ. त्यातच डोळा लागला. उठून बघतो तो सगळी खोली स्वच्छ. भांडी जागच्या जागी. ती कधीच नव्हती एवढी व्यवस्थित. केंच्याच्या बायकोनं खोलीचा ताबा घेतलेला. मी उठायची वाट बघत होती. सगळ्या अंगाचं पाणी. काय बोलायचं. तीच म्हणाली, न्हाऊस इस्वाण काढुस. म्हणजे तिनं पाणी तापवलंय. गडबडीनं सगळं आवरलं. खोलीत थांबणं जिवावर. बाहेर पडलो. ऑफिस अजून उघडलंच नव्हतं. शेजारी पोलिसठाण्यात फाले रेंजर, जाधव, राऊंड ऑफिसर असे सगळे. त्यांच्याजवळ गेलो तर जाधव म्हणाला, कानझाडेचा आंड कापला धनगरांच्या बायकांनी. त्याला आज सरकारी दवाखान्यात ॲडमिट केलंय. तू सांगत होतास तेव्हा फालेनं ऐकलं नाही. आता बस म्हणाव बोंबलत. धनगर वस्ती सोडून पश्यार झाल्यात. शोधणार कुठं? जाधवाच्या चेहऱ्यावर समाधान.

फाले माझ्या जवळ आला. म्हणाला. तू सांगत होतास तेव्हा ऐकलं असतं तर बरं झालं असतं. आता हे केवढ्याला पडलं. म्हटलं, झालं काय? तर म्हणाला, कानझाड्याला धनगराच्या बाईनं लाडी गोडी लावली. जंगलात न्हेलं. त्येचं सामान कापून त्याच्या हातात दिलं.

म्हटलं, बेस्ट झालं. तो एकदम चकारला. न बोलताच थांबला. म्हटलं, फालेसाहेब, तुमचं सामान जपा.

तर एकदम तरपसला. माझ्या सामानाला हात घालाय ब्रह्मदेव यायला पाहिजे.

म्हंटलं, असं काय नाही. वेळ आली की कुणाचंही सामान गुल. तर तोच मोठ्यानं हसाय लागला.

आजरा, आंबोली पाटगांवचे राऊंड ऑफिसर, शिपाई घेऊन जंगल पालथी घालत होते. कोणत्याच धनगर वाड्यावर कोणीच नाही. फक्त झोपड्या, जनावरं. मालकाची वाट बघत असलेली. आजऱ्याला जायला हवं. कानझाड्याला भेटायला हवं.

घरात आलो तर केंच्याच्या बायकोनं स्टो पेटवून भात रांधलेला. कोरड्यास केलेलं. म्हणाली, मालकानु, भूक असास तर जेवून घेवास. म्हटलं, तू जेवली? तुम्ही जेवुस तवा म्यां जेऊस. एवढाच संवाद. मुकाट्यानं भात-कोरड्यास घश्याखाली घातलं. त्या बाईविषयी एकदम आदर वाटाय लागला. अशा बाईला कुठल्याही माजोरानं डिवचणं हे गैरच. अशा बाईनं त्याचा आंड काय सगळंच कापून टाकायला हवं. असं बरंच काय डोक्यात चाललेलं. ती म्हणाली, मालकानु, झोपुस न्हाय? म्हटलं, तू झोप. ती निर्धास्त. भिंतीकडं पाठ फिरवून माझ्या समोर झोपली. हा विश्वास, आला कशातून? केंच्याच्या बायकोला इथं ठेवणं धोक्याचं. करायचं काय. सकाळी-सकाळी तिला गावाकडं आईजवळ सोडून यावं. तिथं कुणालाच शंका येणार नाही तिच्याविषयी.

दृश्य *आडव्याप्पाच्या भावकीतील घर*

आडव्याप्पाच्या भावकीतील दिनू शिणगारेचा मुलगा मास्तर म्हणून नोकरीस असलेला. त्याचे लग्न ठरविण्यासाठी आडव्याप्पाचा धाकटा भाऊ नोकरीच्या गावाहून आलेला. तो अचानक आलेला बघून आडव्याप्पाच्या चेहऱ्यावर

आश्चर्य प्रकट होते. त्याबरोबरच भाऊ घरात आलेला बघून आनंदही होतो. त्याला भावकीतल्या लग्नाची माहितीच नाही. तो आश्चर्याने विचारतो,
मदीच कशी काढलास सवड?
दिनूच्या पोराचं लग्नाचं चाललंय. आज ठरावाची बैठक. फारच मागं लागला, म्हणून आलो.
ऑऽऽ हितल्या हितं आमाला काय पत्त्या न्हाई, आणि तुला जिल्ह्याला बलवाय गेला?
दाराआड उभी तायव्वा पुढच्या सोप्यात येते, म्हणते,
बघायचं चाललंय असं व्हतं माज्या कानावर.
मला न्हाई कोण बोल्लं?
तुमाला कोण बोलंल, कशाला? आडग्याचं काय काम तितं? पोरगीबी मास्तरीन हाय म्हणं.
व्हय. घराणंबी चांगलं हाय. भाऊ फॉरेस्टात हाय. वडील हेडमास्तर हाय. सगळे शिकलेले आहेत.
मग एवढ्या शिकलेल्या लोकांत तुमाला न्हीवून काय आडगावा करतील?
बरोबर हाय की त्येंचं. बाळासाबास्नीच बलीवणार. त्यास्नी बलीवलं म्हण्जे तुमाला बलीवलंच की.
व्हयऽऽ व्हय ह्यो काय, च्या बी घेतोय का बघ. जेवणार तितं का हितं?
बघू या. आलो त्या घरात जाऊन. *म्हणत तो दारातून बाहेर पडतो.*
बायकोला उद्देशून म्हण्जे भावकीतबी आता आमचं काय न्हायाय न्हाई म्हण तर.
तुमचं काय तरीच आस्तंय. शिकलेल्यांचा शिकलेला येवार. त्यात जिवाला काय लावून घ्यायचं? केसुबा मोठा झाला की त्येलाबी शिकल्यालीच पोरगी करूया. उठाऽऽ
म्हणत ती आत जाते. आडव्याप्पाला एकदम भकास वाटू लागते.

दृश्य *रात्रीची जेवणवेळ. आडव्याप्पाच्या घरात चुलीसमोर आडव्याप्पासमोर ताट वाढून तायव्वा गरम गरम भाकरी त्याच्या ताटात ठेवते. आमटीची वाटी सरकवते. आडव्याप्पा ताट समोर ओढून घेतच विचारतो.*
दिनबाचं कोण आल्तं घराकडं?

न्हाई बा. कोण येणार व्हतं?

तुकडा मोडत, उद्याच्याला साकरसाडीला जाणार हाईत. म्हटलं, तुला सांगितलं की काय?

हूँऽऽ माझ्यासारख्या नऊवारी कासोट्यातल्या बाईचं तिथं काय काम? सावारी गोलसाडीवाल्या न्हेतील. धाकट्याच्या बायकोला आणाय सांगितलं आसंल.

आडव्याप्पा भाकरीचा घास गिळत पाण्याचा तांब्या उचलतो. त्याला घास गिळत नाही. हे तिच्या लक्षात येते. म्हणते,

तुमचं आपलं काय तरीच आस्तंय. हेला बलीवलं का त्येला बलीवलं का? कशाला बलवाय पायजे? घरचं लगीन हाय. जायचं. आक्षता टाकायला. आक्षताला तरी आडगी माणसं चालत्यात का न्हाई कुणास धक्कल?

न्हाई चालली, तर लांबनं टाकायच्या.

तुझं आपलं ब्येस हाय. सगळ्याची उत्तरं तयार.

मग तुमच्यासारखं काय जीव झुरवत बसू. आलंय समोर ते मागं टाकायचं.

आडव्याप्पा काहीच बोलत नाही. फक्त समोरचा तुकडा मोडत राहातो. त्याची नजर चुलीतील फुललेल्या इंगळावर असते.

नोंद

डिंगारू दारूवाला म्हणतो, आडव्याप्पा व्यवस्थित आकाराला आलाय. पण त्याची बायको एकदम गरीब वाटते. हे व्हायला नको, त्या बाईला नायिका म्हणून महत्त्व यायला हवं. त्याला खूप समजावलं. ह्या चित्रपटात शेती नायिका व्हायला हवी. तर तुला नीट विधान करता येईल. शेती व्यवस्थेच्या केंद्रभागी होती. ती स्थिती बदलली. शेती परिघावर फेकली गेली. यात अनेक प्रश्नांची उत्तरं आहेत. तर तो म्हणतो आजही शेती केंद्रस्थानीच आहे. या माणसासमोर काय डोकेफूट करून घेणार. त्याच्या मतानुसार आपल्याला पटकथा लिहिता येणार नाही. आपल्याला काय वाटतं हे महत्त्वाचं, असं बुचडेला सांगितलं. त्याचं तिसरंच. शेवटी दृश्य माध्यमाच्या गरजा वेगळ्या असतात. तू जी फ्रेम करून देतो ती तशीच चित्रित होईल असं नाही. त्या कॅमेरामनला त्या वेळी तिसरंच काही तरी सापडलेलं असतं. तो त्याच्या पद्धतीनं पकडतो. त्यामुळं ह्या कुणाचंच टेन्शन न बाळगता तू पटकथा लिहून

टाक. एवढा बुचडेचा मुद्दा मला पटला. मग दारूवालाशी जास्त वाद घातला नाही. छुपी दारूवाला म्हणते. टेन्शन मत ले यार. कुडबुडकरचं लचांड अर्थात लंड गमवल्याचा वग.

दृश्य *आडव्याप्पाचे घर*

तायव्वाजवळ भावकीतली चांगुणा बोलत बसलेली आहे. अशात दिनू शिणगारेची बायको हाक मारत घरात येते. कॅमेरा तिच्या बरोबर घरात.

तायव्वा ऽऽ अगं ऽऽ कुठं बसलीस दडून?

बाईसाबऽऽ येवा ऽऽ येवा ऽऽ मी कशाला बसू दडून? माज्या काय पोराचं लगीन हाय?

चांगुणा, तूच दडून बसलीतीस. ते ऱ्हायला बाजूला. लेकाचा साखरपुडा झाला. सुनंला तोळ्याच्या रिंगा घेतलीस. निदान सांगायची तरी व्हतीस.

तायव्वा, ते का. साखर वाटलीती की गल्लीत. आमच्यात तरी आल्ती बाई. झाला बाई गडबडीत साखरपुडा. आता आलोय बलवायला. तांदूळ नीट करायचं हाईत. चला.

चांगुणा, तांदूळ नीट कराय आमी चालताव?

अस्सं काय डांगलाय लागलीया गंऽऽही?

तायव्वा, बलवाय नश्शीला साखरपुड्याला म्हणून म्हणत असंल.

साखरपुड्याला घरातली तेवढीच गेलाव. भावकीत तुला तरी कुठं सांगितलंतं? गडबडीत झालं सगळं.

तायव्वा, आमचं काय. कासोटवाल्या आडाणी बायका. तितं न्हीवून काय उपेग?

चांगुणा, मग आता गोल पातळातल्याच आणायच्या तांदूळ निवडाय.

तायव्वा, असं कसं? आमचं काम, त्यास्नी कशाला? बाईसाब, हिचं काय मनावर घीऊ नका. आलाव. चलाच.

काय बाई ऽऽ सगळ्या भावकीत हेच बोलून घ्यालोय. करायचं काय? शिकल्याल्या पोरांच्या समोर आमचं काय चालतंय?

चांगुणा, शिकल्याली काय आभाळातनं पडल्यात? राजाला त्ये सुईची गरज लागती. मग शिकलेल्याचं काय घीऊन बसलीस?

तेच ग. खरं हाय, समोर येतय ते, बघत बसायचं. येवा बायानु. जातो. *म्हणत*

ती गर्रकन वळते. बाहेर पडते.

चांगुणा, पोरगं हिला तरी कुठं इच्यारतंय?

तायव्वा, त्येचं त्येंच्या बरबर. आमास्नी कशाला? *म्हणत विषय टाळते. दोघी तशाच बसून राहतात.*

नोंद

दारूवाला आता नको ते बोलत सुटलाय. लावणीला जागा हवी. किमान तात्या पाटलाचे विवाहबाह्य संबंध हवेत. शाळेत एक तरी मास्तरीन हवी. त्याशिवाय मसाला नाही भरता येणार. बायकांनी आले-गेले बोलाय हवं. आता काय बोलणार?

त्याला आत्महत्या हे प्रकरण विकायचंय, शेतकरी शोधायचा नाही. अशा माणसासाठी आपण का राबतोय? याला खेड्यातली बाई कसं बोलते हेच माहीत नाही. म्हणजे कम्माल.

त्याच्या मतानुसार शेतीत काम करणारा आणि कुठंही काम करणारा कामगारच.

कामगार-मालक. च्या आयला, मार्क्सवाले शेतकऱ्याला मालक म्हणणार. तो मालक का कामगार? तो फक्त शेतकरी. पण तेच समजून घेणं नको. असं का? साल्यांना फक्त शहर कळतं. शेती कधी कळायची कुण्णास ठाऊक.

दृश्य *शिणगारेच्या दारात रात्र*

जेवून खाऊन आडव्याप्पा तंबाखूचा बार भरून दारात थांबलेला. हरबा त्याच्याजवळ येतच विचारतो,

उद्याची काय जोडणी?

आडव्याप्पा, जोडणी कसली? आबाच्या बैलांचं वैरणपाणी बघायचं.

भाऊबंदाचं लगीन हाय आणि तुझं हे आसलं काय?

लगीन भाऊबंदाचं, आमचा काय संबंध? तितं सगळे सुटाबुटातले लोक येणार. आमचं लंगोटीवाल्याचं काय काम?

तरी भावकी काय तुटलीया. आपण टाकायच्या अक्षता.

तू टाकून ये. तू टाकलास की मी टाकल्याच की.

बघ गड्या. बरं न्हाई दिसत, म्हणून म्हटलं.
कली बदाललीया. तुज्या-माज्यासारख्या राबणाऱ्या आडग्या गड्याला आता काय किंमत न्हाई. आमी मातीत राबायचं. मातीत जायचं.
आणि त्येचं काय मेल्यावर नोटांचं कागद व्हणार हाईत? मातीच व्हणार.
कुणास धक्कल.
त्याच्या चेहऱ्यावर खूपच वेगवेगळे भाव उमटाय लागतात. त्याची अस्वस्थता त्याला लपवता येत नसते.

दृश्य *शिरपाचा खोका*
आडव्याप्पा शिरपाच्या खोक्यासमोर
रुपायचा तंबाखू दे गाऽऽ
एकदम घोड्यावरच. काय भाऊबंदाच्या लग्नाची गडबड दिसती.
एकदम वैतागून च्या आयला, जो तो हेच इच्यारतोय. आनी त्यो भाऊबंद हिंग्लतबी न्हाई. काय सांगायचं लोकाला.
आऽऽ असं कसं? जवळची भावकी. आसं कधी व्हईल?
शिरपा, आता दुनया पैशावर आणि पांढऱ्या कपड्यावर चालती. माणुसकीवर न्हवं. उगं डोकं तापवू नको. तंबाखू दे. वाटंला लागतो. *शिरपाने दिलेली पुडी हातात घेऊन तो झपाझप चालाय लागतो.*

कांतारामजी,

तुमचे पत्र पोहोचले. घरातील एका भावाने नोकरी करावी एकानं शेती. ह्या विधानावर आपण भलतेच चिडलेले दिसता. शेतकऱ्याला शेतीतून हाकलण्याचा हा डाव असल्याचे आपले म्हणणे आहे. या विधानाकडे पोहचण्याचा हा तुमचा एक रस्ता आहे. या विधानाकडे सकारात्मक पाहिल्यास काय हाती येईल असा विचार करण्यास काय हरकत आहे. या विधानाकडे जाण्यासाठी काही कच्च्या तपशिलाची मदत घेऊ. आमचा पिटके शिपाई भाडोत्री राहातो. त्या घरमालकाची सर्व भावकी या घराच्या अवतीभवती राहाते. सगळे शेतकरी. घरमालक वगळून सगळे फक्त शेती करतात. कधी काळी यांची पंधरा एकर जमीन होती. ती आता विभागत विभागत कोणास वीस गुंठे-दहा गुंठे अशा स्थितीत आलेली आहे. या दहा-वीस गुंठ्यात त्यांना काहीही पिकवता येत नाही. भरपूर पाणी आहे. पण

दहा-वीस गुंठ्यात पिकणार किती? खर्च चालणार कसा? एक दुसरी म्हैस पाळून ह्या घरातील स्त्रिया संसाराचा गाडा रेटतात. कमालीची अगतिक परिस्थिती. याउलट शेजारचं शाळा मास्तरचं घर. त्यांच्या मोठ्या भावाने शेती सांभाळली. दोघे विभक्त आहेत. पण शेती एकत्र. लागवड पाण्याला, भांगलण सांगलणीला लागणारा खर्च मास्तर पगारातून घालतो. या घरात बाकीच्या भावकीतले मजुरीनं असतात. ह्या घरात चलन खेळते असल्यामुळे ह्या घरातल्या माणसानं पाच-पन्नास रुपये कोणाकडे मागितले तर चटकन कोणीही देऊन टाकतो. पण फक्त शेती करणाऱ्याने पाच रुपये मागितले तरी देणारा दहा वेळा विचार करतो. हे परत येतील का? इथे पत ठरवण्याचा निकष काय. तर ज्याच्याकडे चलन खेळते आहे. त्याची पत अधिक आणि ज्याच्याकडं चलन खेळतं नाही. त्याला पतच नाही. त्यामुळे फक्त शेतीवर जगणे आताच्या विविध दाबांनी केवळ अशक्य करून टाकले आहे. त्यामुळे पाच-पन्नासाची शिपायाची नोकरी ही सुद्धा पाच एकराच्या बागाईतदारापेक्षा प्रतिष्ठेची बनली आहे. हे वास्तव स्वीकारून शेतीची अधिक विभागणी करून बांधातच क्षेत्र जिरून जाण्यापेक्षा कोणी असे म्हणत असेल की एका भावाने शेती करावी. एका भावाने नोकरी तर ते बरोबर. पण केव्हा? नोकरी करणारा भाऊ घराशी जोडून राहाणार असेल तर. तो जर पांढरा बगळा होणार असेल तर ते विधान अतिशय घातक. कारण बगळा भाऊ घरातलं चलन खेळते ठेवण्याऐवजी वाट्याची जमीन विकून परागंदा होण्याची शक्यता अधिक. म्हणून शेतीशी जोडून राहाण्याचे शिक्षण जोपर्यंत आपण विकसित करत नाही तोपर्यंत हे विधान घातक ठरण्याचीच शक्यता अधिक. या पद्धतीनेही या विधानाची चर्चा करता येईल. असो. कळवायचे हे राहिले की आमच्या भागात आता शेतकरी चळवळीची नवी शाखा बांधण्याचे काम एक गृहस्थ करत आहेत. ते पूर्वी एका शाळेचे मुख्याध्यापक होते. निवृत्तीनंतर त्यांनी हे काम करावे असे मनात घेतले आहे. आपल्या भागात यायचे ठरवतोय पण ह्या कारकुनीतून सवड मिळाली तर. आमचे तहसीलदार ऑफिस तुमच्या चळवळीने समजून घेतले पाहिजे. म्हणजे तुमचे आंदोलनाचे विषयच ठार बदलून जातील. कधीतरी सवडीने जातक कथा वाचून काढा. घरच्यांना नमस्कार.

दृश्य   चावडीजवळचा पार

पारावर तवंदी रामाप्पा, आरमुट भीम्या, चंडील बाळा गप्पा ठोकत बसलेले आहेत. समोरून संतू खवीस आपल्या रस्त्याने चालला आहे.

चंडील, कायऽ प्रगतिशील शेतकरी कुठं चाललं?
संतू खवीस, आज काय कामधंदा न्हाई वाटतं. मापं काढायचा दिवस दिसतोय.
आरमुट, त्येचं काढा गाऽऽ माप. किती लांब हाय?
चंडील, मापून वीतभर. *सगळेच हसाय लागतात.*
खवीस, तुमास्नी देवानं वाव वावभर लावलंय म्हणून पारावर बूड टेकून बसालाय वाटतं?
तवंदी रामाप्पा, ते जाऊ दे गाऽऽ आता आमाला सांग, त्या सुताराच्या घरात जे तू पडून आस्तोस ते कशाबद्दल?
संतू, *चिडीला येत.* काय वाट्टेल ते पिकीवशीला. तुमाला न्हाई कामधंदा. मला आणायची हाईत ढोरं पाण्याला. जातो गड्या.
आरमुट भीम्या त्याच्यासमोर आडवा उभा ठाकतो. म्हणतो,
असा विषय बदलून जाता येत न्हाई. भानगड सांगायची. न्हायतर घरात येऊन वयनीला सगळं सांगणार, तूच व्हतास त्यात मध्यस्त म्हणून.
संतू, आरं भानगड काय? बच्च्या बामनाला ती लागू झाली. त्येनं तिला तालुक्याला न्हीवून ठेवली. ह्यात आता गुपित काय? सगळ्या गावाला माहीत हाय.
चंडील, काय गड्या, बामन बाई गटीवतोय आनी तुम्ही गल्लीवाले हेंबल्यागत बघत बसताय. हे काय बरोबर नाही. आमच्या गल्लीत असं काय घडू दिलं नस्तं बाबा ऽऽ
संतू, झालं तुमचं समाधान? जाऊ आता?

नोंद

कानझाडे दवाखान्यातून लंड गमावून कामावर हजर झाला. जाधव म्हणाला, कानझाड्याशी तुम्ही बोलायला हवं. म्हटलं, लंड गमावलेल्या माणसाशी काय बोलायचं? तर तो खास हसला. त्यानंतर माझ्यात एक जन्मजात कुतूहल जन्म पावलं. कानझाडे दिसतो कसा आननी. चला बघू. खास आजरा गाठायचं. सोमवारची रजा टाकली. आठ वाजता गाडी धरली. थेट आजऱ्याला. कानझाड्या तेव्हा कामावर हजर झालेला. रेंजरनं त्याला आपल्या ऑफिसात घेतला होता. गेल्या गेल्या नमस्कार, चमत्कार करत कानझाडेसमोर उभं राहिलो. म्हटलं. लंड कोणी कापला?

कानझाडे खाऊ का गिळू, अशा अवस्थेत. म्हटलं, कानझाडे, नेमकं झालं काय नक्की? तुमचा लंड बाईनं कापला का बाप्यानं? तर तो म्हणतो, माझा लंड कापणारा जन्मास यायचाय.

म्हटलं, काढ चड्डी.

तर तो एकदम लाजला. हरामी. त्या ऑफिसातले सगळेच माझ्याकडे चक्रावून बघाय लागले. नंतर कळलं, चिगऱ्याच्या बायकोवरची केसच कानझाडेनं माघारी घेतली. काय घडलं असेल नेमकं. लोकांत चर्चा नको म्हणून, की केस आपल्यावरच उलटेल म्हणून. शोधायला हवं.

नोंद

कुडबुडकरनं माझे लिहिलेले कागद झिंगारू दारूवालाकडे भिरकावले. ही पटकथा असूच शकत नाही. ह्यात फक्त संवादच संवाद. सगळ्या संवादाचा वापर केला तर सिनेमा दहा तासांचा करावा लागेल.

मुळात ह्याला पटकथा म्हणजे काय हेच कळलं नाही. ठराविक पात्रं म्हणजे असं. ह्याचा आडव्याप्पा असेल तर त्याची बायको आणि दानवाडे यांच्या भोवतीच सिनेमा फिरायला हवा. यात तसं न होता पात्रंच पात्रं. कोण आबा नरसाळे, तात्या पाटील, दगडू पाटील, हरी नीळपणकर, आमुक आजी, तमुक बहीण, हा रस्त्यानं चालणारा तो दारू पिणारा. एवढी पात्रं घेऊन काय पटकथा लिहायची असते. वन लाईन स्टोरी हवी. इथं लाईनच नाही, फक्त स्टोरीचा पाल्हाळ. असं कुठं असतं का? तो बोलून दमला. त्याची चरबी लदबदाय लागली. दारूवाला अस्वस्थ. म्हणाला, काय करूया.

काहीच बदल नाही. गाव आणि आडव्याप्पा वेगळे नाहीत. खेड्यात समूहभाव महत्त्वाचा. प्रत्येकजण प्रत्येकाशी जोडलेला. व्यक्तिगत काहीच नसतं. सगळं सगळ्यांचं. इथं प्रायव्हसी नाही. व्यक्तिकेंद्री जगणं शहरात. इथं माणूस एकटा नसतोच. कुडबुडकर गांड आदळाय लागला. छुपी दारूवाला त्याच्या बोच्याचं संरक्षण करायला होती. मला काहीच काळजी नाही. दारूवाला म्हणाला, गोष्ट तर पुढं चाललीय. पण उपयोग काय. कुडबुडकरची आदळआपट. त्याला एवढी खुन्नस का? सलणारा प्रश्न. अर्थात कुडबुडकरच्या बेंबीचा वग.

दृश्य *आडव्याप्पाचे घर*

तायव्वा एकटीच चुलीजवळ चिंताक्रांत. सुमी तिच्या नादात घरभर फिरते आहे. तोंदल्याची गौरी पदराआड वाटी घेऊन तायव्वाजवळ येते आणि तायव्वा भानावर.

काय गंऽऽ जरा रंजीस दिसतीयास?

न्हाई बाई. हाय की, बस.

काय तरी बिघाडलंय.

बिघाडतंय काय? एक एक जिवाला नवा घोर. *गौरी तिच्या जवळ टेकते.* मालक सदानकदा या कर्जाचंच मनाला लावून बसलाय. भाड्यानी खोटं कर्ज घातलं आमच्या डोस्क्यावर. नुस्ती जिवाला कीरीकात.

त्ये काय तुमचं एकट्याचंच हाय? सगळ्या गावाला फशीवलंय. सगळी मिळून काय तरी बघतीलच मार्ग.

बघायचा तवा बघतील. खरं आता सगळंच आकडून बसलंय. मालक तालुक्याला जाऊन आला. सतरा दुकानं फिरला खताच्या दोन पोत्यांसाठी. उदार म्हटलं की कोण टेकवूनच घ्यायला तयार न्हाई. हात हालवत परत आला. बघवत न्हाईत त्येचं हाल.

आनी आमच्यात काय येगळं हाय? नुस्तं राबणाऱ्यानं आता जगायचं न्हाई. जगायचं नोकरीवाल्यानी. धाकल्यानं तुला जरा हात दिला अस्ता तर वडातान झाली नस्ती.

त्यो कशाला हात देतोय. त्यो आमचा जीव कसा जातोय त्ये बघत बसलाय. एवढ्या खस्ता खाऊन शिकीवलं, पदरात काय?

माती. जळू दे सगळं. तू का आल्तीस सांग.

वाटीभर साखर पायजे व्हती. च्याला कायच न्हाई.

घ्या. उघड्याजवळ नागडं गेलं रातभर थंडीनं मेलं. बाई पंधरा दिवसांत चहा कसला त्यो बघीतलाबी न्हाई. कुठली आलीया साखर?

गौरी काहीच बोलत नाही. तायव्वा तिच्याकडे पाहतच राहते.

डायरीतील पान

दिपूशेठजवळ आप्पया करीगार नावाचा इसम आला. या इसमास ओळखण्याचे मला काहीही कारण नव्हतं. दिपूशेठ म्हणाला, यांना ओळखलं?

नकारार्थी मान हालवली. हे आमच्या तालुक्याचे माजी जिल्हापरिषद सदस्य. आता ते नव्यानेच प्रगतिशील शेतकरी झालेले आहेत. त्यांनी मुरा जातीच्या दोनशे म्हशींचा गोठा केलेला आहे. बिहारातून दोन भैये फक्त दूध पिळण्याच्या कामावर आणलेत. ते मशीननं दूध पिळतात. सकाळ-संध्याकाळ डेरीला सातशे लिटर दूध घालतात. यांनी आपल्या शेताजवळच्या शेतकऱ्यांची चाळीस एकर जमीन त्यांना कर्जबाजारी करून खरेदी केलीय. आता दोन महिने यांचं गुऱ्हाळ चालतं. सगळा गूळ डायरेक्ट गुजराथला विकतात.

दिपूशेठ, माझी तारीफ समजू का बदनामी समजू. करीगारचा निर्ढावलेला आवाज.

बदनाम कुणाला करायचं, ज्याला नाव असतं त्याला. तू तर आधीच बदनाम. त्यात मी आणखी काय करणार. असा त्यांचा प्रेमळ संवाद चालला. नंतर चहा झाला. आप्पया करीगार रस्त्याला लागला. दिपूशेठला म्हटलं, यांच्या मळ्यात एकदा गोठा बघायला जाऊ या. तर दिपूशेठ म्हणाला, भिकारचोट लवड्याचा रांडंचा. त्याचं तोंड बघू नये तर गोठा काय बघतोस. मघाशी तर फारच गळ्यात गळा घालून बोलत होता. आता एकदम शिवीवर. कोणकेरी, आता असं वागाय लागतंय. तुला कसं पटवून देऊ. आरं, त्यो मुलकाचा हुबल्याक. कधी तरी गरज लागली तर उपयोगाचा हाय म्हणून बोलायचं तोंडदेखलं. त्याचे उद्योग त्याला लखलाभ. कसले उद्योग. आरं, त्येच की. त्यानं गाय-गोठा केला. तालुक्यात सर्वाधिक कर्ज. सगळा तालुका लोटला. त्याचा गोठा बघायला. करीगार खूश. त्याच्या म्हशींना स्वतंत्र डॉक्टर. दर दिवशी तपासणी. लोक एकदम खूश. आपणही असा गोठा करू शकतो. अचानक करीगारची नियत फिरली. त्यानं डॉक्टरला वश करून घेतलं. विमा एजंट याचा मुलगाच. दोनशे म्हशींचा विमा. चाळीस पन्नास हजार एका म्हशीला विमा. त्यानं पोराला विचारलं. म्हस मेली तर किती मिळतील. किमान तीस. करिगारनं हिशेब घातला. म्हस दूध द्यायची बंद झाली. किमान सहा महिने बाळगावी लागणार. मारली तर तीस हजार. कशात फायदा. म्हस दूध द्यायची बंद झाली की इंजेक्शन देऊन मारायची. विम्याचे कागद तयार. तीस हजारचा चेक. आता फक्त पाच पन्नासच म्हशी गोठ्यात. बोला जायचं का बघायला? च्या आयला अशा माणसाचा गोठा काय बघायचा. दिपूशेठ म्हणाला, शेतकऱ्याला फायदा कळत नाही. करीगारला कळतो.

गोठ्यातलं जनावर मारणं. भयानक यातना देणारी गोष्ट. तेव्हा तिसरीत असेन. भैरीची यात्रा, भैरीचं देवस्थान, भागातलं जागृत देवस्थान. डोंगरात वसलेला भैरोबा. खड्या पायऱ्या चढून. खोबणीच्या जवळ आल्यावर ऐसपैस मंदिर दिसतं. चैत्रात यात्रा. भागातले सगळे लोक गाड्या जुंपून, चालत भैरोबाला येणारच. काळभैरीऽऽ भैरीच्या नावानंऽऽ चांगभलंऽऽ एवढाच गजर. आपोआपच पायांना गती यायची. भैरीची यात्रा म्हटलं की आमची महिनाभर आधीच तयारी चालायची. सरवा काढून शेंगा जमवायच्या. करंज्या जमवून, वाळवून, फोडून, करंजीच्या ब्या गोळा घालायच्या. शेतात राहिलेल्या शेवटच्या मिरच्या गोळा करायच्या. आईतवाराच्या बाजारात काट्यावर घालायच्या. रुपया-पाच रुपये. तेवढेच जपून ठेवायचे. त्यावेळी आमच्या म्हशीची चिंगी रेडी माझी फार लाडकी. आम्ही दोघे एकत्रच. शाळेला चाललो की चिंगी दावं तोडून घ्यायची. एकदा तर दावं तोडून सरळ शाळेतच आली. मास्तर अचंबित. घरापासून शाळा चार किलोमीटर. तरी चिंगी बरोबर आली. त्यानंतर शाळेला येताना तिच्या पाठीवर बसून मी शाळेत यायचो. गावात सगळीकडं चर्चेचा विषय. कोणकेऱ्याचं पोरगं रेडीवर बसून शाळेत येतंय. लोक बघायला जमायचे. पहिल्या-पहिल्यानं. नंतर सगळ्यांना सवय झाली. शाळा सुटेपर्यंत ती शाळेच्या भोतेभोर दातलत असायची. शाळा सुटली की घंटेच्या आवाजाबरोबर समोर दत्त. एकदम गुबगुबीत. काळीशार. चिंगी एकदम उठून दिसणारी. थांब म्हटलं की थांबणार. बैस म्हटल्यावर बसणार. कागवाडे गुरुजी एकदा म्हणाले, कल्या तुझी रेडी तुझं सगळं ऐकते? म्हटलं, होय. मग तिला तुझं दप्तर ओळखाय सांग. चिंगीला कानात सांगितलं. तर तिनं दप्तर कागवाडे गुरुजींच्या अंगावर आणून टाकलं. आम्हा दोघांची गट्टी सगळ्या पंचक्रोशीत चर्चेत. भैरीची यात्रा म्हटल्यावर रात्री चिंगीला पाणी पाजलं. गवत टाकलं. जेवनवक्ताला बाहेर पडलो. भैरीच्या वाटेला लागलो. काळ भैरीऽऽ बाळ भैरीऽऽ भैरीच्या नावानं चांगभलं ऽऽ भगटायला भैरीच्या डोंगरावर. दर्शनाला भली मोठी रांग. दर्शन घेऊन जत्रंत गारेगार खा, चिरमुरं खा, असं करत हिंडत दुपार झाली. माघारी फिरलो. कडगावची शीव ओलंडली. गावाच्या जवळ आलो तर लिकमाच्या सकलात चांद मुलाणी म्हणाला. तुझी रेडी जाग्याला बसली. धीर सुटला. पळत घर गाठलं. तर आई बाबा रेडी भोवती. तिचं फरं सुजलेलं. रेडी लुकुलुकु माझ्याकडं बघत होती.

तिच्या तोंडावरून हात फिरवला. तर डोळ्यांतून घळाघळा पाणी. भरल्या डोळ्यानं तिनं मान हालवली. तिला मिठी मारली. तर तिनं एकदम डोळे बंद करून घेतले ते उघडलेच नाही. आठ दिवस धायमोकळून रडत होतो. चिंगीला आमच्या शेतातच पुरलं. आजही त्या बांधावरून जाताना माझं पाय थरकतात. अंगात कापरा भरतो. चिंगी मला हाका मारते.

च्या आयला, हा करीगार इंजक्शन देऊन म्हस कशी मारत असेल. कसाब परवडला. दिपूशेठ म्हणाला, अरे तिला मारलं तरच त्याला तीस हजार मिळतात. म्हणजे सोसायटीची सबसिडी वीस हजार, हे तीस हजार, दुधाचे पंधरावीस. एक म्हस आरामात त्याला साठ सत्तर हजार देते मग का नाही मारणार? सरळ सरळ फायद्याचा व्यवहार. आता चाळीसपन्नासच उरलेत म्हणे म्हशी. तेवढ्या मारल्या की कर्ज फिटलं. यायचं तसं उत्पन्न आलं. झालं की. तुझं ते चिंगी रेडीचं पुराण गेलं गाढवाच्या गांडीत. आता सगळा रोखठोक व्यवहार. सगळ्या शेतकऱ्यांना हे जमायला हवं.

दिपूशेठ, हे कसाबाला जमंल. करीगार कसाब. त्याला कसाब तरी कसा म्हणायचा? कसाबालाही दया माया असते. तो शेतकरी न्हवं. म्हशी खाणारा राक्षस. तू काही म्हण गाऽ राक्षस म्हण, कसाब म्हण. तो फायद्यात. तुझं काय? माझं काहीच नाही. माझा धर्म शेतकऱ्याचा. नवा कपडा आणला तरी म्हशीच्या पाटीवर. भाकरी भाजली तरी कोरभर तिची. तिच्याशिवाय मी नाही.

हे झालं लहानपणातलं. आत्ता? घरात मांजर तरी हाय व्हय रं भोसडीच्या? दिपूशेठनं एकदम कानाखालीच वाजवली. डोळ्यांसमोर अंधारी. आपण करीगार नाही कशावरून?

दृश्य *सकाळ*

दुंडाप्पा वाणी हातात उधारीची लिस्ट घेऊन गल्लीतील घराघरात फिरत फिरत आडव्याप्पाच्या दारात येतो. केसू उजदारच्या सोप्याला पुस्तक पसरून बसलेला आहे.

दुंडाप्पा वाणी, बाबा कुठं हाय रंऽऽ?

केसू दचकून समोर बघतो.

शेताला.

आई?

हाय की घरात.

दुंडाप्पावाण्याच्या आवाजाने तायव्वा भाकरीच्या पिठाचा हात तसाच घेऊन उजदारला येते.

सत्तर रुपये उदारी साठलीया वयनी. द्यायला पायजे.

दाजीऽऽ जरा कड काढा. ह्या आईतवारी काय तरी उलाढाल करतो.

आसं लई आईतवार गेलं. आता काय नको सांगू. कायबी कर, खरं पैसे पायजे. अशानं मला दुकान बंद करून घरात बसाय लागंल.

दाजीऽऽ एवढी वेळ मारा. आईतवारी भागीवतो.

वयनी, त्यो आडव्या सापडत न्हाई. तुझा आपला पुढचा वायदा. किती झाले वायदे सांग बघू.

दाजीऽऽ सगळं चलनच थकलंय. काय तरी करतो घेवा.

करती. मसाण. च्या आयलाऽ द्यायचं त्ये द्यायचं उदार, आनी ह्येंचा घरला सतरा येरजाऱ्या. काय न्याय म्हणायचा.

असे पुटपुटत रस्त्याला लागतो. केसू त्याच्या पाठमोऱ्या आकृतीकडे बघतच एकदम केविलवाणा होतो. तायव्वा चुलीकडे सरकते.

नोंद

मला चित्रपटाची पटकथा लिहायची नाही.

मला कोणीही शेतकऱ्याचा नेता मान्य नाही.

कोणीही शेतकऱ्यांचा धनी नाही.

काँग्रेस किंवा कुठलाही पक्ष शेतकऱ्याचा पक्ष नाही.

साले सगळे एकच. शेतकऱ्यांत जन्मले. शेतकऱ्यांचे वैरी. बळीची कथा उलटी. वामन कोण तर शिकलेला, राज्यकर्ता झालेला. शेतकऱ्याचा पोरगा. वामनच ना? पाताळात जमीन असती तर तीही तुम्ही विकली असती? मग पाताळात ह्या बापाचं करणार काय?

नोंद

झिंगारू दारूवाला- छुपीला वापरतो.

छुपी दारूवाला- झिंगारूला वापरते.

मला दोघेही वापरण्याच्या विचारात. मी वापरू देणार नाही.

दृश्य संध्याकाळ

गल्लीत बीट्या दारू पिऊन लडबडत चाललेला आहे. त्याचं मोठमोठ्यानं सुरू आहे.

बीट्या, रांड मला घरातनंऽऽ भाईर काढती.

नवरा हीऽ का मीऽऽ? घर ऽऽ हिचं ऽऽ का माजं?

त्याचा तोल जातोय. गल्लीतल्या एका बाजूने दुसऱ्या बाजूला त्यो लडबडतोय

बीट्या, दारू ऽऽ प्यायची ऽऽ न्हाई ऽऽ म्हणती ऽऽ

मूत ऽऽ पी ऽऽ म्हणती ऽऽ

ही कोण ऽऽ सांगणार?

बीट्या गटाराजवळ कोसळतो. शिरमा कोंडकरीन त्याला उठवून बसवते. म्हणते,

भाड्या ऽऽ कमी प्यावी.

काकू ऽऽ हे ऽऽ मान्य ऽऽ कमी ऽऽ प्यावी.

पण ती ऽऽ म्हणती ऽ प्यायचंच न्हाई ऽऽ म्हणजे ऽऽ जगायचं कसं ऽऽ?

शिरमा कोंडकरीण त्याला सोडून घरात जाते. संतू खवीस त्याच्या जवळून जाताना पायाची गती वाढवतो. बीट्या एकदम लडबडत,

खवीस ऽऽ थांब ये ऽऽ खवीस ऽऽ

च्या आयला ऽऽ कुणी ठेवलं ऽऽ गा ऽऽ आडनाव.

खवीस ऽऽ

संतू न थांबता जवळ-जवळ पळतोच.

पळाला ऽऽ खवीस ऽऽ

गल्लीत लहान मुले जमून बीट्याची गंमत पाहात आहेत. कॅमेरा त्यांच्यावर बायका पोरांना हाकलताहेत. अशात बीट्याची बायको तरातरा चालत येते. पदर खोचते. बीट्याच्या हाताला धरते. त्याला ओढत घराकडे घेऊन जाते आहे. मुलांचा आरडाओरडा. बीट्याचा शिव्यांचा आवाज. शिरमा कोंडकरीन उंबऱ्यावर येते. स्वत:शीच पुटपुटते.

काय करंल ऽऽ बिचारं. चांगलं सगळीकडनं ऽऽ भाड्यानी फशीवलं आनी जल्मातनं उठवलं....

नोंद

कुडबुडकर.

उगवता दिग्दर्शक. त्याची भिकार मानसिकता, दारूवालाला समजून सांगितलं. तर दारूवाला म्हणतो, त्याला कला कळते. कुडबुडकरचा भोसडा. तो खेड्याला **घाण** म्हणतो. टकल्या, बाप मरायच्या आधी चक्की करतो. शहरातल्या बायका बघून तो शेतकऱ्याच्या वेदना कशा समजून घेणार? समजून घ्यायचं नाही असं ठरवून टाकलंय त्यानं. त्याला खेडं मान्यच नाही. आता म्हणे खेडं उरलंच नाही. तो बोलू लागला की पित्त खवळतं.

नोंद

झिंगारू दारूवालाला सांगितलं, भोसड्यात जा. तुला पटकथा नव्हे मी लिहिलेला एकही शब्द देणार नाही. तर भोसडीचा म्हणतो, सगळ्या झेरॉक्स मजकडे आहेत. च्युतेगिरी. मजकडे काय रांडंच्या माझ्याकडं म्हण.

दृश्य *शिवार*

पावसाने ओढ दिलेली आहे. शिवारात पिके कोमेजलेली. तरणा पाऊस पूर्ण कोरडा गेला. जमिनीला भेगा पडायला सुरुवात झाली आहे. आभाळात ढगाचे ठीपूसही नाही. स्वच्छ, निरभ्र आभाळ. ज्याची विहीर आहे, तो पाणी देण्याच्या गडबडीत आहे. मालकाचे पाणी पाजून झाले तर आपल्याही पिकाला पाणी मिळेल या उद्देशानं चिपाड-केरबा हरी निळपणकरच्या विहिरीवर इंजिनाशी झटापट करतो आहे. हरी निळपणकर त्याच्यावर देखरेख करत सुपारी कातरतोय.

चिपाड केरबा, मालक, इंजनाचं बेरिंग गेलंय. फुटबॉलची जीभ कशानं तरी कुरतडलीय. आता लगेच आणाय पायजे.

हरी निळपणकर, आणाय पायजे म्हणजे आणायचीच की.

चिपाड केरबा, न्हाई म्हण्जे, तुमी आणा. लाईट आता ईल, मागनं ईल, म्हणून वाट बघत बसशीला. तर सगळी वाट लागंल.

हरी निळपणकर, आरं ऽ लाईट आपली कधीच न्हवती. ती आता कशी ईल?

आली तर मध्यान्हीला; दिवस उगवाय गायब व्हईल. चल. डिझेलचं कॅन काढ. काय काय लागतंय ते नीट बघून घे. सगळंच आणू. तर कुठं पिकाला पाणी. न्हाय तर बसावं लागंल टाळ कुटत.

चिपाड सगळीकडे नजर टाकून पुन्हा पुन्हा मनात यादी करतो. खोपटातलं डिझेलचं कॅन काढून पुसून घेतो. हरी निळपणकर खोपटाजवळ लावलेली आपली मोटारसायकल सुरू करतो.

नोंद

चिगऱ्या उप्पेनबेटगिरीत म्हटल्यावर डोकं एकदम गरगरलं. काही खास घडल्याशिवाय तो इकडं फिरकणार नाही. म्हातारबाबा असतो कधीतरी. पण चिगऱ्या कसा? त्याला गाड्यावर चहा पाजला. चिगऱ्याची वाचाच गेलेली. हळूहळू त्याला बोलतं केलं. तर त्यानं नवीनच गारबांड सांगितलं. वनखात्यानं त्यांना जागा सोडण्याची नोटीस दिलीय. च्याआयला, वनखातं जन्मण्याआधी त्यांच्या कैक पिढ्या या जमिनीवर वाढल्या. जगल्या. त्यांनाच तेथून हाकलाय निघालंय सरकार. का तर त्यांच्या नावे सातबाराच नाही. सातबारा लिहायला त्या डोंगरात कोण पोहचलंच नाही, यात ह्या धनगरांचा काय दोष? रावसाहेबांना म्हटलं, हे असं असं घडलंय. तर ते म्हणाले, वनखात्याचं बरोबरच. ती जमीन वनखात्याच्या नावावर असेल तर त्यांना तेथून हालावंच लागणार. त्यांनी सात-बारा नोंद करून घ्यायला हवा होता. च्या आयला, ज्यांच्या सात पिढ्यांत कुणाला अक्षरच माहीत नाही. ते आपली नावं लावणार कुठं? रावसाहेब म्हणाले. कायदा गाढव असतो. म्हणजे चिगऱ्याची वस्ती उठली. काही तरी शोधायला हवा मार्ग. चिगऱ्याला घेऊन कॉम्रेड बाबुराव भांबुरेचं घर गाठलं. तर त्यांना प्रश्न तोंडपाठ. म्हणाले. चिगऱ्या घाबरायचं न्हाय. आजऱ्याला मी येतो. तिथं संपू देसगंड आमचा कॉम्रेड हाय. सगळ्या वाड्यावरची धनगरं घाल गोळा. रेंजरच्या आयला घोडा लावू.

चिगऱ्या घाबरला. तर बाबुराव कॉम्रेड म्हणाला, आरं, भितोस काय? तुला ठावं नसंल. त्या भागातल्या धनगराच्या बायांनी राऊंड ऑफिसरचा आंड कापून हातात दिल्ता. त्यास्नीच लावायचं पुढं. या म्हणावं जाग्यावरनं हालवायला. चिगऱ्या म्हणाला. करूस तुम्ही म्हणच्याल तसं.

त्याच्या अंगात उत्साह संचारला. कॉम्रेडच्या घरातून बाहेर पडल्यावर चिगऱ्या म्हणाला, केंच्याची बाईल सगळ्याच्या ध्येनास आसूस. माझ्या समोरून तिचा धिप्पाड सिसवी देह नकळत तरळून गेला. म्हटलं, कशी हायरं वयनी? ठकुस लागलीय वयनी. लईसं रानास जावुस नसा. मन एकदम रंजीस झालं. हळूच म्हटलं, कानझाडेची केस कशी मिटली? तर चिगऱ्या म्हणाला, वीस हजार घेतलं पोलिसांनी. काय बोलणार? चिगऱ्याला गाडीभाडं खिशात कोंबून एसटी स्टॅण्डकडं ढकललं. वीस हजार कोठून आणले असतील या गरिबांनी?

दृश्य *आडव्याप्पाचं घर. सकाळ*

आडव्याप्पाच्या दारात चंडील, फेगडाबाबू आणि दिनू शिणगाऱ्या.

चंडील, आडव्याप्पा ऽऽ हाईस काय घरात?

आडव्याप्पा, *आतून आवाज* हाय ऽ हाय ऽऽ गा.

बाबू, चला देव पाण्यात घालायचा. वयनीला पाण्याची घागर घीऊन चला म्हणावं.

आडव्याप्पा, गावात माप रिकाम्या बायका हाईत. येत्यात चला गा ऽऽ

चंडील, का गा ऽऽ वयनीला ताप व्हतोय?

आडव्याप्पा, ये ऽ तापाच्या ऽऽ उगच तोंड वाजवाय लावू नको. हो ऽ पुढं. आलोच.

चंडील, बाबू, दिनू गल्लीतून एकेकाला हाका मारत पुढे सरकू लागतात.

दृश्य *लक्ष्मीचे देऊळ*

देवळासमोर हालगी वाजते आहे. कॅमेरा सर्वत्र फिरतो आहे. पंधरावीस सव्वासणी इरकली साड्यांमध्ये. डोक्यावर सजवलेल्या पाण्याच्या कळशा घेऊन मिरवणुकीने देवळाकडे येत आहेत. देवळासमोर शंभरभर माणसांनी गर्दी केलेली आहे. गुरव लक्ष्मीची मूर्ती स्वच्छ धुऊन फुलांनी सजवतो आहे. मिरवणूक हळूहळू देवळाजवळ येऊ लागते. गर्दी वाढाय लागते. सव्वासणी देवळाच्या दारात येतात. गुरव पेटवलेल्या आरतीचे ताट दारात उभ्या गुणा पाटलिणीच्या हातात देतो. ती सगळ्या सव्वासणींना ओवाळते. कुंकू लावते. गुरव देवीला गाऱ्हाणे घालतो,

देवा म्हाराज्या ऽऽ आई लक्ष्मी देवी ऽऽ
गाव कोरडलं ऽऽ पिक कोळापलं ऽऽ
थेंब पाण्याचा ऽऽ ढग ऽऽ धन्याचा ऽऽ
शिवारात ऽऽ येऊ दे ऽऽ बरकत बहर होऊ ऽऽ दे ऽऽ
पाठीमागून गर्दी ओरडत असते. घंटा वाजत असते. सगळीकडे घंटेचा आवाज आणि,
लक्ष्मीच्या नावानं चांगभलं ऽऽ
लक्ष्मीच्या ऽऽ नावानं ऽऽ चांगभलं ऽऽ चा गजर. *लोक भाविकपणे हात जोडून उभे. गुरवाचे गाऱ्हाणे संपते. घंटेचा नाद थांबतो. सव्वासणीच्या डोक्यावरील एक एक घागर देवळाच्या गाभाऱ्यात ओतली जाते. गाभारा पाण्याने भरून जातो. मूर्ती अर्धीअधिक बुडते. गुरव दरवाजाला कुलूप घालतो. लोक परतू लागतात. कॅमेरा देवळापासून गल्लीत.*

दृश्य *रस्त्यावरील*

देव पाण्यात बसवल्यानंतर परतणारे दोन म्हातारे.

कसा पडंल पाऊस? माणसाची न्यातच बदलली. पोरं आईला आई म्हणत न्हाईत, बापाला बाप म्हणत न्हाईत. आनी म्हणं पाऊस पडाय पायजे. कशाला?
आता पैशाची दुनया आलीय गा ऽऽ पैसा झाला की सगळं झालं.
मग आता पैशानंच पाऊस पाडा म्हणावं. देवाला कशाला तिड्यात घालता?
आता कुठं कुठं इमानानं पाऊस पाडाल्यात म्हणं. तेबी चाललंय.
त्येला आभाळात ढग लागत्यात. ते तरी आसाय पायजेत. नसतील तर काय पैशानं इकत आणणार?
आणतील की. तेबी करतील. काय नेम सांगता येतोय. *दोघांचे थकलेले पाय. हळूहळू उचलत असतात.*

दृश्य *रस्ता*

कॉलेज शिकणारे तिघेचौघे.

कॉ. कुमार १, काय तिच्या आयला गाव? देव पाण्यात घातला म्हणे. अजून पाषाणयुगातच जगतात लोक.

कॉ. कुमार २, गड्या ऽ सगळंच विज्ञानानं सुटत न्हाई गणित.
कॉ. कुमार १, देव पाण्यात घालून सुटतंय. ह्यो सांगाय लागलाय. कामधंदा नसला की असले उद्योग सुचतात. त्यापेक्षा सोसाटीतला भ्रष्टाचार बुडवा म्हणावं. त्या दानवाड्याला आणि चेरमन दिन्याला बुडवा. आपोआप पाऊस पडतोय.
कॉ. कुमार ३, तळं राखी तो पाणी चाकी. त्यांना निवडून दिलं मग ते खाणारच. तुला निवडून दिला तर तू तेच करणार.
कॉ. कुमार ४, काय पण म्हणा. चेरमन भारीच लागला.
चर्चा वाढत जाते.

दृश्य *रस्ता*
गुणा पाटलीण, ह्या उंडग्या पोरास्नी मातीत घातल्याबिगार पाऊस पडत नाही.
सोबतची १, त्यात तुझा नातूबी हाय. उलट त्योच लई कलागती करत फिरत आस्तोय.
गुणा पाटलीण, त्येच्यासाठीच म्हणतोय. जीव घाईला आणला कार्ट्यांनी. काल कुठं धुमाळाच्या घरातनं मिरच्याच चोरून न्हीऊन इकल्या म्हणं.
सोबतची २, गुणाक्का, ही चड्डीची नाडी बांधाय ईत न्हाई ती पोरं दारू पिऊन ल्हास असत्यात. त्यास्नी पैसा नको ढोसायला?
सोबतची ३, त्या तात्या पाटलावर मरगाई यायला पायजे. भाड्या राजकारणासाठी ह्या पोरास्नी दारू पाजतोय. एकदा लागली सवय की करत्यात की चोऱ्या. ह्यो निवांत.
सोबतची १, गाव मातीत गेलं. काय सुदीक ऱ्हायलं न्हाई. काय करंल पाऊस तरी?

दृश्य *आडव्याप्पाचे घर*
तायव्वा, *समोरच्या आडव्याप्पाला* आता आसं बसून उपेग न्हाई. सिद्धय्यानं नळं टाकून बांबरातनं आणलंय म्हणं पाणी. आमालाबी तासभर देत्यात काय बघा जावा.
तासाला दोनशे घेतोय. कुठलं आणायचं पैसे?
मागं, म्होरं दीऊया म्हणावं. इच्यारून तरी बघा.

काय उपेग व्हईल आसं वाटत न्हाई. त्येचं हातऊस्नंच पन्नास द्यायचं हाईत. *तायव्वा काय न बोलता पदराने तोंड निरपत बसते. तिची घालमेल चेहऱ्यावर स्पष्ट दिसत असते.*

दृश्य *आमदाराचे घर*

आमदाराचा अलिशान बंगला. समोरच्या हिरवळीवर टाकलेल्या खुर्च्या. तीन चार कामगारांची धावपळ. पाचसहा कार्यकर्ते खुर्चीवर बसलेले. आमदारसाहेब पांढऱ्याशुभ्र घरगुती पोशाखात. तात्या पाटील, हरी निळपणकर. शिट्टूर सुट्या आमदारसमोर जाऊन हात जोडून नमस्कार घालतात.

आमदार, या ऽऽ या ऽऽ आकुर्डीचे इनामदार मराठे कसे काय वाट चुकले?

तात्या पाटलाला आमदाराचा बोलण्याचा रोख ध्यानात येतो. म्हणतो,

दानवाडे येऊन गेला वाटतं?

का? दानवाड्या सोडून तुमच्या गावात आमचं कुणीच नाही?

असं कुठं म्हटलं मी? दानवाडे आलता का? म्हटलं.

आमदार, *सावरून बसत* सरपंच, तुमी दानवाड्याला सोडला तसं मला सोडून चालत न्हाई.

आमी सोडलंय म्हणून कुणी सांगितलं?

आमदार पवित्रा बदलतो. तात्याला या घडीला डिवचू नये. हा विचार करून विषय बदलतो.

मार्केट कमिटी काय म्हणते?

कारभार तुम्ही करायचा. मग आम्ही काय म्हणायचं.

सावध आज काय काट्यावरच दिसते गाडी?

हरी निळपणकर, आम्ही आलोय म्हणजे – *त्याला थांबवतच आमदार म्हणतो,* माहिती आहे. सोसायटी बुडाली. आता पंचायतसमिती बुडवायचा विचार आहे. सांगा.

सोसायटी आम्ही नाही दानवाड्यानं खाल्ली.

तात्या, त्यात तुमची भागिदारी आहे. सोडून द्या. जवाहर विहिरीचं तुमचं करून घेतलंय. घरटानाचं मार्गी लावलंय. पुढंच सांगा. आम्ही कामासाठीच आहोत. नो प्रॉब्लेम.

हरि निळपणकर, गावात भगवान बाटेचा बंदोबस्त कराय लागतोय.

तो तुमी करायचा. तवनाप्पा पाटणे, भगवान बाटे तुमच्या गावात जास्त रुळाय लागलेत. तुमीच आवरायचं. घाला मोडून. सोडवायला हायच मी.
सगळेच गप्प होतात. चहाचे कप येतात.

दृश्य *सकाळ. गणेशचतुर्थी पहिला दिवस*
गल्लीत सगळे लोक गणपतीची मूर्ती घेऊन येत आहेत. फटाक्याच्या माळा फुटताहेत. कुंभाराच्या घरासमोर गर्दी. प्रत्येक जण आपापली ठरवलेली मूर्ती घेऊन रस्त्याला लागतो आहे. आडव्याप्पा आपली ठरवलेली मूर्ती बुट्टीत उचलून ठेवतो. कुंभाराच्या दारातून **गणपती बाप्पा ऽऽ मोरया** *म्हणत बुट्टी डोक्यावर घेतो. केसू त्याच्या पाठीमागून चालायला लागतो. त्याच्या कानात फक्त फटाक्यांचा आवाज. चालता चालताच तो हळूच वडिलांना विचारतो,*
बाबा ऽ एक फटाक्याची माळ घेऊ या ऽऽ
आडव्याप्पा, *एकदम खोल कण्हतो* नको लेका. आपल्याला उधारीवर कोण माळ देणार? सणावाराचं उधार नको. *समोरून शिट्टूर मोठ्याने ओरडतो,* गणपती बापा ऽऽ मोऱ्या. *आडव्याप्पाही ओरडतो* गणपती बाप्पा ऽऽ मोरया.
शिट्टूर, आगा ऽऽ आजून जोरानं म्हण. गणपती बाप्पा ऽऽ मोऱ्या ऽऽ
आडव्याप्पा, तिकडं लक्ष्मी बसलीया पाण्यात. आता ह्यो बाबा काय करतोय बघूया ऽऽ न्हाईतर जल्माचंच मोऱ्या ऽऽ
शिट्टूर, पडणार गाऽऽ पाऊस.
आडव्याप्पा, *चालता चालता* पीकं वाळून गेली. आता कव्वा पडणार? *तो फक्त मोरया ऽऽ म्हणत चालत राहतो. केसू गल्लीत वाजून पडलेल्या पुंगळ्या गोळ्या करत त्याच्या पाठीमागून यायला लागतो. समोरून केरबा आंडर येतायेताच केसूला डिवचतो. म्हणतो,*
आरं ऽऽ बाबाला माळ घ्यायला लाव. गल्लीतल्या पुंगळ्या कशाला गोळा करतोस.
आडव्याप्पाला आतून एकदम ढवळून येते. त्यातूनही प्रयत्नपूर्वक हसत म्हणतो,
घ्यायची की माळ. त्यात एवढं काय गाऽऽ?
आडव्याप्पा पायाची गती वाढवतो. केसू जवळजवळ पळतच त्याच्या पाठीमागून जायला लागतो. कॅमेरा गतीने मूर्तीवर.

नोंद

कॉ. भांबुरेनी आजऱ्यात धुमाकूळ घातला. वहिनी मोर्चात एकदम अग्रेसर. केंच्या तिच्या पाठोपाठ. दोघांचा वर्तमानपत्रात फोटो. वनखात्याची मुजोरी. कैक वर्षांची वहिवाट डावलून डंगे धनगर होणार बेघर. सगळ्या वर्तमानपत्रांत मोठाल्या बातम्या. कॉ. भांबुरेंची सगळीकडं मुलाखत. डंगे धनगर कोण. खुट्टेकरी, झेंडेकरी धनगरांपेक्षा डंगे धनगर कसे वेगळे. जंगल हेच त्यांचं अस्तित्व. त्यांचं आणि जंगलाचं नातं. जंगलच झालेले धनगर. कॉ. भांबुरेना विषय कळालेला आहे. त्यांनी वहिनीला बोलाय लावलं. वहिनी म्हणाल्या, आमच्या वाटेस जावुस तर याद राकुस तिचं म्हणणं चौकटीत.

पण याचा परिणाम होईल? एक मोर्चा. सर्वत्र बातम्या. या गरिबांची दखल घेणार तरी कोण? एवढा वेळ आहेच कोणाला? ज्याला त्याला त्याची त्याची कामं. ह्या डंग्यांचा विचार करणार कोण? मूलभूत प्रश्न. असे मूलभूत प्रश्न कितीतरी पडून आहे. आपल्या अवती-भवती. सगळ्यांना सगळं माहीत आहे. फक्त त्याविषयी भूमिका घ्यायची नाही. भूमिका न घेता सगळे प्रश्न कसे येणार लोकांसमोर? का यावेत? की काळच असा आहे, कुणाला उरलेलीच नाही भूमिका? तर मग आपल्या समूहाचं होणार काय?

आपलं आपलं होणार काय? आपलं म्हणजे कोणाचं? हा प्रश्न आहेच. हे चित्रपटात कसं आणता येईल. आणायला हवं.

दृश्य *रात्र*

आडव्याप्पाच्या दारात संतू खवीस.

काय झाली काय गा ऽऽ आरती?

झाली ऽऽ म्हणायची. ये की आत तरी.

कशाला आत. दारातच टेकूया. तूच ये भाईर.

आडव्याप्पा दारात येऊन उंबऱ्यावर टेकतो. शेजारी संतू खवीस.

संतू, काय म्हणायचं गा ऽऽ पार मोकळं आभाळ. कुठं ठिपूस न्हाई. आनी एक चार दिवस न्हाई लागला की खळं उलागलंच. रानाकडं बघाय व्हईत न्हाई. पोटात कालावतंय.

तुला मिळालं आसंल पाणी? दानवाड्याचं इंजन दिवसरात्र हाय म्हणं सुरू. संतू *चिडून,* आग लाव त्येच्या पाण्याला. पायरी चढलो न्हाई पालखीपास्नं. उलट्या काळजाचा गाऽऽ. जरा सुद्धा जाण न्हाई. तुज्या परास माझं वाटोळं केलं. कशाला पायजे त्येचं पाणी?

पैसेवाण हाईत बाबा ते. त्येंचं चालतंय. आपण पै ला म्हाग. आपण कशाला बोला कुणाचं?

आसं म्हणू नको. लई दिवस चालत न्हाई. व्हत्याचं न्हवतं झाल्यालं बघीतलंय डोळ्यानं. आता डेरीच्या म्हशी घेऊन देणार हाय लोकास्नी. माणूस फिरकाय तयार न्हाई. उंबरं झिजवालायं.

घे जा की एक म्हस. तेवढंच चलन चालतंय. आमची म्हस आता आटली. चलनच थांबलं बघ.

आता म्हस तरी कुठं परवडती? खाद्याचं दर भडाकल्यात. नुस्त्या गवतावर फॅट बसत न्हाई. जीव ऱ्हाईत न्हाई म्हणून करायचं. आता तुजं-माजं दिवस सपलं गा ऽऽ

मनातलं बोललास. सकाळधरनं आसंच यायला लागलंय मनात. पोरानं फटाकड्याची माळ मागितली. न्हाई घ्यायला. घेणार कसं? पै न्हाई खिशात. कशाला जगायचं?

दिवस आसंच ऱ्हाईत न्हाईत. पोरगं शिकलं तर तुजं बी भाग्य उजळंल. दिनू शिणगाऱ्याचं काय व्हतं? आत्ता बघ गडी चटचटीत पान खाऊन धोतराचा सोगा धरून हिंडतोय. पालाटलं का न्हाई नशीब. तसंच हाय.

बोज्या लई झाला गा डोस्क्यावर. आराच्या भाईर. भनीच्या नवऱ्याचा दवाखाना, घराचा खर्च, हिंगू, तिंगू. सगळीकडनं पार आत आलोय.

तरी आबा नरसाळ्या हाय तुला. आमाला तसंबी कोण न्हाई.

त्यो हाय म्हणजे, तो तरी कुठवर?

ते बी हायच की. त्यातनंच ढकलायचं.

दोघं काही काळ गप्प बसतात. बोलू का नको अशा स्थितीत शेवटी संतू खवीस विषय काढतो,

एक नड व्हती गा ऽऽ भागीवशीला?

कसली? जमण्यासारखी आसली तर भागवू या की ऽ?

न्हाई गा ऽऽ कुणाकडं पसरायचा हात? म्हणून तुझ्याकडं आलो. पायली-दोन पायली जुंधळं मिळतील?

आडव्याप्पाच्या पोटात खोल खड्डा पडला. त्याने डोळे आभाळाकडे लावत स्वत:ला सावरले न बोलताच बसला.

बघ जमतंय काय? दोन आठवड्यांत उलाढाल करतो. आता सगळंच थकलंय.

आडव्याप्पा संतूला आत ये गाऽऽ *म्हणत घरात घेतो. गणपतीकडे बघत म्हणतो,*

संतू ऽ देवा शपथ. काल आणल्यात दोन पायली आबाच्यातनं. त्यातलं एक पायली घेऊन जा. खोटं न्हाई बोलत.

मन आवरण्याच्या प्रयत्नात मग नको. जाऊ ऽऽ

त्याला नीट बोलायलाही जमत नव्हते, तो रस्त्याला लागतो. आडव्याप्पाला गणपती भोतेभोर फिरत असल्याचा भास होतो.

जोतीराव,

काळ तर मोठा कठीण आला आहे. कोणकोणत्या बाबी आपणांस कळवाव्यात आणि कोणत्या कळवू नयेत याबाबत निर्णय होणे कठीण झाल्यामुळे जे मनात खोलखोल जखम करून भळभळा वाहत आहे, ते सारे कळवावे असे मनाने घेतल्यामुळे माझाही इलाज उरलेला नाही.

शेतकऱ्याच्या शेतात आता फारसे काही पिकेल अशी स्थिती उरलेली नसून माती नाकाम करण्यासाठी शेतकऱ्याच्या घरात कीटकनाशके, तणनाशके, रासायनिक खते असल्या सगळ्या गोष्टी शिरल्या, त्या जाणीवपूर्वक असे म्हणण्यास फट आहे. जास्त उत्पादनाचे गाजर दाखवून त्याच्या घरात हायब्रिड बियाणे घुसवली आणि त्याची अस्सल देशी सकस बियाणे त्यास हद्दपार करावयास लावून सुफला-युरिया यांचा मारा करण्याची मानसिकता करून हजारो प्रकारची कीटकनाशके फवारण्यास भाग पाडून शेताच्या नैसर्गिक साखळीस तोडून नवे रोग निर्माण करण्याची यंत्रणा उभी करत सगळ्या शेतीचाच कणा मोडून शेतकऱ्याचे कंबरडे मोडण्याचा यशस्वी डाव त्याच्याच राजकर्त्या पोरांनी करून त्यास देशोधडीला लावण्याचा प्रयत्न यशस्वी केला आणि त्याने सतत अगतिक होऊन आभाळाकडे बघत बसावे म्हणून प्रचंड वृक्षतोड करून डोंगर फोडून अपरिमित निसर्गाची नासाडी करण्याचे महान कार्य सिद्धीस नेऊन ऊर्जेची अतोनात नासाडी व्हावी व हवेतल्या समतोलाला बिघडवण्यासाठी वारेमाप वाहनांची निर्मिती करून सर्वत्र धूरच धूर कसा पसरेल याची व्यवस्थित काळजी मायबाप सरकारने घेतली आणि प्लॅस्टिक नावाच्या उत्पादनास विषासारखे पसरवून

नदी-नाले-विहिरी हे सारेच कचराकुंडी कसे होतील याची पद्धतशीर जुळवणूक केली या साऱ्याचा थेट परिणाम फक्त शेतकऱ्यावर झाला आणि आधीच नाडलेला शेतकरी अधिक कसा नाडला जाईल यासाठी नवनव्या सापळ्यांची पेरणी केली. तरी ही चिवट असणारी शेतकरी जमात जगण्याचे नवनवे पर्याय शोधू लागली. यातला पूर्वापार चालत आलेला पर्याय म्हणून गाय-म्हैस बाळगून तिचे दूध विक्रीस घालून आपला संसार कसबसा चालवावा असे ठरवून सर्रास शेतकरी आपल्या गोठ्यात बैल नसला तरी चालेल पण म्हैस असलीच पाहिजे कारण एक दुभती म्हैस एका घराचे चलन चालवते असा प्रत्यक्ष अनुभव शेतकऱ्यास आल्यामुळे म्हैस त्याच्या संसाराचा आधार बनल्याने घरोघर म्हशी बाळगल्या जाऊ लागल्या आणि आपल्या सहकारातील जुन्या जाणत्या माणसांनी एकट्या-दुकट्याने दूध विकत बसण्यापेक्षा गावचे दूध एकत्र करून ते तालुक्याला व तालुक्यातील सर्व गावांचे दूध एकत्र करून जिल्ह्याला प्रक्रिया करून साठवून मोठ्या मोठ्या शहरास विकल्यास शेतकऱ्यास अधिक नफा मिळून त्याची आर्थिक स्थिती सुधारेल असा विश्वास बाळगून जिल्हा दूध संघाची स्थापना करून त्याच्या गावोगाव शाखा काढून एक सहकारी दूध संस्थांचे जाळे विणण्याचा हेतू हा की शेतकऱ्याची सोय व्हावी अशा जिल्हा दूध संघास पहिल्या पाच वर्षातच घसघसीत नफा होऊन शेतकऱ्यासही बरा दर मिळत असल्याचे ध्यानात येताच राक्षसाच्या अवलादीच्या पुढारी-राजकारणी लोकांची ह्या संघावर नजर फिरली आणि त्यांनी निवडणूक घेण्यास लावून आपल्या पिल्ल्यांच्या साथीने जिल्हा दूध संघावर झडप घातली तेव्हा त्यांना ही सोन्याचे अंडी देणारी कोंबडी असल्याचे ध्यानात आल्यानंतर ह्या दूध संस्था आपल्या बटीक करून अमाप संपत्ती कमावण्यास सुरू करून त्या फुक्कटच्या पैशाच्या महापुरात निवडणुकीच्या काळात सामान्य माणसाला दारू-गांजा-मटन-अफू असल्या नशेच्या जंजाळात फसवून जिल्ह्याचे नेते होऊन राज्याच्या कारभार करीत बसते झाले याला काय म्हणावे? आज तर साऱ्या जिल्ह्यात ते म्हणतील ती पूर्व असा दरारा असून त्यांच्या दहशतींच्या टाचेखाली गोरगरीब-दीन-दुबळे चिरडले जाण्याची खुली वहिवाट पडलेली आहे गोरगरीब शेतकरी घरात शिप्पीभरही दूध न ठेवता डेरीची वाट धरत असल्यामुळे तुमच्या काळातली दूध दुभत्याने भरलेली घरं ज्याला गोकुळ म्हणायचे ते आता फक्त आठवणीतच उरले आहे.

शेतकऱ्याने जे म्हणून स्वत:च्या प्रगतीसाठी करावयास जावे, त्यासाठी जिवाचे रान करावे, रक्ताचा घाम करावा ते ते सारे बोके लोक हातोहात लंपास करून

शेतकऱ्यास नाडण्याचे नवे नवे शस्त्र आपल्या हातात आले असे समजून स्वत:वरच खुश होऊन मोठ्या जोमाने लुटालूट सुरू करतात आता याचे वानगीदाखल एक उदाहरणच आपल्यासमोर ठेवल्यास आपणास त्याची तीव्र कल्पना येईल असे वाटते.

आपल्याकडचा जत-पंढरपूर-मंगळवेढा-सांगोला आटपाडी, हा पट्टा सततच अवर्षणग्रस्त भाग म्हणून ओळखला जातो या दुष्काळी भागातल्या दिघंची गावचे कष्टाळू शेतकरी दगडूबा मखिले पोराबाळांसह आमच्या जिल्ह्यात पोट भरण्यासाठी आले आणि आमच्या शेजारच्या गावात बाबाजी देसायाच्या मळ्यात कुटुंबकबिल्यासह सालगडी म्हणून राहिल्यामुळे पोटापाण्याची-कपड्यालत्त्याची भ्रांत मिटून पोराबाळांच्या शिक्षणाची सोय लागल्यामुळे त्यास तसे चार सुखाचे दिवस आले असे म्हणायला जागा झाली. बाबाजी देसाई तसा गावातला कर्ता सवरता माणूस असल्यामुळे गावातल्या सोसायटीत, डेरीत त्यांची ऊठबस सततच असल्याकारणे त्यांच्या शब्दास तसा खास मान गावकरी देत आणि बाबाजी शब्दाला पक्का असल्यामुळे त्यास वावगे काही खपत नसे. त्याकारणे त्यांच्या समोर डेरी-सोसायटीचा सेक्रेटरी मान वर करूनही बोलण्यास घाबरत असायचे. इतका त्यांचा वचक होता. ह्या बाबाजी देसायांच्या मनात असा विचार आला की दगडू मखिल्याचा पोरगा शाळेत फार काही टिकाव धरत नाही तर त्यास आपल्या डेरीत मापाड्या म्हणून कामास लावून त्याचा आईबापाच्या संसारास हातभार होईल. असे येवजून तो विषय दगडू मखिलेच्या समोर मांडून पोरास दररोज सकाळी व संध्याकाळी मापाड्या म्हणून काम करून जमेल तशी शाळा शिक असे सांगून कामास लावले, याचा दगडू मखिलेला खूप आनंद झाला नि दुष्काळीभाग सोडून आपण इकडे आलो याचे समाधानही वाटू लागले. दगडू मखिलेच्या मुलास शाळेचा भारी कंटाळा असल्यामुळे त्यालाही एकदम मोकळे मोकळे वाटू लागले नि त्याने स्वत:स डेरीच्या कामात झोकून दिले. काम ते कसले संध्याकाळी गावच्या बायाबापड्या-म्हातारे कोतारे किटल्या घेऊन रांगेत उभं राहून याच्या समोर यायचे की त्यांच्या किटलीतील दूध मापून कॅनात ओतून घेऊन किती लिटर झाले एवढे सेक्रेटरीला सांगायचे की झाले काम. बाया-बापड्या नाचाऱ्याचे प्यॉर म्हणून कौतुकाने बघायच्या. म्हणा यच्या शंकरू लेकरा, लागले सवरले सांगत जा. शंकरूला कुणाच्याही घरात मुक्त प्रवेश. आपोआपच शंकरूची शाळेतली उपस्थिती कमी होत जाऊन डेरीच्या ऑफिसातच ऊठबस सुरू झाली. सेक्रेटरीने त्याला हळूहळू आपल्या हाताखाली घेऊन नवनव्या विद्या शिकवायला सुरुवात केली यातील पहिली विद्या म्हणजे दूध कसे मापायचे. समोरचा माणूस दूध ओतू लागला की माप असे हालवायचे

की वाटीभर तरी दूध ज्यादा आलेच पाहिजे शंकरूने ही विद्या लगेच आत्मसात केली आठवड्याला डेरीच्या दुधात वाढ झाली शेतकऱ्याचे दूध तीनशे झाले तर वीस लिटर डेरीचे. ह्यात निम्मा वाटा सेक्रेटरीचा निम्मा शंकऱ्याचा सेक्रेटरीच्या बायकोच्या नावावर दूध पैसे मात्र दोघांचे शंकरूकडे आपोआप पैसा खेळाय लागला शंकरूने हळूहळू डेरीचं काम शिकून घेतले सेक्रेटरीचे दप्तर त्याच्याच ताब्यात आले सेक्रेटरी घरात, शंकरू डेरीत ही गोष्ट फार दिवस लपून राहिली नाही बाबाजी देसायानं सेक्रेटरीला सांगून टाकले, उद्यापासून तुझी नोकरी खल्लास. सेक्रेटरी बाबाजीच्या पायावर लोळला. गावातल्या कर्त्या माणसांच्या उंबऱ्यावर डोके आपटून घेतले. तरी काही उपयोग झाला नाही शंकरू रीतसर सेक्रेटरी झाला नि त्याच्या हाताखाली निव्या पाटलाला मापाडी म्हणून नेमून टाकले शंकरूची डेरीच्या सेक्रेटरींच्या संघात ऊठबस सुरू झाली जिल्हा दूध सेंटर, चीलिंग सेंटर या सगळ्यात त्याचा मुक्त वावर सुरू झाला पण हे करताना बाबाजी देसायाच्या डोळ्यात भरेल असे काहीच होणार नाही, याची खास दक्षता त्यानं बाळगायला सुरुवात केली, परिणाम असा झाला की बाबाजी देसाईच लोकांना सांगाय लागला, आमच्या शंकरूने डेरी कशी झक्कास चालवलीय. ह्या झक्कासचा पहिलाच झटका शंकरूने बाबाजीला दिला तो अगदी हुशारीनं वर्ष सहा महिने व्हाईस चेअरमन तुका आडकेची कडनड शंकरूने भागवायला सुरुवात केली. शंकरू तुका आडकेला म्हणायचा, नाना कधीतरी तुमी चेरमन झाल्याले बघायचेय. नाना हसायचा. सोडून द्यायचा पण कधी नानाच्या डोक्यात आले कुणास ठाऊक. त्याने मोर्चेबांधणीच केली नि बाबाजी देसायावर अविश्वास आणून थेट घरात बसवले. ही किमया नानानं कशी केली, याचेच बाबाजी देसायाला आश्चर्य वाटाय लागले. त्याने शंकरूला विचारून बघितले तर त्याने तिसरेच लावले. बाबा, गेले ते बरे झाले. डेरी आता खुळखुळा झालीया. कायच राहिले नाही. जिल्हा संघ आता गंडवाय लागलाय. बिले ही येथून पुढे वेळेवर होणार नाहीत. खरूज गेली. बाबाजीला खरेच वाटले. घरचे पोरगे सांगतेय म्हणजे खरेच असणार. शंकरूला कुरण रिकामे झाले. त्याने झटक्यात होंडा घेतली. तालुका-जिल्हा असा विस्तार करून घेतला. तालुक्याच्या चिलिंग सेंटरवर त्याचा अड्डा सुरू झाला. जिल्हा संघाचे संचालक जानबा शिट्टूरचा तो एकदम उजवा हातच बनला. चिलिंग सेंटरवर तालुक्यातले सगळे दूध एकत्र. दररोज दहा-बारा टँकर दूध रवाना व्हायचं मुंबईला. शिट्टूर जानबाच्या डोक्यात शंकरूनं आयडिया कोंबली आणि आठवड्यातून एक टँकर नोंद न होताच चालला मुंबईला. शिट्टूर टँकरच्या आधीच पोहचलेला असायचा नव्या मुंबईत.

वस्तीला जिल्हासंघाच्या गेस्टहाऊसवर. तेथूनच टँकर पोहचायच्या आत व्यवहार होऊन बिनधोक टँकर पोहचायचा खाजगी संघात. टँकर जानबा शिट्टूरचाच. शंकरूला आयती भागी. त्याचे कपडे बदलले. गळ्यात सोन्याचा कंठा आला. पायात बुटांची रांग लागली. गावात येणे त्याला फारसे रूचेनासे झालं. त्याने आईच्या मार्फत बापाला समजावले. बाबाजी देसायाची सालदारकी सोडली. शंकरूनं सेक्रेटरीपदाचा राजीनामा पाठवला. सगळे बिऱ्हाड जिल्ह्याला. गावातल्या लोकांचे डोळे फिरले. बाबाजीच्या डोक्यात प्रकाश पडला. तुका आडक्या सात लाखाचे कर्ज डोक्यावर घेऊन बसला. गावात एक चर्चा. दगडू माखिलेचे पोरगे बेंडलबाज निघाले. गावाला फसवून गेले. सगळा गळ्याला फास तुका आडक्याला.

जानबा शिट्टूरच्या वाटणीत शंकरू माखिलेने टँकर घेतला. चोवीस तास जिल्हा संघात. एकाचे चार टँकर कसे झाले त्यांचे त्यालाच कळलं नाही. दाबजोर पैसा घरात येऊन पडाय लागला. सालगडी दगडू माखिले कोशा पटका बांधून हातात धोतराचा सोगा धरून कापशी चप्पलात सिनेमातल्या सरपंचासारखा फिरू लागला. शंकरू माखिले दादा माखिले झाला. दोन टँकर वाढले. रॉकेलच्या मागावर लागले. दादा माखिले एकदम जानबा शिट्टूरचाच मालक झाला. जिल्हा दूध संघाची निवडणूक लागली. जानबा शिट्टूरने प्रस्ताव ठेवला. पैसा वतायचा पॅनेल करायचे. दादा माखिले बिचकला. शिट्टूर म्हणाला, पॅनेल माझे पैसा दोघांचा. दादा माखिले एकदम तयार. जिल्ह्यातल्या प्रत्येक दूध संस्थेत एक ठराव. जानबा शिट्टूरने दर काढला पंचवीस हजार एक ठराव आवठड्यात ठराव जमले तीनशे ऐंशी. तीनशे ऐंशी लोकांना घेऊन दादा माखिले पोहचला गोव्यात. खा-प्या-चैन करा. जिल्ह्यातले नेते गांगरले. हा दादा माखिले कोण? शब्दाला पक्का. वेळेला पक्का असा त्याचा दबदबा पसरला. जानबा शिट्टूर जिल्हा संघाचा चेरमन झाला. दादा माखिले कारभारी. दादा माखिलेनं एकदम शंभर टँकर खरेदी केले. शंभर जानबा शिट्टूरनं संचालकांत वाटले. दादा माखिलेच्या टँकरना फ्री पास. वर्षाच्या आत टँकरचे कर्ज फिटले. दादा माखिलेने तीन पेट्रोलपंप टाकले. जिल्हा संघाच्या टँकरनं डिझेल दादा माखिलेकडे भरायचे. दादाच्या लक्षात आले. आता तर टँकर हातोहात विकता येतील. दादाने जयपाल दूध संस्थाच मुंबईत काढली. रोजचे पंचवीस टँकर संस्थेच्या चिलिंग सेंटरवर. प्लॅस्टिक पिसव्यांचे युनिट काढले. दादा माखिलेने जिल्ह्याचे खासदार दोन, आमदार दहा विकत घेतले. दादा माखिले जिल्ह्याचे दैवत बनले.

जोतीराव, ही कहाणी एका गरीब शेतकऱ्याच्या पोराची. पण तो शेतकरीधर्मच विसरला. लुटारू झाला. अशा लुटारूंची टोळीच बनली. मग टोळीतून दुसऱ्या टोळीचा

जन्म. आता तर टोळ्याच टोळ्या. त्यांना शेतकरी कसा दिसणार. फक्त पैसा. आता सांगा जोतीराव, काळ तर मोठा कठीण आला. अशा वेळी शेतकऱ्यानं आभाळकडं बघावं एवढंच शिल्लक.

दृश्य दुपार

एकाएकी आभाळ भरून येतं. हवा क्षणाक्षणाला बदलत जाते. एकदम पावसाला सुरुवात होते. म्हटलं तर वादळी म्हटलं तर नेहमीचा. पण मध्येच वादळी वाऱ्याला सुरुवात होते. जोरदार पाऊस. बघता बघता गल्लीत पाण्याचे लोंढे वाहायला लागतात. कसा का असेना पाऊस लागला याचाच आनंद अधिक. गुरव तशा पावसातही पळत पळत लक्ष्मीच्या देवळात येतो. कुलूप काढतो. देवळाच्या गाभाऱ्यातील पाणी पूर्ण कोरडे झालेले. तो मनोभावे लक्ष्मीची पावसाच्या पाण्यानं पूजा करतो. हात जोडून लक्ष्मीसमोर डोळे मिटून उभा राहतो. पावसाचा जोर वाढतच जातो. एकदम झडीचा पाऊस. कॅमेऱ्यात पावसाची झड पकडली जाते.

दृश्य *आबा नरसाळेचे मळ्यातील घर*

आबा, आडव्या ढग फुटला का आभाळ फुटलं? पाऊस थांबायला तयार नाही. ते बघ वड्याचं पाणी एकदम काठाला आलं. चार तासात वडा काठाला? असं कधी झालं न्हवतं.

पाऊस नसला की पाऊस न्हाई. पडाय लागला की सारखा वततोय. आबा. पावसानं तरी काय करायचं? कुणाचं म्हणून आनी काय म्हणून ऐकायचं?

आडव्याप्पाला झालेला आनंद त्याला लपवताच येत नाही.

आडव्या, पाऊस जीरवणीचा पडला तर पिकाला बरं. आता ह्यो धाड ऽ धाड ऽऽ पडाय लागलाय. पाणी मुराय तर नको.

आबा, आता सुरू झालाय. म्हण्जे जीरवणीचा बी पडणारच की. चला आता गाव गाठू. घ्या पोतं अंगावर.

बैलांचं वैरण-पाणी बघितलास न्हवं? चल.

म्हणत दोघे भर पावसात बाहेर पडतात. शिवारात सगळं पाणीच पाणी. एकदम थंड हवेचा शिडकावा आणि पावसाचा मारा. आडव्याप्पाला गुदगुल्या व्हायला लागल्या. तशा पावसातही त्याच्या पायाची गती वाढली.

दृश्य *आबा नरसाळेचे घर*

चिपाड केरबा, हरबा आंडर, गुरवाचा म्हातारा लग्गीवर बसलेले. आडव्याप्पाही त्यांच्याजवळच टेकलेला आहे. पाऊस थोडा थांबण्याची लक्षणे.

चिपाड, काय तरी घोटाळा हाय गड्या?

आंडर, कशाचा म्हणतोस?

चिपाड, आगा ऽऽ ह्या पावसाचा. ह्येला काय पाऊस म्हणायचा. ढग फुटल्यागत रानोमाळ पाणी. वर्षाचा पाऊस दोन दिवसांत?

आंडर, पाणी पाणी करून सोडलं का न्हाई? आता बारा आणे गेलं तरी चार आणे पीकतंय घे.

चिपाड, असं म्हणू नको. आजून दूध खेळायचं हाय. तवाबी अशी झड दिली तर पार धुऊन जाईल.

आडव्याप्पा, जरा जिरवणीचा पडाय पायजे गाऽऽ म्हणजे तापल्यालं रान सडकून ढकलतंय पिकाला. भुईमूग बघशील तर नांगी आकसून आल्ती. मिरचीनं तर मानच टाकलीती. जरा दमान पडाय पायजे.

इतका वेळ गप्प बसलेला गुरव म्हातारा खाकरून,

आगा ऽऽ ह्यो पाऊस न्हवं. ह्येला पाऊस म्हणत न्हाईत. हवामान बदललंय. त्येचा ह्यो हिसका. आत पुढं पडंल बी न्हाई बी.

चिपाड, त्येच म्हणतोय मी. आता काय म्हणाय रानात चारा व्हईल. मूक जनावराला गवातकाडी, माणसांला पाणी. पिकाचं न्हाई खरं.

आंडर, न्हवता त्येचा परास बरं ऽऽ

आडव्याप्पा, हां गा ऽऽ हां ऽऽ

सगळेच सुरात सूर मिसळतात.

नोंद

दादा माखिलेचा पंटर माझ्या टेबलासमोर. कडगाव सज्जातील गायरानाचा चोपन्नचा उतारा मिळाला तर बरं होईल. म्हणजे आता तेही गायरान गेलं घशात. वाघरे दिवाणजीला त्याच्यापेक्षा घाई. वाघऱ्यानं तीन-चारशे एकर जमीन दादा माखिलेच्या घशात अच्चुती उचलून टाकली. बदल्यात वाघऱ्याला जिल्ह्याच्या ठिकाणी अलिशान

बंगला. दादा माखिलचा पंटर म्हणतो, सहा तालुक्यांत दादांची जमीन पसरलीय. किती तरी हजार एकर. दादा माखिले एवढ्या जमिनीचं करणार काय? पंटर म्हणतो, जमीन दोन अधिक दोन बरोबर दोनच. जमीन वाढत नाही. त्यामुळं जमिनीतील गुंतवणूक सर्वांत चांगली. सहा महिन्यांत दामदुप्पट. पेट्रोलपंप बंद पडू शकतो. जिल्हा संघाची सत्ता जाऊ शकते, पण जमीन जागा सोडून हालतच नाही. नंतर काहीही करता येईल. हे त्याचं तत्त्वज्ञान योग्य. पण जमीन विकून उपलाणी होणाऱ्या शेतकऱ्याचं काय? चार दिवसांत आलेला पैसा संपला की त्याच्या पोराबाळांनी जायचं कुणाकडं?

मग विकायची नाही जमीन. त्याच्यावर कोण जबरदस्ती करतं. आता लोकांनाच घाई झालीय जमिनी विकायची. न्हाईतरी पिकतंय काय शेतात. त्यापेक्षा विकून तेवढेच चार दिवस सुखात.

शाब्बास रे वाघरे. साल्या शेतकऱ्याचा पोर, तू कशी भटाबामनाची भाषा बोलाय लागलास. पैसाच माणसाची भाषा बदलवतो.

जोतीराव.

काय सांगायचे तुम्हांला. हा वाघरे साला गावागावात फक्त फिरत असतो. सावज शोधण्यासाठी. आडला-नडला शेतकरी जमीन विकायच्या विचारात आहे अशी कुणकुण जरी लागली तरी त्याच्या त्या घराभोवतीने चकरा सुरू होतात. उगाचच ऊठबस वाढवत सुटतो. त्या शेतकऱ्याला तालुक्याला गाडीवरून फिरवून जग कसे बदलले आहे, काय ठेवलेय जमिनीत? कुठे पिकतेय काय? सगळा तोट्याचा व्यवहार. आताच चार पैसे केले. बँकेत ठेवले तर व्याजावर जगशील. दामदुप्पट झाल्यावर पोरंबाळे काय तरी खिडूकमिडूक धंदा करतील. पैसा कसा वाढत जातो. जमीन काय वाढणार आहे. असले काय-काय सांगून आधीच जमीन विकण्याच्या मन:स्थितीत असलेल्या माणसाला खोट्या बातांच्या जंजाळात फसवून बरोबर शंकर माखिलेच्या पंटरच्या दारात उभे करतो. पंटर पोराच्या नोकरीचे बघू, दादा चुटकीत तुझ्या पोराला नोकरी लावतील, त्याच्या तरी जन्माचे कल्याण होईल, अशा भुलथापात एरगटून त्यास आता जमीन विकली की आपलं कल्याणच झाले अशा विचाराच्या गुंगीत गुतपळून पुन्हा वाघरेच्या ताब्यात देतो. तर वाघरे सातबारा-आठ-अ तयार ठेवून स्टॅम्पवेंडरच्या खोक्यात त्याला रुतवून रजिस्टार ऑफिसच्या

दारात उभे करून टाकतो. त्याचा अंगठा-सही स्टॅम्पवर झाली आणि कॅमेऱ्याने त्याच्या चेहऱ्यावर क्लिक केली की एकदम खुश होऊन दीर्घ निश्वास सोडत रस्त्यावर त्या गरीब शेतकऱ्याला उभे करून नव्या सावजाच्या शोधात निघतो. याला काय म्हणावे? कधी काळी शेतकऱ्याचा पोर असणाऱ्या वाघरेला आपण काय करतोय याची पूर्ण जाणीव असूनसुद्धा त्याला किंचितही शरम वाटत नाही. उलट शंकर माखिलेचे आपण कसे विश्वासू पित्ते असून आता आपल्याला तलाठ्यासारख्या फालतू नोकरीची गरजच उरलेली नाही, हे वारंवार पटवून देत इतरांनीही अशा स्वरूपाच्या लुटालुटीच्या कामात स्वत:ला गुंतवून घेतल्यास त्यास किती उन्नती साधता येणार आहे हे आपल्याच उदाहरणावरून पटवून देण्याचा हरएक यत्न करत असतो. एका भर दुपारी त्याने आम्हास राजाभाऊ हॉटेलात भजी खाऊ घालून सांगण्यास सुरुवात केली-

कोणकेरी, आता जमीन खरेदी-विक्री व्यवहार एकदम तेजीत आहे. आपल्यासारख्याने यात उतरले पाहिजे. भांडवलाची गरजच नाही. घेणारा आणि देणारा दोघेही गरजू असल्यामुळे आपल्याला आपोआप कमिशन मिळून जाते. कधी कधी वर्षाचा पगार एका व्यवहारात सुटून जातो. आता हेच बघना. काल म्हमदापूरच्या करवळच्या जमिनीचा व्यवहार झाला. पाच एकराचा व्यवहार. तीन लाख वीसाने एकर. सोळा लाख मालकाला. त्यानं पन्नास कमिशन दिले. दादा माखिलेच काय ठरलेले. पाच एकराला एक लाख. दीड लाख दिवसात. आठवड्याला एकतरी व्यवहार होतोच.

म्हटलं, सगळे व्यवहार दादा माखिल्याचे?

न्हाई. तो फक्त पाच एकर किंवा अधिक असली तरच व्यवहार करतो. एकर, अर्धाएकरात तो मन घालत नाही. पण आता जमिनी घ्यायला माणसांच्या उड्या पडाय लागल्यात. डॉक्टर, वकील, व्यापारी, बेपारी, मटकेवाले, टाकीवाले, दारूवाले, पुढारी, सगळ्यांची धडपड. थोडी का असेना. मिळंल तेवढी जमीन घेऊन टाकायची. आता तर माझ्या पाठीमागे पंधरा-वीस लोक लागत्यात. कसलाबी तुकडा आसेना. पदरात पाडून दे.

च्या आयला ह्यांना एकदम कसं काय जमिनीचे वेड लागले म्हणायचे?

त्याचं काय हाय. खरे सांगू. सगळा हरामाचा पैसा. ठेवणार कुठे? जमिनी घीऊन टाकायच्या. पडजरी पडली तरी किंमत वाढतच जाती. अरे, मास्तरांकडंबी आता हारामाचा पैसा. एक बरं झालं गड्या, ह्यात शेतकऱ्याला चार चांगले पैसे मिळाय लागल्यात. आता बघ करवळची जमीन लाखाने एकरसुद्धा कुणी घेतली नसती. त्या

जमनीला तीन लाख वीस हजार. उकाळ पांढरेच झाले की गाऽ काय पिकत व्हते तिथे. नुस्ते गवात. ते बी गावची ढोरं चरून जायची. झाला का न्हाई पैसा.

वाघऱ्या बिनतोड बोलत सुटल्यावर म्हटले, दिवाणजी, तुमची जमीन किती? किती कुठली. गावाकडे वीस गुंठे वाडवडलाची. हिते ह्या हाणामारीत उचलली आठ एकर. बास की. काय नाही शिकलं पोरगं तर घेतलेल्या रानात ढोरे तरी फिरवेल.

वाघऱ्या, तुझ्या पोराने ढोरे फिरवायची तजवीत झाली, पण ज्याने विकली त्याच्या पोरांनी भीकच मागायची न्हवे.

आता बघा. ज्याचं त्याचं नशीब. त्यानं का विकावी?

अरं बाबा, कळत नाही त्याला. तुझ्यासारख्या शहाण्या माणसानं समजून सांगाय पाहिजे. तर तूच त्याला भरीला घालतो. हे पाप कुठं फेडशील?

चला. मला जरा भाऊसाहेबांना गाठायचेय, म्हणतच वाघरे रस्त्याला लागला.

जोतीराव, कशा कशाला तोंड द्यायचे शेतकऱ्याने. त्याची बसायची जागाच लंपास कराय लागलेत हे टगे. त्याला कळत नाही ह्यांची टगेगिरी. अशा टग्यांनी आता हैदोस घातलाय गावागावात. तेच व्याजाने पैसे देणार. हळूहळू त्याला कर्जबाजारी करणार. बरोबर खिंडीत सापडला की त्याचा तुकडा नावावर करून घेऊन पुन्हा दामदुपटी-तिपटीने विकणार. अशा नवश्रीमंत लुटारूंचा विळखा आता गरीब शेतकऱ्याभोवती अधिकाधिक घट्ट होऊन आता ते गोरगरीब शेतकऱ्यांसाठी शासनानं जाहीर केलेल्या योजना आपणच शेतकरी होऊन राजरोस लाभार्थी बनून शासनासच गंडा घालत असताना निर्लज्ज सनदी अधिकारी त्यांचीच पाठराखण करण्यात स्वत:ला धन्य मानत आहेत. आणि अशा नवश्रीमंत टग्यांची साखळी वापरून शासनाच्या तिजोरीतून आलेले करोडो सहजगत्या बेमालुमपणे लंपास करीत आहेत. ताजेच उदाहरण जोतीराव, आमच्या शासनाने गरीब शेतकऱ्यास शेतीतून फारसे उत्पन्न मिळत नसल्या करणे त्यांनी जोडधंद्याकडे वळावे म्हणून कुक्कुटपालन, शेळीपालन आणि म्हैसपालनासाठी अल्पभूधारकास पाच लाखापर्यंतचे कमीतकमी व्याजदराचे कर्ज मिळेल असे जाहीर केले, तर तालुक्यातून ज्या शंभर लोकांची यादी जिल्ह्याला गेली त्यात एकही शेतकरी नसून हे नवश्रीमंत टगे जे आज एकर, अर्धाएकरचे मालक झालेले आहेत. तेच ह्या योजनेचे लाभार्थी होणार आहेत. अशा टग्यांना सरकारी ऑफिसमधल्या आमच्यासारख्या कारकुनांना तुकडा टाकून विकत घेण्याची कला अवगत असून गरीब शेतकरी तिथंपर्यत पोहचणे केवळ अशक्य झालेले आहे.

दृश्य   संतू खवीसाचे घर

धना तांबटाचा पोरगा जगू, तीनचार उंडगी पोरे घेऊन संतू खवीसाच्या दारात
उभा आहे. खवीसाची बायको चौकटीला.

जगू, वयनी, दोन आठवड्याचं व्याज तटलं. तुमचा मालक भेटाय तयार
न्हाई. मी काय करायचं?

संतूची बायको, बाळासाब, मागचा आठवडा पावसात गेला. मजुरी त्यास्नीबी
न्हाई. मला बी न्हाई. घरातच बसून काढलं. आज गेल्यात तात्या
पाटलाच्यात. शनवारच्या संध्याकाळी न्हाई तर आईतवारी घरपोच करतो
व्याज.

जगू, बघा हां ऽऽ वयनी. मला उगच वाकडं वागाय भाग पाडू नका.

संतूची बायको, न्हाई ऽऽ न्हाई. तसं व्हणार न्हाई.

जगू पोरांना घेऊन रस्त्याला लागतो. सखा न्हाव्याची बायको तिच्याजवळ
येऊन विचारते,

व्हंजी ऽऽ ह्येचं कसलं व्याज?

सावकारी करतोय. शंभरला आठवड्याला पंधरा रुपये व्याज. मी म्हणाल्तो
ह्यास्नी. नको काढाय. तर दोनशे काढल्यात. दोन आठवड्याचं व्याज साठ
रुपय. ह्यो काय धरम झाला?

म्हशीपरास रेडकूच मोठं बाई. लवकर भागीव. न्हाईतर येजात मरशील.
काय करतीस. घरात एक दाणा नव्हता. कुणाकुणाकडं मागून बघितलं. न्हाई
मिळालं. म्हणून काढलं ह्येचं. तर हे आसलं **कोडबॅड**. नशीब म्हणायचं दुसरं
काय?

ती तशीच आत फिरते. न्हाव्याची बायको नाइलाजाने माघारी वळते. घरात
जाते.

दृश्य   महालक्ष्मीचे मंदिर

बच्च्या बामन गडबडीत. लक्ष्मीच्या देवळाला स्पीकर लावलेला. सकोबा
लव्हाराचा तहसील कचेरीत साहेब असलेला मुलगा. सत्यनारायण पूजेसाठी
खास नवी घेतलेली इनोव्हा गाडी घेऊन देवळाच्या दारात. त्याच्या घरातील
माणसांची देवळात लगबग. पूजेला बसण्यासाठी सकोबा लव्हार एकदम
रुबाबात आलेला. बच्च्या बामन स्पीकरचा माईक आपल्या हातात घेतो.

बच्च्या बामन, करूया सुरू. *म्हणत* मम ऽऽ म्हणा ऽऽ पाणी सोडा ऽऽ *स्पीकरचा आवाज गावभर पसरतो. गावातली चिल्ली पिल्ली पोरं देवळात हळूहळू जमाय लागतात. म्हातारे-कोतारे भक्तिभावाने पूजा ऐकण्यासाठी येऊ लागतात.*

म्हातारा १, सकोबाचं पांग फिटलं.

म्हातारा २, आता काय गा ऽऽ खोऱ्यानं पैसा.

तुका शिपाई, त्येलाबी नशीब लागतंय तात्या. न्हाय तर पायलीभर पोरं गावात फिरत्यात. ती सायेब व्हायचं बघत्यात काय बघ. खात्यात, हिंडत्यात.

म्हातारा १, ती नोकरीला लागली तर गावातलं राजकारण कोण करणार. तात्या पाटलाला मागनं फिराय कोण नको.

एवढ्यात बच्च्या बामन सत्यनारायणची कथा सुरू करतो.

म्हातारा २, थांब गा ऽऽ आता कथा सुरू झाली. ऐक. *सगळे बोलायचे थांबतात. स्पीकरवर फक्त बच्च्या बामनाचा आवाज.* साधूवान्याची बायको...

डायरीतील पान

मनोहर- मनसंतोषगड म्हातारबानं निरोप धाडलाय. लगेच नीघ. त्याच्याजवळ पोहोचायला पंधरा तास लागतात. चिगऱ्याला टी.बी. झालाय. कैंच्याला चालणं कठीण. कैंच्याची बायको म्हणते, आपण जाऊ.

म्हातारबा. काय परीक्षा बघताय. हे लोक तुम्हाला कधीही नक्षलवादी ठरवतील.

आपल्याला काय तरी ठरवावं लागेल.

दृश्य *पूजा संपल्यानंतर*

प्रसाद घ्यायला आलेली बेकार हिंडणारी पोरं.

मुलगा १, नीट पड रे पाया. सांगा नारायणाला, कटली पायजे.

बच्च्या बामन, देवासमोर तरी नीट वागारे भडवीच्यानो ऽऽ

मुलगा २, काका, तुमचंच अनुकरण करतोय, नाव नको चालवाय.

बच्च्या बामनाची तळपायाची आग मस्तकाला.

बच्च्या बामन, गाढवीच्यानो, मी केलं ते तुम्हाला काय जमतंय? व्हा बाजूला. द्या दक्षिणा. चाललो मी.
मुलगा १, काका पळा ऽऽ वाट बघत असंल. *बामन काढता पाय घेतो. सगळेच खो ऽऽ खो ऽऽ हसाय लागतात.*

दृश्य *शेताचा रस्ता*

आडव्याप्पा गडबडीत आपल्या शेताकडे चाललेला आहे. त्याला देवळासमोर जानबा एकल थांबवतो,
काय गड्या, सदान् कदा गडबड गडबड. जरा जिवाला शांताई घेत जा. घातीची कामं घातीला झाल्याली बरी. मिरचीला जरा खत टाकायचं हाय. कुठनं आणला खत?
आणलं बाबा कुठनं तरी. हातापाया पडून. दोन पिसवाटं आणली.
तालुक्यास्नं?
का गा ऽऽ लई चौकशी चालती? दानवाड्याला सांगायला? सांग त्येला- सोसाटी मोडून खाल्ल्यासा. तरी मी खत आणलं.
तुला, त्यासाठीच थांबवलाय. जरा जपून. दानवाड्याच्या मनात कायतरी वेगळंच दिसतंय?
म्हणजे?
नरसाळ्या तुझ्या जिवावर उड्या मारतोय, असं दानवाड्याला वाटतंय.
मी सोडलं तर दुसरं कोणतरी मिळंलच की त्येला. पैसे असणाऱ्याला काय? रुपायाला आडीसरी. पायजे तेवढं लोक.
तसं न्हाई. पगारी मिळत्यात पण आपलेपणानं बघणारं मिळत न्हाईत. म्हणून तुला त्यो अडचणीत आणाय बघणार.
बघू दे, बघू दे. एकदा काय करायचं ते करून घेऊ दे. त्येच्या मनाची समाधानी व्हवू दे. जाऊ?
जा खरं, जरा सावध रहा.
चालता चालता आडव्याप्पाच्या डोक्यात तोच विचार. तो काय बाय स्वत:शी पुटपुटत चाललेला असतो. शेतापर्यंत.

दृश्य *आडव्याप्पाच्या शेताचा बांध*

आडव्याप्पा डोक्यावरचे खताचे गठले उतरतो. बांधावर ठेवतो. कडखोपडा निरखून बघतो. तर बांधाच्या कडेला लिंबू, काळ्या कपड्यात. तो दचकतो. निरखून बघाय लागतो.

हे त्या दानवाड्याचंच काम. लिंबू टाकून काय करणार? आणि शंभर टाक म्हणावं.

हे म्हणताना तो घाबरलाय हे कॅमेरा टिपतो. हळूहळू तो जास्त अस्वस्थ होत चाललेला. आतल्या आत.

दृश्य *आडव्याप्पाचे घर*

आडव्याप्पाच्या गोठा असलेल्या छपरात त्याची दाव्याची म्हैस पोट फुगल्यामुळें आडवी पडलेली आहे. तायव्वा तिच्या भोवती फिरून फिरून निरखून बघते आहे. आडव्याप्पा बाळा म्हाताऱ्याला घेऊन येतो. म्हातारा म्हशीच्या पोटावर मोठ्याने बोटे आपटतो. नाकपुडी वर करून निरखतो. लगेच आडव्याप्पाला म्हणतो,

माणसं गोळा कर. म्हशीला फाशी झाली या. गोठ्यातून भाईर काढाय पायजे.

आडव्याप्पा गल्लीत जातो. म्हातारा म्हशीला उठवण्याचा प्रयत्न करू लागतो. तिच्या कळीच्या जागा जोराने डिवचतो. म्हस ताडकून जिवाच्या करारावर उभी राहते. म्हातारा दाव्यासहीत म्हशीला परड्यात आणतो. एवढ्यात हरबा, चिपाड, केंदाळ वश्या, दिनू शिणगाऱ्या पटापट जमा होतात. आडव्याप्पा मोठाले वालं, दोन तीन कासरं, घरातून परड्यात आणतो. तायव्वा सांगायच्या आधीच न तांबरलेल्या सुया, हाळद, मध, चटणी आणून ठेवते.

जमलेले लोक म्हातारा म्हणेल तसे वाल्याचे तिडे टाकू लागतात. वाल्याचे तिडे आवळले जाऊ लागल्यावर म्हैस आपोआप खाली टेकते. लांब पाय सोडून आडवी होते. पटापट तिचे पाय एकत्र करून बांधले जातात. म्हातारा सराईतपणे म्हशीचे तोंड हातात घेतो. बाकीचे म्हशीच्या पायावर, पोटावर जोर देऊन वाकून थांबतात. म्हैस उठू नये यासाठी प्रयत्न करतात. तायव्वा म्हाताऱ्याच्या हाताखाली लागेल ते साहित्य पुरवत असते. म्हातारा म्हशीची जीभ टाळ्यात हात घालून पद्धतशीरपणे बाहेर काढतो. चारी बाजूने

निरखून बघतो. जीभ फडक्याने पुसून कोरडी करतो. तायव्वाच्या हातातील दणकट सुई घेऊन जिभेचा खालचा भाग वर करून काळ्यानिळ्या दिसणाऱ्या रक्तवाहिन्यांवर कचाकच सुई मारणे सुरू करतो. काळ्या रक्ताच्या चिळकांड्या. रक्त फडक्याने पुसून पुन्हा सुईने टोचणे असा क्रम लाल रक्त येईपर्यंत सुरू होतो. लाल रक्त आल्यानंतर हळद, मध, चटणी यांचे मिश्रण जिभेवर घासून टाकतो. आणि म्हणतो,

म्हातारा, आता सोडा गाऽऽ म्हशीला.

सगळे लगबगीने म्हशीला बांधलेले वाले ढिले करतात. हळूहळू पाय सोडतात. क्षणार्धात म्हैस ताडकन उभी राहते. जणू काही झालंच नाही, अशी तजेलदार.

म्हातारा, तायव्वा, आता हिला उद्या रात्रीपर्यंत पाणी नाही दाखवायचं. हिरवं गवात न्हाई घालायचं. बसू नाही द्यायचं. हे वालं असंच चपराच्या वाशाला बांधून टाकायचं. बसताच नाही आलं पाहिजे.

आडव्याप्पा सगळ्या सूचना काळजीपूर्वक ऐकतो. तायव्वा लोकांना चहा करून देते. चहा घेता घेता केंदाळ वश्या म्हणतो,

म्हातारबा ऽ तुज्या माघारी गावच्या म्हशीचं कसं व्हायचं?

म्हातारा खडूसपणे तुझ्या पाठीमागनं सोडायच्या.

केंदाळ, म्हातारबा, शिकीव तरी सगळं. म्हणजे तो तरी धंदा करंलो. तू बिनपैशाचं करतोस, मी दरपत्रक काढतो.

म्हातारा, काढ बाबा. तुमची कली बदलली. पैसा पायजेच. ल्हवाराच्या पोरानं बक्कळ पैसा मिळविला बघ. वीस एकर जमीन घेतली म्हणं शेणगावात.

केंदाळ, म्हातार बा ऽ मामलेदार कचेरीत हाय. तितं नुस्त्या नोटा. तितं आमाला कोण घेणार?

म्हातारा, शाळा शिकला अस्तास, तर गेला अस्ताव.

दिनू शिणगारे, मग बोंबलत हिंडायला माणसं कुठली आणायची? उठा ऽऽ गाऽऽ

सगळे उठतात. आपापल्या रस्त्याला लागतात.

गुजरपोलीस अचानक दुकानात दत्त. शेठजी तुम्हांला मदत करण्याची संधी चालून आली म्हणून पळत आलो.

बोला. गुजरसाहेब बोला.

बोला कसलं, संध्याकाळपर्यंत तुमच्या घराची झडती घेणार शालबिद्र्या. सीआयडीचा पलांडे म्हणत होता. वरूनच त्याला आदेश आलाय. कोणकेऱ्याचाच मामला. त्याचं कसलं सामान तुमच्या घरात हाय. कागदंबी हाईत त्यात.
त्यासाठी कुणाची तक्रार आलीय का दुसरं काय?
त्ये पलांडे आणि शालबिद्र्यालाच ठावं.
काढाकी कायते. काढता येईल?
न यायला काय. पलांडेला बाहेर काढायचा.
काढून टाका गुजरसाहेब. माहिती नीट कळाय पाहिजे.
आणलीच असं समजा. गुजरपोलिसाचा तळहात पसरला. दोनशे टेकवले. गेण्याला देशपांडे वकिलाकडं तिरपटला. तिप्याला काश्या नडदगल्ली. देशपांडे वकील कोर्टात. काश्या म्हणाला तिथंच गाठू. बायको म्हणत होती, पेटवून टाकू साहित्य. तेच बरोबर होतं. बदमाल उगच सांभाळत बसलो. देशपांडे वकील म्हणाला, नेमकं कारण कळलं तर स्टे घेता येईल. काश्या पोलीस ठाण्यात घुसला. दुकानात येऊन गुजरपोलिसाची वाट बघणं सुरू. गेण्याला घराकडं पाठवलं. फक्त नजर ठेव. पोलीस आले तर पळत ये. काश्या हात हालवत आला. त्याला काय सुगावा नाही लागला. एवढ्यात गुजर पोलीस हजर. म्हणाला, मालक, खात्यात तक्रार आलीय. कोण दारूवाला म्हणून मुंबईचा माणूस हाय. त्यानं कोणकेऱ्या नक्षलाइट छावणीत गेल्याचं प्रतिज्ञापत्र सादर केलंय. त्याची कागदं जप्त करायची मागणी केलीय.
आरं, तिच्या आयला. म्हणजे त्याला कोणकेऱ्याची फाईल पाहिजे. काश्या ही पण बनवाबनवीच दिसते.
यावर इलाज?
काही नाही. घेतली झडती तर घेऊन टाकू दे. त्याची सगळी कागदं तिथं नाहीतच.
मग कुठईत?
सांगतो तुला नंतर. फक्त देशपांडे वकिलाच्या कानावर घालू. देशपांडे वकील म्हणाला, प्रकरण गंभीरय. एकदा नक्षलाईट पथकाकडं हे ढकललं तर तुलाही ताब्यात घेतील. त्याला झडती घेऊ दे. फक्त कागद सापडू नये एवढं बघ. कागद नाहीतच घरात.
मग घेऊ दे झडती.

बायकोला गेण्यानं आधीच कल्पना दिली असावी. पोलीस आल्या आल्या तिनं जिन्याखालचं सगळं साहित्य पोलिसांसमोर दारातच व्हलपटलं. मोठ्यानं म्हणाली, न्हीवून पेटवा जावा. पोलीस पोत्यातली पुस्तकं पालथाय लागले. नंतर त्यांनी घरातल्या सगळ्या कपाटांची झडती घेतली. आमच्या घरात कसली कागदं. बिचारे दोनतीन पोती पुस्तकं ठाण्यात घेऊन गेले. दुसऱ्या दिवशी दारूवालाची स्कॉरपिओ दारात. छुपी दारूवाला दिसत नव्हती. झिंगारू दारूवाला काऊंटरवर.

म्हणाला, कोणकेरीनं बुढवलं. चांगलंच बुढवलं. तुम्हाला काय धागेदोरे?

म्हटलं, तो मेला असंच म्हणतात त्याच्या घरचे.

त्याच्या घरच्यांना काय कळतं हो. तो मरणाऱ्यापैकी नाही.

मग तुम्हालाच ठाऊक. कुठं आहे तो. तुमचं त्याचं कशात बिनसलं.

बिनसलं कुठं? त्याचंच डोकं फिरलं. ते जाऊ द्या. तुमची थोडी मदत हवी. त्याच्या पत्नीची करारावर सही हवी.

मग त्याला घडलेलं सगळं रामायण सांगितलं.

तर म्हणाला, आहो तो मरणं शक्यच नाही. तो शंभर टक्के नक्षलाईट झालाय. खात्री देतो. त्याला ह्या सगळ्या व्यवस्थेला सुरुंग लावायचाय असं त्याचं नेहमीच म्हणणं होतं. दोघेतिघे नक्षलाईट त्याच्या संपर्कात होते.

असेल बाबा. म्हणत बोलणं तोडलं. दारूवालाला चहा पाजला.

देशपांडे वकील म्हणाला, पोलीस खातंच कोणकेरी जिवंत असल्याचं मान्य करून तपास करतं आहे. आपलं काम सोपं झालं. आता उलटी केस टाकू, खुनाचा संशय म्हणून आमच्यावर नोंद झालेला गुन्हा पोलिसांनी मग कसा नोंदवला? शालबिद्र्या सापडल्यास लेका. फक्त कागदं मिळू द्या. तोवर फक्त पाहत बसू. नकला मिळवून ठेवू. शालबिद्र्याची कुंडली.

भिंगारकर म्हणाला, बकवास. कोणकेरी नक्षलाईट होणं शक्य नाही. त्याला त्या चळवळीचं स्वरूपच मान्य नाही. तो कशाला त्यांच्यात जाईल. तो असला पाहिजे. एकतर बेडिवच्या म्हातारबाकडं किंवा ज्ञानी महाराजांच्याकडं. त्याला ते दोनच मार्ग मान्य होते. हे माझे ठाम मत. दारूवाला आपल्या स्वार्थातून त्याला शोधतोय. त्याच्या चित्रपटासाठी

कोणकेऱ्यानं आधीच नकार दिलाय. दारूवालाच्या तोंडाला रक्त लागलंय. त्याला स्वस्थ बसणं कठीण झालंय....तो शेतकऱ्याला खाणारच.

दृश्य *आडव्याप्पाचे घर. मध्यरात्र*

दारावर जोरजोराची थाप पडते आहे. पावसाचाही आवाज. तायव्वा जागी होते. आपण स्वप्नात तर नाही ना? याची खात्री करून घेते. दारावर कोणी तरी जोरजोरात थाप मारतच होते. आवाजही. आडव्याप्पा ऽ ए आडव्याप्पा ऽऽ *बहुतेक आवाज दिनूदाजींचा असावा, ती स्वतःशीच पुटपुटते. अंथरुणातून उठते. आडव्याप्पाला हालवून जागे करते. लाईट लावते.*

आडव्याप्पा, कोण गा ऽऽ एवढ्या रात्री?

दिनू शिणगारे, आरं ऽऽ दिनबा ऽऽ हाय उठ. फोन आलाय.

आडव्याप्पा अर्ध्या कपड्यावरच दार उघडतो.

दिनू, जखेवाडस्नं फोन आलता. थोरलीला दवाखान्यात न्हेलं. तालुक्याला सरकारी दवाखान्यात हाय.

घाबरून काय झालं म्हणं?

न्हाई सांगितलं. सेरियस हाय येवा म्हटलं. एवढंच.

आडव्याप्पा, आत्ता गा ऽऽ कसं. एवढ्या रात्री काय गाडी का घोडं, चालत जायाचं म्हटलं तरी भगाटणार.

त्यापेक्षा भगाटल्यावरच जा की पयल्या गाडीनं. जरा जास्तीचं हाय म्हणालता.

आडव्याप्पा फक्त हुंकारतो. दिनू माघारी फिरतो.

काय झालं आसंल व्ह ऽऽ दिवाणसाबास्नी?

कुणास धक्कल. मदीच उपाटलं हे. सकाळी सकाळी बांबरात जाऊन मिरचीला खत टाकावं म्हणालतो. आता मोडलं.

मी जातो की, खत टाकायला. तुमी जावा बिनघोरी.

तू नको हालू आजच्या दिवस. म्हशीकडं बघाय पायजे.

तायव्वा, वालं बांधलंय म्हटल्यावर, ती कशाला बसती. टाकतो खत जावा.

ती निक्षून सांगते. आडव्याप्पा अंथरुणावरच आढ्याकडे नजर लावून बसतो. रात्र सरायची तो वाट पाहत असतो.

डायरीतील पान

थोरलीनं पुरणपोळ्या करून पाठवल्या. चांगल्या आठदहा. खाणारी माणसं दोन. तिला माहीत आहे, दोनतीन दिवस पुरवून पुरवून खाणार. ती बऱ्याच गोष्टी अशा ध्यानात ठेवून करते. थोरली घरात आली तेव्हा आईनं सगळी चूलच तिच्या स्वाधीन केली. तेव्हापासून आजतागायत चुलीवर ताबा तिचाच. बाकी कुणी फिरकतच नाही चुलीकडं. थोरली माहेरला गेल्याचं आठवतच नाही. गेली तरी उभ्या उभ्याच परत यायची. चूल आणि गोठा तिच्या ताब्यात. गोठ्यातल्या म्हशीपण अशा आरमूट की, तिच्याशिवाय धारच द्यायच्या नाहीत. मधलीनं खूप प्रयत्न करून बघितला. पण तिला गोठ्यात आलेल्या कोणत्याच म्हशीने दाद दिली नाही. आई म्हणते, जनावर एकेकाला वस असतं. हे थोरलीबाबत एकदम सत्य. कुठूनही कसलीही म्हस गोठ्यात आणली तरी तिला एकदम सायवळ. मामाच्या गोठ्यात बरीच वरसं गोड्ड पडलेली एक म्हस होती. धाकल्या मामानं तिला औताला जुपून बघितलं. काय काय केलं. शेवटी कसाबाला विकायचा निर्णय झाला. आजी म्हणाली, तसं नको करू. तुला बाळगाय जमत नसल तर दिऊन टाक कुणाला तरी. थोरला म्हणाला, कुणाला तरी कशाला. आक्काच्या घरात न्हीवून बांध जा. थोरलीच्या लग्नाला वर्षही झालं नसावं. धाकल्या मामानं म्हशीला कासरा बांधला. गळ्यात लोडणा बांधून गोठ्यातनं तिला बाहेर काढतच म्हणाला, बांधून ये तुमच्या गोठ्यात. तिला लावली गावच्या वाटंला. म्हस दांडगी आबंड. रस्त्याला नीट चालंल तर ती म्हस कसली? तोंडाला फेस आणला तिनं. हातातली काठी मारून मारून फुटली. तरी तिच्यावर काहीच परिणाम नाही. दिवस उगवायला धरलेली वाट दिवस मावळायला संपली. आईनं दारात म्हस बघितल्या बघितल्या मलाच शिव्या घालाय सुरुवात केली. ही बैदा आमच्या घरला कशाला आणलास? हे एकच टुमणं. तर थोरलीनं तिला कोरभर भाकर चारून गोठ्यात घेतली. चार म्हयन्यात म्हस गाबाला आली. जनावराची निगा ठेवायची ती थोरलीनंच. स्वत:च्या पोराबाळाचं करणार नाही इतकी ती मूकजनावराचं करायची. तिचा हात लागला की जनावर एकदम माणसाळून जायचं. आई म्हणते, तिच्या हातात लक्ष्मी हाय. कुणास ठाऊक. पण गोठ्यातलं जनावर मात्र तिला भलतं सायवळ. थोरली म्हस-गाय व्याली की भांडं भरून

खरवस पाठवतेच. खरवस आणि पोळ्या माझ्या आवडत्या. त्याही फक्त थोरलीनं केलेल्या. तिच्या हाताची चव दुसरीकडं येतच नाही. यावरून आईची माझी कैक वेळा भांडणं झाली. शेवटी आई माघार घ्यायची. म्हणायची, तुझं खरं हाय. पर तसं तिच्यासमोर म्हणायचं न्हाई. डोक्यावर चढून बसंल. पण आजतागायत थोरलीनं कधीच घर सोडून कशाचाच विचार नाही केला. गोठ्यातल्या गाईसारखीच सोशीक. सगळ्या घरानंच तिच्यावर अन्याय केला. आपणही त्याला अपवाद नाही. कधी तरी चार दिवस तिला इकडं आणायला हवं.

दृश्य *तालुक्याचा सरकारी दवाखाना*

आडव्याप्पा सरकारी दवाखान्यात वार्डा-वार्डात भटकतोय. त्याच्यावर कॅमेरा. मध्येच त्याला थोरला म्हेवणा भेटतो. एकदम हायसे वाटते.

अधीरपणे काय झालं आक्काला?

पोटात दुखाय लागलं. थांबायलाच तयार न्हाई. म्हटल्यावर हितं आणलं. आजूनबी कमी न्हाई. डॉक्टर काय बोलायबी तयार न्हाई. नुस्त्या तपासण्याच कराय लागलाय.

कुठं हाय ती?

बायकांच्या वार्डात. त्या तिथं. *तो बोट करून दाखवतो.*

आडव्याप्पा गडबडीने बायकांचा वार्ड गाठतो. सगळ्या कॉटवर विकलांग बायका. जवळ एकदुसरी नातेवाईक बाई. बहिणीच्या कॉटजवळ आल्यावर तिला बघितल्या-बघितल्या त्याच्या डोळ्यांत पाणी भरते.

आवंढा गिळून आक्का ऽऽ जरासं बरं वाटतंय?

हां ऽऽ आता तू आलास म्हटल्यावर वाटतंय घे, तू नको काळजी करू. जरासं पोटात दुखतंय. थांबंल आता.

थोरली बहीण काहीच न घडल्यासारखी त्याला सांगाय लागते. त्याला थोडेसे बरे वाटते. तो तिच्या कॉटजवळच टेकतो. न बोलता बसून राहतो.

दृश्य *डॉक्टरसमोर*

थोरल्या मेव्हण्याच्या हातात कसल्या कसल्या रिपोर्टचे भरपूर कागद. डॉक्टर त्याच्याकडे बघायलाही तयार नाही. आडव्याप्पा अंग चोरून उभारलेला

आहे. शेवटी डॉक्टर म्हेवण्याच्या हातातले कागद घेतो. पटापट एक एक कागद बघितल्यासारखे करतो.

हं ऽऽ जा ऽऽ आता.

न राहवून साहेब, काय निघालंय कागदात.

कागदात काय निघंल? पोटात झालंय.

जास्त गंभीर न्हाई न्हवं?

न्हाई. जा आता.

दोघेही डॉक्टरच्या केबीनमधून बाहेर पडतात. हताश.

संगाप्पाला कळीवलंय?

केलता फोन. रजा न्हाई म्हणाला.

जरा जास्ती झालंय म्हणून सांगाय पायजे व्हतं.

सगळं सांगितलं. हजारदोन हजाराची नड हाय म्हटलं. तर न्हाई जमत एवढंच म्हणाला.

आडव्याप्पा काहीच न बोलता फक्त संतापाने फणफणत राहतो. फणफण कॅमेऱ्यात.

दृश्य आडव्याप्पाचे घर

तायव्वा डोळ्याला पदर लावून बसलेली. बाळा म्हातारा गोठ्यात म्हशीला कसला-बसला रस पाजत आहे. आडव्याप्पा त्याच्याभोवती. केसू बाळा म्हातारा सांगेल ते घरातून आणून देत आहे.

आगा ऽऽ जाताना सांगून गेलतो. हालगर्जी नको. ऱ्हाऊ दे लागवड घालायची. म्हशीवर नजर ठेव. ऐकतंय कोण?

तू जरा शांताई घे. लागलं तर जनावराच्या डाक्टरला बलवूया.

लागलं तर कशाला? आणतोच बलवून. *म्हणत आडव्याप्पा गोठ्यातून बाहेर पडतो. मन सैरभैर. पायाला प्रचंड गती.*

दृश्य गोठा

म्हैस आडवी झालेली आहे. डॉक्टर तपासण्या करतोय. त्याच्या चेहऱ्यावर निराशा. बाळा म्हातारा निश्चल बसून. आडव्याप्पाचा जीव टांगणीला लागलेला. म्हस जोराची तडफड करते. डॉक्टर धडपडत बाजूला होतो.

बाळा म्हातारा, सपलं गाऽऽ आता न्हाई चालत ईलाज.

आडव्याप्पा मटकन खाली बसतो. त्याला रडूही येत नाही. तायव्वा मात्र धीर फुटल्यासारखी रडू लागते, डोके आपटून घेऊ लागते.

तायव्वा, माझंच चुकलं ऽऽ मलाच कशी बुद्धी झाली ऽऽ शेताला गेलो, म्हणून म्हस उधाळली ऽऽ माझं दावं मोडलं गंऽऽ बाई ऽऽ

तायव्वाच्या रडण्याच्या आवाजाने गल्ली गोळा होते. जो तो हळहळाय लागतो. चंडील बाळ्या गडबडीनं तायव्वाजवळ थांबलेल्या डॉक्टराजवळ येतो. त्याला बाजूला घेतो.

चंडील, डाक्टर, इम्याचं काय जमवता ईल? जगू तांबटाला बलवून बघूयाऽऽ

डॉक्टर, बघा ऽऽ माझं काय म्हणणं न्हाई. सर्टिफिकेट देतो. बाकीचं तुमचं तुमी.

चंडील, ही म्हस डेरीकडनंच घेतलीती. म्हण्जे इमा असणारच.

म्हणत चंडील जगू तांबटाच्या शोधात निघतो. डॉक्टर बॅग आवरून बाजूला थांबतो. तायव्वाचा फक्त रडण्याचा आवाज.

माझा एक गोतावळा होता. माझ्या आत गोकुळ होतं.

गोतावळाच गोकुळ.

कधीच एकटा नव्हतो. असायचीच माणसं, शेरडं, म्हशी, कुत्री, चिमण्या

माझ्या आत चिवचिवत. सगळ्या रंध्रात आवाज, किलबिल, ममत्वाचे हिंदोळे. झाडं डुलायची रक्तात. पानं बोलायची कानात.

श्वासात तरंगत असायची मातीची साय, काळजात हंबरायची गोठ्यातील गाय. आजी म्हणायची, यशवंत हो. मावशीची दुधाळ साय, गल्लीतल्या आयाबाया घ्यायच्या अलाबला. कडकड आवाज बोटांचा. गावदेवीची आदिमाया. भरून असायची. मनाची काठोकाठ नदी. वाहायचे सर्वांगातून मायेचे निरंतर पाझर. कुठं गेल्या गावातल्या चिमण्या. पाकाड्यात नाहीच येत पाकोळी. परड्यात ओरडत नाही कुकुडकोंबा, पावश्या. भयाण शांतता. आत बाहेर. फक्त ओरबडणारे उसासे आणि बुटक्या विजेरी काट्यांच्या भुरट्या कलंगुड्या फोकनळ्या.

दृश्य आडव्याप्पाचा गोठा

जगू तांबट, चंडील आणि फोटोग्राफर गडबडीने गोठ्यात येतात. जगू सांगेल तसे फोटोग्राफर फोटो काढू लागतो. वेगवेगळ्या अँगलने पंधरा वीस फ्लॅश उडत जातात. जमलेले लोक जगूला काय-काय सूचना देत जातात. तो शांतपणे चेहऱ्यावरची रेघही न हालू देता हातातल्या कागदावर काय काय नोंदी करत जातो. डॉक्टर त्याला मदत करत असतो. एवढ्यात दूध संस्थेचा सेक्रेटरी पांडळ बाबू येतो. तो पुन्हा जगूला मदत करू लागतो. लोक फक्त पाहात राहतात. गरिबाचं वाईट झालं, एवढाच प्रत्येकाच्या चेहऱ्यावर भाव. आडव्याप्पा म्हशीच्या विल्हेवाटीची तयारी सुरू करतो.

दृश्य आडव्याप्पाचे घर

आबा नरसाळे आडव्याप्पाची समजूत काढत बसलेला आहे. त्याच्याजवळ चंडील बाळ्या.

आगाऽऽ जे व्हायचं ते व्हणारच, चुकत न्हाई. तू गेला नसताच तरी हे झालंच असतं. वेळ असते. ती टळत नाही.

चंडील, वीस हाजार मातीत गेलं गा ऽऽ

आबा, नशिबात न्हवतं म्हणायचं. पुढं बघायचं. मागं न्हाई.

चंडील, तरी जगू म्हणतोय विम्याचं मिळतील लई नाही थोडं.

आबा, बघ बघ, तू जरा पाठलाग कर. म्हणजे व्हईल ते.

आडव्याप्पा काहीच बोलत नाही. तो नुसता दोन गुडघ्यांत मान घालून अगतिक बसलेला आहे.

दृश्य गोठा

मोकळ्या झालेल्या गोठ्यात तायव्वा एकटीच बसून हमसून हमसून रडते आहे. सुमी तिला समजावते आहे.

आई, रडून का म्हस परत येणार हाय? उठ ऽऽ तू अशी रडत बसलीस तर आमी काय करायचं?

तायव्वाला आणखीनच गलबलून येते. ती सुमीला पोटाशी घेऊन आणखीनच हुंदके द्यायला लागते.

दृश्य *विमा फील्ड ऑफिसरचे घर*

विमा फील्ड ऑफिसरच्या घरात जगू तांबट आडव्याप्पाला घेऊन आलेला आहे. विमा फील्ड ऑफिसर त्याला समजून सांगतो आहे,

क्लेम मिळवायचा तर आपल्याला प्रयत्न करावा लागंल. यात खर्चही थोडाफार होणारच. त्याची तुमची तयारी असेल तरच पुढं पाऊल टाकता येईल.

जगू, आडव्यापदा, त्ये म्हणत्यात थोडाफार खर्च करावा लागणार त्याशिवाय न्हाईत मिळणार पैसे.

आडव्याप्पा, खर्च कराय पैसा तर पायजे. माझ्याकडं तर कवडी न्हाई.

जगू, त्येची नको काळजी करू. फक्त करायचा का सांग. मी घालतो खर्च.

आडव्याप्पा विचारात पडतो. पुन्हा विचारतो,

घातला खर्च तर मिळंल न्हवं इमा?

फील्ड ऑफिसर, मिळणार की. म्हणजे त्यासाठीच आपण प्रयत्न करायचा. खोटं तर आपण करत नाही, खरं तेच सांगतोय. घडलं आहे तसंच. मग का होणार नाही?

आडव्याप्पा, न्हाई म्हणजे, खर्च लागंल म्हणत्यासा म्हणून इचारलं.

फिल्ड ऑफिसर, घ्या ऽ म्हणजे असल्या भानगडीत नवीन दिसताय. कायदेशीर असणारं काम करायलाच जास्त पैसे लागल्यात. बेकायदेशीर काम चटकन कमी पैशात होतं.

जगू, साहेब, गरीब माणूस आहे. पहिल्यांदाच ह्या भानगडीत पडलाय.

फील्ड ऑफिसर, ते दिसतंयच. *आडव्याप्पाला उद्देशून* मामा, मग रंगवायचं न्हवं प्रकरण?

आडव्याप्पा मान हालवतो. फील्ड ऑफिसर कागदांच्या जमवाजमवीला लागतो. जगू शांतपणे दोघांकडे पाहात बसतो.

दृश्य *दिनू शिणगारेचे घर*

दिनू शिणगारेच्या घरात फोनची वाट बघत आडव्याप्पा बसलेला आहे. सजवलेले घर. फोनची घंटा वाजते. आडव्याप्पा उठण्याचा प्रयत्न करतो. दिनू शिणगारे त्याला बसण्याची खूण करतो. सराईतपणे फोन उचलतो. कानाला लावतो.

हालो ऽऽ कोण बोलतंय? हां ऽ हां ऽऽ

आलाय आलाय. आडव्याप्पा आलाय. थांबा हं ऽऽ देतो. *आडव्याप्पाला उद्देशून* घे गा ऽऽ तुझाच हाय फो... *रिसिव्हर आडव्याप्पाच्या हातात देतो.* आडव्याप्पा, कोण बोलतंय? हां दाजी व्हय. आक्काची तब्येत? काय म्हटलसा? कुठं? खाजगी दवाखान्यात? हां ऽ हां ऽऽ न्हीऊया की. काय म्हटल्यासा सा? दोन हजार? आता माझ्याकडं कुठलं एवढं? संगाप्पाला विचारा की काय इच्यारलं? मग काय म्हणतोय?

बरं बरं बघतो. बघतो. बघतो म्हटलंय न्हवं? बघतो की. ठेवू? *तिकडून फोन ठेवला जातो.*

त्येनीच ठेवला. मी ठेवायच्या आधी. *म्हणत रिसीव्हर ठेवतो.*

काय म्हणतोय गा पाव्हणा?

काय कुठलं. आक्काला सरकारी दवाखान्यातनं खाजगी दवाखान्यात न्ह्यायचं म्हणतोय. काय गुणच न्हाई.

त्येनी आदीच न्ह्यायचं न्हाई तिथं. तिथं कुणाची दाद कुणाला नस्ती. सगळं सरकारी काम.

आडव्याप्पा काहीच बोलत नाही. उठतो. चपला चढवतो. रस्त्याला लागतो. त्याच्या डोक्यात दोन हजारांचा घोळ नाचत असतो. कसबसा घरात येतो. तायव्वा वाटच पाहत असलेली.

काय म्हणत्यात दादासाब? बरं. हाय न्हवं दिवाणसाबास्नी?

कसलं बरं? खाजगी दवाखान्यात न्ह्यायचं म्हणत्यात. सरकारी दवाखान्यात काय बी कमी न्हाई.

आदीच न्ह्यायला नको व्हतं तितं.

सरकारी दवाखान्यात पैसं कमी बसत्यात. खाजगी दवाखाना गरिबाचा न्हवं. माणूस म्हत्त्वाचं. पैशाचं काय?

मग आता दोन हजार घेऊन या म्हणाल्यात. दे कुठलं ते.

दोन हजार? आपल्याजवळ कुठलं?

त्येच म्हणतोय. संग्याला फोन केल्ता म्हणं. काखा वर केल्यान. कुठलं आणू पैसे म्हणतोय.

मग भनींचा मक्ता काय तुमी एकट्यानंच घेतलाय? त्येच्या भनी न्हाईत व्हय त्या?

कुणास दक्कल. तरी पावण्याला म्हटलं, न्हाईत पैसे. तर लईच गयावया कराय लागला.

आता कुठलं आणणार दोन हजार? ते का थोडंथोडकं हाईत?
माजं डोस्कं तर पार पिकलंय. कुठनं काढू दोन हजार? कोण दारात उभंबी करून घीत न्हाई.
तायव्वा भकास चेहऱ्याने बसून राहते.

दृश्य *आबा नरसाळेचे घर*
आबा हिशेबाची वही घेऊन आडव्याप्पासमोर बसतो.
आबा, हे बघ आडव्याप्पा, तुझा पगार झाला सगळा मिळून पंधराशे. म्हणजे तू घेतल्यालं सगळं व्हत्यात तीन हजार. म्हण्जे ऱ्हायलं पंधराशे. ह्यात जुंधळ्याचं धरायचं न्हाईत.
आबा हिशोब करून काय करत्यासा. त्यो मला बी म्हाईत हाय. आत्ताची दोन हाजाराची नड मारा.
पैसे असल्यावर तुला कधी न्हाई म्हटल्यात? आता भांगलणीला पाच हजार संपलं. आजून निम्मं रान तसंच हाय. त्येचीच जोडणी कशी करायची ह्येच्या कोड्यात हाय.
एवढी नड मारली आस्ती तर बरं झालं असतं. आता मला तरी तुमच्याशिवाय कोण हाय?
त्ये सगळं खरं गा ऽऽ पण पैश्याचं सोंग कसं आणायचं?
आडव्याप्पा काही न बोलता फक्त बसून राहतो. आबाची हालचाल वाढते.

डायरीतील पान

मधल्याचा सासरा कचेरीच्या दारात कधी येऊन थांबला होता कुणास ठाऊक. एकदम समोर आला. म्हटलं,

कधी आलाय? घराकडं यायचं.

न्हाई न्हाई. भाईरच्या भाईर भेटून जावं म्हणून थांबलो.

चला, चहा तर घेऊ.

पावणा टपरीवर माझ्याबरोबर. कागलाला पावण्याकडं चाललोतो.

म्हटलं भेटून जावावं. काम काय न्हवतं. बघावं तुमचं काय काय चाललंय.

काय चालायचं. नेहमीचंच. म्हणत बाकड्यावर टेकलो. शेजारी पावणा.

गावाकडनं कोण आल्तंबिल्तं? पावण्याचा प्रश्न.

आता काय रोजच्याला होतंयच बोलणं. याय-जायचं काय?

तरीबी कानावर आसंलच की, आमच्या सुमानं येगळं मागितलंय. खरं कोण दादच द्यायला तयार न्हाई. झाली की आता लग्नाला पंधरा वरसं. आता पोरं मोठी व्हयाय लागल्यात. ज्येचं त्येनं संसाराचं बघितल्यालं बरं.

एकत्र ऱ्हायल्यावर काय वाईट चाललंय वयनीचं. मधल्या दादाचं म्हणणं नसताना तिलाच कशाला पायजे वेगळं.

म्हणजे काय? जलोमभर ती शेतात राबूनच मरू दे. दुसऱ्याच्या हातचंच खाऊ दे. चुलीवर आपलीबी सत्ता असावी आसं वाटलं तर त्यात वाईट काय?

आता घरात तिला चुलीवर काय करू नको असं कुणी म्हटलं? ती एकटीच राबती आणि बाकीची बसून खात्यात? कशाबद्दल वेगळं व्हायचंय?

आता तुमीबी आडग्यागत बोलाय लागल्यावर काय करायचं? तुमच्या घरात सत्ता सगळी म्हातारीकडं. चुलीचा ताबा थोरलीकडं. त्या पोरीनं करायचं काय?

म्हणजे?

तिलाबी वाटणार की आपल्या सत्तेचा संसार असावा. का वाटू ने.

पावणं, आमचं घर चांगलं चाललंय. ते कशाला मोडता? वयनीला तुम्हीच चार शाणपणाच्या गोष्टी सांगायच्या का तुमीच हे असं मोडायचं सांगत यायचं?

लेकीनं संसार करावा, असं वाटतंय म्हणूनच आलोय. तुमी तुमच्या भावांची समजूत घाला. न्हायतर माझ्या लेकीचं मी काय करायचं ते बघतो.

पावणं, आमच्या घराचा कर्ता थोरला हाय. त्यात आई आमचं घर चालवते. त्या दोघांनी दिलं तर घ्या जावा वेगळं. मी सगळ्यात लहान. ते सांगतील तसं वागणार.

वागणारचं गाऽऽ तुमी. हिकडं नोकरी करून गठलं कराय लागलाय. सगळं खायाय लागलाय. तुमाला कशाला लागतंय येगळं.

डोकं एकदम चढलं. पावणं, च्या घेतला. आता लागा वाटंला. म्हणत मी उठलो. कचेरीकडं चालाय लागलो. पावण्याच्या नरडीचा घोट घ्यावा असा राग आलेला. उलटं अंक मोजत ऑफिसात आलो. टेबलावर डोकं टेकून

डोळे मिटले. मधल्याचा घाबराघुबरा चेहरा. पण मधलीचं चुकलं काय. तिच्या मनाचा विचार आपण का करत नाही.

दृश्य *आडव्याप्पाचे घर. रात्र*

आडव्याप्पा जेवल्या जेवल्या घरातून बाहेर पडू लागतो.

तायव्वा, आता एवढ्या रात्री कुठं चालल्यासा?

आडव्याप्पा, मसणात.

अशी डोस्क्यात राख घालून घीऊ नका. मी सहज विचारलं.

जगू तरी नड भागीवतोय का बघतो.

म्हणत उंबऱ्यातून बाहेर पडतो.

दृश्य *जगूचे घर*

जगू घराच्या दारातच खुर्ची टाकून बसलेला आहे. त्याच्या समोर त्याचा छोटा मुलगा. आडव्याप्पाला बघून म्हणतो,

आडव्यादा, व्हतंय, तुजं काम, व्हतंय. जरा खर्च ज्यादा ईत चाललाय. खरं, व्हतंय.

त्यासाठी न्हाई आलो. *थोडा वेळ थांबून* थोरल्या भनीला दवाखान्याला न्ह्यायचं हाय.

मग काय पैशाची गरज व्हती?

व्हय ऽऽ दोन हजार पायजे व्हते.

आडव्यादा, मी उस्नंपास्नं करत न्हाई. माझा व्याजाचा धंदा हाय. का म्हणशील, तर मी तांबट गडी. श्यात ना भात. आता तांबटाचा धंदा बंद झाला. म्हणून ह्यो धंदा सुरू केलाय. जगायला काय तरी पायजे की, व्हय का न्हाई? *आडव्याप्पा मान हालवतो.* तर शंभरला म्हयन्याला पंधरा रुपये व्याज. आता तुला म्हणून म्हयना दहा रुपयं घेतो. दोन हजाराचं म्हयन्याचं व्याज झालं दोनशे रुपयं. म्हयन्याचं व्याज म्हयन्याला द्यायचं. मुद्दल तुला कदी द्याची तवा दे. परवडतंय का बघ. मागनं वाद नको.

आडव्याप्पा मनातल्या मनात हिशेब करत बसला. दोनशे म्हयना म्हणजे आठवड्याची मजुरी गेली. तो झटकन म्हणतो,

हे इम्याचं पैसे मिळतील त्यातनं वळती करून घ्या की.

त्यो व्यवहार वेगळा. हा वेगळा. ते पैसे मिळाल्यावर वाटलं तर तू हे भागव. पण त्या वायद्यावर हा व्यवहार नको.
म्हण्जे त्ये मिळतील का न्हाय गा ऽऽ?
मिळणार. शंभर टक्के मिळणार. पण ह्यात त्यो व्यवहार आडकायचा नाही. का म्हणशील? ते सरकारी काम. कधी व्हतंय कुणाला ठाऊक. तोवर माजं व्याज बुडणार. ते नाही परवडत.
तुमी म्हणशीला तसं. पण एवढी नड भरा.
जगू उठतो. घरातून पाचशेच्या चार नोटा आणून आडव्याप्पाच्या हातात देतो.
जगू, आडव्यादा, आज तारीख दहा. पुढच्या दहा तारखेला दोनशे रुपये तयार ठेवायचे. खरं म्हणजे पयल्या म्हयन्याचं व्याज मी ह्यातलंच काटून घेतोय. पण तुझी गरज भागाय पायजे म्हणून तसं करत न्हाई.
आडव्याप्पा एकदम भांबावून नोटा खिशात ठेवतो. जगूकडे कृतज्ञ नजरेने पाहतो. रस्त्याला लागतो.

दृश्य *तालुक्याचा दवाखाना*
मेव्हणा आणि भाचा, आक्का असे सगळेच जोशीच्या दवाखान्यात थांबलेले. आडव्याप्पा पोहचला तेव्हा सकाळचे ११ वाजलेले आहेत. डॉक्टरकडे चिक्कार गर्दी. नंबर आला. आडव्याप्पा, मेव्हणा व बहीण डॉक्टरच्या केबीनमध्ये घुसतात.
डॉक्टर, पेशंटबरोबर एकट्यानंच थांबायचं.
आडव्याप्पा आल्या पाऊली माघारी वळतो. तो भाच्याजवळ थांबतो. काहीतरी बोलायचे म्हणून विचारतो,
आता तू कितवीत म्हणायचा?
कॉलेजच्या शेवटच्या वर्षाला.
म्हणजे आता संपलंच की, पुढच्या वर्षी लागंल नोकरी?
भाचा खिन्न. स्वत:च्याच विचारात. आडव्याप्पा पुन्हा तेच विचारतो. तेव्हा भाचा सांगतो,
मामा, आता गरिबाला नोकऱ्या न्हाईत. नोकरीला चार लाख, पाच लाख भराय लागत्यात. शिपाई व्हायचं झालं तर दोन लाख.
बा ऽऽ बा ऽऽ बा ऽ दोन लाख? कुठनं गा ऽ आणायचं?

तेवढं दिऊन बी नोकरी मिळंलच आसं न्हाई.

मग कशाला गा ऽऽ शिकायचं? कुणाच्या तरी बांधाला राबाय गेल्यालं बरं.

भाचा काहीच बोलत नाही. बराच वेळ निघून जातो. डॉक्टरच्या केबीनमधून मेव्हणा, बहीण बाहेर येतात. हातात तीन-चार चिठ्ठ्या

आडव्याप्पा, काय म्हणत्यात डॉक्टर?

मेव्हणा, एक्स रे काढा, रक्त तपासा, म्हणून सांगितलंय. बाकी कायच बोलाय नाही.

बहीण, भाडे नुस्तं पैसे काढाय बसल्यात. आता त्या डागदारानं काढल्याला फोटो आणि इथं काढायचा त्यो फोटो काय येगळा येणार हाय?

आई, तसं नसतंय. *म्हणत भाचा तिला हाताला धरून एक्सरे रूमकडे घेऊन जातो. म्हेवणा काऊंटरवर पैसे भरतो.*

किती घेतलं?

आता हजार भरून घेतलं *आडव्याप्पा आपण आणलेले पैसे मेव्हण्याच्या हातात ठेवतो. मेव्हण्याचा चेहरा केविलवाणा. कोणच कोणाशी काही बोलत नाही. सगळ्या दवाखान्यात केविलवाण्या चेहऱ्यांची गर्दी. बेफिकिरीने फिरणारे दवाखान्यातले नोकर, सारे पाहत आडव्याप्पा थांबलेला आहे. बहीण एक्सरे, काढून, रक्त तपासायला देऊन येते. ती आडव्याप्पाशेजारीच टेकते.*

दृश्य *संध्याकाळ. दवाखाना*

दवाखान्यात थांबून थांबून अंग आंबून गेलेले आहे. आडव्याप्पाला गावाकडे जायचे वेध लागलेले आहेत. तो भाच्याला विचारतो,

डॉक्टर आला का न्हाई गाऽऽ?

आलेत. आपलेच रिपोर्ट बघताहेत.

एवढ्यात नर्स पेशंटला आत बोलावते. मेव्हणा, बहीण, भाचा आत जातात. आडव्याप्पाही धाडस करून आत घुसतो. डॉक्टर चिंताक्रांत. तो पेशंटला पुन्हा तपासणी टेबलावर घेतो. पडदा ओढून तपासतो. नंतर आपल्या खुर्चीत बसत म्हणतो,

पेशंटला बाहेर बसवून कोण तरी एकटे इथं थांबा. तुमच्यात घरचा मालक कोण?

मी.

डॉक्टर, मग थांबा तुमी. *बहिणीला घेऊन आडव्याप्पा, भाचा बाहेर येतात. आडव्याप्पा न राहवून पुन्हा केबिनमध्ये घुसतो. डॉक्टर गंभीरपणे म्हणतो,* थोडं मन घट्ट करा. माझी शंका आहे. हे निश्चित निदान नव्हे. तुम्ही पेशंटला मोठ्या दवाखान्यात न्यायला हवं. मला कॅन्सरची शक्यता वाटते आहे.
मेव्हण्याला एकदम दरदरून घाम फुटतो. आडव्यापा धाडस करून विचारतो, डॉक्टर नसंल तसं. पुन्हा बघा जरा.
नसलं तसं तर बरंच होईल. पण तुम्ही जिल्ह्याच्या दवाखान्यात जाऊन तर या. मी चिठ्ठी लिहून देतो.
आडव्याप्पा, मेव्हणा काहीच न बोलता बाहेर येतात. कोणच कोणाशी काही बोलत नाही.
काय म्हणतोय डॉक्टर?
काय व्हयाय न्हाई म्हणतोय. खरं एकदा आणि दुसऱ्याला दाखवून घ्या. म्हणजे काळजी न्हाई. त्यापरास मी काय म्हण्तो, जिल्ह्यालाच जाऊ या. तितं संग्या बी हाय. म्हणजे खात्री पटंल.
काय व्हयाय न्हाई तर उगंच कशाला? दवाखाना काय माणसाचा ऱ्हायला न्हाई.
त्यानंतर कोणच विषय वाढवत नाही. तिघे दवाखान्यातून एसटी स्टॅण्डकडे चालाय लागतात.

कांतारामजी,

सगळ्यात वाईट तुम्ही जागतिकीकरणाचे समर्थन करताय. जागतिकीकरण थोपवता येत नाही. एकदम मान्य. पण त्याला पेलण्यासाठी, मुकाबला करण्यासाठी आपल्याकडे तयारी काय? काहीच नाही. पिकात वळू घुसला की तो पिकाचे नुकसानच करणार. त्याच्या शेणाचे खत झाले की पीक पुन्हा तरारणार ही एकदम भंपक गोष्ट. वळू एकाच्या शेतात पीक खाणार आणि दुसऱ्याच्या शेतात खत. लाभ दुसऱ्यालाच. हे तुम्ही समजून घेत नाही. तुमचे म्हणणे बाजारपेठ खुली झाली की शेतकऱ्याच्या मालाला किंमत येणार. पण त्याला माल पिकवायला पोषक वातावरण तर पाहिजे? पाणी–वीज नाही ऊस पिकवा. कांदा पिकवा, विका. पाऊसच नाही ज्वारी पिकवा. तुमच्या भाकरीला शंभर रुपये दर मिळणार. पण ज्वारी पोटापुरतीही पिकण्यासारखे वातावरण नाही, तिथे भाकरी विकणार कसली? इथल्या मूलभूत सुविधांचे तुम्ही बोलत नाही. तुमची चळवळ बोलत नाही. का?

तुमचे म्हणणे आधी पैशाच्या पिकांविषयी बोलू. पैशाची पिके घेणारे शेतकरी किती? कोरडवाहू शेती आणि शेतकरी तुमच्या आंदोलनात कधी येणार. त्यांच्या विषयी तुम्ही कधी बोलणार? बागायतदार शेतकरी आणि कोरडवाहू शेतकरी जर एकच समजत असला तर सामान्य शेतकऱ्याने विश्वास कसा ठेवायचा? कोरडवाहू शेतकऱ्याच्या समस्या प्रदेशाप्रदेशात वेगळ्या. त्याचा लसावि काढून मगच तुम्हाला तुमची भूमिका ठरवावी लागेल. सबंध शेतकऱ्यांविषयी तुम्ही बोलाय लागाल तेव्हा तुमच्या भूमिकेला पाठबळ मिळत जाईल. लढा तीव्र होईल. पण असे होण्याची सध्या तरी चिन्हे नाहीत. हे सारेच तुम्हाला एकांगी वाटण्याची शक्यता आहे. पण त्याला इलाज नाही. शेतकरी समूह म्हणून पाहिल्याशिवाय कोणत्याच मांडणीला टोक येण्याची शक्यता दिसत नाही. याबाबतचे आपले म्हणणे वाचण्यास उत्सुक आहे. सध्या नवा करार नव्याने वाचतोय.

मागील पत्रात आमच्या भागातील सोयाबीन शेतातच कुजून गेल्याचे वर्तमान कळवले होते. त्याचे पंचनामे करा. शेतकऱ्यांना मदत करा अशी मागणी कोणी केल्याचे ऐकिवातही नाही. असे का व्हावे? की सोयाबीन पिकवणारा शेतकरी शेतकरीच नाही. त्याला न्याय मिळावा असे आपल्याला वाटत नाही. नेमके काय? कळवा ना एकदा.

दृश्य   रात्र-स्वप्नात
आडव्याप्पा, आक्का ऽऽ उठ की ऽऽ
कसली काळजी करतोस ऽऽ कशाला उठू ऽऽ?
कशाला म्हणजे? उठ. पुन्हा एकदा ऽऽ हात धरून चालवकी मला.
चल ऽऽ आपण तसं करू. *रांगता आडव्याप्पा. त्याची मोठी परकरी बहीण त्याला चालायला शिकवते आहे.*
चा ऽऽ चू ऽऽ चला ऽऽ चला ऽऽ उठा ऽऽ हं ऽऽ
आयो ऽऽ चला ऽऽ माझा ऽऽ एक पाय ऽऽ तुझा ऽऽ
एक पाय ऽ घोड्याचा ऽऽ पडला ऽऽ
पाय ऽ कसा ऽऽ पाय माझा ऽऽऽ
पडला ऽऽ
आडव्याप्पा खोल स्वप्नात बुडत जातो.

दृश्य *आडव्याप्पाचे घर*

आढ्यावर चढून आडव्याप्पा खापऱ्या शेकरत आहे. जाणारा तात्या पाटील सरपंच आडव्याप्पाला हाक मारतो,

आडव्या ऽ बायकोची जवाहर विहीर मंजूर झाली. तू आता जीव दे ऽऽ

आडव्याप्पाच्या एकदम ध्यानात येते. काहीच न बोलता तो बसून राहतो पाकाड्यावर.

तुझी तक्रार ऽऽ कचऱ्यात गेली. आगा ऽऽ सरपंच मी हाय ऽऽ

तात्या पाटलाची मोटरसायकल पुढे जाते. आडव्याप्पा विमनस्कपणे आढ्यावर बसून राहतो.

दृश्य *शेत*

मिरचीच्या टपण्यात आडव्याप्पा फिरतो आहे. मिरचीची पाने करप्या रोगाने करपलेली आहेत. शेताशेजारच्या टपण्यातला सिद्ध्रय्या त्याला विचारतो आहे,

आडव्याप्पा, काय लागती का मिरची हाताला?

सिद्ध्रय्या जरा इकडं ये गा ऽऽ ही पान करापली गड्या मिरचीची.

सिद्ध्रय्या त्याच्या जवळ येतो.

आ ऽऽ रं ऽऽ करप्याच हाय. लवकर बघ औषध पाण्याचं, न्हाईतर टपणं गेलं हातातनं.

आडव्याप्पा एकदम गलबलून जातो. त्याचा चेहरा मिरचीच्या पानासारखाच करपत जातो. तो त्या टपण्यातून काढता पाय घेतो.

दृश्य *शिवारातून परतीची वाट*

आडव्याप्पा एकटाच बांधाची वाट धरून गावाकडे परतत आहे. त्याच्या मनात अनेक गोष्टींची गुंतावळ. आपण चालत आहोत हेही तो विसरून गेलेला आहे. बिल्लू पांड्या त्याला जवळ जवळ हेंदकळून जागे करतो.

च्या आयला, चालताना झोपणारा माणूस पहिल्यांदा बघितला गड्या. ही कला कशी काय शिकलास?

खुळा का खुळखुळा. जागाच हाय न्हवं.

आगा ऽऽ शंभर हाका मारल्या. एक न्हाई. दोन न्हाई. शेवटी पळत येऊन

हेंदकळला, तवा जागा झालास. आणि मलाच खुळा ठरीव, म्हणजे झालंच. एवढ्या कसल्या विचारात व्हतास?

कुठला इच्चार का पाच्चार? मिरचीचं टपणं गेलं. करपा पडला की गाऽऽ त्येचंच काय करायचं, विचार करत व्हतो.

सगळ्या शिवारात पडलाय रोग. त्यो काय तुझ्या एकट्याच्या मिरचीवर पडलाय? लोकं काय करत्यात त्ये करायचं. पंचायत समितीतनं देणार हाईत म्हणं औषध.

बरं व्हईल बाबा. लई जिवाला घोर लागलाय. मिरची गेली की चलनच थांबलं गा ऽऽ

न्हाई थांबत घे तू. काळजी करणारा वर बसलाय. त्येच्यावर सोपवायचं सगळं.

तू काय केलास? का सज्ज फिराटी मारली?

त्ये कुठलं. मिरची भरून घ्यायची म्हणतोय. घात हाय का बघावी, म्हणून आलतो.

घात अजून आठवडा न्हाई ईत. काळजी नको करू.

तसंच वाटतंय. रान लई चिघळाट.

दोघे तसेच बोलत बोलत वाट तुडवत असतात.

दृश्य *रात्र. आडव्याप्पाचे घर*

दुकानदार दारातून ओरडतोय.

ए आडव्याप्पा ऽऽ हाईस का घरात? च्या आयला ओ सुद्धा म्हणत न्हाईत.

आगा ऽ मागच्या सोप्याला व्हतो. ऐकू न्हाई आलं.

द्यायला लागलं की कुणालाच ऐकू ईत न्हाई. एकशे तिसावर गेलीया उधारी. भागवूया. भागवूया.

नुस्तं भागवूया नको. भागीवच. आनी दुकानाला यायचंच बंद केलास? का दुंडापवाण्याच्यात उधारी सुरू केलास? लोकंबी लई बांडी झाल्यात. माझ्यात उधारी थकली की त्येच्यात उदारी करायची. त्येची थकली की माझ्याकडं सुरू. कावलोय की गाऽऽ दीड लाख उदारी हाय गावात. सांग दुकान कसं चालवायचं? माल का माझ्या घरात पिकतोय?

तुझं भांडवाल खेळतं हाय. तुला चालतंय गा ऽऽ आमा साऱ्या गरिबाचंच काय चालत न्हाय. खरं ह्या पंधरा दिवसांत भागीवतोच.

बरं ऽऽ बरं ऽऽ म्हणत दुकानदार पुढे सरकतो. आडव्याप्पा माघारी घरात वळतो. एवढ्यात केसू म्हणतो,

मलाबी शाळेत चाळीस रुपय मागितल्यात.

अवघडून चाळीस? कशाला रं ऽऽ?

कसली बसली फी सांगितलेली हाय.

भरूया, भरूया.

म्हणत तो उजदारच्या सोप्यालाच आडवा होतो. आढ्याकडे बघत तळमळत पडतो.

दृश्य *गल्लीत बसलेल्या बायका*

देवऱ्याची कुसुम, तोंदल्याची गौरी आणि तिघी-चौघी उंबऱ्यावर राकुंडी घासत बसलेल्या आहेत. तायव्वा त्यांच्यात मिसळते.

गौरी, गावली बाई सवड, तायव्वाला रामरगाड्यातनं.

तायव्वा, तुला काय बाई. हाताखाली पोरी हाईत. तुझं चालतंय सगळं.

कुसुम, आणि तुझी सुमी का न्हान हाय? आली की लग्नाला.

तायव्वा, घेवा ऽऽ आता सुमी लग्नाची म्हणजे तुमच्या पोरी म्हाताऱ्याच झाल्या की. काय बोलत्यासा बाई?

गौरी, आता लई लवकर येत्यात पोरी वयात. आमच्या येळंला वाट बघाय लागायची. आता तसं न्हाई.

कुसुम, खरंच ग ऽऽ ह्ये आसं कशान आसंल?

गौरी, हायब्रीड खाऊन. पयलं चांगलंचुंगलं कुठं मिळतं खायाला? आता पोरास्नी एकदम काय-बाय गावतंय खायाला. त्यात पोसत्यात भराभर. ती तांबटाची पोरगी आता आठवीत हाय. लईतर पंधरा वरसाची. परवा त्या पाटलाच्या सुरश्याला घीऊन पळूनच जावावी का नको. काय बाई एकेक.

चर्चा वाढतच जाते. तायव्वाला एकाएकी सुमीचीच काळजी वाटाय लागते.

डायरीतील पान

आईनं घरात पाय टाकल्याटाकल्या सुरू केलं, तो माद्याळवाला आल्ता व्हय रंऽऽ म्हटलं, आल्ता. लेकीला येगळे द्यायला सांगा म्हणालता.

तू काय केलास, नुस्तं आयकून घेतलास.

मग काय करायचं आई. तो शेण खातोय म्हणून आपण खायचं?

तुज्या पायात काय न्हवतं व्हय रंऽऽ भाड्या. घरमोड्या घर मोडाय सांगतोय आनी तू ऐकतोस.

त्येनं म्हणून काय घर मोडतंय आई. कशाला डोक्यात राख घालून घ्यायची. हळूहळू मधल्या वयीनाला कळंल, बघूया की.

व्हय गाऽ खरं त्येनं तुज्याकडं जायचं का? त्येची लेक नांदती हितं का तितं? चार माणसात हासं कराय गेल्ता?

आई. त्यो करून काय व्हतंय.

इतका वेळ शांत ऐकत बसलेले वडील म्हणाले, त्याच्याच सांगण्यानं चालतंय सगळं. त्याचा बंदोबस्त कराय लागतोय. कधी नव्हे ते वडिलांनी एकदम बंदोबस्ताची भाषा काढल्यानं मन चरकलं. त्यांची समजून घालत बसलो. तोवर शेताकडनं थोरला, मधला सगळेच गोळा झाले. मधल्यानं स्पष्ट सांगून टाकलं, तिला आता घराचा उंबरा दाखवायचा न्हाई. म्हयन्यातनं एकदा पळून जाती. दहा वरसं ह्योच ख्योळ चाललाय.

थोरला म्हणाला, तसं कसं, पोरं आपली हाईत. ती दुसऱ्याच्या उंबऱ्याला कशाला.

पायजे तर पोरं तेवढी उचलून आणूया. ती ऱ्हावू दे. किती दिवस ऱ्हाती ती. आईनं अखेरचा तोडगा ठेवला.

म्हणजे वांद्याचीच गोष्ट की, वडिलांनी मध्येच तोंड घातलं. चर्चा वाढत चालली.

एवढ्यात थोरली येऊन टेकली. सगळे गंभीर. म्हटलं, वयनी. काढायचा काय तोडगा?

थोरलीनं हनुवट गुडघ्यावर टेकवली. म्हणाली, सगळ्या भावकीत चरच्या व्हण्यापरास तिची तिला सवती चूल घालून दिऊ या.

जमणार न्हाई, आई खाटेवरनं उठलीच. ह्या घरात माझा जीव आसोपतोर दुसरी चूल न्हाई. माझं मडं वलंडायचं. दुसरी चूल घालायची.

घरात कुठं म्हणतोय मी. तिचं ती शेजारच्या खोपटात पेटवंल चूल. न्हाईतर दुसरीकडं बघंल जागा. तिच्या मनात हाय तर करू दे. खरं पोरांचं हाल नको. आता दोन म्हयनं झालं. बुडली का न्हाई शाळा. आसं करून कसं भागंल. ती आरमूठ हाय, म्हणून आपुनबी आरमूठ व्हवूया?

वडील म्हणाले, तुझं बरोबर हाय. पर.

यावर कोणच काय बोललं नाही. सगळेच उठले. ज्याच्या त्याच्या तांग्याला.

वडिलांनी जवळ बसवून घेतच विचारलं, तुजं तरी हाय न्हवं रांक्कीत?

आईनं मध्येच तोंड घातलं. त्येचं काय हाय रांक्कीत. हितं मला इच्यारा. बाया न्हाई सरळ मिळाल्या गड्या. घराचा मांडव करणार ह्या.

आईचं हे कायमचंच मत. पण मधल्या वयनीला आपण वेगळं व्हावं असं का वाटत असेल? ह्या प्रश्नाचं मात्र उत्तरच सापडायला तयार नाही. तिच्या बाजूनं सगळा विचार करून बघितला. तिचं बरोबरही वाटतं. चूकही. नेमकं काय. कोणत्या तरी उत्तरापर्यंत यायला हवं. हे नवीन झंगट झालं डोक्याची भकलं करायला.

दृश्य **चावडी**

तुका शिपाई आणि ग्रामसेवक दोघेच बसलेले आहेत.

तुका शिपाई, त्या मुळकाचं घर तेवढं लावाकी पोराच्या नावावर.

ग्रामसेवक, ह्या मीटिंगला घीऊया करून. आनी त्या भीमा कांबळ्यानं दिलं का रेऽ पैसे?

तुका, भीमा कांबळे? आणि पैसे देणार? घ्या आता. आवो त्यो कामापुरता फिरालता तुमच्या पाटनं. आता आनुदान हातात पडलं म्हटल्यावर नाही गावत कुणाच्या हाताला. पैसे संपल्यावरच गावात येणार. लिहून घ्या.

ग्रामसेवक, आणि तूच सांगतोस मुळकाचं घर करा पोराच्या नावावर. त्यो मागनं दील पैसे?

तुका, त्येबी खरंच, असला व्यवहार रोखीनंच केलेला बरा. माणसं आता शब्दाला जागत न्हाईत. पयलं व्हतं बघा. शब्द म्हणजे शब्द. गेलं ते आता, *असे स्वत:शीच पुटपुटत बसतो.*

दृश्य

गावड्याच्या म्हाताऱ्याला मरून बारा दिवस झालेले आहेत. त्याच्या थोरल्या मुलाने पूर्ण केस दान करून डोक्यावर टॉवेल टाकलेला आहे. गावड्याच्या म्हाताऱ्याने राबून घर उभे केले. त्याच्याविषयी सगळ्यांच्याच मनात आदरभाव आहे. थोरल्या मुलाच्या हातात सूप व सुपात खणात बसवलेला तांब्याचा टाक. सवाद्य मिरवणुकीने घराकडे आणला जातो आहे. मिरवणूक आडव्याप्पाच्या दारात येते. तायव्वा, सुमी चौकटीला उभी राहून चाललेली मिरवणूक पाहत आहेत. मिरवणूक पुढे जाते.

सुमी, हा टाक का आणला ग ऽऽ?

तायव्वा, अगं ऽऽ आता त्येनी म्हाताऱ्याला देव्हाऱ्यात पुजणार. त्यो म्हाताऱ्याचा टाक.

सुमी, म्हणजे आमच्या घरातले सगळे टाक आमच्या म्हाताऱ्यांचे म्हणायचे?

तायव्वा, व्हय. त्येच आमचे देव आणि गावपांढरी. त्यास्नी पुजलं की घराला बरकत येती. बाकीचे देव देवळातले. हे घरातले. चला आत.

दोघी आत जातात.

दृश्य *जगूचे घर. रात्र*

जगू ऐसपैस लोड्याला टेकून घरात टी.व्ही. पाहत बसलेला आहे. आडव्याप्पा आलेला त्याला पत्ताही नाही. शेवटी आडव्याप्पा जगूला हाताने हालवत म्हणतो,

कामाचं कुठवर आलं?

जगू, *त्याच्याकडे न बघताच* जरा थांब. एवढी सीरिअल संपू दे.

आडव्याप्पा त्याच्याबरोबर टीव्हीवरील सीरिअल बघत बसतो.

सीरिअल संपते. तसा जगू म्हणतो,

बोल गा ऽऽ

न्हवं. कुठवर आलं कामाचं?

जरा थांब गा ऽऽ व्हतंयच.

खरं, बचबची वाढाय लागल्यात. कुणाकुणाला वायदा करून बसलोय. तुमचंबी भागवायचं हाईत.

माज्या पैशाची काळजी नको करू. नुस्तं व्याज द्यायचं. पैसे ऱ्हावू देत.

आणखी हवं तर घेऊन जा.

नको ऽऽ नको ऽऽ हाय तेच वज्जं लई झालं. तेवढं गडबडीनं विम्याचं झालं, तर जरा मोकळा व्हईन.

बघूया ऽ बघूया ऽऽ

आडव्याप्पा त्याच्या घरातून बाहेर पडतो. त्याच्या मागोमागच हरबा चालत त्याला गाठतो. लांब गेल्यावर हाक मारून थांबवतो,

आडवू ऽऽ त्या आमच्या शेजाऱ्याच्या नादाला नको लागू. त्याची न्यात चांगली न्हाई. लई जनास्नी बुडीवलंय. तुला नसंल म्हाईत तर कानावर घालावं म्हणून आलो तुज्या मागं मागं.

आगा ऽ सगळं हाय ठावं. खरं, आडला नारायण.. काय करणार सांग? विम्याचं कागद केल्यान हाय म्हणून त्येचा पाठलाग सुरू केलाय.

दुसरा कोणतरी श्याना माणूस बघ.

गावातली शिकल्याली, नोकरदार माणसं वळखबी दीत न्हाईत. मग काम कुठलं करत्यात गरिबाचं.

त्येबी, खरंच हाय गाऽऽ तरी संबाळ.

म्हणत माघारी फिरतो आडव्याप्पा त्याच्या पाठमोऱ्या आकृतीकडे पाहातच अंधारात उभा राहतो.

दृश्य *रस्ता*

आडव्याप्पा आबा नरसाळेच्या घराकडे चाललेला आहे. मध्येच दानवाडे त्याच्यासमोर येऊन उभा राहतो.

काय गा ऽऽ कुठं चालली स्वारी?

आनी कुठं? आबाच्या घरला. कुणाच्यातबी राबायचंच. आदी तुमच्यात राबत व्हतो. आता त्येंच्यात.

आजूनबी राग हायच म्हणायचा तर,

गरिबाला राग धरून चालत न्हाई मालक. राग धरायचा दांडग्या-दुंडग्यानी. आमी काय चिलटं.

त्ये आसू दे. दे सोडून. मी काय म्हणत व्हतो, तुजं विहिरीचं पंचायतसमितीतनं नाकारलं. आता जिल्हा बँकेत का बघत न्हाईस? आमदार करूया म्हण्लाय तीन-चार प्रकरणं. त्यातनं तुजंबी व्हवून जाईल.

नको, नको मालक. जी वाट सोडलीया ती पुन्हा न्हाई धरायची. विहीरबी नको आणि त्यो धंदाबी नको.

म्हणत चालाय लागतो. दानवाडे त्याच्याकडे पाहून उगाचच खाकरतो. जणू बघून घेऊ.

दृश्य *आडव्याप्पाचे घर*

केसू शाळेतून आल्यापासून कोपरा धरून बसलेला आहे. कोणाशी बोलत नाही. की पुस्तक समोर नाही. फक्त ढीम्म. तायव्वा त्याला खोदूनखोदून विचारते आहे.

आरं ऽऽ झालं काय? ते तरी सांगशील कान्हाई.

केसू, *शेवटी तोंड उघडतो.* आई, काय सांगायचं? ड्रेस न्हाई म्हणून दररोज शाळेतून भाईर काढाय लागलेत.

आणूया की ड्रेस. त्यात काय?

पैसे नकोत? आदीच बाबाचं चित्त न्हाई थाऱ्यावर. त्यात माझा ड्रेस. नको सांगू त्याला.

तू लई इच्चार करत बसत जाऊ नगो. अभ्यास कर. हे बी दिवस जात्यात. तू अभ्यासात नको कमी पडू.

केसू काहीच बोलत नाही. पुन्हा शून्यात नजर लावून बसतो. तायव्वाचा जीव चरकतो.

दृश्य *शिरपाचा खोका*

आडव्याप्पा तंबाखूची पुडी उधारीवर घेतो आहे. त्याच वेळी मराठी शाळेचा हेडमास्तर सिगरेटचे पाकीट घेण्यासाठी तिथे येतो. तो आडव्याप्पाला बघून म्हणतो,

केसू कुठं हाय? जातोय शाळंला का घरातच हाय?

जातोय तबीनाळला हायस्कूला.

जाऊ दे, जाऊ दे. दहावीपर्यंत शिकू दे. पुढं नका शिकवू. लावा कामाला.

म्हणजे?

सांग बाबा शिरपा, पुढचे शिक्षण गरिबाचं ऱ्हायलं न्हाई. चांगलं शिकायचं तर लाख, दोन लाख डोनेशन. कुठनं देणार? हाईत तुज्याजवळ?

आडव्याप्पा नकारार्थी मान हालवतो.

म्हणून म्हण्तो. त्या परास दहावी झाला. व्यवहार कळाला. बास झालं. त्याला राबाय शिकवा.

म्हणजे माझ्यासारखंच की. त्याच्या आयुष्यात दुसरं काय?

आडव्याप्पा, तुझं चांगलं आहे. पोराचं त्यापेक्षा वाईट. त्याला नोकरीही नाही आणि भाकरीही नाही.

म्हणजे शिकायचंच न्हाई गरिबाच्या पोरानं?

बिल्कूल, काय उपयोग शिकून. शिकला तरी दया दहा लाख पाच लाख. तुला सांगतो शिरपा मी आधी जलमलो हे बरं झालं. आज जलमलो अस्तो तर गेलो आस्तो खडी फोडत.

गुर्जींचे बोलणे असाह्य होऊन आडव्याप्पा जागा सोडतो. चालाय लागतो. स्वत:शीच बडबडाय लागतो,

केसू... काहीच न्हाई शिकून उपेग.

मग कशाला हे लचांड?

न्हाई मिळणार नोकरी.

म्हण्जे माझा जलम फुकटच.

फुक्कट, फुक्कट

कोण घेता का हो? मला फुक्कट?

हॅ ऽऽ हॅ ऽऽ हू ऽऽ आजूबाजूचे लोक आडव्याप्पाकडे पाहतच राहतात.

डायरीतील पान

कधी नव्हे ते मामा ऑफिसात टेबलासमोर. डोकं गरगरलं. डोळं फिराय लागले. उठावं, बोलावं, काहीच घडलं नाही. शेजारची खुर्ची मामानं ओढून घेतली. नकळत उठून उभं राहिलो. पिटक्या माझी तारांबळ बघून जवळ आला. रावसायेब च्या सांगू? मामानीच त्याला नकार दिला. म्हणाले, भाईरच जाऊया. उठले. त्यांच्या पाठोपाठ चालू लागलो. लहानपणी शाळेला असंच त्यांच्या पाठीमागून गेलो होतो. वाटलं, मामा टपरीवर थांबतील. नाही घडलं. कचेरीच्या पाठीमागच्या पिंपळपाराजवळ थांबले. तिथंच टेकले. घटकाभर काहीच बोलले नाहीत. काय असेल मामांच्या डोक्यात. खाल मान घालून बसलो. मामांच्या हालचाली वाढल्या. प्रकरण गंभीर दिसतं. म्हटलं, चहा घेतला असता.

आरंऽ च्या चं काय लावलास. तुज्या हातचं पानीबी नको. समजतोस काय तू. लै पैसा झाला म्हणजे कुणालाबी इकत घ्यायला येतंय? न्हाई गड्या. तसं न्हाई घडत. लई बघितल्यात पैसेवान. व्हत्याचं नव्हतं झाल्यालंबी बघितल्यात.

हळूच म्हटलं, काय चुकलं का माझं?

मामाचा भडका उडाला, काय चुकलं? हाय रं नाना. वर मलाच इच्यार. तुजं तुला, कायबी चुकल्यागत वाटत न्हाई? तुजा काय मी वैरी व्हय गाऽऽ चार वरसं झाली. दारावरनं जातोस. शेजाऱ्यापाजाऱ्यांशी बोलतोस. व्हय नको म्हणतोस. आनी आमचा उंबरा वलंडाय व्हईत न्हाई. एवढं वाईट काय केलं. तुला काय लुबाडलं? तुज्या नावानं करज उचललं? तुज्यावर आदावत घेतली? का तुज्या तांबड्या पैचं आमी लाजीम हाव? काय झालं म्हणून तुला उंबरा वलंडाय व्हईत न्हाई. एकदा कळू दे तरी. काय चुकलं? का तुला शिकीवला हे चुकलं? एकदा सांग. तुज्या मनात काय हाय त्ये तरी कळू दे. आमची चुकी आमच्या पदरात घाल. आमचं ऱ्हावू दे. तू आस्तिकदार. तुला आमचा उंबरा दिसत न्हाई. कुठल्या मावशीच्या घराचा तर उंबरा चढलास? त्येनी काय केलतं तुजं? कुणाच्या उंबऱ्यात कधी पाय टाकलास? तुला तालुक्याला याला व्हतंय. तितं ऱ्हायाला चालतंय. गावात येतोस. परसपरबारी दोस्तास्नी भेटून जातोस. कधी कुठल्या मामीला, पोराला भेटावं असं न्हाई वाटत? घरात जातोस. तितं तरी काय बघतोस? त्येंचं काय चाललंय. काय खात्यात. कशी ऱ्हात्यात. हाय-न्हाई बघाय नको? तू त्या घरातला शिकल्याला न्हवं? तुजं कायच करतंव न्हाई? चार म्हयने झालं, घरदार मकं भरडून खायाय लागलंय. घरात दोन म्हातारी माणसं. त्यास्नी मक्का पचतोय, न्हाई. इच्यारलास? काय केलास म्हणायचं आतापतोर. का नुस्तं खा रं पोटा जा रं दिसा. एवढंच. त्ये काय जनावरबी करतंय गाऽऽ माणूस हाईस. तुझ्या मागच्या शिकलेल्या पोरांनी दोन-दोन बिगं जमनी घेतल्या. भावी खोदल्या. पाईपलाईन केल्या. तुज्या शेतातलं कुंदाड तरी हाटलं व्हयगाऽऽ? केलास काय म्हणायचं तू? जरा इच्यारानं, माणसासारखं वाग. उगच भकल्यागंत करू नगो. चलतो मी. म्हणत मामा पारावरनं उठला. सरळ रस्त्याला. पाठीमागं वळून ही बघितलं नाही. अंगाचं पाणी-पाणी झालेलं. पिंपळाचं झाड भोतेभोर फिराय लागलेलं. गच्च डोळं मिटून तिथंच बसलो, घटकाभर. घशाला कोरड पडलेली.

दृश्य *आडव्याप्पाचे घर*

चुलीजवळ तायव्वा. केसू अभ्यास करीत बसलेला आहे. एकदम घाबरीघुबरी होऊन चंडीलची बायको तायव्वाजवळ येते.

वयनी ऽऽ कुठं हाईसा ऽऽ?

अगं ऽ चुलीजवळ हाय ऽऽ ये. आनी एवढी काय घाबरीघुबरी दिसाय लागलीस?

काय सांगू वयनी, तुमचं मालक

त्येनी काय केलं?

करत्यात काय? एकटंच हासाय लागलं रस्त्यात. लोक सगळी गदबाळली. तर ह्येचं हासणं सुरूच. मला बाई इपरीतच वाटाय लागलं सगळं. म्हणूनशान आलो पळत.

तायव्वा एकदम गोंधळते. ती काय सांगते यावर तिचा विश्वासच बसेनासा झाला. ती हातातले काम टाकते. उजदारला येते. केसूला म्हणते,

केसू, मालक कुठं हाय बघून तरी ये जा ऽ

हे काय तुजं नवीन. ईल की आत्ता.

उठ बाळ, बघून ये जा. लेकरा उठ रं ऽऽ

आता मी जाऊन कुठं बघू?

म्हणतच केसू बाहेर पडतो. तायव्वाचा जीव एकाएकी टांगणीला लागला.

दृश्य *घर*

केसू, आडव्याप्पा येतात. एकदम साबासुबा. तिला मोकळे वाटते.

तायव्वा, *अधीरपणे* दुपारी एकटंच रस्त्यात हासाय लागलासा, म्हणून चंडीलची बायको सांगाय आल्ती.

आडव्याप्पा, ती काय घालकाडी सांगती. आजून न्हाई फिराय डोस्कं.

तायव्वा खिजून गप्पगार. केसू उंबऱ्यावरच टंगळमंगळ कराय लागतो.

दृश्य *दिनू शिणागारेचे घर*

आडव्याप्पाला थोरल्या मेव्हण्याचा फोन आलेला आहे. तो मोठमोठ्याने फोनवर बोलतो आहे.

आडव्याप्पा, हॅलो ऽऽ मोठ्यानं बोला. हां.... येतंय ऐकू.... काय म्हणजे

डॉक्टर... आपरिशन?... हा... किती ईल खर्च..... वीस हजार?.... देवा ऽऽ देवा ऽऽ ... कुठनं आणायचं?... बघूया इच्यारून... बघूया की. मी येतो. ठेवतो. येतो. *फोन ठेवतो. एकदम सुस्कारा सोडतो. समोरच दिनू शिणगाऱ्याची बायको. ती काळजीने विचारते,*

कसलं आपरिशन?

आक्काचं कॅन्सरचं आपरिशन. करायचं हाय.

डॉक्टर वीस हजार लागतील म्हणतोय.

वीज हजार? काय डॉक्टर म्हणायचा का कसाब.

त्येनं खर्च सांगितलाय. त्याच्याजवळ व्हईत न्हाई आपरिशन. जिल्ह्याला जावं लागंल म्हणतोय.

बाई ऽऽ बाई ऽऽ काय म्हणायचं एकेक.

आडव्याप्पा काहीच न बोलता बाहेर पडतो.

दृश्य *आडव्याप्पाचे घर*

तायव्वा शेताकडून घरात येते. आडव्याप्पा गळ्यात गुडघे घेऊन बसलेला.

दिवस नुस्ता बसूनच काढल्यासा? आबा तात्या आरडलता. का याला न्हाईसा शेताकडं? बरं न्हाई वाटंत? डाक्टरकडं तरी जाऊन येवा जावा.

काय झाल्यालं न्हाई मला. दाजीचा फोन आल्ता. आक्काचं आपरिसन कराय पायजे, म्हणं. वीस हजार लागतील.

ती काय आपली कुवत हाय?

त्यास्नी हाय की म्हाईत. संग्याकडं जाऊया म्हणत्यात. उद्याच्याला.

येवा जावा. त्येनं कराय नको मदत?

त्ये काय तरी व्हईल ग ऽऽ खरं एसटीला पैसे कुठलं? शंभर रुपय तरी नको?

तायव्वा एकदम गंभीर होते.

दृश्य *जिल्ह्याचे स्टॅण्ड*

सगळीकडे महामंडळाच्या बसेस. माणसांची गर्दी. पळापळ. स्पीकरवरून अमूक गाडी अशी जातेची सूचना. आडव्याप्पा, थोरला मेव्हणा गर्दीतून वाट काढत रस्त्यावर येतात. रस्त्यावर वाहनांची चिक्कार गर्दी. आडव्याप्पा डोळे फाडून मोठमोठ्या गाड्या, रिक्षा, इमारती बघतो आहे. सगळ्या झगमगाटाने

त्याचे डोळे दिपताहेत. हॉटेलांच्या मोठ्या इमारती. त्यातून बाहेर पडणारे गुबगुबीत लोक. त्याच्या समोरून जाणाऱ्या तवेरा गाडीत त्याला बसलेले कुत्रे दिसते. त्याच्या तोंडातून शब्द बाहेर पडतो. नशीबवान. *मेव्हणा त्याच्याकडे बघाय लागतो. तो नजर फिरवतो. वहानांना चुकवत दोघे रस्ता ओलांडतात. बसच्या स्टॉलजवळ येतात. तिथल्या गर्दीत अंग चोरून उभे राहतात. एक बस येते. आडव्याप्पा शेजाऱ्याला विचारतो,*

ही कुठं जाते?

शेजारी, तुम्हाला कुठं जायचं आहे?

आडव्याप्पा, बावड्याला.

शेजारी, जात नाही. यानंतर येणारी जाईल. *त्याला दुसरी येणारी बस दिसते.*

ती बघाऽ आली. पळाऽ.

आडव्याप्पा, थोरला म्हेवणा पळतच बस गाठतात.

दृश्य *संगाप्पाचे बंद दार*

आडव्याप्पा, मेव्हणा संगाप्पाच्या दारात उभे आहेत. दाराची कडी पुन्हा पुन्हा वाजवतात. आतून काहीच प्रतिसाद नाही. ताटकळत उभे रहातात. पुन्हा कडी वाजवतात. शेवटी एकदाचे दार उघडले जाते. संगाप्पाची बायको दार उघडते. गाऊनमध्ये ती. चेहऱ्यावर पहिली प्रतिक्रिया वैतागाची. कष्टपूर्वक चेहरा हसरा करण्याचा प्रयत्न. नंतर आत वळते. सरळ पाठीमागे. आडव्याप्पा, म्हेवणा, आत जातात. दिसेल त्या खुर्चीवर टेकतात. संगाप्पाचा मुलगा पाण्याचा तांब्या घेऊन येतो. आडव्याप्पा विचारतो,

पपा कुठं गेला रं ऽऽ?

आता येतो म्हणून गेलेत.

मेव्हणा, तू आता कितवीला?

चौथीत.

नंतर मुलगा आत जातो. दोघे न बोलताच बसून राहतात बराच वेळ.

दृश्य *संगाप्पाचे घर*

संगाप्पा भाजीची पिसवी घेऊन दारात येतो. म्हेवणा व भाऊ घरात बघून त्याला आश्चर्य वाटते.

कधी आला?

मेव्हणा, झालं घटकाभर.

तो पिसवी आत ठेवण्यासाठी जाता जाताच मुलाला विचारतो,

पिंटू ऽऽ आबांना चहा वगैरे दिला का रे?

संगाप्पाची बायको, चार हात नाहीत. करते आता.

मेव्हणा, चहा नको आता. घरातनं घीऊनच निघालोय.

संगाप्पा, *बाहेर येत* आक्काची तब्बेत?

मेव्हणा, हाय बरी.

संगाप्पा *येण्याचं कारण कळावं म्हणून आडव्याप्पाला विचारतो* पीकं कशी
हाईत.

आडव्याप्पा, हाईत चांगली.

*मध्येच कोणीच बोलत नाही. पूर्ण शांतता. आत भांड्यांचा जोराचा आवाज.
आडव्याप्पाच्या ध्यानात येते. तो म्हणतो,*

आक्काचं आपरिशन कराय सांगितलंय. कॅन्सर झालाय तिला. तू काय मदत
करतोस काय इच्याराय आलोय.

*संगाप्पाचा चेहरा निर्विकार. किंचितही परिणाम नाही. आतून मुद्दाम भांडी
आपटल्याचा आवाज. आडव्याप्पा जागेलाच वळवळाय लागतो.*

संगाप्पा, कॅन्सरला ऑपरेशन करूनही उपयोग नसतो.

मेव्हणा, हातात हाय ते करून बघायचं. नशिबानं काय व्हईल ते व्हईल.

संगाप्पा, फार केसेस बघितल्या आहेत मी. नाही उपयोग.

आडव्याप्पा, *चिडून* मग मरू दे म्हणतोस तशीच.

संगाप्पा, तसं कुठं म्हटलंय. अनुभव सांगितला.

आडव्याप्पा, *थंडपणे* पैशाची काय करशील जोडणी?

आतून बायकोचा आवाज चहा न्या. *संगाप्पा चटकन उठून आत जातो.
स्वयंपाकघरात बायको जवळजवळ त्याच्या अंगावरच येते. हातानेच नाही
म्हणून सांगा* असा आदेश देते. *संगाप्पा चहाचा कप घेऊन बाहेर येतो.
आडव्याप्पा खाली मान घालून बसलेला आहे.*

संगाप्पा, माझी बी आता भयंकर वडातान चालू हाय. कसला तो मेळ
बसायला तयार नाही.

आडव्याप्पा, आरं ऽऽ ती भन हाय आपली. लहानाचं मोठं केलंय तिनं. आसं

बोलू नगं. काय तरी उलाढाल कर. निम्मी रक्कम जमीव. नोकरदार हाईस. व्हातीया उलाढाल.

संगाप्पाची बायको आतून बाहेर येते.

संगाप्पाला उद्देशून उठ-सूठ कुणालाही पैसे देत बसलेलं मला चालणार नाही. आमच्या पोरांची शिक्ष्णं हाईत. बरंच काय काय हाय. तुमी जरा इच्यारानं वागा.

संगाप्पा, तू पहिली आत जा. *चिडून* जा म्हणतोय नव्हं. जा.

संगाप्पाची बायको, *तणतणत* जाते. जाते. तुम्ही घाला सगळं लोकांच्या मड्यावर. आमी बस्ताव टाळ वाजवत.

घरात स्मशान शांतता. बराच वेळ बसल्यावर म्हेवणा उठून म्हणतो,

चलताव आता.

आडव्याप्पा, *रागाने फणफणत* सांगायचं काय? चला. ते आमाला मेले. आमी त्यान्ला.

दोघे घराच्या बाहेर पडतात. संगाप्पा खुर्चीवरून उठायचेही कष्ट घेत नाही. बसून राहतो. दोघे झपाझप पावले उचलत असतात.

दृश्य *बसस्टॉप*

मेव्हणा, तुमचंच खरं निघालं.

आडव्याप्पा, पाठचा भाऊ हाय त्यो माझा. चांगलं वळीकतोय त्येला.

मेव्हणा, चूक त्याची न्हाई. ती बाई गिळून बसलीया त्याला.

आडव्याप्पाचं बोलण्याकडे लक्षच नाही. भरधाव धावणाऱ्या मोटारींसमोर त्याला आडवे पडावे असे वाटू लागते.

डायरीतील पान

आपण कोणत्या निर्णयाला आलोच नाही. हे भयानक. घेता का येत नाही आपल्याला निर्णय. म्हणजे काय करायचं?

आपण आयुष्यभर फक्त जे समोर आलं ते स्वीकारलं. त्याबाबत निर्णय घेण्याचं स्वातंत्र्य आपल्याला नव्हतंच? स्वातंत्र्य म्हणजे काय? पंधरा ऑगस्ट सत्तेचाळीस. कुणाला मिळालं स्वातंत्र्य? भारतातल्या शेतकऱ्याला की शेतकऱ्यावर सत्ता गाजवायची इच्छा असणाऱ्यांना? आता याचा निर्णय

कोण घेणार? निर्णय सत्ता घेते. राबवते. आडवते. कचऱ्यात टाकते. स्वातंत्र्य-स्वातंत्र्य म्हणजे काय? आत्महत्या करण्याचं स्वातंत्र्य. हे सोडून कशाचंच स्वातंत्र्य नसणारे आपण लोक. फक्त आत्महत्येचं स्वातंत्र्य.

गांधीबाबा, आम्हाला आत्महत्या करण्याचं स्वातंत्र्य देण्यासाठी तुम्ही एवढा मोठा लढा उभा केला. ही किती महत्त्वाची गोष्ट. आता स्वातंत्र्याचा इतिहास असाही उलटा लिहायला काय हरकत आहे? हा शेतकऱ्यांचा देश. आपल्याला स्वातंत्र्य मिळवाय हवं. कशासाठी? तर शेतकऱ्याला इच्छेनुसार मरता येईल. किमान त्यांना मरण्याचं स्वातंत्र्य तरी आपण द्यायला हवं. इन्कलाबऽऽ झिंदाबादऽऽ वंदेऽऽ मातरम्ऽऽ जन गण मनऽऽ जयहिंद.

डायरीतील पान

आपण कशाची काळजी करतोय? आपल्याला पोखरतंय काही तरी. वाळवी लागलीय आपल्या मेंदूला. फक्त कुरतडण्याचा आवाज. कसं सोसायचं हे कुरतडून भुसा होणं. घर फुटायच्या उंबऱ्यावर. फुटलं तरी वाऱ्यावर आपणच. आपल्याला आपल्या जगण्यातून आधार निर्माण करता आले नाहीत की आपण सगळीकडून फक्त तुटतच गेलो. ज्ञानीमहाराजाचं ठीक आहे. त्याला त्याचा एक डोंगर गाठता आला. पण ह्या ज्ञानीमहाराजाला तरी आपण कुठं शोधू शकलो. त्याला ओळखतोय. पण तो कोण? नाही शोधता आलं आपल्याला. असं नाव टाकून, गाव टाकून म्हणजे सगळा गोतावळा, घर, विसरून जगता येईल आपल्याला? असला उद्योगच बिनकामाचा. आपला तुकारामच ग्रेट.

आशा हे समूळ खणोनि काढावी। तेव्हाचि गोसावी व्हावे तेणें ।।१।।
नाही तरी सुखें असावे संसारी। फजिती दुसरी करू नये ।।२।।
आशा मारूनिया जयवंत व्हावे। तेव्हाचि निघावे सर्वांतुनि ।।३।।
तुका म्हणे जरी योगाची तातडी। आशेची बीबुडी करी आधी ।।४।।

दृश्य *आबा नरसाळेचा मळा*

आबा नरसाळे शून्य नजरेने बघत बसलेल्या आडव्याप्पासमोर येतो.

आडव्या, लेका, तुजं चलन बिघाडलंय. आता घड्याळ लावून दोन तास झालं. एका जाग्याला नुस्ता बसून हाईस. झालंय काय तुला?

आडव्याप्पा काही न बोलताच उठतो. काय करावे ह्या विचारात थांबतो.
आडव्या, मी झाडासोबत बोलत न्हाई. तुला इच्यारतोय. झालंय काय?
काय? *नाइलाजाने* कुठे काय? काय न्हाई चला भाराभर गवात तरी कापतो. *म्हणत हातात गवत कापायचा विळा घेऊन चालू लागतो.*

दृश्य *घराकडचा रस्ता*

आडव्याप्पा स्वतःशीच बोलत चाललाय.
केसू.. तू बी शिकल्यावर असाच वागशील?
वागंनास गड्या, पर शीक. तुझ्या जलमाला तरी श्याना.
खरं, तुला शिकून नोकरी मिळणार न्हाई म्हणत्यात.
मिळंल? व्हईल की कायतरी तवर. बदलंल थोडं तरी.
मिळणार. तुला नोकरी मिळणार. बघ, माझं न्हाई खोटं व्हायचं.
तू संग्याकडं तेवढं न्हाई जायाचं. तेच्यापरास मोठं व्हायचं. लई मोठं.
आक्का, जरा धीर धर. केसू नोकरीला लागला की तुझं आपरिशन मी करतो. कशाला कुणाजवळ हात पसरायचं. जरा धीर धर.
त्याला वाटेने जाणारा संतू खवीस आडवतो.
संतू, आडव्याप्पा, कुणाबरोबर बोलालतास?
आडव्याप्पा, *भानावर येऊन* कुठलं गा ऽऽ न्हाई.
काय केलं आज.
करायचं काय? हेच की खिडूकमिडूक. आता सुरू व्हईल सुगी.
संतू *आभाळाकडे बघत* ह्यो बाबा नी काय करातोय कुणास ठाऊक? ऐन सुगीत कोसळाय लागायचा.
त्येची मर्जी.
दोघे चालू लागतात.

दृश्य *आडव्याप्पाचे घर*

सुमी आणि केसूच्या मध्ये बसलेली तायव्वा समोरच्या आडव्याप्पाला फैलावर घेते.
तायव्वा, काय लावलंय तुमी हे, भावाकडं जाऊन आल्यापास्नं? कुणाशी बोलणं न्हाई, जेवणाखाण्यावर ध्यान न्हाई. कामावर लक्ष न्हाई. झालं काय तिथं? काय म्हणाली ती व्हयमाली? जरा कळू दे आमास्नी.

आडव्याप्पा ऐकून घेण्याच्या भूमिकेत. चेहरा असा की काही ऐकलेच नाही.
तायव्वा, *वैतागून* कम्माल झाली तुमची. मी काय भित्तीबरोबर बोलाय लागलोय? तुमास्नी इच्यारतोय. काय झालं? नसलं सांगायचं तर नका सांगू. पण हे घुम्यागत बसायचं बंद करा. पोरं घाबरत्यात. उठा रं पोरानु ऽऽ जरा जरा जेऊन घ्या. उठा तुमी बी.
सगळेच उठतात. चुलीच्या बाजूच्या सोप्याकडे निघतात.

दृश्य *तोंदल्याचे घर*
गौरीच्या घरात तायव्वा घुसते. गौरी एकटीच मिसरी घासत बसलेली.
गौरी, वयनी ऽ तू आनी मोकळी? कुणीकडनं दिवस उगवला?
उगवला न्हवं मावळला म्हण.
बस. बस. घे जरा राकुंडी.
नको बाई. आदीच डोस्क्याचं श्यान झालंय. अगं ऽऽ मालकाचं चित्तच उडालंय सगळ्यावरनं. काय करू? बोलत न्हाई, जेवत न्हाई, काय व्हतंय सांगत न्हाई. जीव झरझराय लागलाय बाई.
आनी काय नवीनच सुरू झालं गं ऽऽ वयनी. कुणी करणी बिरणी केली का बघ. आता गावात काय काय नवीनच सुरू झालंय. कुठला बाबा आणलाय म्हणं त्या दानवाड्यानं. रोज त्येची घरात पूजा अस्ती.
आसंल बाई. तसलं बी काय तरी आसंल. लई जिवाला घोर लागलाय. माणसाला कसा वळणावर आणायचा तेच कळंना झालंय.
देववाल्या आकणीकडं जाऊ या.
मला बी तसंच वाटाय लागलंय.
दोघींचे बोलणे वाढत जाते.

दृश्य *आडव्याप्पाचे घर*
जगू तांबटाचा माणूस दारात येतो.
तांबटाचा माणूस, वयनी, आडव्यादा कुठं हाय. मालकानी बलीवलंय.
तायव्वा *बाहेर येत,* द्यायंच न्हायलंय ह्या महिन्याचं व्याज. एकदम भागीवतो म्हणावं.
तांबटाचा माणूस, त्यासाठी न्हवं. ते विम्याचं काय तरी आलंय. त्यासाठी बलीवलंय.

तायव्वा, सकाळी भगटायला गेल्यात रानात. आता येतील. मग लावून देतो.
तांबटाचा माणूस माघारी वळतो.

दृश्य चावडी

दसऱ्याची पालखी देवळासमोर उभी. सोने लुटायला गावकरी जमलेले. तात्या पाटील, हरि निळपणकर. शिट्टूर सुब्या, जानबा एकल असे सगळे पुढारी पालखीच्या भोवती. हालगीचा ठेका. सगळे गाव एकत्र जमलेले. दिनू शिणगाऱ्या, जगू तांबट, सकोबा ल्हायकर हे नवे पैसेवाले कोशापटकं बांधून सगळ्यात मध्यभागी. हालगीच्या ठेक्याने गती घेतलेली आहे. पालखीसमोर चौऱ्या ढाळणारे तुका शिपाई आणि गणू शिंदे आदबीने उभे.
***हर ऽऽ हर ऽ महादेव ऽऽ** चा गजर होताच हालगीचा ठेका पुढे. पाठीमागून पालखी. चालायला सुरुवात होते. गावाच्या तिट्ट्यावर सोन्याचा मोठा ढीग रचलेला. प्रत्येकाने ठेवणीतले ड्रेस काढलेले. वातावरणात एकदम खुललेपण गर्दीबरोबर आडव्याप्पा पाय ओढत चाललेला.*
पालखी तिट्ट्याला येते. मानकरी पाटील पुढे होतात. पालखीची मनोभावे पूजा होते. पालखीला आपट्याची पाने सोने वाहिले जाते. गर्दी सोन्याच्या आपट्याच्या पानाच्या ढिगावर तुटून पडते. पालखी माघारी फिरते. लक्ष्मीच्या देवळात प्रत्येक जण सोने देवाला वाहून पाया पडून बाहेर पडू लागतो. आडव्याप्पा देवळात प्रवेश करतो. लक्ष्मीच्या टाकावर नजर केंद्रित करतो. त्याची त्यालाच शुद्ध राहत नाही. तिथेच मटकन बसतो. गुरव त्याला बाजूला घेऊन तोंडावर पाणी मारतो. एकदम गर्दी जमते. आडव्याप्पाला चक्कर आली असे जो तो बोलाय लागतो. आबा नरसाळे त्याला गर्दीतून बाहेर काढतो. आडव्याप्पा एकदम शुद्धीवर येतो. आबाला विचारतो,
का धरलास गा ऽऽ?
आबा, चल. का न्हाई. चल. तुला जरा चक्कर आली.
तो आडव्याप्पाला घरात आणून सोडतो. तायव्वाचा धीर तुटतो.

दृश्य *तालुक्यातील दवाखाना*

डॉक्टरच्या केबिनमध्ये आडव्याप्पा, तायव्वा, आबा नरसाळे. डॉक्टर सगळ्या तपासण्या करून म्हणतो,

डॉक्टर, याचं बी. पी. नॉर्मल आहे. बाकी काय लक्षण दिसत नाही. थोडा मेंटल स्ट्रेस. डोक्याला ताप झालेला दिसतो. गोळ्या दिलेत आठ दिवसाच्या. होईल कमी.

सगळे केबिनमधून बाहेर पडतात. काऊंटरला गोळ्याची चिट्ठी हातात देतच तेथील बाई म्हणते – २०० रुपये.

आबा, च्या आयला, काय व्हयाला न्हाई सांगायला दोनशे रुपये? ह्येला काय धंदा म्हणायचा?

आडव्याप्पा घरातच सांगाल्तो. नको जायाला. ऐकतंय कोण?

चल. चल. श्याणा हाईस चल.

सगळे दवाखान्यातून बाहेर पडतात.

दृश्य *जगूचे घर*

आडव्याप्पा जगूसमोर बसतो.

आडव्याप्पा, त्येनी क्युरी काढली की.

म्हण्जे?

तक्रार काढली. म्हशीची खरेदी चिठ्ठी जोडा म्हणत्यात.

हाय की जपून ठेवलीया. आत्ता घेऊन येतो.

मग झालं.

आडव्याप्पा जगूच्या घरातून बाहेर पडतो.

दृश्य *आडव्याप्पाचे घर*

केसू आणि तायव्वा

केसू, उद्या मामाच्या गावाला जाऊन येशील?

का? मधीच?

दळपाचं सगळंच सपलंय. ह्यास्नी सांगावं तर ह्येच्या डोस्क्याला ताप. त्यापरास जाऊन ये. थोरल्या मामाला केल्ता फोन. पाठव म्हणाला.

जातो की.

तायव्वाला पोराला अकाली प्रौढत्व आल्याबद्दल एकदम भरून येते. ती त्याच्या गालावर हात फिरवते.

दृश्य *जगूचे घर*

जगू *समोरच्या आडव्याप्पाला* हे बघ आडव्यादा, तुलाबी हिशोब म्हाईत असावा.

माझ्याकडून व्याजानं घेतले २०००/-
विम्याच्या कामात पहिल्यांदा घातले १५००/-
दुसऱ्यांदा घातले १०००/-
परवा साहेबाला दिले १५००/-
मध्ये हात उसणे घेतलास २००/-
तुझ्या कामासाठी जाण्यायेण्याचा खर्च झाला ४००/-
असा एकूण खर्च झाला सहा हजार सहाशे. एवढे पैसे माझे गेलेत. मागनं चेक आल्यावर म्हणशील हे कुठले. म्हायती असावं. चेक आलाच नाही तर तुला एवढ्या रकमेचं व्याज भागवावं लागेल.

आडव्याप्पा, काय? येणार न्हाई चेक?

जगू, तसं न्हवं गा ऽऽ आलाच नाही तर. हे जर तरचं सांगितलं.

आडव्याप्पा, ह्या फंदात पडायलाच नको व्हतं गड्या. डुईवर लई जालं रीन. कशातनं फेडू हे मलाच कळंना जालंय.

तो तसाच बाहेर पडतो.

दृश्य *आडव्याप्पाचे घर*

अचानक जोराचा पाऊस सुरू होतो. लोक हवालदिल. तायव्वा एकटीच घरात. ती उंबऱ्याला येते. गल्लीत पाणीच पाणी.

तायव्वा, ह्यो वाद्या आता घरात येणारी पसा मूठ बी कुजवून टाकतोय, वाटतं.

पावसाचा जोर वाढतच जातो.

दृश्य

भिजलेला आडव्याप्पा उजदारला येऊन तसाच बसतो. तायव्वा जवळ येते.

कपडं तरी बदला.

सोयाबीनची माती झाली. आता शेतातच उगवंल.

त्ये काय आपलंच झालंय. जगाचं त्ये आपलं.

जगाचं येगळं. आपल्या डोस्क्यावर डोंगर हाय.

व्हईल काय तरी.
व्हत्यात दगडं.
तो एकदम गप्पगार होऊन बसतो.

दृश्य पहाट

भगटायला दिनू शिणगारे ओरडतच आडव्याप्पाच्या दारात येतो. जोराने दार आपटतो म्हणतो.
आडव्या, उठ रं ऽऽ आक्का संपली. फोन आलता.
तायव्वा अंथरुणावरच मोठ्याने रडू लागते. आडव्याप्पा दार उघडतो. दिनू आत येतो.
मघाशी आला फोन. सपली म्हणं. वाईट झालं गा ऽऽ
तायव्वाच्या रडण्याने गल्ली गोळा होते. आडव्याप्पा पटापट आवराय लागतो. मध्येच त्याच्या ध्यानात येते. तो दिनूला म्हणतो,
गरज मार गड्या. म्हायारचं लुगडं न्हायला पायजे. शंभर दोनशे दे उसणं. माझ्याकडं कायच न्हाईत.
दिनू काहीच न बोलता घराकडे जातो. कपडे घालून आडव्याप्पा जवळ येतो.
दिनू, घेतल्यात पैसे चल. वयनीला भाईर काढ.
तायव्वा, आडव्याप्पा, दिनू घरातून बाहेर पडतात. आयाबाया तायव्वाला समजूत घालून रडायचं थांबवतात.

दृश्य *बहिणीचे घर*

दहन आटोपून सगळे घराकडे परतलेले आहेत. गावातले लोक पायावर पाणी घेऊन जात आहेत. पाहुणे पै बाहेरच्या कट्टीवर बसलेले आहेत. अशात संगाप्पा येतो. आडव्याप्पाजवळ टेकतो.
आडव्याप्पा, *एकदम तरपासून* कशाला आलास? ती कोण व्हती तुझी? *दिनू मध्ये पडतो* गप्प गा ऽऽ ही वेळ नव्हं *म्हणत थांबवतो. आडव्याप्पा उठून बाजूला जातो. संगाप्पा खाली मान घालून बसून राहतो.*

दृश्य *वाटेवर*

आडव्याप्पा, कसला गा ऽऽ जलम. भनीच्या मयतालाबी उस्णं पैसे घ्यायची पाळी. ह्येला काय जलम म्हणत्यात.

दिनू, आगाऽ ऐन वेळी व्हतंय आसं. लई मनाला नको लाऊन घेऊ तुझी भन आणि माझी कोण न्हवं ती?

आडव्याप्पाच्या डोळ्याचं पाणी तुटायला तयार नसते.

दृश्य *मध्यान्ह रात्र*

आडव्याप्पा कडी हळूच काढून गल्लीत येतो. सगळीकडे किर्र अंधार. तसाच चालाय लागतो. तोंदल्याच्या दारात कुत्रे भुंकाय लागते. त्याला दगड मारून पळवतो. पळता पळता कुत्र्याचा कुईऽऽ कुईऽऽ आवाज. कॅमेरा अंधाराची वर्तुळं पकडतोय.

डायरीतील पान

शेतकऱ्याच्या घरात जन्मलो. शेतकरीच झालो असतो. चुकून कारकून झालो. ही माझी चूक नाही. मला ज्यांनी शाळेत घातलं त्यांची. किंवा शेतकऱ्याच्या पोरानं शिकावं म्हणणाऱ्यांची. असं म्हणायला जागा नाहीच असं नाही. म्हणणाऱ्यांना असं वाटत होतं, अक्षर आलं की ज्ञान आलंच. अक्षर आणि ज्ञान दोन वेगळ्या गोष्टी. अक्षर येण्यासाठी शाळा. मग ज्ञानप्राप्तीसाठी काय?

माणूस शेती करू लागला. श्रमपरंपरा तयार झाली. कधीतरी या राबणाऱ्या लोकांना वाटलं, आपल्यातल्या काही लोकांनी सगळ्यांचं जीवन समृद्ध करण्यासाठी श्रम न करता फक्त विचार करावा. मग त्यांनी काही लोकांना तसंच सुचविलं. तुम्ही फक्त विचार करा. ज्ञान निर्माण करा. आम्ही तुमचं पोटपाणी बघून घेतो. तर यांनी केले भलतंच. ज्यांनी हाडाची काडं करून यांना मोकळीक दिली त्यांचा विचार न करता हे स्वतःसारख्या श्रम न करणाऱ्या लोकांचाच विचार करू लागले. त्यातून जप, तप, मौन, संन्यास, तपश्चर्या, साधना, समाधी, मोक्ष, असले भलतेच काय काय करत बसले. ते फक्त स्वतःचेच बघत गेले.

त्यांनी तपश्चर्या केली. त्यांना ज्ञानप्राप्ती झाली. गौतम बुद्धानं बोधीवृक्षाखाली तपश्चर्या केली. त्यांना ज्ञान प्राप्ती झाली. हे खरं असेल. पण त्यांना कोणतं ज्ञान प्राप्त झालं. ते ज्ञान काय? त्या ज्ञानाचं स्वरूप-व्याप्ती-मर्यादा- एक चिकित्सक अभ्यास. कोण हे शंकराचार्य. त्यांचं ज्ञान

काय? अमुक-तमुक असं सांगा ना. महावीर, त्यांचे ज्ञान-अमुक तमुक. बसवेश्वर, त्यांचं ज्ञान-अमुक-तमुक, सांगा ना? का फक्त सांगणारा, महावीर म्हणाले, बुद्ध म्हणाले, शंकराचार्य म्हणाले, म्हणाले की ज्ञान की ज्ञानाची कसोटी अजून काही? नसेल तर आमचा आजोबा म्हणाला ते ज्ञान का नाही? ज्ञान-ज्ञान म्हणजे काय? की अज्ञान. ते तर शेतकऱ्याच्या जगण्यात भरपूर. मग शेतकरी ज्ञानी का नाही? चांगलं जगायचं. कुणाला? प्रत्येकाला. मग तो ज्ञानी का नाही? कुणाला विचारावं? अमुक म्हणतो शेतकऱ्यानं आमच्यावर जात लादली. ज्याला त्याला जगवायचं. जगवणारा जात कशी तयार करेल? ज्यांना ज्ञानप्राप्ती झाली ते शेतकऱ्यांच्या मुक्तीसाठी का नाही बोलले? येशू, तू शेतकऱ्याविषयी काय म्हणालास? पैगंबरा, तू शेतकऱ्यांना काय सांगितलंस? शंकराचार्या, तुला शेतकरी माहीत होता? महावीरा, शेतकरी तुझ्या बोलण्यात कुठं? बुद्धा, तू तर शेतकरीच. पण तू काय सांगितलं शेतकऱ्यांना? विठ्ठला, तू गोळा केलंस शेतकऱ्यांना. पण का नाही त्यांना काही म्हंटलास? कोणताच धर्म शेतकऱ्यांना काहीच का सांगत नसेल? ते कोणत्या माणसांना उपदेश करतात? शेतकऱ्यांना पिळून जे जगतात त्यांनाच धर्माची गरज. शेतकऱ्याला धर्माची गरजच नसते. कारण शेती हाच त्याचा धर्म. शेतीधर्माची मांडणी कोण का करत नाही? जगातल्या कष्टकऱ्यांचा श्रम हाच धर्म असेल तर त्याच्या श्रमावर जगणारे ह्या पुस्तकी धर्माची मांडणी का करतात? धर्म ही जगण्याला आवश्यक गोष्ट. कुणाच्या? शेतकऱ्याला असल्या धर्माची गरज असते असं कसं सिद्ध करता येईल? मग धर्म कुणाची खाज?

आली का पंचायत.

बट्ट्याबोळ.

विश्वाच्या निर्मितीपासून आपण यादी करू -

ओल.. खोल.. पाऊस.. पाणी.. माती.. खाती.. झाड.. जंगल.. माणसंकाणसं...

सात बारा.. आठ-अ.. कबलायत.. दस्तुर खुद्द..ह्या सज्ज्यात..त्या कायद्यात.

ब-बळीचा अर्थात जन-गण-मन....

च्या आयला. सगळं कोडब्यॅड.

दिपूशेठ, आपल्याला 'कोडब्यॅड' ही कादंबरी लिहायची आहे हे निश्चित.

भिंगारकर म्हणतो, कोणकेरीला पेच सोडवता आला नाही. त्याला माडीच्या महाराजाकडं जावं वाटतं. याचा अर्थ काय? माडीचा महाराज जात-पात मानत नाही. शेती करून रासायनिक खतांना विरोध करतोय. तो काय तरी करून मांडायच्या नादात आहे. आजमावून बघतोय. निष्कर्ष महाराजाकडंही नाहीत. पण त्याच्या मांडणीचं कोणकेऱ्याला आकर्षण आहे. त्याला पडलेले प्रश्न महाराजाला पडलेत, असं म्हणायला जागा आहे.

आता असलं हे काय आपल्याला कळत नाही. मला कोणकेरी हवा आहे. फक्त जिवंत. कोणकेरी असणार यात शंका नाही. फक्त तो कुठं असेल? महाराज म्हणतोय. पश्चिमेला शोधा. च्या आयला, हे काम भिंगारकरवर सोपवलेलं बरं. त्याच्याकडं वाचनाचं भिंग आहे. त्या भिंगातून त्याला दिसंल काही.

आपल्याला धनगराच्या म्हातारबाचा शोध घेणं महत्त्वाचं. चिगऱ्या, भिका कुणीतरी करंलच मदत. जंगलच सांगलं काही तरी, कोणकेऱ्याविषयी. नाही तरी जंगल आपल्या पश्चिमेलाच येतं...

www.ingramcontent.com/pod-product-compliance
Lightning Source LLC
LaVergne TN
LVHW020131230825
819400LV00034B/1100
* 9 7 8 8 1 7 1 8 5 4 1 4 1 *